Wacha Mungu
wa
Bibi Kilihona

Wacha Mungu
wa
Bibi Kilihona

Gabriel Ruhumbika

E&D Vision Publishing

E & D Vision Publishing Ltd
P.O.Box 4460
Dar es Salaam
Barua Pepe: info@edvisionpublishing.co.tz
Tovuti:www.edvisionpublishing.co.tz

Wacha Mungu wa Bibi Kilihona

ISBN: 978-9987-735-11-2

Yaliyomo

I

Ulimwengu wa Mwafrika

Sura ya 1

Wazungu wa kwanza walipoingia kisiwa cha Ukerewe kwenye Ziwa Nyanza, lililoitwa Ziwa *Victoria* na wakoloni wa Kiingereza, Kilihona[1] binti Mkoyongi alikuwa hajazaliwa. Bali tangu alipokuwa msichana mdogo sana alisikia wazee wakisimulia juu ya hao watu wa kutoka mbali wanaofanana na Waarabu na kusikia sifa zao kwenye nyimbo za ngoma mbalimbali.

Ni katika mwaka wa 1895, Kilihona alipokuwa msichana wa miaka kumi na tatu, tayari "amekwishagunduliwa" na wazazi wenye wavulana kama mchumba wa kufikiria kuposea watoto wao na uzuri wake tayari umetungiwa nyimbo na wacheza *enanga*[2] vijana wa sehemu za kwao, ndipo hao Wazungu, wa kabila la Wajerumani, walipoingia kwenye Ufalme wa Ukerewe kwa namna isiyosahaulika.

Kabla ya karne ya kumi na tano, Wazungu hawakujua Afrika ya watu weusi. Afrika waliyoijua ilikuwa ni Misri na nchi nyingine za Afrika ya Kaskazini Magharibi ya Misri, ziitwazo *Maghrib*, zilizoko kandokando ya Bahari ya Mediterania inayotenganisha Ulaya na Bara Kuu la Afrika. Afrika iliyoko Kusini mwa Jangwa la Sahara, Afrika ya Weusi au Waafrika, waliyoijua ilikuwa ni Uhabeshi au Ethiopia ya zamani, iliyopakana na hizo nchi za Afrika ya Kaskazini, ambazo wakazi wake wengi ni Waarabu na watu wenye asili ya Kiarabu.

Hali hiyo ilibadilika kwenye karne ya kumi na tano Wazungu walipofanya safari za baharini wakijaribu kuzunguka Bara Kuu la Afrika. Hatimaye nahodha Mreno Vasco da Gama alizunguka Afrika ya Kusini ya leo na kufika Uhindi mwaka wa 1498. Tangu hapo watu weusi kote

---

1 Kilihona: Jina la kike la Kikerewe lenye maana ya "jambo" au "tukio" la ulimwenguni kote au la kila mahali.

2 *Enanga*, Kikerewe: Ala ndogo ya muziki ya kushikilia mikononi iliyotengenezwa kwa ubao mwepesi, yenye umbo la mtumbwi na nyuzi zinazopigwa na mcheza ala kwa vidole vya mikono yake yote miwili.

3

Afrika waliangukiwa na janga kubwa linaloandama maisha yao kwa namna tofautitofauti hadi leo hii.

Wazungu walipokuwa hawajafika Uhindi kwa kuzunguka Afrika mara ya kwanza, nahodha Mzungu mwingine, Christopher Columbus, aliyetumwa na mfalme na malkia wa Uhispania, aligundua visiwa vya Caribbean mwaka wa 1492, na kufikia mwaka wa 1498 yeye na mabaharia wa Kizungu wengine wakawa wamekwishagundua Amerika ya Kaskazini na ya Kusini. Wazungu, licha ya kuwa na mashua kubwa na ujuzi wa kusafiri mbali baharini, walikuwa pia wamekwishavumbua bunduki na mizinga, silaha kali ambazo watu wa Afrika na wa nchi walizoziita Amerika walikuwa hawana. Wazungu walipogundua nchi hizo za Amerika wakazivamia kwa vita na kuziteka na kuzifanya makoloni ya nchi zao. Punde si punde, mataifa makuu ya Ulaya yakaanzisha biashara ya kushika watu weusi wa Afrika na kuwapeleka huko ng'ambo kama watumwa wa kufanya kazi za kilimo cha pamba na miwa na tumbaku na kazi nyingine za kuzalisha uchumi kwenye makoloni yao hayo, kazi ngumu ambazo wenyeji wa huko hawakuzimudu na walikufa kwa wingi kweli Wazungu wakoloni walipowatumikisha kuzifanya. Biashara hiyo yenye laana tupu ya kuuza utumwani ng'ambo watu weusi maelfu kwa maelfu kila mwaka, iliyoendeshwa na Wazungu kwa kushirikiana na Waafrika waliotawaliwa na tamaa ya mali na wasaliti wakuu wa watu wao, ilidumu kwa muda wa karne nne! Na ilipokwisha tu, Wazungu wakavamia kwa mtutu wa bunduki nchi zote za Bara Kuu la Afrika na kuzifanya makoloni yao.

Kabla ya Wazungu kuja Afrika ya Kusini mwa Sahara, Waafrika walikwishafikia kiwango kikubwa cha maendeleo. Ni kweli kwamba baadhi yao walikuwa bado wanaishi maisha duni kabisa na wanamudu tu kukidhi mahitaji ya msingi kabisa ya binadamu, kama ilivyokuwa kwenye baadhi ya sehemu za kila bara kuu duniani, ikiwa ni pamoja na Ulaya kwenyewe. Licha ya hivyo, jamii ya Mwafrika ilikuwa tayari kila mahali ina falme na tawala nyingine zenye serikali kuu imara na uchumi uliostawi na utamaduni na ustaarabu na maendeleo ya jamii yaliyoweza kulinganishwa na yale ya Ulaya ya karne ya kumi na tano kwenye mambo mengi muhimu. Kwa mfano, Afrika ya Magharibi ya upande wa Kaskazini, katika sehemu iliyokuwa inaitwa Sudani ya Magharibi, *Western* Sudan kwa Kiingereza, kwenye nchi za leo za Senegal, Mali, Burkina Faso na Niger pamoja na sehemu za Moritania, Guinea na

Nigeria, kulistawi falme kuu za Ghana, Mali na Songhay. Miji mikuu ya falme hizo kama vile Walata, Timbuktu, Gao na Jenne, ilikuwa vituo maalumu vya biashara ya dhahabu, shaba nyekundu na madini nyingine, nguo za pamba, ngozi na vitu vilivyotengenezwa kwa ngozi na bidhaa nyingine kati yake na Misri na nchi za *Maghrib*, kupitia Jangwa la Sahara kwa misafara ya ngamia. Miji hiyo ilikuwa pia ina vyuo mashuhuri vya Kiislamu vilivyoeneza kwenye nchi hizo dini na elimu na utamaduni wa Kiislamu na wa Kiarabu.

Mwaka wa 1325 Mfalme Mkuu wa Mali, Mansa Musa I, alikwenda kuhiji Maka kwa kupita Cairo, Misri. Kwa mujibu wa waandishi wa Kiarabu wa wakati huo, alipita Cairo akiwa na "vifurushi 80 vya dhahabu ya unga vyenye uzito wa *kintars* 3 au kilo 3.8 kila kimoja" na alisindikizwa na msafara wa wapagazi zaidi ya 60,000, waliovalia dhahabu wote, na "kila mmoja wao akiwa ameshikilia mkononi fimbo ya dhahabu yenye uzito wa zaidi ya *mithkal* 500, sawa na kama kilo 3 kila moja." Mfalme Mansa Musa I alipokelewa Cairo "kwa heshima kubwa aliyostahili sultani mkubwa kama yeye; na watu walijaa sifa zake kutokana na umbile lake na mwenendo wake pamoja na ukarimu wake, uliokuwa ni mithili ya ule wa wafalme wa hadithi za Elfu Lela U Lela!" Kutokana na zawadi alizotoa pamoja na matumizi yake, aliacha Cairo dhahabu nyingi kiasi cha kushusha thamani ya dhahabu huko kwa kipindi kirefu! Tangu hapo "Misri, nchi za *Maghrib*, Ureno na miji mashuhuri ya wafanyabiashara wa Italia watu wakawa na hamu kubwa ya kujua Mali kukoje."[3]

Nchi nyingine zilizokuwa zimeendelea sana ambazo Wazungu walizikuta Afrika ya Weusi zilikuwa Afrika ya Kati, kwenye eneo la Jamhuri ya Kidemokrasia ya Kongo ya leo na nchi za jirani yake, kama vile falme za Luba, Lunda, Luango na Kongo, ufalme wa Kongo ukiwa ndio mkubwa na mashuhuri kuliko zote, na nchi ambayo Wazungu waliiona imeendelea kuliko nyingine zote Afrika ya Magharibi.[4] Nchi za Kiafrika nyingine zilizokuwa zimeendelea sana zilikuwa katika Nigeria ya leo na sehemu za jirani yake. Kaskazini kulikuwa na falme za Wahausa waliokwishasilimu, na Kusini kulikuwa na falme za Oyo na Benin na Ife za Wayoruba, wafuasi wa dini ya kabila lao.

3 D. T. Niane. "*Mali and the second Mandigo expansion* (Mali na Wamandigo kupanua eneo lao mara ya pili)", katika *General History of Africa* (Historia ya Jumla ya Afrika), IV. Paris and Berkeley: UNESCO and University of California Press, 1984; uk. 146 – 151.

4 J. Vansina. "*Equatoria Africa and Angola: migration and the emergence of the first states* (Afrika ya Ikweta na Angola: uhamaji na kuibuka kwa tawala za kwanza", katika *General History of Africa* (Historia ya Jumla ya Afrika) kama hapo juu, juzuu IV; uk. 557 – 577.

Vinyago vya shaba nyeusi (*bronze* kwa Kiingereza) vya Benin na Ife ya kale mpaka leo hii vinatambuliwa duniani kote kama sanaa nzuri ajabu![5] Muziki wa Wayoruba na michezo yao ya kuigiza ya kimila Wazungu waliyoikuta huko, watu wanamocheza ngoma na kufanya maonyesho huku wakisimulia hadithi, iliyoitwaYoruba *folk opera* na Waingereza, hadi leo ni sanaa nzuri na ya kipekee duniani inayodhihirisha utamaduni wa kimapokezi wa hali ya juu sana![6] Aidha dini ya Kiyoruba imewaachia urithi wa kudumu watu wenye asili ya Kiafrika kwenye visiwa vya Caribbean na nchi za Amerika ya Kusini, ya Kati na ya Kaskazini. Mababu na mabibi zao waliopelekwa huko kama watumwa walilazimishwa kufuata dini ya mabwana zao Wazungu na kuwa Wakristo, na dini zao zikapigwa marufuku na kuitwa za kipagani na za kishenzi kwa karne na karne. Hata hivyo dini hizo, jinsi zilivyokuwa na maana kubwa kwa watu weusi, hazikufa na kupotea kabisakabisa; na karibu kila mahali zilikosalia miungu wake na imani zake kuu ni zile za dini ya Kiyoruba, licha ya kwamba watumwa weusi walitoka kote Afrika, kwenye mamia kwa mamia ya makabila, yenye dini tofauti kila kabila!

Kusini mwa Afrika kulikuwa na ufalme mkuu wa Mwene Mutapa (ulioitwa Monomotapa na Wareno na Wazungu wengine) katika Zimbabwe na Musumbiji ya leo. Ufalme huo ulizalisha dhahabu na shaba nyekundu na meno ya ndovu kwa wingi na kufanya biashara na pwani ya Afrika Mashariki yote pamoja na nchi za Bara Kuu la Asia, ikiwa ni pamoja na Uhindi, Indonesia na Uchina, kupitia Bahari Kuu ya Hindi kwa kutumia wafanyabishara wa Kiarabu. Magofu ya majengo ya mawe ya Zimbabwe Kuu (*Great* Zimbabwe) na kwinginepo kwenye ufalme huo wa Kiafrika wa zamani yanastaajabisha watu na watalii wa kimataifa hadi leo.[7]

Pwani ya Afrika ya Mashariki kulikuwa na tawala za miji yenye maendeleo makubwa kama vile Mogadishu katika Somalia ya leo, Lamu, Malindi na Mombasa, katika Kenya ya leo, na Pangani, Unguja (Zanzibar

---

5 A. F. C. Ryder. "*From the Volta to Cameroon* (Kuanzia kwa Mto Volta hadi Kameruni)", katika *General History of Africa* (Historia ya Jumla ya Afrika) kama hapo juu, juzuu IV; uk. 346 -366.

6 Michael Thelwell. "*Introduction.* (Utangulizi)", katika Tutuola, Amos. *The Palm-wine drinkard* (Mnywaji sugu wa pombe ya mnazi). New York: Grove Press, 1994; uk.182 – 183, na Joachim Fiebach. "*Dimensions of Theatricality in Africa* (Viwango vya Sanaa ya Uigizaji Afrika)", katika Conteh-Morgan, John na Olaniyani, Tejumola, Wahariri. *African Drama and Performance* (Tamthiliya ya Kiafrika na Uigizaji). Bloomington na Indianapolis: Indiana University Press, 2004; uk. 35 -36.

7 B. M. Fagan. "*The Zambezi na Limpopo basins*: 1100 – 1500 (Mabonde ya Mto Zambezi na Mto Limpopo: 1100 - 1500)", katika *General History of Africa* (Historia ya Jumla ya Afrika) kama hapo juu, juzuu IV; uk. 532 – 550.

ya kale) na Kilwa, katika Tanzania ya leo. Miji hiyo ilikuwa vituo vikuu vya biashara kati ya Afrika ya Mashariki na ya Kati na Arabuni, Ushirazi na nchi nyingine za Asia hadi Uchina, kwa usafiri wa kupitia Bahari Kuu ya Hindi kufuatana na pepo za musimu za monsuni. Hiyo miji ilikuwa pia ni vitovu vya dini ya Kiislamu na lugha na utamaduni wa Kiswahili katika Afrika ya Mashariki na sehemu za jirani. Mrima, bara ya Afrika ya Mashariki, kulikuwa na ufalme mkuu wenye maendeleo makubwa wa Bunyoro-Kitara, chimbuko la falme za Bunyoro, Ankole, Toro na Buganda katika Uganda ya leo, na Karagwe katika Tanzania ya leo.

Mwanzoni mwa karne ya kumi na tano mfalme mpya wa Karagwe, Ruhinda, aliunda himaya kuu mpya kwenye nchi za Magharibi ya Ziwa Viktoria, na alipofariki himaya yake ikagawanyika katika falme nne zilizotawaliwa na watoto wake wa kiume, wafalme Wahinda wa kwanza: Karagwe, Kyamutwara, Ihangiro na Uzinza katika Tanzania ya leo.[8]

Mwanahistoria mweusi mashuhuri Walter Rodney anahitimisha maelezo yake juu ya maendeleo ya Afrika kabla ya kuja kwa Wazungu katika kitabu chake kiitwacho *How Europe Underdeveloped Africa* (Jinsi Ulaya Ilivyoua Maendeleo ya Afrika) kwa kuandika:

"Ukweli ni kwamba ni Wazungu wa kwanza kufika Afrika ya Magharibi na ya Mashariki kwa usafiri wa baharini ndio waliotoa fununu kwamba maendeleo ya Waafrika yalilingana na yale ya kwao kwenye mambo mengi. Tukichukua mfano mmoja tu, Waholanzi walipofika kwenye mji wa Benin waliueleza hivi:

"'Inavyoelekea huu ni mji mkubwa kweli! Mnaingia mjini kwa barabara pana sana, ya udongo, ambayo inaweza kuwa ni pana mara saba au nane kuliko Mtaa wa Warmoes mjini Amsterdam...

Ikulu ya mfalme ni mkusanyiko wa majengo mengi kwenye eneo kubwa sawa na la mji mzima wa Harlem, yaliyozungukwa na ukuta. Kuna majengo chungu nzima ya mawaziri wa Mfalme pamoja na mabwalo mazuri sana, mengi yake yakiwa ni makubwa kama yale ya kwenye Soko la Kubadilishia Bidhaa la Amsterdam. Mapaa ya mabwalo hayo yameshikiliwa kwa nguzo za miti zilizofunikwa kwa shaba nyekundu, ambako kumechorwa sanamu za vita walizoshinda, na zinazotunzwa kwa ungalifu na kusafishwa vizuri sana wakati wote.

8 B. A. Ogot. "*The Great Lakes region* (Kanda ya Maziwa Makuu", katika *General History of Africa* (Historia ya Jumla ya Afrika) kama hapo juu, juzuu IV; uk. 500 -515.

7

'Mji una kwa jumla mitaa thelathini na tisa, iliyonyooka moja kwa moja na yenye upana wa futi 120 kila mmoja, licha ya mitaa midogo mingi bila idadi inayoingiliana. Nyumba zao zimejengewa karibukaribu kwa mpangilio safi. Kwa usafi Wadachi hawawashindi hawa watu hata kidogo: wanazisafisha kwa maji na kusugua nyumba zao vizuri ajabu mpaka zinatakasika na kung'ara kama kioo!"'[9]

Baada ya miaka mia nne ya balaa ya biashara ya Wazungu kuuza Waafrika utumwani ng'ambo, maendeleo yote hayo Afrika yalikufa na kuteketea karibu kila mahali! Kando ya biashara ya utumwa ya Wazungu, waliouza utumwani ng'ambo ya pili ya Bahari Kuu ya Atlantiki watu weusi waliokuwa karibu wote wanatoka Afrika ya Magharibi, tangu Senegal Kaskazini hadi Kusini Angola na kuendelea, palikuwa pia na biashara ya utumwa ya Waarabu Afrika ya Mashariki na ya Kati, iliyopamba moto hasa katika karne ya kumi na nane na kumi na tisa. Hao Waarabu walivusha watumwa weusi Bahari Kuu ya Hindi na Bahari ya Shamu na kwenda kuwauza Arabuni na kwingineko Asia na hali kadhalika kwa Wazungu wenye biashara hiyo, licha ya kuuza wengine Unguja na Pemba wa kutumikishwa kwenye mashamba ya karafuu na minazi ya Waarabu waliokwishafanya maskani huko. Aidha Waarabu waliuza Waafrika wa kutoka Afrika ya Magharibi kwenye nchi za Kiarabu za Afrika ya Kaskazini na Arabuni na kwingineko kupitia Jangwa la Sahara kwa misafara ya ngamia. Kwa jumla inakadiriwa kwamba watu weusi waliozwa ng'ambo kama watumwa kati ya mwaka 1500 na mwisho wa karne ya kumi na tisa ni zaidi ya milioni 20, wengi wao wakiwa ni wa kwenye biashara ya utumwa ya Wazungu.[10] Ukijumlisha idadi hiyo na ile ya

---

9 Rodney, Walter. *How Europe Underdeveloped Africa*(Jinsi Ulaya Ilivyoua Maendeleo ya Afrika). Washington, DC: Howard University Press, revised edition, 1981, uk. 69. (Kilichapishwa kwanza 1972). Walter Rodney, mzaliwa wa Guyana, Amerika ya Kusini, aliandika na kuchapisha kitabu chake alipokuwa mhadhri wa Chuo Kikuu cha Dar es Salaam. Alikuwa ni mwanamapinduzi msomi aliyetoa mchango mkubwa wa mwamko wa kisiasa na vuguvugu la kimapinduzi katika chuo kikuu cha taifa, na cha peke yake nchini wakati huo, cha Tanzania ya siasa ya Ujamaa ya miaka hiyo. Dk. Rodney aliuawa kwa kulipuliwa na bomu na watu wanaoaminiwa kuwa wapinzani wake wa kisiasa kwao Guyana mwaka 1980.

10 J. E. Inikori. "*Africa in world history: the export slave trade from Africa and the emergence of the Atlantic economic order* (Afrika katika Historia ya dunia: biashara ya kuuza nje watumwa kutoka Afrika na kuibuka kwa mfumo wa uchumi wa Bahari Kuu ya Atlantiki", katika *General History of Africa* (Historia ya Jumla ya Afrika), kama hapo juu, juzuu V; uk. 80- 83.

watu waliokufa wakiwa njiani kwa maradhi na kwa mateso, au kwa kuamua kijitosa baharini kuliko kwenda kufugwa utumwani, jumla ya watu Afrika ya Weusi iliopoteza kutokana na biashara ya utumwa inaongezeka sana! Kando ya mamilioni ya watu weusi waliouzwa utumwani na waliofia njiani, ambao karibu wote walikuwa ni wanaume na wanawake vijana na watu wazima wenye nguvu za kufanya kazi za kuleta maendeleo, watu waliokufa wakiwa Afrika kwenyewe kutokana na biashara ya utumwa ni wengi hata kuzidi hao! Bishara hiyo yenye laana ilizua vita vya makabila kwa makabila na koo kwa koo ndani ya makabila na kuibua maharamia na majambazi yaliyovizia na kushambulia na kuteka watu nyara. Kutokana na machafuko makubwa hivyo kwenye jamii, falme na tawala nyingine nyingi zilivunjika na kusambaratika na nchi hizo zikawa hazina ulinzi pamoja na utunzaji sheria, na Waafrika wakauana ovyo kwa wingi kila mahali, licha ya mateka waliouzwa na Waafrika wenzao kwa Wazungu na Waarabu wafanyabiashara ya watumwa! Baadhi ya wanahistoria wanakadiria kwamba, ukijimlisha watu weusi waliouzwa utumwani ng'ambo na waliofia njiani na waliopoteza maisha yao wakiwa Afrika kutokana na athari za biashara ya utumwa kwa kipindi cha miaka mia nne, Afrika ya Weusi huenda ilipoteza watu wasiopungua milioni mia moja!

Kutokana na kuandamwa na majanga yote hayo kwa karne na karne, kati ya mwaka 1650 na 1900 Afrika wingi wa watu uliongezeka kwa asilimia 20 tu, kwenye kipindi ambacho Asia na Ulaya wingi wa watu ulikuwa unaongezeka haraka ajabu, kwa kiasi kinachokadiriwa kuwa zaidi ya asilimia 300 Ulaya na zaidi ya asilimia 200 Asia. Kando ya upungufu wa watu wa kufanya kazi za kuleta maendeleo, vita na machafuko ya kijamiii ya kila wakati na raia kuhofia usalama wao kulisababisha, kwenye sehemu nyingi, watu kukimbia na kuhama kutoka kwenye maskani yao. Mapori yalirudi na mbungo, wadudu wanaoeneza ugonjwa wa malale wa hatari kwa binadamu na mifugo, walizagaa tena mahali kulikokuwa ni makazi ya jamii zinazostawi. Kilimo na ufugaji ulioendelea ulikwisha, na njaa kubwa ya mara kwa mara ilikumba nchi nyingi. Kazi za ujenzi wa nchi, uchimbaji madini na utengenezaji vitu na biashara za kawaida vyote hivyo vilikwisha.

Uchumi ulianguka vibaya na maendeleo yalikwisha na kuteketea karibu kila mahali Afrika.[11]

Hiyo jamii ya Mwafrika iliyokwishadhoofika na kuwa kama mgonjwa mahututi anayekaribia kukata roho ndiyo Wazungu waliyoivamia na kuifanya makaloni yao kufuatia Mkataba wao wa Berlin (*Treaty of Berlin* kwa Kiingereza) wa mwaka 1884.

Kwa upande wa Ulaya, biashara ya utumwa wa Waafrika na mali iliyozalishwa kwa wingi katika makoloni ya nchi zake kwa kutumikisha watumwa weusi ilitajirisha kweli nchi hizo, na utajiri huo uliwaletea Wazungu maendeleo ya harakaharaka na makubwa ajabu hadi kufikia Mapinduzi ya Viwanda katika karne ya kumi na nane na kumi na tisa. Ni mapinduzi ya viwanda ndiyo yalifanya utumwa wa Waafrika usiwe na faida tena kwa nchi za Ulaya na zikaupiga marufuku. Nchi hizo sasa zilikuwa zinatengeneza vitu viwandani kwa wingi kweli kwa kutumia mashine zinazoendeshwa kwa mvuke na nguvu za umeme. Kwa hiyo zilihitaji makoloni kama mahali pa kutoa mali ghafi nyingi kwa gharama ndogo na pia kama masoko, nchi za kuuzia vitu vya viwandani mwao. Aidha, mapindizi ya viwanda yaliwezesha Ulaya kupiga hatua kubwa kweli kwenye taaluma mbalimbali, hasa kwenye sayansi, utafiti na uvumbuzi, na sasa Wazungu walikuwa na vyombo vya usafiri vinavyokwenda kasi, boti na meli na magarimoshi, vilivyokwisharahisisha sana usafiri wa mbali baharini na chi kavu. Zaidi ya hapo walikwishaunda bunduki na mizinga mikubwa na bora zaidi, na mataifa makubwa ya Ulaya yalikuwa na majeshi makubwa na imara hasa!

Hao Wazungu waliokwishaendelea sana, na wana meli zenye uwezo wa kusafirisha majeshi yao na silaha zao kali kwenda kokote duniani mnamo muda mfupi, ndio walioivamia Afrika yenye jamii iliyokwisha kuvunjikavunjika na kusambaratika na ni mahututi haijiwezi!

Hata hivyo mahali pengi Waafrika walipigana na wavamizi hao na kujaribu kuwafukuza nchini mwao, pamoja na kwamba silaha zao zilikuwa bado ni pinde na mishale na mikuki, isipokuwa kwa wale waliokuwa na bunduki duni chache hapa na pale, magobori ya kizamani Waafrika wachache waliyouziwa na Wazungu na Waarabu kwenye biashara ya

---

11 Rodney, Walter, kama hapo juu; uk. 95 – 103.

utumwa. Tangu Senegal, Guinea, Ghana, Benin (Dahomey ya zamani), Nigeria, Afrika ya Kusini, Namibia hadi Tanzania, Uganda na Sudani na kwingineko, Waafrika walipigania nchi zao kufa na kupona kabla ya kushindwa na kutawaliwa na Wazungu.

Wazungu walipogawana nchi za Afrika kama makoloni yao, sehemu kubwa sana ya Bara zima la Afrika ilichukuliwa na mataifa makubwa mawili ya Ulaya, Uingereza na Ufaransa, na sehemu chache zilizobaki zikagawanywa kati ya Ubelgiji, Ureno, Ujerumani, Italia na Uhispania. Tanzania Bara ya leo, ikiwa ni pamoja na Brundi na Rwanda, ilichukuliwa na Ujerumani, iliyoliita hilo koloni lake Afrika ya Mashariki ya Wadachi (Wajerumani wanavyojiita).

Wajerumani waliingia Tanzania Bara ya leo mwaka wa 1888; na wakafikia kupigana vita na wenyeji mwaka huohuo. Wananchi wa kwanza kupigana vita na Wazungu walikuwa watu wa pwani, wakiongozwa na Abushiri bin Salim na Bwana Heri, katika vita iliyoanzia Pangani na Saadani na kuenea pwani kote. Mashujaa wa Kiafrika hao walipigania nchi yao kwa zaidi ya miaka miwili kabla ya kushindwa. Mashujaa wa kihistoria wengine walioongoza Watanzania wa wakati huo kwenye vita dhidi ya Wazungu ni Mfalme Machemba wa Wayao, Mfalme Isike wa Wanyanyembe, Tabora, na Mfalme Mkwawa wa Wahehe, ambaye mwaka wa 1898 alijiua kuliko kukubali kutekwa na Wazungu waliovamia nchi yake! Halafu kulikuwa na vita ya Maji Maji kuanzia mwaka wa 1905. Kwenye hivyo vita wananchi wa kanda ya Kusini yote ya koloni hilo, toka kwa Wamatumbi na kuja kwa Wazaramo na Waluguru na Wambunga na Wangindo na Wamwera na kwenda hadi kwa Wamakonde na Wangoni pamoja na makabila mengine ya sehemu zote hizo, walishika silaha na kupigana na Wazungu wavamini wa nchi yao hadi mwaka wa 1907, kabla ya kushindwa kabisa na kutua silaha zao.[12]

---

12 J. Iliffe. "Tanzania Under German and British Rule (Tanzania Chini ya Utawala wa Wajerumani na Waingereza", katika Ogot, B. A., Mhariri. Zamani: A Survey of East African History (Zamani: Mapitio ya Historia ya Afrika ya Mashariki). Nairobi: East African Publishing House Ltd, na Longman Kenya Ltd, 1974; uk. 295 – 300; na H. A. Mwanzi. "African Initiatives and resistance in East Africa, 1880 - 1914 (Hatua zilizochukuliwa na Waafrika Afrika ya Mashariki na walivyopinga kutawaliwa, 1880 – 1914", katika General History of Africa (Historia ya Jumla ya Afrika), kama hapo juu, juzuu VII; uk. 149 – 152, na 157 – 168.

Ufalme wa Ukerewe ulianzishwa katika karne ya kumi na saba na watawala Basilanga-Bahinda waliotoka kwenye falme za Bahinda zilizokwishastawi Magharibi mwa Ziwa Viktoria Nyanza katika Tanzania ya leo, zilikoanzishwa na Mfame Mkuu Ruhinda kwenye karne ya kumi na tano.[13] Wajerumani walipofika Ukerewe huo mwaka wa 1895 walifikia kujenga boma lao kwenye *gunguli*[14] la Hamuyebe, karibu na Nansio, makao makuu ya Wilaya ya Ukerewe ya leo, kwa idhini ya Mfalme Lukonge wa Ukerewe mwenyewe, ambaye utawala wake uliunganisha kisiwa cha Ukerewe na visiwa vidogo vyote vya jirani yake pamoja na Mwibara au Ukerewe-Bara.

Kisiwa cha Ukerewe kilikuwa njia walikopita Wazungu wote tangu wa kwanza kabisa kufika sehemu hizo za Bara Afrika wakienda kwa Kabaka, Mfalme wa Buganda, huko Uganda ya leo, ambaye ufalme wake sifa zake zilivuma kote Ulaya. Lukonge hakuwa na sababu ya kuwanyima hao Wazungu mahali pa kujenga boma lao, kwani alitegemea watakuwa wageni wema na wenye manufaa kwa watu wake, badala ya nchi yake kubakia tu njia ya kupita wakienda kumfundisha mambo mengi Kabaka wa Buganda na kumwongezea nguvu za kijeshi na kunufaisha uchumi wa watu wake.

Wazungu hao wa Kijerumani walipomaliza tu kujenga makazi yao Hamuyebe, mkubwa wao, akiambatana na Wazungu wenzake wawili pamoja na askari weusi watatu wenye bunduki na mkalimani, alikwenda Msozi, kwenye Ikulu ya Mfalme Lukonge. Kufuatana na taratibu za Ikulu ya Wafalme wa Ukerewe, wageni hao wa mfalme walipokelewa na Mkuu wa Itifaki wa mfalme. Hivyo ndivyo Wazungu wengine waliotembelea Ikulu ya Ukerewe kabla yao nao walivyopokelewa.

Mzungu huyo wa Kijerumani safari hii hakutaka kusikia hayo, na alimwambia mkalimani wake kwamba anamwamrisha Mfalme Lukonge kuja kuongea naye hapohapo, vinginevyo atachukuliwa hatua kali!

Mkalimani wake alikuwa ni kijana wa Kikerewe ambaye wazazi wake walihamia Mwanza na akakulia huko na kujua Kiswahili. Alijua na kuheshimu

---

13 Kitereza, Aniceti. *Mr. Myombekere and His Wife Bugonoka, Their Son Ntulanalwo and Daughter Bulihwali: The Story of an Ancient African Community* (Bwana Myombekere na Bibi Bugonoka na Ntulanalwo na Bulihwali) - Tafsiri ya Kiingereza na Gabriel Ruhumbika. Dar es Salaam: Mkuki na Nyota Publishers, 2002, uk. xvi – xvii, na 682 – 683.

14 *Gunguli*: Neno lenye asili ya Kisukuma lenye maana ya sehemu ya utawala inayounganisha vijiji kadhaa.

mila na desturi za watu wake, na alitambua kwamba kumwamrisha mfalme wao kufanya atakavyo huyo Mzungu haitawezekana. Kwa hiyo alimweleza tatizo hilo bwana wake.

Huyo Mzungu alikuwa ni kijana wa Kijerumani mwenye umri wa miaka kama ishirini na tano. Kwao Ulaya alikuwa ni mwanajeshi kuruta, aliyejiandikisha kuja Afrika kutumikia makoloni ya nchi yake. Huyo kijana wa Kizungu, aliyekuwa anaitwa Otto Peters, huo ulikuwa mwaka wake wa tatu tangu kuja Afrika, kwenye hilo koloni la nchi yake. Alikuwa anamaliza kuhamishiwa Mwanza kutoka Dar es Salaam. Msafara wake ulitokea Mwanza kuja kuanzisha utawala wa Kijerumani Ukerewe. Bwana Otto Peters alikuwa na cheo cha Ofisa Mwandamizi, na alikwenda Ukerewe na maofisa wawili wa Kijerumani wenzake wa chini yake. Kazi yao ilikuwa ni kuanzisha tawala za koloni la nchi yao kwenye kanda ya Ziwa Nyanza, yenye makao makuu yake Mwanza.

Bwana Otto Peters alikuwa ofisa wa serikali ya nchi yake, bwana anayetoa amri ya kutii kila mtu mweusi kwenye eneo lake la utawala wa koloni lao. Kwa hiyo alimwambia kwa kufoka mkalimani wake na Mkuu wa Itifaki wa Ikulu ya Ukerewe: "Mwambie Lukonge kwamba tangu leo yeye chini ya Serikali ya Dachi. Kila kitu ofisa wa Dachi nasema kwake yeye nafanya. Watu ya Ukereve talipa kodi kwa Serikali ya Dachi, na Lukonge taleta kodi kwangu Mwanza. Kesho lazima Lukonge nakuwa hapa kupokea mimi. Kama hapana fanya hivyo tapata adhabu kali sana! Nasikia!"

Bahati nzuri Kiswahili chake kilikuwa cha wasiwasi na matusi yaliyoandamana na amri yake ilibidi ayatapike kwa Kijerumani, lugha wasikilizaji wake wasiyoijua. Hata hivyo ilikuwa ni wazi kwa kila mtu hapo kwamba huyo hakuwa mgeni wa usalama!

Kwa maagizo hayo huyo kijana wa Kijerumani aliondoka na msafara wake na kurudi kwenye boma lao jipya Hamuyebe, mwendo wa kama saa nne kwa miguu. Bwana Peters, na hali kadhalika Wazungu wenzake wawili aliokuwa nao, kuja na kurudi walisafiri wameketi kwenye viti vilivyofungiwa juu ya majukwaa ya mbao, yaliyobebwa kwenye mabega na wapagazi wannewanne. Alikuwa ametoa amri kwa wapagazi wa majukwaa yote matatu kwamba hakuna mtu kusema amechoka na kuomba kupumzika na kuwachelewesha kwenye safari yao, na hapakuwa na wapagazi wengine wa kuwasaidia wakilemewa na kuwabeba. Askari weusi wenye bakora waliwafuata nyuma wapagazi wa kila jukwaa alipoketi Mzungu kuhakikisha wanatembea bila kulegeza mwendo, la sivyo bakora zinawaimbia!

Mfalme Lukonge alikuwa kwenye sebule ya nyumba yake ya starehe pembeni mwa *Nalunzwi*, nyumba kuu ya Ikulu. Alikuwa ameketi kwenye kiti chake cha enzi amezungukwa upande mmoja na mke wake mkubwa, Malkia Mkuu, mama wa mtoto wake wa kiume mkubwa na mrithi mtarajiwa wake, pamoja na Malkia Mama wa Mfalme, mama yake mzazi, na upande mwingine mke wake kipenzi wa siku hiyo, mwanamke kijana mrefu mwenye shingo ndefu yenye mizingo mitatu katikati, wote wameketi kwenye viti. Halafu mbele ya mfalme wake zake wengine tisa, wa kila umri na kila aina ya uzuri, walikuwa wameketi chini sakafuni kwa kuunda nusu duara na wameacha nafasi kubwa kati yao na mfalme na wanawake waliokaa pembeni mwake. Wacheza *enanga* wawili walikuwa wameketi kwenye huo uwanja na ala zao wakimtumbuiza mfalme na watu wake. Ni kwenye huo uwanja ndipo pia waliotaka kucheza ngoma ya *enanga* walipochezea, mfalme alipopendekeza. Nyuma ya wake za mfalme waliketi, kwenye viti, kwanza wajumbe wakuu wa Ikulu, halafu wageni mashuhuri wa siku hiyo, wakiwemo *wanangwa*[15] wa *magunguli* sita ya Ukerewe Visiwani na manne ya Ukerewe Mwibara, waliokuja kutoa zawadi kwa mfalme wao: nafaka na ng'ombe na mbuzi na mitungi ya pombe ya ndizi. Watu wao walioleta nao hizo zawadi walikuwa wametayarishiwa karamu kwenye miji ya wajumbe wa Ikulu kadhaa.

Ilikuwa inakaribia saa tisa za mchana Mkuu wa Itifaki alipoingia kwenye nyumba ya starehe ya mfalme na kwenda hadi mbele ya mfalme wake na kupiga magoti, kabla ya kujitupa chini kifudifudi na kumuenzi mfalme wake: "Utukuzwe daima Simba, utukuzwe daima Jua, utukuzwe daima Mhisani wa wasio vazi, utukuzwe daima Mkarimu wa wakarimu, utukuzwe daima bin Katobaha, Utukuzwe daima bin Golita, utukuzwe daima bin Mihigo, utukuzwe daima Mwadhibu wahalifu, utukuzwe daima mwana wa mlolongo wa wafalme! Ufalme wako umeumbuka!"

Kusikia hivyo tu, Mfalme Lukonge alinyanyua mkono wake wa kushoto juu na kuuacha juu! Hapohapo kila mtu hapo sebuleni alijitupa chini

---

15 Wanangwa, wingi wa "*mwanangwa*": Mkuu wa *gunguli*, neno lenye asili ya Kisukuma.

kifudifudi na kutukuza mfalme wake: "Tuzo na maisha marefu, Mfalme!"
Halafu kila mmoja wao aliamka na kutoka nje mbiombio, bila ya kutazama
nyuma!

Waliobaki hapo sebuleni alikuwa ni huyo Mkuu wa Itifaki, aliyekuwa
bado amelala kifudifudi mbele ya mfalme wake, Mkuu wa Wajumbe wa
Ikulu, Mlinzi wa Ngoma ya Ufalme, Mkuu wa Majeshi, Malkia Mkuu na
Malkia Mama wa Mfalme. Halafu Mfalme Lukonge alimwambia Mkuu
wake wa Itifaki akae, na mjumbe wake huyo alivuta kiti na kuketi na
kumweleza mfalme wake yaliyompata na aliyokuja nayo kutoka kwa hao
Wazungu wageni.

Mzungu wa kwanza kutembelea Mfalme Lukonge alikuwa ni Bwana
Stanley, akiwa safarini kwenda kwa Kabaka wa Buganda katika mwaka wa
1875. Miaka ishirini ilikuwa sasa imepita, lakini Mfalme Lukonge alikuwa
bado anakumbuka mazuri aliyomtendea huyo Mzungu, ndiyo sababu
aliona Wazungu kama watu wanaofaa kukaribishwa nchini kwake. Bwana
Henry Morton Stanley katika kitabu chake juu ya safari zake Afrika,
Through the Dark Continent (Kupenya Bara Kuu Lenye Giza) anasema
alijiandaa kwenda kumwona Mfalme Lukonge wa Wakerewe, mwezi Mei
mwaka 1875, kwa kumpelekea zawadi chungu nzima: "mazulia maridadi,
mablanketi, vitambaa vya nguo vingine damu ya mzee, vingine kunguru
kutoka Kutch na Maskati, pamoja na shanga ghali na adimu, na vitu vingine
vingi mno." Stanley alikwenda kumwomba Mfalme Lukonge mitumbwi ya
kusafiria yeye na msafara wake kutoka Mwanza hadi Buganda. Na baada ya
kungojea jibu la Mfalme Lukonge kwa wiki nzima, mfalme wa Wakerewe,
kutokana na huyo mgeni mashuhuri kumpa heshima na tuzo alilostahili,
alimpatia mitumbwi ishirini na moja pamoja na watu wa kuiendesha kwenda
Buganda na kurudi. Na Bwana Stanley aliporudi kutoka kwa Kabaka wa
Buganda alimletea Mfalme Lukonge zawadi ya binti wa Kiganda wa kuoa
kutoka kwa Kabaka, shukrani ya Mfalme Mkuu wa Buganda kwa Mfalme
Lukonge wa Ukerewe kwa msaada aliompatia mgeni wake Mzungu.[16]
Ndiyo sababu Lukonge aliwapokea kwa furaha Wazungu walipokuja tena
nchini mwake na kuomba wajenge boma lao Hamuyebe. Kwa kukumbuka

---

16 Stanley, Henry M. *Through the Dark Continent*. New York: Harper and Brothers, 1879, uk. 248-256.

mazuri Bwana Stanley aliyomtendea, Wazungu kwake walikuwa ni watu wema, licha ya kuwa ni matajiri na wenye kujua mambo mengi ya ajabu wanayoweza kuwafundisha watu wake.

Kwa hiyo alifurahi kuwaruhusu wajenge boma na kubakia Ukerewe, ili watu wake na ufalme wake unufaike kwa maarifa yao. Na sasa tazama shukrani yao!

Mfalme wa Wakerewe alikaa kimyaaa! kwa muda mrefu, kabla ya kusema, "Unamkaribisha mtu kula chakula nyumbani kwako na anapomaliza kula anakunya mavi kwenye vyombo vya chakula! Huyo mtu akitoka mzima nyumbani kwako wewe mwanamume mwenye mji huo hustahili kuishi! Kama nchi hii ya Ukerewe bado ina wanaume, kambi ya Hamuyebe ya hawa Wazungu nataka iteketezwe leo hii. Nataka aliyewatuma kuja kunitukana ajue kwamba Ukerewe bado ina mtawala wake!"

Siku hiyo usiku kweli boma jipya la Wazungu Hamuyebe liliwaka moto na kuteketea lote kabisa. Watu wa Hamuyebe na *magunguli* ya jirani waliamshwa usingizini na mayowe ya watu na kutoka nje wakakuta mbingu ya usiku wa giza nzito inawaka kama kwamba kuna mbalamwezi kwa moto wa nyumba nyingi za nyasi zilizojengewa karibukaribu zinazoungua zote! Na kilichookoa maisha ya Otto Peters na Wazungu wenzake wawili pamoja na wafuasi wao waliotoka nao Mwanza na wafanyakazi wao walioshika Ukerewe kuwatumikia ilikuwa ni amri ya Mkuu wa Majeshi ya Lukonge kwa kujiamulia yeye mwenyewe. La sivyo Mfalme Lukonge alimtuma kuteketeza hao Wazungu na watu wao wote.

Wakerewe hunena kwamba kusema ndiyo hakuzuii kukataa! Mkuu wa Majeshi alikubali amri ya mfalme wake, lakini, hata hivyo, alijua kwamba kuua Mzungu, hata mmoja tu, ni kutangaza vita ya kufa na kupona dhidi ya hao watu wa maajabu, ambao sifa za silaha zao za bunduki zilitetemesha kila kabila la mtu mweusi. Kwa hiyo Amiri Jeshi wa Lukonge aliamua kwamba jambo la busara ni kuwafukuza hao Wazungu Ukerewe kwa kuchoma moto kambi yao bila ya kuwadhuru wala kudhuru watu wao. Namna hiyo atakuwa ametimiza amri ya mfalme wake bila ya kuhatarisha usalama wa mfalme mwenyewe na nchi yao.

16

Amiri Jeshi wake aliporudi Ikulu na kumweleza hayo mfalme wake, Lukonge akaridhika na busara ya mkuu wa majeshi yake. Baada ya kuteketeza boma la hao Wazungu, kabla ya kuondoka Hamuyebe Mkuu wa Majeshi ya Ukerewe sauti yake ilisikika ikinguruma angani usiku wa manane kama sauti ya simba: "Nyie Wazungu mliokaribishwa nchini mwetu na mkamtukana mfalme wetu, hii ndiyo adhabu yenu. Mfalme Lukonge, Simba, Jua, Bwana wa wote na vyote nchini mwake, anawapa hii adhabu pamoja na kuwaamrisha kuondoka humu nchini mara moja. Na Wazungu wenzenu wote hawatakanyaga mguu tena kwenye ufalme wa Ukerewe kabla ya mfalme wenu kuomba msamaha kwa mfalme wetu kwa tusi lenu kubwa kwake!"

Wajerumani waliondoka Ukerewe na kurudi Mwanza walikotoka. Lakini hawakwenda moja kwa moja kama Mfalme Lukonge na wanajeshi wake walivyotaka. Siku ya saba baada ya boma lao la Hamuyebe kuchomwa moto na Wakerewe, Mjerumani Otto Peters alitua tena Ukerewe, safari hii akiambatana na wanajeshi wa Kijerumani wanne pamoja na askari weusi wapata mia, kwenye mitumbwi isiyo na idadi kwa wingi!

Walitua kisiwani Ukerewe usiku. Kulipokucha watu walishangaa mitumbwi mingi hivyo ilipita wapi humo ziwani bila ya wavuvi na wasafiri wa majini wa Ukerewe nzima hata mmoja kuiona! Mfalme Lukonge alipata habari tayari hao Wazungu na askari wao wamekwishatua zamani na kupiga kambi Nansio, karibu na lilipokuwa boma lao la Hamuyebe lililochomwa moto na Wakerewe. Bila ya kupoteza muda, bila ya kumpelekea Mfalme Lukonge ujumbe mwingine wowote, kulipokucha tu hao Wazungu na askari wao na bunduki zao wakaelekea Msozi kwa Ikulu ya mfalme wa Wakerewe.

Kwa upande wa Wakerewe *Matwigacharo*[17], "Masikio ya nchi", ngoma kuu ya Ikulu ililia ikiita mgambo wa vita na kupokewa na ngoma za *wanangwa* wa *magunguli* yote ya ufalme wa Ukerewe na wanaume kutoka kote nchini wakatimka mbio na silaha zao mikononi kuelekea Msozi kwa Ikulu ya Mfalme. Mkuu wa Majeshi ya Lukonge, aliyekuwa anaitwa Mkoyongi, akatoa amri kwa maelfu ya mashujaa wa Kikerewe waliokusanyika kwenye mbuga za jirani na Ikulu ya mfalme: "Wapiganaji wa kutoka kila mahali

---

17 Matwigacharo: "Masikio ya nchi" kwa Kikerewe, jina la ngoma yenye urefu wa kama futi sita kutoka chini na mapana ya kama futi nne katikati, kubwa kuliko zote kwenye Emilango, kundi la ngoma sita za sherehe za Ikulu ya Ukerewe ya zamani, iliyotumika kupasha watu habari maalumu za nchi kama kifo cha falme au vita au kutawazwa kwa mfalme mpya.

17

wajiunge na wapiganaji walio kwenye *magunguli* ya Nansole na Bulamba yanayopakana na Msozi, ili kuzuia Wazungu na askari wao wasikaribie Ikulu!" Na kweli siku hiyo wanaume walipigana! Waliopigwa risasi na kujeruhiwa walijeruhiwa na waliokufa walikufa, lakini mashujaa wa Ukerewe waliwazibia maadui njia ya kufika Ikulu kwa Mfalme wao.

Kumbe hao Wazungu na askari wao waliotokea Nansio walikuwa ni sehemu tu ya jeshi lao. Askari wengine weusi wenye bunduki, nao wapata mia moja, wakiongozwa na askari Wazungu wawili, walipotoka Mwanza walizunguka upande wa Magharibi wa kisiwa cha Ukerewe na kupita katikati ya Ukerewe na kisiwa cha Ukara na kwenda kutua Murutanga, maili tatu hivi tu kutoka Ikulu ya Mfalme Lukonge. Wakerewe walipokuwa wanashambuliana na maadui waliotoka Kusini, Nansio, wakashtukia wanashambuliwa na maadui wengine waliotokea Murutanga, Kaskazini, nyuma yao! Hao maadui wapya njiani walimopita walipiga risasi na kuua kila mwanamume waliyekutana naye, hata awe mdogo namna gani, huku wengine wanafyatua hewani risasi kutisha watu waliobaki majumbani! Habari hizo za kutisha zilisambaa Ukerewe nzima kwa kasi ya kimbunga, na watu kusikia hivyo wakakimbia na kuishia kujificha kwenye mapango milimani na maporini na kwenye mafunjo na matete na machaka ya pwani ya ziwa!

Mkuu wa Majeshi ya Lukonge alipotambua hatari iliyowakabili, akajaribu kugawa wapiganaji wake na kuamrisha wengine wageuke waende kukabiliana na maadui wa upande wa nyuma. Lakini tayari maadui wa upande huo pia walikwishawafikia, na mashujaa wa Kikerewe walisikia milio ya risasi za bunduki kila mahali: mbele yao, nyuma yao, na angani juu yao! Hapakuwa na aliyetegemea kitu kama hicho! Hapakuwa na aliyekwishaona kitu kama hicho! Mashujaa wa Kikerewe wakaanza kutupa mishale na pinde na mikuki yao machakani na kwenye mashamba ya mihogo na migomba na kukimbia kwenda kujificha kwenye mapango milimani na kwenye mafunjo na machaka ziwani raia wenzao walikoishia!

Jua kukaribia kutua, Mkuu wa Majeshi ya Mfalme Lukonge, akiongozana na Mkuu wa Itifaki wa Ikulu ya Wakerewe, wote wawili wakitembea wamenyoosha juu mikono na wameinamisha vichwa kwa unyenyekevu kukiri wameshindwa, akasalimu amri mbele ya Mzungu Mjerumani Otto Peters.

Mfalme Lukonge wa Ukerewe Wajerumani na askari wao wenye bunduki mikononi walimkuta ameketi kwenye kiti cha enzi yake cha tangu mababu na mababu zake, amezungukwa na wake zake na baadhi ya wajumbe wa Ikulu yake ambao hawakwenda vitani, ikiwa ni pamoja na Mlinzi wa Ngoma ya Enzi, na umati mkubwa wa wanawake na watoto wadogo na wanaume wazee wakongwe, raia zake wa kumuenzi waliobakia majumbani. Alikuwa ameketi kwenye jukwaa la majabali ya mawe la uwanja wa Baraza la Ikulu yake alipomkaribishia Bwana Stanley, Mzungu wa kwanza kumtembelea. Kwa amri ya Bwana Otto Peters, askari wanne weusi walimshika na kumtia pingu mikononi na miguuni, huku wakimpiga kwa bakora na mateke na makofi mbele ya wake zake na wanae na raia zake, na kumburuta kumpeleka kwenye kambi yao Nansio.

Hivyo ndivyo Wazungu walivyoingia Ukerewe.

19

Sura ya 2

Wazungu walishambulia Ukerewe siku ya Ijumaa. Maadui walivamia Ikulu ya Ukerewe na kukamata Mfalme Lukonge wakati jua limekwishatua na giza limeingia. Baada ya hapo hao Wazungu na askari wao walishika njia na kurudi walikotoka: waliotua na mitumbwi Murutanga walirudi kwenye mitumbwi yao na wengine wakaelekea kwenye kambi yao Nansio. Kesho yake makundi yao yote mawili walifunga safari kurudi Mwanza, wale wa Nansio wakiambatana na mateka wao, Lukonge, aliyekuwa mfalme wa Ukerewe. Ila hawakuondoka Ukerewe wote kabisa. Bwana Otto Peters na askari wa Kijerumani mmoja pamoja na askari weusi wapatao hamsini na bunduki zao walibaki Nansio. Wenzao walipoondoka wao wakashika njia ya kurudi Ikulu ya Ukerewe, Msozi.

Shughuli yao ya kwanza mchana huo ilikuwa ni kutoa maagizo ya kuweka mtawala mpya wa Ukerewe. Sheria ya serikali ya Kijerumani kwenye koloni lao jipya ilikuwa ni kumtoa kwenye madaraka na kumfunga mtawala wa kienyeji asiyetii amri na kuweka mtawala mpya. Kila ilipowezekana, mtawala mpya alitakiwa atoke kwenye ukoo wa watawala na atawazwe kijadi, ili akubalike kwa urahisi na watu wake. Hivyo ndivyo Bwana Peters alivyofanya Ukerewe, kwa kutangaza ndugu yake Lukonge wa kiume, aliyekuwa mdogo kwake kwa umri lakini tayari ni mtu mzima, kuwa mfalme mpya wa Ukerewe na kuamuru atawazwe kijadi mara moja.

Alipotimiza hilo, huyo Mzungu akaamrisha Mkuu wa Itifaki wa Mfalme Lukonge na Mkuu wa Wajumbe wa Ikulu pamoja na wajumbe wa Ikulu wote waliokusanyika hapo siku hiyo kufuatana na msafara wake hadi Nansole, kwenye uwanja mkuu wa vita ya siku iliyopita. Jana yake Bwana Otto Peters aliacha maagizo kwa *mwanangwa* wa Nansole, aliyekuwa ndiye pia Mkuu wa Majeshi ya Mfalme Lukonge aliyesalimu amri kwake, akimwambia aite mgambo ya watu wa *gunguli* lake pamoja na *magunguli* yote yanayopakana na lake kukusanyika nyumbani kwake asubuhi hiyo. Na ole wake atakayejulikana hakuja kwenye mkutano huo! Hata hivyo watu wengi walijificha na hawakuja. Lakini waliokuja nao walikuwa wengi: wengine kwa sababu ya kuogopa kupigwa risasi na kuuawa kwa kutotii amri ya Wazungu wenye bunduki, lakini wengi zaidi kwa kutaka kushuhudia kwa macho yao ni nini kilichowasibu!

Wanangwa wa Ukerewe wengi walitoka kwenye ukoo wa Wasilanga, watawala wa Ukerewe. Lakini palikuwa pia na *wanangwa* kutoka kwenye koo tofauti ambao walipewa kushika hiyo kazi ya kuwakilisha mfalme kwenye *magunguli* kutokana na umashuhuri wao. Na mara nyingi hiyo kazi ya mkuu wa vijiji vya *gunguli* zima ilikuwa ni ya kurithiana. *Mwanangwa* Mkoyongi wa Nansole alikuwa hatoki kwenye ukoo wa watawala wa Ukerewe bali ni mtu mashuhuri sana nchini, ndiyo sababu aliteuliwa na Mfalme Lukonge kuwa Mkuu wa Majeshi yake; na alirithi kazi yake ya *uanangwa* kwa marehemu baba yake, ambaye naye aliirithi kwa baba yake, babu ya Mkoyongi.

Mwanangwa Mkoyongi alikuwa na wake watatu, na kila mke wake alikuwa na nyumba yake kwenye mji wake mkubwa. Wake zake walikuwa wana jumla ya watoto wa kiume wakubwa sita, wote wameoa na wanaishi na baba yao kwenye mji wa mababu zao. Kwa hiyo mji wa *mwanangwa* wa Nansole ulikuwa mji mkubwa kweli, wenye nyumba kubwa tisa pamoja na nyumba ndogondogo kwa jumla kumi za watoto wake wa kiume waliokuwa hawajaoa lakini wamekwishabalehe na kujenga hapo kwao *endaro*[18], "kambi za vijana", kama watu walivyoziita. Nyumba hizo zote zilikuwa zimejengwa kwenye mduara kuzunguka uwanja mkubwa mithili ya uwanja wa mpira wa miguu wa siku hizi. Zote zilikuwa nyumba za msonge zilizoezekwa maridadi kwa nyasi nzuri za *olumbwe*[19] tangu chini hadi juu. Kubwa kuliko zote, na ndefu kwenda juu sawa na nyumba ya ghorofa, ilikuwa ndiyo nyumba ya *Mwanangwa* na mke wake wa kwanza, Mama-mji wake. Mji mzima ulikuwa umezungukwa na ua wa *olukoni*.[20] Ua huo mkubwa kwelikweli ulikuwa na lango la kuingilia nyumbani upande

---

18 Endaro, Kikerewe: "Kambi ya kulala", nyumba ndogo, kwa kawaida ya chumba kimoja tu, ya mvulana ambaye hajaoa lakini amekwishabalehe na hatakiwi tena kulala kwenye nyumba ya wazazi wake.

19 Olumbwe, Kikerewe: Majani madogomadogo maalumu kwa kuezekea nyumba yanayopendeza kwenye paa na yanayodumu miaka mingi.

20 Olukoni, Kikerewe: Miti inayotoa utomvu mweupe yenye matawi mengimengi yasiyo na majani iliyotumika kutengeneza nyua na mazizi ya ng'ombo.

wa mbele na mlango mdogo upande wa nyuma. Milango miwili yote usiku ilikuwa inafungwa kwa ndani. Kupakana na mji upande mmoja palikuwa na boma lingine lenye ua wa *olukoni*, zizi la mifugo ya *mwanangwa* na wanae. Mwisho wake hilo zizi lilipakana na shamba kubwa kweli la migomba, kwa vile siku hizo kinywaji cha Wakerewe kikuu na cha heshima kilikuwa ni pombe ya ndizi. Mji wa *mwanangwa* usio na shamba la migomba la kufaa ulikuwa na kasoro kubwa sana, kwani huyo mkuu wa *gunguli* alitegemea tu pombe za kuletewa zawadi na watu wake wenye mashamba ya migomba, bila ya yeye kuweza kuita na kukaribisha watu nyumbani kwake. Pande zilizobaki mji ulizungukwa na mashamba ya mihogo na viazi na vyakula vingine kama kunde na mbaazi na njugu-mawe, vyakula vya kike, kama Wakerewe walivyoviita, vilivyolimwa na wanawake kandokando ya miji ya watu. Mashamba ya vyakula vikuu, nafaka, mawele na mitama mingine, yalitengewa sehemu moja kwa *gunguli* zima, ambako kila mji ulikuwa na shamba au mashamba yake. Mji mkubwa kama wa *Mwanangwa* Mkoyongi Wakerewe waliuita mji "unaonguruma"!

Ni kwenye uwanja mkubwa wa katikati ya mji wa *Mwanangwa* Mkoyongi ndimo Bwana Otto Peters na Mzungu mwenzake na askari wao weusi walimokuta watu wa Nansole na majirani zao tayari wamejazana mithili ya nzige, wanawake kwa wanaume, wazee kwa watoto. Kando ya Mkoyongi mwenyewe palikuwa na *wanangwa* wenzake watatu wa *magunguli* ya jirani waliokuja na watu wao, wote wamekaa chini kimyaa! wanangoja kusikia yaliyowafika!

Askari Mjerumani aliyeandamana na Bwana Otto Peters na askari wa Kiafrika kama ishirini walibaki nje ya ua wa mji. Halafu askari Mzungu aliamrisha askari wake kujipanga kuzunguka ua wote na kuhakikisha kwamba mtu yeyote atakayepenya huo ua mrefu wa miti ya *olukoni* iliyoziba kila mahali na kutoka nje anapigwa risasi hapohapo.

Ndani ya mji wa *Mwanangwa* Mkoyongi Bwana Otto Peters alikataa kukaa kwenye kiti alichotayarishiwa na wenyeji wake. Badala yake alisimama katikati ya halaiki ya watu amezungukwa na askari wake wenye bunduki mikononi. *Mwanangwa* Mkoyongi na *wanangwa* wenzake pamoja na wajumbe wa Ikulu waliokuja na hao Wazungu waliketi kwenye viti vya wakubwa wa mkutano, mbele ya mlango wa nyumba kubwa ya mji, wakitazamana na

22

umati wa watu uliojaa uwanjani, kama ilivyokuwa kawaida kwenye mikutano ya hadhara ya wanangwa na watu wao. Bwana Otto Peters alifikia kufoka, mkalimani wake, huyohuyo kijana wa Kikerewe aliyekuja naye safari ya kwanza, akitafsiri:

"Ukereve sasa nchi ya Jeremani. Jeremani sasa ndiyo natawala koloni Afrika Mashariki ya Dachi yote. Tangu leo mtemi[21] yenu iko chini ya mkubwa wa Serikali yetu Mwanza.

Mpaka jenga boma nyingine Ukereve, mtemi na *watwale*[22] taleta ripoti ya kazi yao Mwanza. Watu wa Ukereve tapewa adhabu kali na kulipa faini kubwa kwa kuua na kumiza askari ya Serikali na kuchoma boma ya Hamuyebe." Mkalimani wake akatafsiri.

Watu wote kimyaaa !

Katika hiyo vita ya bunduki dhidi ya mishale na mikuki, Wakerewe waliogopa hiyo silaha ya ajabu ya Wazungu kiasi kwamba hakuna mpiganaji wa Kikerewe hata mmoja aliyemfikia askari mwenye bunduki karibu ya kutosha kumpiga mshale au mkuki kwa kumlenga shabaha. Mashujaa wa Kikerewe walibakia kutupa mishale na mikuki yao kwa kuielekeza tu walikosikia milio ya bunduki inatokea huku wao wamejificha mbali kwenye mashamba ya mihogo na migomba na machakani. Hata hivyo, kwa vile walikuwa wengi, baadhi ya silaha zao ziliwapiga askari wa Wazungu. Wanne kati yao walipigwa na mishale iliyopakwa sumu kali ya nyoka aina ya *ensota*[23] na kufa hapohapo. Wengine walipigwa na mishale na mikuki ya kawaida na kujeruhiwa tu. Majeruhi wa namna hiyo walikuwa ni kama ishirini; na kati yao mmoja tu, aliyechomwa na mkuki jichoni, ndiye alikuwa mahututi. Kwa upande wao Wakerewe walikufa kama nzige! Zaidi ya watu mia walipigwa risasi na kufa kwenye uwanja wa vita, bila kuhesabu wengine wengi tu waliopigwa risasi na kuuawa kote njiani walimopita hao Wazungu na askari wao. Palikuwa pia na mamia ya majeruhi, ambao wengi wao nao walifariki kutokana na majeraha yao.

---

21 Mtemi: Neno lenye asili ya Kisukuma, jina walilopewa wafalme wa Kiafrika kwenye enzi ya uloloni wa Wazungu, au "Chifu" (*Chief*), ukoloni wa Waingereza ulipoingia.

22 *Watwale*, wingi wa "mtwale", Kikerewe:Mkuu wa "utwale", kanda kubwa ya utawala, ambaye kwenye enzi ya ukoloni wa Mwingereza aliitwa "Sabu-Chifu" (*Sub-Chief*).

23 *Ensota*, Kikerewe: Nyoka mwenye sumu kali sana aliyeishi kwenye misitu ya Ukerewe zamani, aliyewindwa mahususi kwa ajili ya sumu yake.

Bwana Otto Peters sasa alimwuliza Mkuu wa Itifaki wa Ikulu ya Wakerewe, yuleyule aliyempokea siku aliyokwenda kumwona Mfalme Lukonge mara ya kwanza: "Wapi watu naua askari yangu!"

Mkalimani alitafsiri, na mjumbe wa mfalme wa zamani wa Ukerewe akajibu hajui.

"Nani najua watu naua askari yangu?"

Mkalimani akatafsiri tena. Safari hii aliyekuwa Mkuu wa Wajumbe wa Ikulu ya Mfalme wa Ukerewe ndiye aliyejibu, kwa Kiswahili, tena kizuri tu: "Hakuna anayejua, Bwana Mkubwa. Ni mambo ya vita. Watu wanapopigana vitani hakuna anayejua nani anaua nani."

"Piga hii watu mbili viboko, halafu taona kama hajui nani naua askari ya Serikali!" Bwana Otto Peters aliamrisha.

Askari wake walimshika Mkuu wa Itifaki na Mkuu wa Wajumbe wa Ikulu. Walipomaliza kuwatia nguvuni, huyo Mzungu akaamrisha wavuliwe nguo zao zote, na askari wake wakatimiza waliyoagizwa na bwana mkubwa wao, huku askari wengine wamewalenga bunduki hao wazee wa Kikerewe tayari kuwapiga risasi wakijaribu kukataa! Wakati huohuo askari wengine walikuwa wamelenga bunduki kwenye umati wa watu uwanjani tayari kumfyatulia risasi yeyote atakayethubutu kufanya fyoto! Halafu huyo Mjerumani akawaamrisha hao wazee mashuhuri wa Ukerewe kulala chini mbele ya halaiki ya watu wao wakiwa uchi wa mnyama kama walivyozaliwa!

Hapohapo askari wengine wawili, mapandikizi ya wanaume, wakaja mbele kila mmoja wao ameshikilia mkononi fimbo ndefu na nene ya ngozi ya kiboko. Bwana wao akafoka tena: "Piga wao boko ishirini na nne, halafu taona kama hajui nani naua askari ya Serikali!"

Kilio kilichowatoka hao maskini wazee wawili hapo nchini kilikuwa cha kutisha! Lakini hakikuendelea. Hata kabla ya viboko kumi, walivyokuwa wanapigwa matakoni na mgongoni na kila mahali kwa nguvu kweli na hayo majitu yaliyovimbiana vifua kama vifaru, wote wawili walizimia. Hata hivyo hayo majitu yaliendelea tu na kazi yao ya kutisha ya kupiga hao wazee wa watu mpaka yalipotimiza viboko ishirini na nne vya amri ya bwana mkubwa wao! Hapo chini hao wazee wa Kikerewe miili yao ilikuwa tayari ni nyama na damu tupu!

"Toa hii hapa mara moja!" ndiyo ilikuwa amri nyingine ya Mzungu wa Kijerumani. Askari wake wakawaburuta chini majeruhi na kuwatupa kwenye umati wa watu wao.

24

Kila Mkerewe aliyekuwa hapo akatambua wazi kwamba huo ndio ulikuwa mwisho wa dunia yao! Baada ya siku tatu kupita, watu walisikia kwamba aliyekuwa Mkuu wa Wajumbe wa Ikulu alifariki dunia. Mwili wake ulioza kutokana na kukatwakatwa kwa fimbo za ngozi nzito ya kiboko na usaha ukaenea mwilini hadi kwenye mapafu na moyo na akafariki. Mkuu wa Itifaki yeye alipona. Lakini tangu siku hiyo hakutoka tena nje ya nyumba yake. Alitoweka machoni mwa watu kama mfalme wao Lukonge alivyopotelea kwenye jela ya Wazungu Mwanza, kwa muda wa miaka miwili, kabla ya kufariki kwa mateso na masikitiko. Mfalme Lukonge alipofariki na mwili wake ukarudishwa Ukerewe na kuzikwa kwenye makaburi ya mababu zake wafalme wa Ukerewe kwenye Mlima wa Kitale, kesho yake asubuhi mke mkubwa wa aliyekuwa Mkuu wa Itifaki wa Mfalme wa Wakerewe alikuta mumewe amekwishakufa na kukaukiana kitandani!

Lakini hayo ni ya baadaye. Siku hiyo mjini kwa *Mwanangwa* Mkoyongi wa Nansole askari wa Wazungu kupiga viboko hao wazee mashuhuri wa Kikerewe ilikuwa ni mwanzo tu wa vitisho vya Wazungu waliovamia nchi yao. Walipomaliza kutesa na kudhalilisha hao wakuu wa Wakerewe, Bwana Peters alitoa amri nyingine: "Lete jembe!" alifoka tena.

Askari kadhaa waliingia kwenye nyumba za mji huo mkubwa na punde si punde wakaleta majembe yapata ishirini. Huyo Mzungu alimwambia askari wake mmoja kitu kwa sauti ya chini, halafu huyo askari akawaambia askari wenzake kusogeza nyuma umati wa watu upande wa kushoto wa uwanja. Askari wa Wazungu wakalenga bunduki zao na kuwafanyia watu ishara warudi nyuma na watu wakasukumana kurudi nyuma wakiangukiana ovyo!

Bwana Otto Peters aliporidhika na nafasi iliyoachwa wazi, akaonyesha kwa kidole vijana wa kiume kwenye umati huo wa watu na kuwafanyia ishara ya kuja mbele, na wavulana ishirini hivi wakaja kusimama mbele yake. Halafu akawaamrisha: "Chimba shimo tano. Refu kubwa!"

Watu walibakia kushangaa, bila ya kuelewa nini kinatokea. Vijana wa Kikerewe walichimba mashimo hayo wamesimamiwa na askari wenye bunduki mikononi pamoja na yale mapandikizi ya askari wawili na viboko vyao, kila aliyejaribu kupumzika kidogo anapigwa na kitako cha bunduki mgongoni, kila aliyelegea nguvu anatandikwa kiboko mabegani! Kufumba na kufumbua mashimo matano marefu ya mtu mzima kusimama ndani kichwa kisionekane nje na makubwa kama makaburi yakawa tayari.

Hapo ndipo huyo Mjerumani alipotisha watu kweli! Aliamrisha askari wake kwenda kuleta watu watano kutoka kwenye wajumbe wa Ikulu aliokuja nao hapo baada ya kutangaza mfalme wao mpya. Walipoletwa, huyo Mzungu wa Kijerumani akatoa amri nyingine:

"Kila moja naingia ndani ya shimo. Mara moja!"

Umati wote wa watu ukatokwa na kilio: *"Oooohhhhh!" "Oooohhhhh!" "Oooohhhhh!..."* Watu wakaanza kusukumana kama kwamba wanatafuta jinsi ya kukimbia kutoka hapo! Ikawa zogo moja kwa moja!

Kuona hivyo, Bwana Peters akafyatulia bunduki yake hewani: *Puuuuuu...!* Hapohapo hilo zogo likakatika! Kila mtu sasa akawa hajui kama ni yeye atakufa kwanza au mwanae au jirani yake au maskini mwenzake sijui gani!

Wazee wa Kikerewe walisukumiwa ndani ya hayo mashimo kwa vitako vya bunduki na askari. Bwana Peters akatoa amri nyingine ya kutisha: "Lala chini ya shimo wote! Kama hapana lala askari tapiga bunduki!"

Hapa duniani kitu cha thamani kuliko vyote binadamu alicho nacho ni uhai wake. Hakuna anayependa kufa. Kwa hiyo hao maskini wa Mungu walifikiri kwamba wakilala chini huenda wakasamehewa na kujisalimisha. Kila mmoja wao alilala chini ya shimo lake kama alivyoamuriwa. Na hapohapo Bwana Otto Peters alitamka: "Fukia shimo yote! Kama hapana fukia askari tapiga bunduki!"

Mmoja kati ya vijana waliochimba mashimo hayo hakuweza kabisa kunyanyua jembe na kuzika kaburini binadamu mwenzake akiwa hai. Kuona hivyo, Bwana Otto Peters mwenyewe alinyanyua bunduki yake na kumpiga risasi katikati ya mgongo na akaanguka kifudifudi ndani ya shimo la mbele yake. Huyo Mzungu akatoa tena amri na askari wake wakaburura na kuleta mwanamume mwingine wa Kikerewe kushika nafasi ya huyo aliyeuawa. Hapakuwa tena na aliyesita kufukia hao binadamu wa Mungu waliokuwa wanapiga mayowe na kuomba hisani na kulilia uhai wao na miji yao na wake zao na watoto wao na ndugu zao na nchi yao!

Umati wote wa watu hapo ukawa kimyaaa! kama kwamba kila mmoja wao naye amezikwa kaburini akiwa hai!

Hata hivyo Bwana Otto Peters alikuwa hajamaliza kuwashikisha Wakerewe adabu! Alipomwambia *Mwanangwa* wa Nansole kuitisha mkutano huo, Bwana Peters alimwambia pia kwamba alitaka kuonana na watoto wake wote wa kiume, kwa hiyo akae nao pamoja wakati wa mkutano. Baada ya kutimiza hivyo vitisho vyake, huyo Mzungu alimfuata *Mwanangwa* Mkoyongi alipokuwa ameketi amezungukwa na wanae na kumwambia, "Ingia ndani ya nyumba yako na toto yako, pamoja na jumbe ya mtemi nakuja hapa!" *Mwanangwa* wa Nansole aliongoza njia na kuingia kwenye nyumba kuu ya mji wake, akifuatwa na watoto wake wa kiume kumi na sita wote, wale sita waliokwisha kuoa pamoja na wadogo zao kumi waliokuwa hawajaoa, pamoja na wazee wa Ikulu wapata kumi hivi, huku kila mmoja wao moyo unamdunda. Mmoja kati ya hao washauri wa mfalme wa Ukerewe alikuwa ni jirani ya *Mwanangwa* Mkoyongi, mtu wa makamu yake aliyekuwa anaitwa Gabunga. Huyo jirani yake na rafiki yake mkubwa alikuwa pia ni mwana wa mfalme, mmoja wa ndugu za Mfalme Lukonge.

Walipoingia ndani tu, Bwana Otto Peters, badala ya kuwafuata humo nyumbani na kuzungumza nao, alienda mbali kigodo na hiyo nyumba na kusimama. Askari wake wanne walijipanga kwenye mlango wa nyumba wamelenga bunduki zao tayari kumpiga risasi yoyote yule atakayethubutu kutoka nje! Askari wengine walikwishajipanga hivyohivyo kwenye mlango wa nyuma wa nyumba hiyo. Halafu Bwana Peters aliwasha njiti ya kibiriti na kuitupa kwenye majani ya hiyo nyumba ya msonge iliyoezekwa kwa nyasi tangu chini hadi juu. Haikuchukua muda kwenye hilo jua kali la saa saba hivi za mchana siku za kiangazi kwa nyumba hiyo ya nyasi kuwaka moto yote kama kwamba ilikuwa imemwagiwa mafuta ya taa!

Watu humo ndani ikawa kilio na mayowe tupu! Kila aliyejaribu kutoka nje aokoe maisha yake alimwagiwa risasi mfululizo na kuangukia ndani ya nyumba inayounguа humohumo amekwishakufa! Kwenye umati wa watu nje wanawake wakaangua kilio cha kulilia wafu! *"Wuuuhhh! Wuuuhhh! Wuuuhhh!..."*

Mke mkubwa wa *Mwanangwa* Mukoyongi, kuona mumewe na wanae wanauawa kwa kuchomwa moto, bila kusita aliamka kwenye umati huo wa watu amejishika kichwa kwa mikono yake yote miwili na kuelekea naye kwenye hicho kifo! Mkalimani wa hao Wazungu, bila kungoja kuambiwa na mabwana zake kitu, akapiga kelele kwa Kikerewe kumtaka huyo mama arudi, la sivyo atapigwa risasi. Ni kweli kwamba maisha ndicho kitu kila mtu anachothamini zaidi kuliko vingine vyote hapa duniani. Lakini ni kweli pia kwamba ukimnyang'anya binadamu sababu ya kutaka kuishi umemwua, hata akiendelea kupumua! Mke wa *Mwanangwa* Mkoyongi kuona mumewe

27

na wanae wanauawa kwa kuchomwa moto wakiwa hai hakuweza kuogopa kifo tena, kwani hakuwa tena na sababu ya kuishi! Kabla hajafika kwenye mlango wa nyumba iliyokuwa inaungua na kuteketeza mume wake na wanae, akamwagiwa risasi na askari wa Mzungu mwendawazimu na kufariki hapohapo. Kuona hivyo, wake wawili waliobaki wa Mzee Mkoyongi, nao bila kusita, wakajishika vichwa kuomboleza kifo na kumfuata mume wao na watoto wao kwenye nyumba walimokuwa wanachomwa moto wakiwa hai. Wao vilevile wakafikia kupigwa risasi na kufa mbele ya nyumba-kuu ya mji wao, ambayo sasa ilikwishateketezwa na moto na kuanguka chini na inaungulia chini.

Mama ya Kilihona, mke mdogo kabisa wa Mzee Mkoyongi, alikuwa ni mmoja wa wake-wenza waliouawa kwa risasi na askari wa Wazungu kwenye mlango wa nyumba alimofia mume wao na watoto wao. Kilihona alipoona mama yake anaanguka chini tu, akaruka kutoka alipokuwa amekaa na kufyatuka mbio kumfuata mama yake. Kabla hajafika kwenye nyumba inayowaka moto ili afe na mama yake mpenzi, Bwana Otto Peters, aliyekuwa upande huo uwanjani, akampiga kwa nguvu shingoni kwa kitako cha bunduki na akaanguka chini na kuzimia.

Walipomaliza kuua watu kikatili hivyo, huyo Mzungu wa Kijerumani akaamrisha kila mtu kuondoka hapo: "Kila mtu sasa enda nyumbani. Ambia watu yako kama hapana sikia amri ya Serikali tapata adhabu naona hapa leo!" Watu wakakimbia ovyo kutoka kwenye hilo janga la kutisha! Kabla ya kuondoka kwenye huo mji, Wazungu walitoa amri nyingine: "Choma nyumba yote hapa moto!" Na askari wao wakachukua vinga vya moto kutoka kwenye nyumba iliyokuwa inaungua na kuvitupa kwenye nyasi za nyumba zote kwenye mji wa marehemu Mzee Mkoyongi, na mji mzima ukawa jahanamu ya moto mkubwa kweli na moshi mzito na harufu ya kutisha ya miili ya binadamu chungu nzima waliochomwa moto wakiwa hai!

Walipoondoka hapo nyumbani, hao Wazungu wakawapatia askari wao viberiti na kuwaamrisha kuchoma kila nyumba njiani walikopita, ili kuadhibu zaidi Wakerewe kwa kushambulia na kuua askari wa Serikali yao.

Hivyo ndivyo Wazungu walivyoteka na kutawala Wakerewe.

II

Ulimwengu
wa
Bibi Kilihona

Sura ya 3

Kilihona aliporudiwa fahamu alijikuta yumo kwenye mtumbwi mkubwa wenye tanga, alimokuwa Bwana Otto Peters na Mzungu mwenzake, pamoja na askari na watu weusi wengine kadhaa. Wazungu hao na msafara wao, walipomaliza kuwatendea unyama na kuua Wakerewe nyumbani kwa marehemu Mkoyongi, hawakurudi Nansio kwa miguu kama walivyokuja. Karibu mitumbwi yote na kila chombo cha majini kilichokutwa pwani ya Nansole na Msozi kilitekwa nyara pamoja na wapiga makasia wa kukiendesha. Mashua hizo ndizo zilizowarudisha Nansio, zikiwa zimepakia pia ng'ombe na mbuzi na kuku na chakula cha kila aina walichonyang'anya kwenye miji ya watu waliyoivamia kabla ya kuwachomea moto nyumba zao zote.

Kati ya hiyo mali waliyoteka nyara ilikuwa ni pamoja na wasichana wawili, zawadi ya vitani ya mashujaa hao wa Kijerumani kujifutia jasho baada ya ushindi wao wa kihistoria. Mmoja alikuwa ni Kilihona, na mwingine alikuwa ni msichana mdogo mwingine, wifi ya Kilihona, aliyekuwa anaitwa Msegena.

Mama yake Kilihona alikuwa ni mke mdogo kabisa na wa mwisho wa Mzee Mkoyongi; na alikuwa ana watoto wawili tu: Mazigo, mume wa Msegena, mtoto wake mkubwa, na Kilihona. Siku hizo Ukerewe binti anayemaliza kuolewa kwenye mji wa mtu alikuwa hafikii kupika kwenye nyumba yake. Kwenye nyumba yake na mume wake alikwenda kulala tu. Vinginevyo alihesabiwa kama mtoto mwingine wa hapo nyumbani na kulelewa na mamamkwe wake, au mwanamke mwingine mtu mzima wa hapo mjini, kama mama wa mumewe hayupo tena hapo nyumbani, hadi alipolima chakula chake kwenye mashamba yake na kuvuna kwa miaka miwili hadi mitatu. Hapo ndipo sasa alipopika kwenye jiko lake mwenyewe. Na siku alipoanza kupika jikoni mwake ilikuwa ni sherehe kubwa waliyohudhuria majirani zao

31

wote, na kwenye miji ya watu wenye uwezo ng'ombe alichinjwa, utafikiri wamekuwa na harusi nyingine hapo mjini! Msegena alikuwa bado analelewa na mamamkwe wake, na Kilihona na wifi yake, msichana mdogo mwenzake wa miaka kumi na saba waliyelelewa naye kwa Mama yao, walikuwa kama mtu na mdogo wake na walipendana kweli. Siku hiyo Kilihona alishuhudia maafa ya nyumbani kwao wakiwa wameshikana mikono na wifi yake kwenye huo umati wa watu, wote wawili wanatetemeka tu! Kilihona alipofyatukia kwenye nyumba iliyokuwa inawaka moto ili afe na mama yake, wifi yake naye akafyatuka kumfuata, ili naye afe na mumewe. Bwana Peters alipompiga Kilihona kwa kitako cha bunduki na kumwangusha chini, askari wake kuona huyo msichana mdogo mwingine naye anakimbilia kwenye moto wa nyumba inayoungua wakamshika na kumfunga kwa kamba, badala ya kumpiga risasi. Kwa hao Wazungu wasichana hao walikuwa ngawira yao ya vitani.

Kwenye hilo jahazi Kilihona alikuwa peke yake, bila wifi yake. Wala hakujua kwamba wifi yake kipenzi naye alichukuliwa na wauaji katili hao. Alikuwa amelazwa kwenye blanketi chini ya mtumbwi na amekwishavuliwa nguo alizokuwa amevaa na kuvikwa nguo nyingine, gauni na kanga, halafu amefunikwa kwa shuka. Aliporudiwa fahamu tu akajaribu kupiga kelele: "Baba, Mama, nisaidie! Mnanipeleka wapi? Nataka kurudi nyumbani!" Lakini sauti yake ilikataa kutoka kabisa! Halafu alikumbuka kwamba mama yake na baba yake waliuawa na hao Wazungu! Hapohapo alianza kutetemeka tena na kulia kwa machozi ya kutiririka. Wazungu hao walikuwa wameketi kwenye ubao wa kukalia juu ya alipolala, na walipomwangalia hapo chini kwenye miguu yao akilia wakacheka, wakizungumza kwa lugha yao. Halafu yule aliyeamrisha wazazi wake na kaka zake kuuawa kwa kuchomwa moto alifoka neno fulani kwa lugha yake na kumfanyia alama ya kunyamaza na kumwonyesha askari na bunduki zao. Binti wa watu akabakia kutetemeka, amejikunja chini kama jongoo! Ilikuwa bado ni mchana na walikuwa katikati ya ziwa. Baada ya hapo hakujua kilitokea nini tena.

Aliporudiwa na fahamu tena, walikuwa wamekwishatua nchi kavu na giza inaanza kuingia. Huo mtumbwi wao mkubwa ulikuwa umezungukwa na mitumbwi mingine ya kawaida mingi pamoja na watu wengi, bila shaka wapiga makasia. Hapo pwani baadhi ya watu walikuwa wanapigilia chini na kusimamisha mahema mawili makubwa. Baadhi ya askari walipanda juu kuelekea vijijini, na baada ya muda wakarudi na watu chungu nzima, wengine wamechukua kuni na magogo ya miti na wengine chakula na vyungu na vyombo vingine vya chakula.

Mahema yalipokuwa tayari, Kilihona alichukuliwa na askari mmoja na kupelekwa kwenye hema la Bwana Otto Peters na kubaki humo ndani akilindwa na huyo askari. Huko nje Kilihona alimsikia Bwana Peters akitoa amri baada ya amri kwa kufoka. Baadaye sana aliingia kwenye hema. Askari wake walikwishaleta humo ndani sanduku kubwa la chuma la vitu vyake, viti viwili vya kukunja, meza, nayo ya kukunja, pamoja na kitanda cha mbao na turubai, pia cha kukunja. Bwana Peters alipoingia kwenye hema akamwambia askari aliyekuwa humo ndani, "Nasimama mlango ya hema! Hakuna mtu ingia au sumbua mimi! Nataka pumzika." Askari akaitika : "Ndiyo, Bwana Mkubwa!" na kupiga saluti na kutoka nje, bunduki yake ameweka begani.

Bwana wa Kijerumani alifikia kuvua viatu vyake vya buti, halafu kofia yake ngumu kama chuma, na nguo zake, gwanda na suruali, zote kaki, na kutupa kila kitu juu ya kitanda cha kukunja kilichokwisha kunjuliwa. Halafu alifungua sanduku la chuma na kutoa blanketi moja na kuitandika chini upande uliokuwa hauna vitu. Baada ya hapo alivua nguo zake za ndani, kwanza fulana halafu chupi, na kuzitupa kwenye nguo zake nyingine, na kubaki uchi wa mnyama kama alivyozaliwa. Askari aliyekuwa analinda Kilihona tayari alikwishawasha taa ya chemli ndani ya hema. Huko nje askari wa Wazungu pamoja na wapagazi walioletwa kutoka vijijini walikwishawasha moto mkubwa wa kukesha unawaka ili kufukuza mbu na kumulika kambi hadi asubuhi.

Ndani ya hema sasa Bwana Otto Peters alimgeukia binti wa watu, aliyekuwa amekaa chini amejikunja na kujikunyata kama kifurushi cha mzigo. Kule kumwangalia tu anatoa mtu machozi! "Vua nguo, halafu kuja hapa," alisema akimwonyesha kwa kidole aende kulala kwenye hiyo blanketi, uchi wake umemsimama kama mbwa dume anayetaka kupandilia jike lake! Binti wa watu akasikia kitu kinamkata tumboni kama amechomwa na kisu kikali hadi kwenye utumbo. Akatetema mwili wote, huku analia na machozi yanamtiririka machoni kiasi cha kumtoa kilio kwa huruma mtu yeyote mwenye roho ya binadamu, hata awe katili kiasi gani! Kuona mateka wake anamkawizia raha yake, huyo Mzungu akampiga kofi la nguvu kweli na huyo mtoto mdogo akaanguka chini kama kifurushi kilichopigwa teke! Halafu akashika na kuvuta kanga aliyokuwa amejifunga kifuani na kuitupilia mbali na kumvua kwa kuchanachana gauni alilovikwa sijui na nani! Hapakuwa tena na cha

33

kumpeleka kwenye blanketi aliyokuwa ametandika chini kwa ajili ya huo ushenzi wake. Alimshikia hapohapo alipoanguka na kumwingia ovyoovyo mpaka alipomaliza ibilisi yake kwa mikoromo ya fisi anayegombania mzoga na mlio wa pundamilia mwenye kichaa!

Huyo mtoto mdogo wa miaka kumi na tatu alihisi amekufa kama wazazi wake! Kila kitu duniani kilisimama! Hakujua tena kama ni mchana au usiku! Hakujua tena kama yuko hai au amekwishafariki!

Alipomaliza kumtendea unyama wake binti wa watu, huyo Mzungu akavaa nguo tena, lakini tofauti na zile alizokuwa amevaa. Sasa alivaa shati nyeupe na suruali nyeusi na viatu vyeusi vinavyongara. Halafu alitoka nje, bila ya kumwangalia tena Kilihona hapo chini hata mara moja, na kuanza upya kubweka amri baada ya amri huko nje.

Aliporudi ndani ya hema alikuja na Mzungu mwenzake. Huyo Mzungu mwingine alipomwona Kilihona amelela uchi hapo chini akamwambia kitu fulani Bwana Peters kwa lugha yao. Kilihona sasa alikuwa amelala chini kifudifudi, amefunika uchi wake kwa viganja vya mikono yake, huku jeraha alilomtia huyo shetani kwa kumchana na kumpasua ovyo bikira yake linatoka damu vibaya hasa! Mzungu mwenzake alipozungumza naye, Bwana Peters akafungua sanduku la chuma na kutoa shuka na kumtupia huyo binti hapo chini kwa kumfunika. Baada ya hapo huyo Mzungu mwenzake akakunjua viti vya kukunja na meza na wote wawili wakaketi chini kwenye meza. Muda haukupita mpishi na wasaidizi wake wawili wakawaletea chakula na chupa mbili za vinywaji na kupanga kila kitu kwenye meza. Walipomaliza, mabwana zao wakala na kunywa huku wakiongea kwa lugha yao.

Hapo alipokuwa amelala kifudifudi Kilihona aliponyanyua kichwa chake na kufumbua macho kwa mara ya kwanza tangu alipobakwa na huyo shetani mshenzi, akaona mbele yake hao Wazungu wawili wanakula. Lakini hapohapo wakatoweka machoni mwake na badala yake akamwona babu yake kizaa mama, marehemu Mzee Bunjorongo bin Mtilya wa visiwa vya Irugwa. Kilihona alikuwa anakwenda na mama yake kumtembelea babu yake na bibi yake Irugwa mara kwa mara tangu alipokuwa mdogo kabisa, na alipapenda ajabu ! Kila alipokwenda huko kumrudisha kwao Nansole ilikuwa shida kweli! Alipokuwa mdogo sana hajajua kusema vizuri, mama yake aliposema warudi kwao alimwambia atangulie, yeye atakuja *"nencha lindi,"* "kesho lingine", hiyo ikiwa ni jinsi yake ya kusema "kesho nyingine". Na kesho yake alipoambiwa tena warudi, pia alisema yeye atarudi *nenchalindi!* Na tangu hapo jina lake kwa babu na bibi yake, na hali kadhalika kwa mama yake na majirani zake wengi, hasa watoto wenzake, lilikuwa ni *"Nenchalindi"!*

Safari moja alipokuwa kwa babu yake Irugwa, kabla ya kurudi kwao Nansole siku moja usiku wa manane mama yake alimwamsha na kumwambia kuvaa nguo watoke nje.

"Mama, niende kufanya nini nje usiku nimelala?"

"Kuna kazi muhimu ya kufanya na babu yako."

"Mama! Kazi gani na babu usiku? Kwani yeye hakulala! Kwa nini asilale usiku?'

"Wacha ubishi wako huo! Kwani kuna mtu amesema huji kulala tena. Harakisha urudi kulala. Wewe ndiye unataka kukaa macho usiku wa manane, kwa sababu ya ubishi wako."

Hapo nje walimkuta babu yake ameketi kwenye kiti, ameshikilia mikononi *ekibo*[1] cha kupakulia ugali, kilichokuwa na dawa ndani yake. Kilihona na mama yake walikaa kwenye viti viwili walivyokuta hapo. Halafu babu yake alisema: "Mwanangu nakupatia dawa ya miba ya samaki, kama nilivyompatia mama yako hapa. Wewe na watu wote utakaotibu hawatadhuriwa na mwiba wa samaki wa aina yoyote. Nawa mikono yako miwili na maji haya kwenye hiki *ekibo* kama unavyonawa mikono unapotaka kula."

Kilihona alifanya babu yake alivyomwambia. Alipomaliza babu yake akamwambia: "Rudia haya maneno mara tatu, *'Owetu tuli nsozu tumila bulala!* (Kwetu sisi ni ndege *nsozu* humeza bila kutafuna!) huku wakati wote unapitisha taratibu vidole vya mikono yako miwili kwenye shingo lako kutoka juu kuteremka chini: hivi!" babu yake alimwelekeza.

Kilihona alifanya alivyoambiwa.

"Kilihona, mjukuu wangu, damu yangu wee! Piga kwenye viganja vyangu hivi mbele yako, kwanza kwa mkono wako wa kushoto ukifuatisha kwa mkono wako wa kulia."

Kilihona alifanya hivyo.

Halafu babu yake alitema mate kwenye viganja vyake na kumshika mjukuu wake kifuani kwa mikono yake na kuomba dua kwa mizimu ya wafu

---

1 *Ekibo,* Kikerewe: Chombo cha kupakulia chakula, hasa ugali, chenye umbo la bakuli, kilichotengenezwa kwa chane za miale na mafunjo na majani ya enduko na hakipitishi maji.

35

wake kwa kutaja mababu zake aliotaka kutaja na kumaliza kwa kusema: "Mpeni huyu mjukuu wenu dawa zenu zote, na siri zenu zote, na vipaji vyenu vyote, ili, Muumba akipenda, aendeleze jadi yenu duniani!"

Halafu Mzee Bunjorongo alinyanyuka na kwenda kulala, bila kusema hata neno moja zaidi. Na Kilihona na mama yake nao walirudi ndani na kulala.

Siku tatu baada ya hapo Kilihona na mama yake waliondoka na kurudi kwao Nansole. Miezi michache baadaye babu yake alifariki dunia.

Huyo ndiye babu yake Kilihona aliyemwona mbele yake. Na babu yake alimwambia: "Mpe mwiba wa samaki," halafu akatoweka. Kilihona aliona tena mbele yake hao Wazungu wanakula. Bila kusita, alishika shingoni mwake kwa mikono yake miwili na kuiteremsha kutoka juu kooni kuja chini huku akisema kimoyomoyo kinyume cha maneno ya dawa ya babu yake: *"Owetu tituli nsozu titumila bulala!"* (Kwetu sisi siyo ndege *nsozu* hatumezi bila kutafuna!) Aliporudia hayo maneno na kitendo mwambata mara tatu, Mzungu aliyembaka akajishika shingoni na kukoroma "Hooohhhh…!" Mwiba mkubwa na mrefu kutoka kwenye mgongo wa samaki *satu* aliyokuwa anakula ulimkwama kama mkuki katikati ya koo lake! Kushtukia tu akaanguka chini, huku anaendelea kukoroma na povu linamtoka mdomoni!

Mzungu mwenzake akapiga filimbi na askari kadhaa wakaingia kwenye hema. Baada ya ushauri wa harakaharaka kati ya huyo Mzungu na askari wake, Mzungu akaamua kuvunja kambi na kuamrisha msafara wao kuingia kwenye mitumbwi na kurudi Mwanza mara moja.

Mzungu msaidizi wa Bwana Otto Peters, kabla ya kuja kula chakula cha usiku kwenye hema la mkubwa wake wa kazi, naye alimbaka binti ya watu mwingine, Msegena, wifi ya Kilihona. Huyo binti alikuwa ana mimba changa ya miezi mitatu. Tangu asubuhi siku hiyo, hata kabla ya janga la nyumbani kwao, roho ilikuwa inamchafuka na anatapika kila wakati. Kutokana na kushuhudia hilo janga la kutisha lililoua mume wake, pamoja na kushikwa na kufungwa kwa kamba kama mzigo wa kuni, huku ana matatizo ya ujauzito wake huo, alifikishwa kwenye kambi ya Wazungu Nansio akiwa nusura maiti, wala hajui yuko wapi. Huyo Mzungu alipomvua nguo na kumbaka, binti ya watu hakusema kitu wala kujaribu kujitetea kwa namna yoyote ile. Huyo bwana wa Kizungu kuona hivyo alihisi mateka wake anafurahia kubakwa! Kwa hiyo ajali ya mkubwa wake ilipowalazimisha kurudi Mwanza mara moja, aliamua kumchukua na kwenda naye Mwanza, aendelee kumbaka mpaka atakapochoka naye.

Aliporudi kwenye hema lake kujiandaa kuondoka, alikuta mateka wake hayupo pale alipomwacha amelala, kuna nguo zake tu! Alitoka nje na kuwafokea askari waseme huyo msichana amekwenda wapi; na askari wake wakamtafuta na kumwona.

Mzungu alimbaka Msegena yeye hana hata nguvu za kuweza kuamka hapo chini na kusimama. Huyo Mzungu alipoondoka kwenye hema, binti ya watu aliendelea kulala hapo chini kama mfu! Halafu ghafla mwili wake ulirudiwa nguvu na aliamka na kusimama wima, na kujishika kichwa chake kwa mikono yake miwili kama mtu anayeomboleza mfu kwenye kilio, akiwa uchi wa mnyama, na kutoka nje ya hema. Kwa vile mbakaji wake alifikiri huyo mwanamke mweusi alifurahia kunajisiwa na Mzungu, alipokwenda kula na Mzungu mwenzake hakuona lazima ya kumwekea ulinzi asitoroke.

Msegena, wifi ya Kilihona, alipofika nje akaongoza njia kwenda ziwani. Askari wa Mzungu walipomtafuta na kumwona, alikuwa ziwani, maji karibu yanafika magotini mwake. Alikuwa anatembea akiimba wimbo wa ngoma ya wanawake ya *manselelya*[2] anaoimbiwa bibi harusi siku anayotoka nyumbani kwa wazazi wake kwenda kwa mumewe:

"Yee! Binti yetu wa peke yake
Anatamani anachotaka, yeye!
Pengine anataka mhogo kidogo.
Anatamani anachotaka, yeye!
Pengine anatamani ndizi kidogo.
Anatamani anachotaka, yeye!
Pengine anatamani viazi kidogo.
Anatamani anachotaka, yeye!
Yee! Binti yetu wa peke yake…"

Ulikuwa usiku wa giza kiasi, lakini moto mkubwa wa lundo la magogo uliokuwa unaweka hapo ulimulika hadi mbali ziwani, na huyo binti aliyekuwa uchi kabisa alionekana vizuri kwa kila mtu hapo pwani. Huyo Mzungu alipomwona, akaamrisha askari wake: "Hapana rudisha yeye. Acha taona nakwenda wapi!"

---

2 *Manselelya*, Kikerewe: Ngoma ya kike ya Kikerewe mahususi kwa harusi na sherehe kubwa nyingine, ambamo wanawake wanapiga ngoma kwenye ngozi za ng'ombe, huku wengine wakipiga manyanga na wote wakiimba na kupiga vigelegele na wachezaji ngoma wakicheza kwa kuviringishaviringisha mabega.

Binti wa Kikerewe aliendelea kusonga mbele kwenye maji ya ziwa Nyanza akiimba wimbo alioimbiwa siku aliyoolewa. Mwishowe maji yalimfika shingoni, na mdomoni na kumeza kichwa na akapotelea ziwani! Mzungu na askari wake na bunduki zao walingojea aibuke nje ya maji kwa kubanwa pumzi lakini wapi! Hakuonekana tena! Na mwili wake haukupatikana, hata baadaye. Mpaka leo!

Mpaka leo hii Ukerewe watu wanadai kwamba mtu akiwa peke yake akipita na mtumbwi wake mchana wakati wa jua kali la katikati ya kichwa au usiku wa manane kwenye maji ya kilima cha Lwakahangara pwani ya Nansio alipopotelea binti mwenye mimba aliyebakwa na Wazungu walipovamia Ukerewe, kama ni siku ya kutokea kwake, atasikia sauti ya mwanamke iliyojaa huzuni akiimba wimbo wa Kikerewe wa wanawake wa kusindikiza mabibi harusi wanapoolewa! Na baada ya kuimba anaita mara tatu jina la mume wake, kijana mdogo mwenzake aliyechomwa moto akiwa hai na Wazungu mbele ya mke wake kabla hawajambaka akiwa na mimba ya mtoto wao wa kwanza: "Mazigo! Mazigo! Mazigo mume wangu! Ningoje ninakuja!" Halafu kimya!

Bwana Otto Peters hakufikishwa kwenye hospitali ya Wazungu Mwanza mpaka kesho yake mchana. Shingo yake ilikwishavimba inalingana na gogo la mti! Ngozi yake shingoni ilikwishakuwa nyeusi ya kibluu, na kadhalika vidole vyake vya mikononi na miguuni vilikuwa rangi bluu-nyeusi tupu, kama vya maiti ya mtu aliyeuawa kwa mshale wenye sumu kali ya nyoka *ensota*! Alipofikishwa hospitali tu akafariki.

Sura ya 4

Msafara wa Wazungu ulipotua Mwanza, huyo Mzungu mwingine kitu alichokifikiria kilikuwa tu kumfikisha hospitali mwenzake na mkuu wake wa kazi upesi iwezekanavyo. Mambo mengine yote alimkabidhi mkubwa wa askari wake. Walikwenda naye hospitali, na Bwana Otto Peters alipofariki, huyo Mzungu akabaki huko na maiti na kumtuma mkuu wa askari wake arudi kwenye msafara wao pwani ya Kirumba, mitumbwi yao ilikotua. Kabla ya askari na wapagazi wa Wazungu kusambaa kwenda makwao, askari mmoja alimwuliza mkubwa wao, "Na huyu mtoto je!"

Walikuja na Kilihona Mwanza kwa sababu alikuwa mateka wa Mzungu aliyepata ajali ya kukwamwa na mwiba wa samaki kooni, bwana mkubwa wao, ambaye atakapopona huenda akamtaka. Na sasa alikuwa amefariki, na huyo Mzungu mwenzake hakuwapa maagizo yoyote juu ya huyo mtoto wa kike! Huyo askari Mwafrika kujikuta hapo na mtoto mdogo wa kike aliyekwishafanyiwa maovu ya kutisha kweli na Wazungu, hakujua la kufanya. Baada ya kujadiliana kidogo na wenzake, alimchukua na kwenda naye nyumbani kwake.

Kilihona binti Mkoyongi alikuwa msichana mrefu, licha ya umri wake mdogo, mwenye mwili wa kadiri na shingo ndefu yenye mizingo miwili katikati. Ngozi yake ilikuwa nyeusi laini kweli, uso wake ni wa mviringo kama mbalamwezi, na ana macho makubwa yanayotazama kama kwa mshangao wakati wote na kumpa uzuri wa aina ya peke yake! Asubuhi siku iliyopita alikuwa nyumbani kwao, kwa baba na mama yake na kaka zake na wake zao, amezungukwa na watoto wenzake wengi kweli wa hapo nyumbani kwao na wa kutoka miji ya jirani, amejaa furaha tupu! Leo dunia yake hiyo ilikwishapotea! Alikuwa hana ndugu, hana jirani, hana rafiki, hajui pa kwenda, ni mtoto mdogo, na amekwishapatwa na mabaya ya kutisha hasa!

Mkuu wa askari wa Wazungu hao alikuwa ni Msukuma mwenye umri wa miaka ishirini na tano hivi kutoka Kayenze, kitongoji cha pwani ya ziwa karibu na Mwanza. Kabla ya Wazungu kuja nchini na kujenga boma lao Mwanza, Kayenze ndiyo ilikuwa bandari kuu ya ziwa sehemu hizo, na ilikuwa bado ni kituo kikubwa cha biashara ya Waarabu wa kutoka Zanzibar na Dar es Salaam na Tabora na Mombasa. Wajerumani walipofungua boma lao Mwanza huyo mvulana wa Kayenze, aliyekuwa anajua Kiswahili, akaenda kuomba kwa Wazungu kazi na akaandikishwa uaskari.

Askari wa Wazungu alipofika na huyo binti kwake na kumweleza mkewe mambo yaliyotokea, mke wake akamwonea huruma kweli huyo mtoto mdogo na kumshauri mume wake atafute jinsi ya kumrudisha kwao Ukerewe.

Mpaka hapo Kilihona alikuwa hajasema neno hata moja. Aliposikia mke wa huyo askari anazungumzia kumrudisha Ukerewe, hapohapo alitikisa kichwa kukataa kwa nguvu kweli! Halafu alianza kulia kwa machozi ya kumiminika na kutetemeka mwili mzima! Alikuwa hajui kusema Kiswahili wala Kisukuma, lakini alikuwa anasikia lugha zote hizo mbili kiasi cha kuelewa yanayozungumzwa. Wasukuma na watu wanaozungumza Kiswahili walikuja nyumbani kwao, kwenye mji wa *mwanangwa* mashuhuri wa Ukerewe, karibu wakati wote, wengine wakiwa ni wafanyabiashara na wengine ni wavulana wa Kisukuma wanaotafuta kazi ya kulima ili wapate mali ya kwenda kuolea huko kwao. Na wengi tu walifikia nyumbani kwao na kukaa mpaka walipomaliza shughuli zoa. Kaka zake karibu wote na baadhi ya watoto wao wa kiume wakubwa walijua Kiswahili, na wengine hata Kisukuma, kutokana na shughuli zao za uvuvi na biashara zilizowapeleka Mwanza na Usukuma wakati wote. Kwa hiyo watoto wa hapo kwao walisikia Kiswahili na Kisukuma pamoja na kwamba hawakujua kusema hizo lugha. Ndiyo sababu Kilihona alielewa waliyosema huyo askari na mke wake.

"Mimi ninaelewa kwa nini huyo mtoto hawezi kurudi Ukerewe," askari wa Wazungu alimwambia mkewe.

"Vipi tena!"

"Mke wangu, mengine kwenye kazi yetu hii naomba usiniulize."

Hata hivyo, huyo askari aliogopa kukaa na huyo mtoto kwake, kwa sababu hakujua Wazungu watachukuliaje hilo jambo kama wakijua. Halafu alipata wazo na akamwambia mke wake: "Unajua! Nitamwita rafiki yangu

Mwarabu Bushiri wa kwetu Kayenze aje kumwona huyu binti."

"Sasa unataka kuuza maskini binti wa watu!"

"Siyo hivyo. Waarabu wanaoa wanawake wadogo kama huyu. Au unasemaje wewe?"

"Unajua sifa za hawa Waarabu na mabinti wa Kiafrika! Sasa kupeleka maskini mtoto mdogo huyu kwa watu kama hao ni sawa kweli?"

"Mke wangu mpenzi, wanaume weusi hawapishani na Waarabu kwa kupenda wanawake, kama hujui! Wewe uliyenipata mimi uliyeninywesha sijui dawa gani za mapenzi ni bahati yako!"

Mke wake alicheka na kutaka kumsema lakini alimuwahi na kuendelea: "Huyo rafiki yangu nimemfikiria kwa sababu aliwahi kuniambia nimtafutie binti wa Kiafrika wa kuoa. Kwa hiyo huenda akampenda na kumwoa. Au una wazo lingine wewe? Kitu muhimu ni kwamba tumtafutie huyu mtoto pa kwenda kabla Wazungu hawajajua kwamba yuko hapa na kumchukua na kumfanyia sijui maovu gani zaidi!"

Askari wa Wazungu na mke wake mwishowe walikubaliana na huyo Msukuma alimpelekea ujumbe rafiki yake Mwarabu kwao Kayenze. Huyo bwana wa Kiarabu alipokuja, kumtia Kilihona machoni mwake tu hapohapo akaapa kwamba alikuwa hajawahi kuona mwanamke mzuri kama huyo maishani mwake: "Wallahi nitamwoa! Haki ya Mungu tena!" Pamoja na kwamba alikuwa bado mtoto mdogo, ndiyo tu anamaliza kuvunja ungo, Kilihona alikuwa anakua haraka na matiti yalikuwa tayari yamejaa kifuani kama ya mwali.

Askari huyo na mkewe walipomwambia Kilihona aondoke na huyo mwanamume wa Kiarabu, ili hao Wazungu waovu wasije wakamkuta hapo na kumdhuru tena, hakujibu kitu. Aliondoka naye kimya tu. Alikwishaona Waarabu. Wafanyabiashara wa Kiarabu walikuja Ukerewe kwa wingi kila wakati, na mara nyingi walipita nyumbani kwao kumwona baba yake, *mwanangwa* na Mkuu wa Majeshi ya Mfalme, kabla ya kwenda Ikulu, hapo jirani Mzosi, kwa Mfalme Lukonge, na wakati mwingine walikuja kwao kuonana na kaka zake waliofanya nao biashara. Aliondoka na huyo Mwarabu kwa sababu angeondoka na mtu yeyote ambaye angemwokoa kwa Wazungu!

Mwarabu Bushiri alikuwa anakaribia kufikisha miaka thelathini, na tayari ameoa, na mkewe ni Mwarabu mwenzake, na amekwishazaa naye

41

watoto wawili. Alikuwa anaishi na baba yake, Mzee Hamed bin Bushiri, pamoja na mama yake mzazi, mama wa Kiarabu jina lake Zainabu. Mzee Hamed na mkewe Zainabu walihamia Kayenze kutoka Mombasa, kuja kutafuta bishara Bara. Walipojiunga hapo na Waarabu wenzao, mtoto wao huyo Bushiri alikuwa na miaka kumi hivi, kwa hiyo alikulia Kayenze. Alikuwa ana dada zake wawili, wakubwa kwake kwa umri, ambao wote wawili walikwishaolewa hukohuko Mombasa walikotoka. Bushiri alikuwa pia ana kaka zake, nao wawili, mkubwa anaitwa Hasani na mdogo wake anaitwa Hashim. Lakini wao walibakia Mombasa na babu yao. Ni Bushiri na dada zake ndio walikuja Kayenze na wazazi wao. Umri wa kuoa ulipofika Bushiri naye akaletewa mke kutoka Mombasa na babu yake na akaoa.

Zainabu, mama yake Bushiri, naye alifikia kumpenda huyo binti wa Kiafrika; na haukupita muda Kilihona akasilimu, kwa jina la Amina, na kuolewa na Bushiri na kuwa mke wake wa pili.

Yote hayo yalimpata Kilihona kama kwamba ni mambo anayotendewa mtu mwingine na siyo yeye.

Huko kwao Nansole alikuwa na mchumba wake. Alikuwa siyo mchumba wake hasa bali ni mchumba wake kwa vile kila mtu alikuwa anasema ndiye mume atakayemwoa. Jina lake alikuwa ni Mihigo, mtoto wa Mzee Gabunga, ndugu ya Mfalme Lukonge, jirani yao na rafiki mkubwa wa baba yake. Mihigo alikuwa anakuja kwao kucheza na watoto wa kaka zake wakubwa, ambao wengine walikuwa wakubwa kwake yeye Kilihona na hata kwa kaka yake wa tumbo moja naye, Mazigo. Hakujua ilikwendakwendaje, bali alishtukia kila wakati wanacheza pamoja na Mihigo kila anapokuja kwao kucheza na hao ndugu zake wa kiume. Mihigo alikuwa na mdogo wake wa kike anaitwa Muhate, mwenye umri mmoja na Kilihona. Hata Kilihona alipokwenda kwao Mihigo kucheza na Muhate alicheza zaidi na Mihigo, licha ya kwamba alikuwa mvulana na mkubwa kwake kwa miaka miwili.

Mihigo mwenyewe alikuwa mtoto mashuhuri kwa namna yake. Kwanza alikuwa anachonga kila aina ya sanamu kutoka kwa miti. Kaka zake Kilihona walikuwa wanasema hapo kwao kwamba atakuja kuwa fundi kweli wa kutengeneza hata mitumbwi. Halafu alikuwa mcheza *enanga* hodari, kiasi kwamba wakati wa kunywa pombe baba yake na wageni wake wakubwa wenzake kuna siku walimwita huyo mtoto wa Mzee Gabunga kuja kuwapigia *enanga*. Watu wakubwa kabisa walisikiliza *enanga* yake na kumsifia kweli!

Kilihona alihisi kwamba ni *enanga* yake ndiyo ilifanya waitwe wachumba, kwani walipokuwa peke yao au na watoto wenzao alipiga nyimbo alizotunga juu yake za kumsifu uzuri wake! Kila alipopiga hizo nyimbo juu yake kila mtu alicheka kwelikweli! Siku moja mke wa kaka yake mmoja alisikia wimbo wa Mihigo wa namna hiyo na akamwambia mama yake Kilihona. Na ajabu yake mama yake akamwambia Mihigo kwamba anataka awapigie yeye na wanawake wakubwa wenzake wa nyumbani kwao *enanga* ya kumsifu uzuri binti yake, kama kweli anapenda kumwoa. Na akawapigia huo wimbo aliosikia wifi yake, na kuongeza sifa nyingine ambazo Kilihona alikuwa hajamsikia akiziimba! Basi, tangu siku hiyo kila mtu hapo kwao na kwa majirani zao wakamwita mchumba wa Mihigo!

Halafu kaka yake Mazigo alipooa, siku mmoja alimwambia wifi yake Msegena, mama yake pia akiwepo, kwamba yeye atakayemwoa ni Mihigo. Mama yake akasema, huku anacheka: "Mbona tuna shida hapa nyumbani safari hii! Hujaota matiti tayari unatamani kuolewa!" Wifi yake akamtetea na kusema, "Wifi, mama asikudanganye; huu ndio muda wa kuchagua mchumba. Ila tu, hata kama huyo ndiye unayempenda, usimwambie basi! Haitakiwi mwanamume ajue unampenda, kwa vile wao ndio wanaotuposa. Inatakiwa wafikiri wao tu ndio wanaotupenda. Mapenzi yako yawe siri yako!" Baadaye, walipokuwa peke yao, wifi yake akamwambia, "Nasikia baba yako na baba yake Mihigo, ambao ni marafiki wakubwa, watafurahi kweli mkioana na Mihigo! Mama yako pia anampenda sana Mihigo, hataki tu kukwambia."

Sasa Kilihona hakuwa na cha kuoana na Mihigo wake, hakuwa na baba wala mama wa kufurahisha kwa kuolewa na mwanamume wanayempenda wao pia, hakuwa na chochote tena hapa duniani!

Hata baada ya kuolewa na Mwarabu Bushiri, Kilihona aliendelea kujisikia kama mfu! Kila mumewe alipofanya naye mapenzi, ilikuwa ni kama anabakwa tena na huyo mnyama mshenzi wa Kizungu. Ili kujizuia asipige kelele, alishikilia matandiko kitandani kwa nguvu na kuuma meno mdomoni huku amefumba macho, kama mtu anayevumilia maumivu makali kweli! Bahati nzuri mume wake hakuwa na habari na hayo, na badala yake alimpenda zaidi kwa jinsi yake ya kumpokea alipofanya naye mapenzi, kwa kushikilia matandiko kitandani na kukaza mwili wake laini wote!

Baada ya miezi mitatu minne hivi, Kilihona alianza kutapika kila siku asubuhi. Mamamkwe wake akajua ana mimba. Halafu alianza kusikia maumivu tumboni kila wakati. Mamamkwe wake akamwita mwanae Bushiri na kumwambia kwamba mke wake alikuwa na mimba yenye matatizo. Kwa hiyo aache kufanya naye mapenzi tena mimba yake isije ikaharibika.

Hatimaye Kilihona alijifungua

Sura ya 5

Waarabu wa Kayenze wengi walikuwa wameoa wanawake wa Kiafrika, zaidi kama wake zao wa pili au wa tatu, wake zao wakubwa wakiwa ni Waarabu wenzao. Mama Akida alikuwa mmoja wa wake wa Kiafrika wa Waarabu wa Kayenze. Akida alikuwa mwanae mkubwa wa kiume, aliyekuwa akiishi naye pamoja na wajukuu wake, watoto wa Akida. Mumewe alikwishafariki, na alipofariki wake za marehemu wa Kiarabu wawili pamoja na watoto wao sita wote wakarudi Dar es Salaam walikotoka; Mama Akida na mwanae na familia yake wakabaki. Mama Akida, hata mume wake alipokuwa bado hai, ndiye aliyekuwa mkunga mkuu Kayenze. Sifa zake za ujuzi wa kuzalisha akina mama wajawazito zilivuma mpaka kwamba Waarabu na Wahindi wa Mwanza pia walimwagiza kwenda kuzalisha wake zao. Huyo mama ndiye aliyemzalisha Kilihona mtoto wake wa kwanza. Na bahati nzuri, pamoja na kwamba mimba ilimsumbuasumbua, alijifungua salama salimini, bila tatizo lolote.

Mkunga wa Kiafrika Mama Akida alimzalisha Kilihona akisaidiwa na Zainabu, mama yake Bushiri, mamamkwe wa Kilihona. Mtoto aliyezaliwa alipotoka tumboni kwa mama yake tu, mama watu wazima wote wawili wakatazamana kwa mshangao mkubwa! Mtoto wa kiume aliyezaliwa alikuwa ni Mzungu mtupu: nywele nyeupe kama mvi, macho ya rangi kama Mzungu na ngozi nyeupe utafikiri zeruzeru! Waliponwonyesha Kilihona mwanae, hapo ndipo wakunga wake waliposhangaa zaidi! Binti mdogo aliyemaliza kujifungua kuona tu mtoto wake, badala ya kufurahi na kumbeba, haidhuru kumshika mikononi mwake kidogo kabla ya kumrudisha kwa wakunga wake, yeye aligeuka na kutazama upande mwingine wa kitanda na kujikunja kama jongoo na kulia kwa mayowe, huku mwili wake wote unatetemeka kwa nguvu kweli!

45

Huyo mama wa Kiafrika na msaidizi wake wakaogopa hasa! Kutokana na uzoefu wake wa kuzalisha wanawake, licha ya kutojua kilichosababisha huyo binti mzazi kuwa hivyo, huyo mama mkunga alitambua kwamba kwenye hali kama hiyo aliweza hata kumwua mwanae au kujiua yeye mwenyewe!

Akina mama hao wawili walimtoa hapo mtoto aliyezaliwa na kumsafisha na kumfunika vizuri kwa nguo na kumtafutia maziwa ya mbuzi ya kumwanzishia kula. Bushiri alipomleta Kilihona nyumbani kwao hakuwaambia wazazi wake habari za huyo msichana na jinsi alivyofika kwa rafiki yake alikomtoa. Mke wake alipojifungua mtoto Mzungu ndipo akawaambia jinsi mke wake alivyotoka kwao Ukerewe kama mateka wa Wazungu wa Kijerumani wa bomani Mwanza.

Wazungu waliovamia na kutwaa nchi ya Tanzania ya leo wengi walikuwa ni askari na maofisa wa serikali vijana wasio na wake. Matokeo yake muda haukupita mabinti wa Kiafrika wakaanza kuzaa machotara wa Kizungu kila mahali nchini. Na tangu mwanzo wa utawala wao, serikali ya Kijerumani ilitangaza kwamba mwanamke wa Kiafrika anapojifungua mtoto chotara wa Kizungu lazima apeleke huyo mtoto kwenye boma la serikali la karibu naye. Kutofanya hivyo ilikuwa ni kuvunja sheria na huyo mwanamke na wazazi wake waliweza kupewa adhabu kubwa ya viboko na kifungo jela. Watu walielewa kwamba hao watoto wote walipelekwa kwanza Dar es Salaam halafu Ulaya, ili mtu mwenye damu ya Kizungu asilelewe na watu weusi.

"Huyu mtoto itabidi kumpeleka Mwanza bomani!' mama yake Bushiri alimwambia mwanae na mumewe Hamed.

"Ni kweli. Tusipompeleka tunaweza kujiletea matatizo makubwa!" mumewe alijibu.

Kesho yake hao Waarabu wa Kayenze walimpeleka mtoto wa Kilihona Mwanza bomani. Kilihona hakumtia tena machoni mwake huyo mtoto maisha yake yote.

Hapo Kayenze Kilihona baada ya kujifungua alikuwa mgonjwa taabani. Homa kali na kutetemeka mwili na kuharisha na kuamka usingizini akipiga kelele na kutaka kukimbia kutoka nje ya nyumba, hata usiku wa manane, ilikuwa ndiyo hali yake ya kila siku. Bila kula. Kila akila anatapika kama kwamba anataka kutapika hadi utumbo! Mume wake, ambaye aliwaambia wazazi wake kwamba bado anampenda mke wake, na wazazi wake walimtafutia dawa na waganga wa kila aina, na bado hali yake inaendelea kuwa ileile, kucha kutwa. Binti wa watu akakonda na kubakia mifupa tupu!

Baada ya miezi kama mitatu, minne, mgonjwa alianza kulala usingizi bila ndoto za kumwamsha akipiga kelele na kutaka kukimbia kwenda sijui wapi. Siku chache baada ya hapo alianza kula chakula bila kutapika. Na alipokula vizuri chakula polepole mwili wake ukaanza kurudia hali yake ya kawaida. Na hatimaye akawa tena Amina hasa, binti mrembo na mke mdogo na kipenzi wa mumewe Bushiri.

Mwishoni mwa mwaka huo wa 1896, Mzee Hamed, baba yake Bushiri, aliletewa habari kutoka Mombasa kwamba baba yake, Mzee Bushiri, alifariki dunia baada ya kuugua kwa muda kidogo tu. Siku chache baada ya Mzee Hamed kupokea hizo habari, Bushiri alimwita mkewe mdogo: "Amina, wazee wanatuita chumbani kwao." Bushiri na Kilihona walienda huko chumbani kusikia wazee wao walilokuwa wanawaitia.

"Binti yangu, umesikia kifo cha baba Mombasa. Sasa miye ndiye mwanae mkubwa niliyepo, na aliacha wasia niende kushika mji wake. Mimi na mama yenu hapa na mume wako Bushiri tunataka kujua kama uko radhi kuondoka nasi na kwenda kuishi Mombasa," Mzee Hamed alimwambia Kilihona, waliyemwita Amina, mke wa pili wa mwanae Bushiri.

Bila kusita au kungoja kusikia zaidi, Kilihona akajibu, "Mzee, nitakwenda na mume wangu."

"*Inshallah!* Mombasa ni mbali na huku, kwa hiyo ni vizuri kujua moyo wako unakubali kwenda kuishi mbali hivyo na kwenu. Halafu kuna jambo lingine. Najua haujawahi kuzungumzia habari za kwenu ulikotoka, lakini mumewe alitujulisha kwamba ni Ukerewe. Najua ulitoka huko wakati mbaya, kwenye vurugu za vita ya Wazungu walipoingia huko. Lakini sasa kila mahali Wazungu tayari wanatawala na vurugu za namna hiyo zimekwisha. Ninachotaka kusema ni kwamba mumewe na mama yenu hapa walitaka kujua kama kabla hatujaondoka kwenda Mombasa ungependa tukupeleke kwenu Ukerewe kwanza…"

Mzee Hamed hakuendelea. Kusikia hivyo tu mke wa mwanae alianza kutetemeka mwili wote na kububujikwa na machozi!

"Basi, mwanangu. Usilie! Tulitaka tu kujua. Hakuna lililoharibika. Bushiri, tumemaliza, mnaweza kwenda." Bushiri na Kilihona wakatoka nje.

Walipotoka Mzee Hamed akamwuliza mkewe, kama mtu anayetamka yaliyomo moyoni mwake bila kutarajia kupata jibu: "Hawa Wazungu walimfanyia kitu gani huko kwao huyu binti?"

Mzee Hamed na familia yake yote waliondoka na jahazi la mfanyabiashara mmoja wa Kiarabu wa hapohapo Kayenze na kwenda hadi Kisumu. Kutoka Kisumu walisafiri hadi Nairobi. Na kutoka Nairobi, makao makuu ya koloni la Waingereza la Kenya, wakateremka hadi Mombasa. Kwao mume wa Kilihona hapo Mombasa palikuwa ni Mwembetayari.

Bahati nzuri Kilihona alifikia kupenda Mombasa. Walipokuwa Kayenze, Kilihona na wanawake wote wa hapo nyumbani kwao walishinda uani nyuma ya nyumba yao siku nzima. Kutoka nje ilikuwa ni mara mojamoja tu mamamkwe wake alipomchukua kwenda naye mahali fulani. Hapo Mombasa alishinda amezungukwa na wanawake wenzake wengi, Waarabu, machotara na weusi wenzake, wa kila umri, wa hapo nyumbani kwao mumewe na wa nyumba za jirani, waliokwenda pamoja sokoni karibu kila siku na kutembeleana wakati wote. Tofauti na kitongoji cha Kayenze walikotoka, Mombasa ulikuwa ni mji mkubwa wenye mambo mengi ya kuona na maduka ya kutembelea na kununua vitu na mahali pa kila aina pa wanawake kwenda kutembea na marafiki zao wa kike au na waume zao. Kilihona moyo wake ulichangamka kidogo na akaanza kufurahia maisha tena.

Bado ilikuwa ni shida kwake kufanya mapenzi na mumewe. Lakini siku zilivyopita aliacha kushikilia matandiko ya kitanda kama kwamba asipofanya hivyo atakufa! Siku moja mamamkwe wake alimwambia mwanae Bushiri, Kilihona mwenyewe akiwepo, "Bushiri, naona mke wako huyu ana mimba!"

"Unajuaje, Mama?"

"Kwa nini nisijue! Kwani nyie niliwazaaje?

Na kweli Kilihona alikuwa na mimba. Na hiyo mimba yake ilikua, na safari hii bila kumsumbuasumbua kama ile ya kwanza. Hatimaye muda wake ulifika na akajifungua, mtoto wa kiume mwingine.

Safari hii, kwa hisani ya Mungu, Kilihona alijifungua mtoto Mwarabu anayefanana na baba yake Bushiri tangu kucha hadi pua! Baba mwenye mtoto, babamkwe, mamamkwe, wote ikawa kicheko na furaha tupu! Na tangu hapo "Mama Mtoto", mrembo wa Kiafrika Amina, akawa kipenzi cha kila mtu hapo nyumbani pamoja na kwa ndugu za mume wake wote!

Kwa upande wake Kilihona alipojifungua huyo mwanae na kumshika mikononi mwake na kumwangalia, hapohapo ilikuwa ni kama mtu amemwondolea kichwani jiwe zito lililokuwa linamlemea nafsi yake yote! Roho yake ilichangamka na akasikia furaha kubwa moyoni! Kila aliponyonyesha mwanae alishtukia anaimba nyimbo za Kikerewe za kutuliza watoto wachanga bila kujua. Kama kuna watu hapo karibu wakimwuliza, "Amina, unaimba nyimbo gani hizo?" au "Amina, leo umekumbuka kwenu, eh!" Kilihona anacheka! Tangu hapo kwa mara ya kwanza alijisikia ni mwanamke mzuri na kijana anayependwa na mumewe!

Ulikuwa ni mwaka wa 1898. Mtoto wa Kilihona aliyezaliwa babu yake, Mzee Hamed, alimpa jina la Salim.

Kilihona alinyonyesha mwanae kwa mwaka na zaidi kabla ya kumwachisha ziwa. Na alimwachisha ziwa kwa sababu alikuwa tayari ana mimba nyingine. Mwaka wa 1900 alijifungua mtoto mwingine, naye wa kiume. Babu yake akamwita huyo mjukuu wake Abdalla. Mwaka wa 1902 Kilihona alijifungua mtoto mwingine tena, safari hii mtoto wa kike. Wazazi wa mtoto wakamwita binti yao Fatma. Miaka miwili baada ya hapo akajifungua mtoto wa kike mwingine, Aisha.

Kilihona alikuwa bado ananyonyesha Aisha mumewe Bushiri alipofariki ghafla, bila kuugua. Ilikuwa ni saa kumi na moja alasiri alipoanguka chini na kufa ganzi upande wa kushoto wote. Kufika saa nne usiku akakata roho.

Sura ya 6

Ulikuwa mwaka wa 1904 mumewe Kilihona Bushiri alipofariki kule Mwembetayari, Mombasa, na mtoto wake mchanga Aisha alikuwa ndiyo anafikisha miezi sita. Kilihona alikwishafurahia maisha hasa! Alipojifungua mtoto wake wa kwanza maisha yakawa matamu. Alipopata mtoto wa pili, halafu wa tatu, maisha yake yakajaa furaha tupu! Mtoto wake wa nne, Aisha, mwanae wa kike wa pili, alikuwa kama neema ya ziada iliyojaza moyo wake kwa furaha hadi kufurika! Kutokana na mapenzi makubwa aliyokuwa nayo na wanae, alikwishampenda sana mumewe Bushiri pia, ambaye kwa upande wake mkewe mdogo Amina alibakia mke kipenzi aliyemfanyia kila kitu kumfurahisha.

Mumewe alipofariki, pamoja na kwamba wazazi wa marehemu, babamkwe na mamamkwe wake, walimpenda na aliishi nao vizuri, furaha ya maisha ilimtoka tena na akarudiwa na kujisikia mtu anayezongwa na mabaya yote ya duniani! Bahati nzuri watoto wake wachanga walimpunguzia makali ya upweke na huzuni wa kupoteza mumewe na baba watoto wake kwa kicheko chao na kulia kwao na michezo yao na mahitaji yao na mapenzi yao.

Mke mwenzake na Kilihona hakuzaa tena baada ya hao watoto wake wawili Kilihona aliomkuta nao, mmoja wa kike na mwingine mwanamume. Huyo mke mkubwa wa marehemu Bushiri miezi sita baada ya kufariki mume wake aliacha wanae kwa babu na bibi yao na yeye mwenyewe akarudi kwa wazazi wake, hapohapo Mombasa. Halafu miezi sita baada ya hapo aliolewa tena, na Mwarabu mwenzake, binamu yake, mtu wa makamu ya kukaribia umri wa Mzee Hamed, mfanyabiashara kutoka Lamu aliyefiwa mke wake.

Kati ya wapangaji wa nyumba nne za Mzee Hamed alizoachiwa na marehemu baba yake, palikuwa na mwanamume kijana mmoja kutoka Iringa, kwenye koloni la Wajerumani la Afrika ya Mashariki la wakati ule. Kilihona alipokuja hapo Mombasa na marehemu mume wake, huyo bwana, aliyekuwa anaitwa Nguvumali Mgumba, alikuwa anaishi na mke wake wa Kiafrika, naye anaitwa Amina, mwajina wa Kilihona, na wamepanga kwenye nyumba inayopakana na nyumba ya Mzee Hamed, walimoishi Bushiri na familia yake. Alikuwa mwanamke kijana mwenzake, na haukupita muda wakawa marafiki wanaotembeleana. Kutokana na kuwa rafiki ya mkewe, Kilihona alimzoea pia Nguvumali. Kilihona alipokuwa anamaliza kujifungua mtoto wake wa pili, rafiki yake Amina alimwacha mumewe na kuolewa na tajiri wa Kiarabu wa hapohapo Mombasa Mwembetayari! Kila mtu alimlaumu vikali huyo mama kwa kumfanyia hivyo mume wake! Bahati nzuri alikuwa hajazaa naye mtoto hata mmoja.

Kwa kuwa Nguvumali aliendelea kupanga kwenye hiyo nyumba ya mzee wao ya jirani kabisa, Kilihona aliendelea kuonana naye muda wote. Na kila walipoonana walisalimiana na kuongea vizuri, kwa vile walikwishazoeana huyo bwana alipokuwa bado anaishi na mkewe. Huyo ndiye mwanamume aliyemposa Kilihona akitaka kumwoa, miaka miwili baada ya kifo cha mumewe Bushiri. Na bahati mzuri Kilihona mwenyewe moyo wake uliridhika naye.

"Sawa, lakini mimi nina hawa watoto wangu wachanga. Nitawaacha wapi watoto wangu?"

"Utawaacha nyumbani kwao, kwa babu na bibi yao. Kwani hawana kwao? Mbona aliyekuwa mke mwenza wako amekwishaolewa mahali pengine; lakini hata hivyo anakuja kuona watoto wake kila anapotaka, kama kawaida."

Kilihona ilibidi akubali ukweli huo. Licha ya hivyo, alikuwa ameanza kujiuliza, "Sasa hapa kwa wazee wa marehemu mume wangu nitakaa mpaka lini?"

"Hata hivyo itabidi uzungumze na Mzee Hamed, usikie anasemaje."

"Hata mimi siwezi kuthubutu kufanya kitu bila ya kumwomba idhini mzee wako."

Nguvumali alienda kumwona Mzee Hamed na mkewe, na hao wazee wakajadiliana. Hawakuwa na sababu ya kukataa, bali walikuwa hawamjui sana huyo bwana. Hata hivyo alikuwa ni mpangaji wao wa siku nyingi anayelipa kodi ya nyumba bila kukosa au kuchelewa, hata siku moja. Alikuwa ni mfanyabiashara anayekwenda Tanga na Dar es Salaam kutafuta bidhaa za kuja kuuza kwa jumla kwa wenye maduka Mombasa, na kutoa Mombasa bidhaa ya kuuza kwa wateja wake kwenye hiyo miji mingine. "Halafu ni Mwislamu mwenzetu," hao wazee waliambizana. Ilikuwa ni muhimu kwao huyo mjane wa mtoto wao Bushiri, mama wa wajukuu wao wanne, aolewe na Mwislamu, ili wajukuu wao wanapokwenda kumtembelea mama yao wawe wanakwenda nyumbani kwa Mwislamu mwenzao, anayeishi kwa miiko na desturi za Kiislamu.

Mambo yalikwenda sawa, na Kilihona aliolewa na huyo bwana, ambaye jina lake kamili alikuwa ni Ali Nguvumali Mgumba. Kuja Mombasa alitokea Dar es Salaam. Alipomwoa mke wake aliyemkimbia, aliyekuwa mwenyeji wa hapo Mombasa, ndipo alipohamia Mombasa. Kabla ya hapo alifanya biashara yake kwenye hiyo miji ya pwani ya Bahari Kuu ya Hindi maskani yake yakiwa ni Dar es Salaam.

Nguvumali kwao hasa ilikuwa ni Tosamaganga, Iringa. Alikuwa ni mtoto wa Mzee Toma Mgumba. Huyo mzee wa Kihehe ndiye aliyekuwa mwenye mashamba wamisionari Wazungu walimojenga kanisa pamoja na misheni yao ya Kanisa Katoliki la Roma mwaka wa 1897. Alikuwa ni kati ya Waafrika wa kwanza kabisa kuingia dini ya Kikristo pale Tosamaganga, na alibatizwa kwa jina la Toma. Kwa kutaka misheni yao ijitegemee, wamisionari hao walianzisha mara moja mashamba makubwa ya mazao ya biashara. Mzee Mgumba, Mkristo wao na mfadhili wao aliyewapatia mahali pa kujenga misheni yao ndiye mtu waliyemwajiri kusimamia kilimo cha hayo mashamba.

Mzee Mgumba alikuwa na watoto wake wa kiume wakubwa wawili, Nguvumali, ambaye wakati huo alikuwa ana miaka ishirini, na kaka yake mwenye umri wa miaka ishirini na tano. Mzee Mgumba alipopewa kazi hapo misheni akawatafutia vijana wake wote wawili nao kazi huko. Wote wawili walifanya kazi za ujenzi wa majumba, Nguvumali kama kibarua na kaka yake, aliyekuwa na ujuzi wa kujenga majumba, kama fundi mwashi. Hao watoto wake pia walibatizwa, mkubwa kwa jina la Yohane na mdogo wake, Nguvumali, kwa jina la Luka.

Kaka yake Nguvumali, Yohane, alifanya kazi kwenye misheni mpya ya Tosamaganga kwa muda mfupi tu kabla ya kuhamishiwa Dar es Salaam, kwenda kujenga kanisa kuu la Mtakatifu Joseph kwenye makao makuu ya Kanisa Katoliki la Roma nchini mwaka wa 1900. Kaka yake alipokwenda Dar es Salaam, Nguvumali akafuatana naye. Walipofika Dar es Salaam Nguvumali akaamua kufanya kazi kwa wafanyabiashara badala ya kusomba zege na mchanga kama kibarua wa ujenzi wa kanisa, kwa vile hakuwa fundi mwashi kama kaka yake. Alianza kama mtumishi wa wafanyabiashara Waarabu na Waswahili, kwenye hiyo biashara ya kununua na kusafirisha mali kati ya miji ya pwani ya Bahari Kuu ya Hindi: Dar es Salaam, Zanzibar, Wete, Bagamoyo, Tanga, Mombasa na Lamu. Alikuwa kijana mwenye akili na anayejua kutunza vizuri pesa yake ndogo aliyopata. Muda haukupita akafanya hiyo biashara kwa kujitegemea.

Nguvumali alikuwa mwanamume kijana anayejiheshimu na kuheshimu watu na anayependwa na kila mtu. Alipomwoa Kilihona alimwonyesha kwa matendo hasa kwamba anampenda, na Kilihona naye akaona kwamba kweli mume wake anampenda kufa na kupona! Waliendelea kupanga nyumba inayopakana na kwa Mzee Hamed, kwao watoto wa Kilihona na mumewe wa kwanza marehemu Bushiri, na Kilihona aliwaona wanae kila wakati, na hali hiyo ilimwongezea furaha kwenye ndoa yake ya pili.

Kwa jinsi alivyompenda mumewe Nguvumali, Kilihona hakuona shida wala kusita siku moja alipomwambia, "Amina, unasemaje tukihamia Dar es Salaam. Nilikuwa ninaishi huko na Mombasa ninakuja tu safari za biashara. Halafu Dar es Salaam, kama nilivyokwishakwambia, kuna kaka yangu, tumbo moja na mimi, mkubwa wangu Yohane, na mke wake na watoto wao. Utawapenda na ninajua watakupenda na kufurahi kuishi nawe karibu."

"Kama umeamua hivyo, twende, mume wangu. Pamoja na kwamba nitakuwa mbali na watoto wangu, lakini hapa kwa babu na bibi yao hawatakuwa na jambo."

"Dar es Salaam na hapa Mombasa siyo mbali. Mimi nitaendelea kufanya hii biashara yangu, kwa hiyo muda wote ukiwakumbuka na kutaka kuja kuwaona hapatakuwa na shida yoyote. Halafu huko Dar es Salaam, licha ya kaka Yohane, kuna pia ndugu zetu wengine waliohamia huko. Pia ningependa kukupeleka kwetu Iringa ukawaone mama na baba na ndugu zetu wengine. Au unasemaje!"

Kilihona alifurahishwa na wazo la kuonana na wazazi na ndugu za mumewe mpenzi utafikiri amekwishaonana nao na wako naye hapo! Yeye alikuwa hana tena ndugu hapa duniani, na hao sasa ndio watakaokuwa

53

ndugu zake weusi wenzake! Ni kweli ndugu za marehemu mumewe Bushiri walimpenda, na hapakuwa na Mwarabu aliyekwishamtendea baya. Hata hivyo kwenye ukoo wa mume wake wa kwanza bado alijiona mtu wa nje na alijua alikuwa hakubaliki sawasawa kwa baadhi yao, kwa sababu ya kutokuwa Mwarabu mwenzao. Aidha alikuwa hajamwambia mumewe lakini alijua tayari ana mimba yake. Na mwanae atakayezaliwa, na wengine, Mola akipenda, itakuwa vizuri wakikulia kwao mumewe na ndugu zake. Hayo ndiyo yalikuwa mawazo yake.

Mwezi uliofuata Kilihona aliagana na wanae na wazazi wa marehemu mume wake Bushiri na ndugu na majirani zao wote pale Mombasa na kuondoka na mumewe Nguvumali Mgumba kwenda kuishi Dar es Salaam.

Sura ya 7

Wakati huo Dar es Salaam ujenzi wa majumba ulikuwa motomoto kila mahali, tangu katikati ya mji kwenye makazi ya Wazungu na Wahindi na Waarabu hadi Uswahilini. Ujenzi wa Kanisa Kuu la Mtakatifu Yosefu na majengo mengine ya wamisionari Wazungu ulipokwisha, Yohane Mgumba alipata ajira kwenye kampuni ya ujenzi ya Wahindi pale mjini. Mdogo wake alipohamia pale mwaka wa 1906, Yohane Mgumba alikuwa sasa ni fundi mwashi mashuhuri anayeishi kwenye nyumba yake mwenyewe pale ilipo Kariakoo ya leo. Alinunua nyumba ndogo hivi yenye kiwanja kikubwa kiasi kwa mama mmoja wa Kizaramo, halafu akabomoa hicho kibanda na kujenga kwenye kiwanja chake nyumba kubwa ya vyumba sita, na jiko na choo uani. Nguvumali na mkewe Kilihona walifikia kuishi na Yohane na mkewe Suzana na watoto wao wadogo wanne, wa kike mmoja na wa kiume watatu. Na, kabla ya kuanza tena safari za biashara yake, Nguvumali alitimiza ahadi yake ya kumpeleka mkewe kwa wazazi wake Iringa.

Tangu alipoondoka kwenda Dar es Salaam na kaka yake Yohane mwaka wa 1900 Nguvumali alikuwa hajarudi kwao tena. Mzee Toma Mgumba na mkewe Maria Sekalinga kule tu kumwona mtoto wao baada ya muda wa miaka mingi hivyo ilikuwa ni furaha kubwa utafikiri mtoto wao alikufa na amefufuka tena! Zaidi ya hapo alikwishaoa na aliwaletea mkewe wamwone, binti nzuri ajabu na kijana mwenzake, na ambaye tayari alikuwa mjamzito! Kwa Mzee Mgumba hapo Tosamaganga ng'ombe wawili na mbuzi kadhaa walichinjwa na sherehe kubwa kweli ikafanyika!

Nguvumali alipofika nyumbani kwa wazazi wake na mkewe aliamua kubariki ndoa yao kanisani. Mzee Mgumba alikuwa siyo tena msimamizi wa mashamba ya misheni. Alikwisharudia kazi yake ya mkulima, aliyoendelea nayo hata alipofanya kazi kwa wamisionari Wazungu wa misheni mpya ya

55

Tosamaganga. Lakini bado alikuwa ana uhusiano mkubwa na wamisionari weupe, na alikuwa ndiye kiongozi wa Wazee wa Kanisa tangu kanisa hilo kufunguliwa. Nguvumali hakuwaambia wazazi wake kwamba alisilimu. Aliwaambia tu kwamba alikuwa ameoa mwanamke mwingine huko Mombasa ambaye walishindana tabia akamwacha, kabla ya kuoa mkewe Amina, aliyefiwa mumewe wa kwanza. Alikwishamwambia mke wake kwamba alisilimu kwa ajili tu ya kumwoa mke waliyeachana naye na alitaka kurudi kwenye dini yake na ya wazazi wake na kumwoa kanisani, kama akikubali. Kilihona alikubali kwa furaha kuolewa kanisani na mume wake, na kubadili dini kutoka ile ya Uislamu ya mume wake wa kwanza na kushika dini ya mume wake Luka Nguvumali na wazazi wake, Wakristo Wakatoliki. Luka na Kilihona walifunga ndoa kwenye Kanisa Katoliki la Roma la Tosamaganga, baada ya Kilihona kuahidi atachukua mafundisho ya dini na kubatizwa.

Nguvumali alikaa na wazazi wake kwao Tosamaganga kwa wiki mbili na nusu kabla ya kurudi Dar es Salaam kwenye biashara yake. Lakini hakuondoka na mkewe. Wazazi wake walipendekeza amwache nyumbani kwa mama yake mpaka atakapojifungua. Halafu mtoto atakapokomaa ya kutosha ndipo arudi Dar es Salaam. Nguvumali naye aliona ni sawa mke wake akijifungulia kwa wazazi wake, badala ya kwenda kumsumbua shemeji yake Suzana na jukumu la kuhudumia mama mzazi na mtoto mchanga.

Kilihona alikaa kwa wazazi wa mumewe kwa miezi mitano kabla ya kujifungua mtoto wake wa kiume, ambaye alibatizwa kwa jina la Petro, babu yake, Mzee Toma Mgumba, alilomchagulia. Baada ya kujifungua alikaa na wazazi wa mumewe kwa miezi sita mingine kabla ya kwenda Dar es Salaam kwa mumewe.

Kabla ya kuondoka Iringa kwa wazazi wa mume wake, Kilihona alibatizwa. Mamamkwe wake alimchagulia jina la Ana kama jina lake la ubatizo. Babamkwe wake alimnunulia gauni jeupe la hariri naye akavalia kama wasichana wadogo aliobatizwa nao siku hiyo! Na hao wazazi wa mume wake walimfanyia sikukuu ya ubatizo kubwa kama ile waliyowafanyia na mumewe siku waliyofunga ndoa yao kanisani!

Nguvumali na mkewe waliondoka Dar es Salaam kwenda Iringa wamekwishapata nyumba ya kupanga, ili watakaporudi wafikie kwao. Kilihona aliporudi kwa mumewe akafikia kwenye nyumba yake yeye mwenyewe, ijapokuwa ya kupanga!

Ndoa ya Kilihona na mume wake wa kwanza, Mwarabu Bushiri, haikuwa mbaya, na walipendana, licha ya mumewe kuwa na mwanamke mwingine. Lakini kwenye hii ndoa yake na Luka Nguvumali, aliyempenda kweli yeye peke yake, mumewe alikuwa ni mwenzake wanayechangia naye maisha hasa! Ndiyo sababu Kilihona naye alimpenda kwa nafsi yake yote! Alikuwa pia, kwa mara ya kwanza maishani mwake, anaishi nyumbani kwake, anakofanya mambo yake anavyotaka. Halafu alikuwa na furaha ya mtoto wake mchanga aliyezaa na mumewe mpenzi! Kadhalika alipenda sana dini yake mpya ya Wakristo Katoliki. Kilichomvutia zaidi kwenye hiyo dini ilikuwa ni jinsi yao ya kusali, kwenda misa watu wote, wanawake kwa wanaume, pamoja na watoto, na kusali kwa kuimba nyimbo! Alipenda hasa zaidi kwenda kusali siku ya Jumapili! Kila siku ya Jumapili aliamkia kuoga na kuvaa vizuri na kuvika mwanae viguo vya watoto vizuri, halafu, kama mumewe yuko Dar es Salaam na hayuko kwenye safari zake, naye anavalia hasa. Kutoka hapo wanapitia kaka yao Yohane na mkwewe Suzana na watoto wao wanne, nao kila mtu amevalia vizuri, na wananyoosha njia kutoka Kariakoo, walikokuwa wanaishi wote, hadi mjini kwenye kanisa kubwa kweli la Mtakatifu Yosefu kusali misa na kuimba na Wakristu wenzao wa kutoka kote Dar es Salaam. Hiyo misa kwake ilikuwa ni kama sherehe kubwa, ndefu lakini kila inapokaribia kuisha hataki iishe, anataka iendelee! Kila wiki alingojea siku ya Jumapili kwa hamu kweli!! Na walipotoka kanisani waliendeleza sherehe za Jumapili, kwani familia zao zote mbili walifikia kula pamoja mithili ya karamu, kwa Kaka Yohane au nyumbani kwake pale jirani walikopanga. Jumamosi Suzana na Kilihona walikwenda pamoja sokoni hapo kwao Kariakoo kununua vyakula na viungo vya kila aina kwa ajili ya chakula cha familia zao na wageni wao watakapotoka misa ya Jumapili, kwani Jumapili pia ilikuwa siku ya watu kutembeleana. Jumapili ambayo wao hawakutembelewa na ndugu na marafiki zao na familia zao, walitembelea ndugu zao na marafiki zao. Kilihona hapo Dar es Salaam alifikia kuishi maisha ya mwanamke asiye na shida, aliyeolewa na mwanamume wanayependana naye na mwenye furaha hasa!

Mwanae Petro alipofikisha mwaka mmoja na nusu, Kilihona akapata mimba tena. Safari hii alipojifungua akajifungua mtoto wa kike. Mtoto wake alipobatizwa Kilihona akamchagulia jina la Maria, jina la mamamkwe wake, mama mwema kweli aliyemtunza vizuri ajabu alipoishi kwake kwa karibu mwaka mzima, na ambaye alikuwa haishi kuwatumia zawadi za vyakula kila alipopata watu wanaokwenda Dar es Salaam kutoka Iringa.

Kilihona alikuwa na maisha ya furaha na alimpenda kweli mume wake na watoto wao wawili kiasi kwamba ilimchukua muda kuona mume wake amebadilika. Lakini hatimaye aliona wazi kwamba pombe kwa mume wake siyo tena kitu cha siku mojamoja kurudi nyumbani amechangamka na anasimulia ya jana na ya juzi bila kumaliza, bali limekuwa tatizo kubwa! Hata hivyo alimpenda mno mume wake aliyekwishaishi naye vizuri sana kwa miaka mingi sasa na ambaye alikuwa hajashindwa kumtimizia jambo lolote alilotaka hata siku moja. Kwa hiyo aliona vigumu kumwambia apunguze pombe. Alikuwa wala hajui jinsi ya kumshauri hivyo bila ya kuharibu mapenzi yao, kwa jinsi walivyokuwa wanapendana!

Alipokuwa bado anajadiliana na nafsi yake jinsi ya kumwonya mume wake asije akaharibiwa na pombe, Nguvumali aliaga anakwenda safari Mombasa na hakuonekana tena nyumbani kwake kwa miezi minne, bila ya kuacha hela ya chakula nyumbani na bila ya kutuma pesa za matumizi! Pesa kidogo Kilihona aliyokuwa nayo ilipokwisha, akakosa chakula cha kuwapatia wanae wachanga! Yeye mwenyewe alikuwa radhi afe na njaa, kama mume wake ameamua kumnyima chakula, lakini hakuweza kuvumilia kuona wanae hawana hata chai ya kunywa asubuhi! Ikawa hana budi kwenda kumweleza mke wa shemeji yake Yohane, Suzana. Huyo mama mwenye watoto kama yeye hakungoja cha mumewe kurudi kutoka kazini kwake ndiyo afanye kitu. Hapohapo alimpatia chakula cha kutosha kwenda kuwapikia watoto pamoja na pesa kidogo ya matumizi mengine. Halafu alimwambia, "Shemeji yako atakaporudi jioni tutakuja kukuona."

Suzana na mumewe walikuwa wana habari za ulevi wa Nguvumali, tena kwa muda mrefu sasa. Yohane alikwishamgombeza mdogo wake mara nyingi tu kuhusu ulevi wake lakini wapi! Sasa mambo yalikuwa yamefika mbali. Kilihona alipata cha kuwapatia kula watoto wake, lakini alibakia na uchungu na masikitiko makubwa moyoni!

Siku hiyohiyo, alipokuwa anasumbuliwa moyoni na mawazo yaliyojaa uchungu huku akingojea shemeji yake na mkewe waje kumtembelea na kumweleza mume wake amekuwaje, Mama Mwajuma, mama mwenye nyumba walimokuwa wamepanga, alimtembelea.

Kilihona na mumewe sasa walikuwa wapangaji wake wa siku nyingi, kwa hiyo Kilihona na huyo mama walifahamiana na walikuwa wamezoeana. Hiyo nyumba ilikuwa na vyumba sita, na mume wa Kilihona alikuwa amepanga kwenye vyumba vitatu vya upande mmoja na vitatu vya upande mwingine ni vya mpangaji mwingine. Mama mwenye nyumba alikuwa ni mama mwenye umri wa miaka kama hamsini hivi, mnene na mrefu. Alikuwa amevaa baibui, vazi lake la kila siku. Alipomaliza kusalimiana na Kilihona na wanae, akamtania mwanae mkubwa, Petro, ambaye sasa alikuwa ana umri wa miaka mitano, "Mume wangu, sasa utanioa lini! Nitazeeka nishindwe kutembea mwishowe!" Petro alikwishapata akili za kutosha kujua kwamba huo ni utani, kwa hiyo alicheka tu. Halafu huyo mama alitoa peremende mbili kwenye kikapu chake cha mkononi cha mikeka ya mapambo chenye umbo la mstatili na kuwapatia Petro na Maria moja moja na kuwaambia, "Sasa, wajukuu wangu, nendeni mcheze na watoto wenzenu uani; nina maongezi kidogo na mama yenu." Watoto wa Kilihona wakakimbilia uani kujiunga na watoto wa mpangaji mwingine wa hiyo nyumba waliokuwa wanacheza huko. Watoto walipoondoka, Mama Mwajuma akamwambia Kilihona kilichomleta hapo: "Binti yangu, nimekuja kukwambia kwamba nyumba haijalipiwa kodi kwa miezi sita. Ningekuwa nimekwishakuja hapa zamani, lakini kwa kuwa mumewe ni mpangaji wangu wa miaka mingi, ndiyo sababu nimengoja miezi mingi hivi."

Kilihona moyo ulimdundadunda kwa kishindo hasa! Hakuweza wala kuamini mume wake anaweza kumtendea hivyo yeye na watoto wao! "Mama Mwajuma, mimi kweli nilikuwa sina habari. Kama ujuavyo, mimi hata siku moja sijaja kwako kuleta pesa ya kodi ya nyumba; huwa anayelipa ni mume wangu. Hata anapokwenda safari huniambia kwamba kodi ya nyumba ni siwe na hofu italipwa. Safari hii mimi sijamtia machoni mwangu yapata mwezi wa nne, kama sikosei. Wala sijui kimetokea nini huko alikokwenda kwenye safari zake za biashara!"

"Binti yangu, hiyo ndiyo shida yenyewe hasa. Mimi ninavyojua mume wako yuko hapahapa Dar es Salaam. Watu wanaoshiriki pombe wananiambia wanakutana naye huko kwenye pombe zao, na kwamba hali yake siyo nzuri, hata kidogo. Kuna pia taarifa kwamba asipokuwa kwenye pombe yuko mitaani kwenye kamari, sijui wapi huko! Sasa inabidi kodi ya nyumba ilipwe. Miezi ya nyuma na ya mwezi huu. Jumla miezi saba. Nitakuja kuchukua pesa siku ya Jumamosi kama leo juma lijalo. Siyo vizuri kukutoa nje ya nyumba una watoto wadogo. Kwa hiyo hakikisha kodi ya nyumba inalipwa yote." Halafu Mama Mwajuma alinyanyuka kwenye kiti alipokuwa ameketi ameshikilia mgongo na kusema, "Mwanangu, sijui kama mwaka kesho nitafika; huu mgongo! Niagie wajukuu wangu. Ngoja nende kupumzisha mgongo huu!" Na kwa hayo maneno tajiri mwenye nyumba alitoka nje na kwenda zake.

Yohane na mkewe hawakuja kumwona Kilihona na watoto wake jioni hiyo. Yohane kwenye jengo walilokuwa wanajenga siku hiyo waliendelea kufanya kazi hadi giza ilipoingia. Kutoka huko kuja kufika nyumbani na kuoga na kula na kumaliza, ilikuwa tayari ni usiku mno kuweza kumfanyia lolote la maana shemeji yake siku hiyo. "Tungoje mpaka kesho, mradi watoto na mama yao umekwishawapatia chakula kwa leo," Yohane alimwambia mkewe.

Kesho yake ilikuwa siku ya Jumapili. Asubuhi Yohane alipoamka kitu cha kwanza alichofanya ni kutuma mtoto wao mmoja kwa Kilihona, "Enda kamwambie Mama mdogo tunamsubiri kwenda kanisani." Alijua bila kumtumia shemeji yake huo ujumbe, kwenye vurugu zinazomkabili huenda asikumbuke mambo ya kwenda kanisani. Yohane alitaka waende kanisani pamoja kama kawaida yao, halafu wajadiliane la kufanya wametulizana.

Jumapili hiyo kanisani Ana Kilihona hakusikia wimbo wa misa hata mmoja! Alikuwa ni kama hayumo kanisani! Watu kanisani pia walikuwa kwenye gizagiza kila mahali. Walipotoka kanisani na kurudi nyumbani pia aliona gizagiza kila walikopita, na huku wanatembea kwenye jua kali la Dar es Salaam saa saba mchana!

"Jambo la kwanza ni chakula, kwako na watoto. Kodi ya nyumba, kabla Mama Mwajuma hajaja kukusumbua tena nitakuwa nimekwishampelekea pesa zake. Halafu nitamtafuta huyu mwendawazimu huko alipo. Baada ya hapo tutakaa wote tujue la kufanya." Kilihona alimsikia shemeji yake anaongea, lakini kwa mbali kama kwamba anasema sijui wapi! Walikuwa sebuleni kwa shemeji yake na wamekwishakula chakula cha mchana. Kabla ya kuondoka kurudi kwake shemeji yake alimpatia pesa za chakula na matumizi na kumhakikishia kwamba hakuwa peke yake, kwamba watakuwa naye kila siku, na kwamba yeye na watoto wake hawatakosa kitu.

Usiku Yohane na mke wake walizungumza na kufikia uamuzi wa jinsi ya kusaidia Kilihona na watoto wake. Nyumba ya pili kutoka kwa Yohane

Mgumba palikuwa na duka la Mwarabu. Watu wengi kwenye mitaa ya sehemu hiyo ya Kariakoo wenye kazi za mshahara na wanaojuana na mwenye duka walinunua vyakula na mahitaji yao mengine hapo dukani kwa mkopo na kulipa mwisho wa mwezi. Yohane naye alikuwa na bili hapo dukani, pamoja na kwamba alipendelea kununua vitu kwa pesa taslimu.

Mke wake alipohitaji kitu yeye Yohane hayupo na siku hiyo hana pesa ya kutosha mfukoni, alichukua mahitaji yake na kuandikwa bili na wanalipa mwisho wa mwezi.

Kulipokucha Yohane alimpeleka shemeji yake kumwandikisha bili hapo dukani, na huyo Mwarabu akamkubalia, mlipaji akiwa ni yeye Yohane. Baada ya hapo Yohane alienda kwa Mama Mwajuma na kulipa kodi ya nyumba ya miezi saba, pamoja na kumwambia huyo mama mwenye nyumba kwamba sasa kodi ya nyumba ataleta yeye, kaka wa mpangaji wake. Mambo yakibadilika atamjulisha. Alipomaliza hayo ndipo akaenda kazini kwake, amekwishachelewa nusu siku nzima.

Chumba walimolala Kilihona na mumewe kilikuwa mbele ya nyumba, kinaelekea mtaani, halafu kinachofuata, cha katikati, kilitumika kama sebule, na cha mwisho kwenda uani kilikuwa ni jiko. Humo jikoni ndimo pia watoto walimolala. Wiki tatu hivi baada ya kusaidiwa na shemeji yake Yohane kwenye shida zake, usiku wa manane Kilihona alisikia mtu akimgongea kwa nguvu kwenye dirisha linaloelekea mtaani mbele ya nyumba, huku akimwita, "Mama Petro! *Ngongongo!* Mama Petro! *Ngongongo!* Ni mimi, nifungulie! Mama Petro! *Ngongongo!*..." Kusikiliza vizuri Kilihona alikuta ni sauti ya mume wake. Aliamka na kutafuta kiberiti na kuwasha koroboi na kwenda kufungua mlango, huku moyo unamdunda! Alipofungua mlango akakuta kweli ni mume wake. Luka Nguvumali Mgumba alikuwa ni mwanamume mrefu mwenye mwili wa wastani na sura ya kupendeza na mtu anayejipenda na kujiheshimu. Mtu Kilihona aliyeona mbele yake alikuwa amekondeana kama anataka kufa kwa njaa, amevaa matambara na ananuka kama mavi na anapozungumza anatokwa na harufu ya mzoga mdomoni!

"Hivi ndivyo unavyompokea mume wako nyumbani! Ebu twende ndani mara moja. Kuna watu wabaya wananitafuta!"

Mke wake alibakia kuduwaa hapo mlangoni kwa kuona huyo kizuka! Nguvumali akamshika mkono na kumburura kumwingiza ndani, moja

61

kwa moja hadi kwenye chumba chao cha kulala! "Sasa sikiliza! Nipe pesa zote ulizo nazo humu ndani mara moja. Kuna watu wabaya wananitafuta. Lazima niondoke hapa mara moja. Najua Kaka Yohane anakupatia pesa za kula wewe na watoto. Nipe kila pesa uliyonayo. Ninamalizia kufanya mambo yangu fulani kwenye biashara zangu. Kisha kila kitu kitakuwa sawa, kama kawaida."

Mke wake machozi yalimmiminika machoni huku anatetemeka mwili mzima. Mwishowe alisema "Mume wangu! Baba watoto wangu mpenzi! Umekuwa nini, mwenzangu!"

"Mimi nakwambia mambo ya maana halafu wewe unanijibu upuuzi! Kama unajua mimi ndiye mume wako, fanya ninayotaka. Sasa hivi!'

"Mume wangu, hauko sawa! Lala upumzike. Kukicha tutajua la kufanya."

"Kumbe unataka kunichezea! Au ndivyo kaka Yohane alivyokufundisha nilipokuwa sipo. Tutaona kama wewe ni mke wangu au ni mke wake! Lete hizo pesa. Kwa vyovyote ni pesa za kaka yangu mimi. Ni pesa zangu. Usiponipa hizo pesa utaniona!'

Humo chumbani kwao kwenye pembe moja ukutani palikuwa na kasha la vyombo vya kazi zake za majahazini, ikiwa ni pamoja na nyundo, msumeno na panga. Kama mwendawazimu, hapohapo Nguvumali alichomoa panga kutoka kwenye kasha hilo na kulinyanyua juu, tayari kumkata mkewe : "Lete hizo pesa sasa hivi, la sivyo ni mimi na wewe!..."

Mtoto wao mkubwa, Petro, kumbe hizo kelele zilimwamsha, na aliposikia sauti ya baba yake akatoka chumbani kwao na kuja kuchungulia kwenye chumba cha wazazi wao. Naye alikuwa anatetemeka kama mama yake kwa kumwona mzee wake anafanana hivyo na anazungumza akipiga kelele kama mwendawazimu. Aliposhika panga na kulinyanyua juu kutaka kumkata mama yake, huyo mtoto akapiga mayowe: "*Woooo! Woooo!* Baba anaua mama na panga! *Woooo! Woooo!* Baba anaua mama na panga!...."

Mpangaji wa upande mwingine na mkwe na watoto wao kumbe nao waliamshwa na hizo kelele. Waliposikia kilio cha huyo mtoto wakaja kwenye chumba cha wazazi wake kuona kuna nini ! Mpangaji mwenzake akamwita, amesimama mlangoni: "Nguvumali, vipi tena! Weka panga chini usije ukaleta hatari!"

"Kama unafikiri mimi naogopa hao watu wako, unajidanganya! Wewe ni mke wangu na hapa ni kwangu, ni mji wangu…!"

Mayowe ya Petro yalisikika hadi kwa majirani, na wanaume kadhaa kutoka nyumba za hapo karibu walikimbia kuja kuona hatari hiyo! Nguvumali alipomburuta mkewe kumwingiza ndani mlango wa nyumba ulibaki wazi na majirani walifikia kuingia nyumbani mpaka kwenye hizo kelele. Nguvumali alikuwa anafoka amenyanyua juu panga kutaka kumkata mkewe huku ametega mgongo mlango wa kuingia chumbani kwao. Bwana mmoja kati ya majirani zake waliokuja hapo akamnyemelea kwa nyuma na kumshika kwa nguvu na kumnyang'anya panga. Mke wake alipojinusuru akafikia kumkumbatia mwanae kwenye ukumbi wa katikati ya nyumba. Mwanae mdogo, Maria, aliyekuwa na umri wa miaka mitatu, naye alikwishaamshwa na hilo zogo, naye alikimbilia kwa mama yake na kaka yake na mama yake akawakumbatia wanae wawili wote, huku machozi yanammiminika machoni.

Baada ya kunyang'anywa panga, na huku akiendelea na makelele yake ya kumfokea na kumtisha mkewe, Nguvumali aliinama chini ya kitanda chao na kutoa sanduku zuri kubwa la ngozi, sanduku la mke wake la kuwekea nguo zake za Jumapili na sikukuu na vito na vitu vyake vingine vyenye thamani. Halafu alifungua sanduku lingine, kubwa la chuma, alimokuwa anaweka nguo zake na kutoa nguo na kuzitupa kitandani na kufunga hizo nguo zote kwenye shuka mke wake aliyokuwa amejifunika alipomwamsha usingizini na uendawazimu wake. Baada ya hapo alichukua hilo furushi la nguo kwa mkono mmoja na kunyanyua sanduku la mkewe kwa mkono mwingine na kutoka humo chumbani hadi nje barabarani na kupotelea kwenye giza la mitaa ya mji wa Dar es Salaam, akitembea anayumba kwa kulemewa na mizigo ya mali ya kwenda kupiga mnada kwa ajili ya pombe na kamari!

Majirani zake na wapangaji wenzake wa mle nyumbani walipoondoka, Kilihona alichukua watoto wake wote wawili na kwenda kulala nao kwenye chumba chao, jikoni. Kilihona alilala katikati ya wanae kwenye godoro lao mle chumbani.

Utoto ni ufalme, na haikuchukua muda watoto wake wote wawili wakalala usingizi. Kilihona yeye mawazo na uchungu ulimnyima usingizi na machozi yaliendelea kumtoka machoni bila kupumua. Lakini mwishowe na yeye usingizi ulimchukua.

Alipolala tu akaota akiwa kanisani na shemeji yake Yohane na mkewe Suzana na watoto wao. Bali tu yeye alikuwa peke yake, badala ya kuwa

63

na wanae kama kawaida. Hali ilikuwa ni ile ya Jumapili iliyopita: kila kitu kanisani kilikuwa kwenye giza. Hakuna kitu alichoona vizuri humo ndani, na nyimbo za misa nazo zilikuwa hazisikiki sawasawa. Ghafla giza lilitoweka na kanisani pakawa mwanga mtupu! Halafu alitembelewa mara nyingine tena na babu yake kizaa mama, marehemu Bunjorongo bin Mtilya wa visiwa vya Irugwa vya kwao Ukerewe. Babu yake akafikia kumwambia: "Enda nyumbani! Muda umefika wa kurudi kwenu. Watoto wako watakutafuta." Na kwa maneno hayo alitoweka.

Tangu Kilihona alipokuja na mume wake Dar es Salaam kutoka Mombasa, watoto wake aliozaa na marehemu Bushiri bin Hamed walikwishamtembelea mara mbili. Kwanza walikuja miaka minne kabla ya hapo, wakisindikizwa na babu yao, Mzee Hamed, na mkewe, Bibi Zainabu. Na mara ya pili ilikuwa ni mwaka uliopita. Safari hii waliletwa na kurudishwa Mombasa na baba yao mkubwa, Hashim, aliyekuwa naye anaishi Dar es Salaam. Mzee Hamed aliporudi Mombasa kutoka Kayenze na kurithi mali ya marehemu baba yake, baada ya miaka kama miwili hivi aliamua kumfungulia duka Dar es Salaam mwanae mmoja, mdogo kati ya kaka za marehemu Bushiri wawili waliobakia Mombasa baba yao alipokuwa anaishi Kayenze. Mkwe wa Hashim alikuwa ni binti wa Mwarabu tajiri wa Dar es Salaam, aliyefariki mwaka huo na kumwachia binti yake urithi wa duka. Mzee Hamed alimfungulia mwanae duka Dar es Salaam ili yeye na mkewe waunganishe biashara zao ziwe kubwa zaidi. Kilihona na shemeji yake walikuwa wanaelewana vizuri tangu walipoishi wote Mombasa, na Kilihona alipohamia Dar es Salaam na mumewe Nguvumali wakawa wanatembeleana.

Alipotembelewa na marehemu babu yake usingizini, kesho yake Kilihona akaamkia kwenda kumwona shemeji yake Hashim, aliyekuwa anakaa mjini katikati, Mtaa wa India wa leo. Hashim alikuwa na habari za kutosha juu ya huyo bwana aliyeoa mjane wa marehemu ndogo wake Bushiri. Alijua kwamba alikuwa ni mlevi na kwamba ulevi ulikwishamharibia biashara na alikuwa hana kitu tena. Kilihona alikwenda kumwambia shemeji yake kwamba ameamua kumwacha mumewe na kurudi kwao Ukerewe, alikotoka angali mdogo alipoolewa na mdogo wake Bushiri.

"Na watoto wako na huyu bwana je?"

"Kuna baba yao mkubwa hapa, fundi mwashi Yohane, hapo karibu na kwetu. Nitawapeleka kwake na kumwomba awapeleke kwa babu na bibi yao Iringa. Ni wazee wema sana; niliishi nao mwaka mzima. Watawalea vyema tu wajukuu wao."

Kilihona mume wake Nguvumali Mgumba hakumtolea mahari alipomwoa, na hakuozwa kwake na wazazi wake au ndugu zake bali kwa kujiamulia yeye mwenyewe tu. Kwa hiyo aliweza pia kumtaliki kwa kujiamulia yeye mwenyewe. Hata hivyo alitaka kuwajulisha wazazi wa mume wake wa kwanza, marehemu Bushiri, kwa vile yeye na huyo mume wake wa pili waliwaomba baraka zao kabla ya kuoana. Pia walikuwa ni wazee wake wanaomlelea watoto wake na marehemu na aliona ni wajibu wake kuwajulisha kuachana kwake na mume wake wa pili, na kutofanya hivyo ingekuwa ni kuwakosea heshima. Alitaka pia kuagana na wanae. Na shemeji yake Hashim alikubaliana naye na kumfanyia mpango wa kupita Mombasa kwanza.

Sura ya 8

Kufikia mwaka huo, usafiri kati ya koloni la Wajerumani la Afrika ya Mashariki, Tanzania ya leo, na la Waingereza la Kenya ulikwishakuwa rahisi ya kutosha. Hashim alimtafutia Kilihona usafiri wa kwenda kwanza Mombasa, aonane na kuagana na wanae walioko huko na wazee wao. Waingereza walikwishajenga reli kutoka Mombasa kupitia Nairobi hadi Kisumu na imemalizika. Kwa hiyo usafiri wa kutoka Mombasa hadi Kisumu, bandari ya Ziwa Nyanza, ulikuwa ni kwa gari moshi. Msafiri akisha fika Kisumu anaunganisha kwa mashua hadi kisiwa cha Ukerewe.

Jahazi la Wajaluo wa Musoma lilipotia nanga pwani ya Ukerewe abiria wake mmoja, mwanamke, alibakia ndani ya mashua hadi wasafiri wengine wote wakatoka na kwisha. Huyo mwanamke aliendelea kukaa kwenye mashua hadi wafanyakazi wa hicho chombo nao wakashuka nchi kavu na kutoa mizigo yao na kumaliza. Mwanamaji wa mwisho kutoka kwenye jahazi alikuwa ni nahodha wa hilo jahazi kubwa karibu sawa na majahazi ya Waarabu wa Dar es Salaam na Mombasa. Huyo baharia alipomwona Kilihona akamwendea alipokuwa ameketi na kumwambia, kwa utani lakini pia kwa mshangao: "Mama, tumefika Ukerewe, au umeghairi unataka kugeuza kurudi Musoma!" Bila kumjibu huyo mwanamaji, Kilihona alishuka na kutoka kwenye mashua.

Ulikuwa mwaka wa 1913, miaka kumi na nane tangu Kilihona ang'olewe Ukerewe na maafa yaliyomsibu akiwa msichana mdogo.

Kilihona alipokanyaga nchi kavu kwa miguu yake miwili na kusimama wima na kuangalia ardhi ya kisiwa cha Ukerewe, machozi yalimtiririka machoni bila ya kuwa na habari! Kwenye mkono wake mmoja alikuwa ameshika sanduku la ngozi kubwa alilonunuliwa na shemeji yake Hashim Dar es Salaam kwa ajili ya safari, na mkono mwingine amebeba kikapu kikubwa cha mkeka wenye urembourembo, nacho kimejaa vitu. Alibaki amesimama hapo pwani kama mti ulioota mizizi ardhini, huku anaendelea kububujikwa na machozi. Halafu alizungumza peke yake akitazama mbele angani kama kwamba anasalia nchi ya Ukerewe yote: "Babu yangu Bunjorongo, ni mimi hapa mjukuu wako Kilihona. Nimerudi kwetu Ukerewe kama ulivyoniagiza. Nielekeze la kufanya!"

Mtoto mdogo wa kike mwenye umri wa miaka kama saba hivi alitoka kwenye kundi la watoto wenzake wa miji ya jirani waliokuja kuangalia mashua inatua na waliokuwa wanacheza hapo pwani na kuja kumchunguza huyo mama aliyeshuka kwenye mashua bila kwenda zake kama wasafiri wengine. Alipomkuta anazungumza peke yake na huku analia, akamwuliza kwa kushangaa: "Mama, mbona unalia!" Kilihona aligutuka na kukuta kweli analia na kumjibu huyo mtoto, "Mwanangu, hakuna kitu." Halafu alishika upande mmoja wa mtandio uliofunika kichwa na mabega yake na kujipangusa machozi na hiyo nguo na kumwambia tena huyo mtoto, "Unaona, binti yangu! Silii tena!" Huyo mtoto alipoona kweli halii tena na anaanza kwenda zake nchi kavu akaguna: "*Ngbuh*!" na kukimbia kurudi kucheza na wenzake.

Mashua za kutoka Iramba na Majita na Musoma na Kisumu na sehemu zote za Kaskazini mwa Ziwa Nyanza kuja Ukerewe bandari yake humo kisiwani ilikuwa ni pwani ya Nansole, kwao Kilihona alikozaliwa. Hao watoto walikuwa wanacheza pwani Kilihona alipokuwa anakwenda kuoga na kuogelea na kuchota maji na kucheza kila siku alipokuwa mtoto mdogo.

Alikuta *gunguli* lao la Nansole bado ni lilelile, kama alivyoliacha, ijapokuwa palikuwa pia na mabadiliko. Aliposemeshana na huyo mtoto hapo pwani, ilikuwa ni mara yake ya kwanza kuzungumza Kikerewe baada ya miaka yote hiyo! Alishangaa na kuzungumza na nafsi yake: "Kumbe bado ninajua lugha yangu!"

Alikuwa sasa anatembea amebeba sanduku lake kichwani na kikapu chake mkononi na anaongoza njia ya kutoka ziwani kuelekea ulipokuwa mji wao. Njiani kila alipokutana na watu walisalimiana naye na kumpa pole ya safari ya majini, kwa kuwa alitokea pwani na mizigo na amevalia vizuri kama msafiri. Kila aliposalimiana na kuzungumza na wapitanjia, lugha ya Kikewewe ilikuwa kama muziki masikioni mwake, alisikia kama watu hao wanaimba badala ya kuzungumza! Alishtukia anacheka peke yake kwa furaha na kutamka jina lake: "Kilihona!"

Baadhi ya mabadiliko aliyoona humo njiani yalikuwa zao jipya la pamba, lililolimwa hata kandokando ya miji ya watu, sehemu zilizokuwa kwa kawaida ni za mashamba ya migomba! "Wakerewe siku hizi hawanywi pombe yao ya ndizi! Ajabu!" alishangaa. Karibu na pwani kila mahali kwenye amasanga[3], mashamba ya kandokando ya ziwani ya kulima viazi wakati wa kiangazi, kule pia aliona mabadiliko: "Siku hizi Ukerewe wanalima mpunga kama Pwani!" Kitu kingine kipya kilikuwa ni nyumba za mabanda, kama za Pwani, pamoja na misonge yenye kuta zilizokandikwa kwa udongo, badala ya misonge ya nyasi tupu aliyoacha!

Vinginevyo hiyo ilikuwa bado ni Nansole yao, na hakuweza kupotea. Alipofika pale mji wao ulipokuwa akasimama tena, bali safari hii hakulia. Pale ilipokuwa nyumba kubwa, ile ya baba yake, palikuwa na mti wa mvule! Vinginevyo eneo lote la mji wao wa zamani sasa lilikuwa shamba la pamba. Kadhalika palipokuwa na shamba kubwa kweli ya migomba ya baba yake sasa lilikuwa shamba la pamba! Halafu kwenye mashamba yao ya zamani ya mihogo na viazi palikuwa na miji mitatu iliyojengewa karibukaribu yenye nyumba kadhaa kila mji. Hiyo miji ilikuwa imezungukwa na migomba kila upande na ni mapaa ya nyumba tu ndiyo yaliyojitokeza juu ya migomba. Kilihona alihisi kwamba hiyo miji huenda ni miji ya watoto wa kaka zake walioiawa pamoja na baba yao kwa kuchomwa moto na Wazungu, ambao watoto wao wengine walikuwa wakubwa kwake kwa umri. Lakini, badala ya kwenda kwenye hiyo miji, alishika njia ya kwenda kwenye mji wa marehemu Gabunga, jirani na rafiki mkubwa wa baba yake waliyeteketezwa naye pamoja kwa moto wa Wazungu wauaji. Alihisi kwamba, kama kuna watu wanaojua habari za ndugu zake waliobaki, watakuwa ni wakazi wa mji huo. Alipokaribia mlango wa ua wake, akakutana na mwanamke mmoja mwenye umri kama wake amebeba tenga tupu kichwani na wakasalimiana. Halafu huyo mwanamke akamwuliza,

"Ni mgeni wetu umetutembelea?"

Kilihona akajibu, "Ndiyo."

"Tangulia nitakukuta. Nakwenda hapa karibu shambani kumalizia kusomba mihogo yangu."

"Hodi! Hodi wenyeji wa hapa!" Kilihona aliita kwenye lango la mji.

---

3 Amasanga (wingi wa "isanga"), Kikerewe: Mashamba ya kandokando ya ziwa na kwenye mabonde ya mito yanayotumiwa kulima viazi vitamu wakati wa kiangazi pamoja na mazao yanayohitaji maji mengi, hasa mpunga.

Huo mji pia ulikuwa siyo kama alivyouacha. Ulikuwa mdogo zaidi na nyumba zake ni mabanda makubwa manne yaliyopigwa lipu safi utafikiri ni nyumba za matajiri wa Dar es Salaam na Mombasa! Tofauti ilikuwa ni kwamba hizi nyumba na kadhalika zile alizoona njiani ziliezekwa kwa nyasi nzuri za *olumbwe* badala ya makuti au mabati na vipande vya madebe.

"Karibu, tupo!" mmoja wa wanaume watano waliokuwa wanacheza bao chini ya kivuli cha mti katikati ya uwanja wa mji aliitika, halafu akaita, "Hapa nyumbani! Kuna mwanamke hapo karibu ampokee mgeni?"

Mwanamke mmoja alitoka kwenye nyumba moja na kumpokea mgeni mizigo yake. Alipotaka kuipeleka ndani, Kilihona akamkataza kwa kusema, "Usipeleke mbali mizigo yangu. Mimi ni msafiri ninauliza njia."

Mwenyeji wake aliweka mizigo ya Kilihona kwenye kivuli cha paa la nyumba alimotoka, halafu akaingia ndani na kutoka na viti viwili na kuviweka kwenye hicho kivuli cha nyumba ili wakae na kusalimiana ndipo amsikilize vizuri huyo mama aliyetaka kuelekezwa njia. Kilihona alipoketi kitini akatoa mtandio wake kichwani na kuuzungusha mabegani aongee wakionana vizuri na mwenyeji wake. Mpokeaji wake alipokaa kwenye kiti na kumwangalia vizuri huyo mpitanjia, akapiga kelele kwa mshangao mkubwa: "*Uuuhhh! Uuuhhh! Uuuhhh!*..." huku akipiga makofi kwa nguvu, kabla ya kusema, "Ni *Nenchalindi*!"

Huyo mama alishtusha kwa kelele zake wacheza bao chini ya mti, na alipotamka jina la utani la Kilihona alipokuwa mtoto, *Nenchalindi*, yule mwanamume aliyeitika hodi yake akasema kwa kushangaa kweli: "Kilihona!" Na hapohapo alifika Kilihona alipokaa na kumwangalia huyo mama mgeni na kukuta kweli ni Kilihona! Hakumsemesha wala kumsalimia. Moja kwa moja aliingia kwenye nyumba yake na kutoka nje na ngoma kubwa na kuanza kupiga hiyo ngoma kwa mlio mmoja mfululizo: "*Nti!nti!nti!nti!nti!nti!*...."

Kilihona alitambua kwamba ni mlio wa ngoma ya *mwanangwa* wa *gunguli* anaita watu nyumbani kwake, kama baba yake alivyokuwa akifanya! Alitambua pia kwamba huyo mwanamke aliyemwita kwa jina lake la utani la utotoni, *Nenchalindi*, alikuwa ni Muhate, na aliyekuwa anapiga ngoma alikuwa ni kaka yake, Mihigo, mume wake wa utani walipokuwa watoto wadogo.

Muhate aliolewa na kuachika tayari ana watoto wakubwa kwa huyo mume wake. Alikuwa anaishi kwa kaka yake tangu walipoachana na

69

mumewe, miaka minne iliyopita, bado hajaamua aolewe tena au la, licha ya wanaume kadhaa kumchumbia. Mihigo alipewa kazi hiyo na mtemi mpya wa Ukerewe, Mutahengerwa, kufuatia kifo cha kaka yake, Nago. Baada ya Wazungu kuteketeza kwa moto Mzee Mkoyongi, baba yake Kilihona, aliyekuwa *mwanangwa* wa Nansole, pamoja na watoto wake wa kiume wote, mtemi aliyetawazwa na Wajerumani, baba wa mtemi aliyekuwepo, alimteua Nago, mtoto wa ndugu yake Gabunga, aliyekufa kifo kimoja na Mzee Mkoyongi, kuwa *mwanangwa* wa *gunguli* hilo. Nago alipofariki mtemi mpya akamrithisha uanamgwa mdogo wake, Mihigo.

Nansole yote ilisikia mgambo ya mkuu wa *gunguli* lao na mji wa *Mwanangwa* Mihigo ukajaa watu. Wa kwanza kabisa kufika hapo walikuwa ni majirani zake, watoto wa marehemu kaka zake Kilihona, wanaume wazima sasa, wenye wake na watoto, walioishi hapo karibu kwenye miji Kilihona aliyoona. Wake za hao watoto wa ndugu zake pamoja na wanawake wengine wa miji ya karibu bila kuchelewa walileta ngozi za ng'ombe na kuziviringisha na kuzifunga na kupiga *enkanda*[4] na manyanga na kuimba na kuanzisha ngoma kali ya kike ya *manselelya*. Kilihona alitolewa nyumbani kwa *Mwanangwa* Mihigo amebebwa mabegani na watoto wa marehemu kaka zake hadi kwenye mji wa mkubwa wao akiimbiwa *manselelya* kwa vifijo na vigelegele na anasindikizwa na kundi kubwa ajabu la watu utafikiri ni mwali ameolewa!

Siku hiyohiyo ng'ombe walichinjwa hapo kwa Ilamata, mkubwa kabisa wa watoto wa marehemu kaka zake. Hao vijana wa Kikerewe walituma watu kila mahali kutafuta pombe ya ndizi, na ikanunuliwa kwa wingi na kuletwa kwa Ilamata. Na ng'ombe na mbuzi kwa wingi waliendelea kuchinjwa na watu kula na kunywa pombe na kucheza ngoma nyumbani kwa Ilamata na kwenye miji ya wadogo zake kwa muda wa siku saba!

Ukerewe yote ilikiri kwamba walikuwa hawajapata kuona sherehe za namna hiyo! Walikuwa pia hawajawahi kuona wala kusikia mtu aliyepigwa na kuchukuliwa mzegamzega na Wazungu wauaji na kupotea moja kwa moja na kufanyiwa matanga na ndugu zake na muda ukapita na watoto wakazaliwa na kukua na kuwa watu wazima na kuoa na kuolewa na kuzaa watoto halafu huyo mtu aliyepotea akarudi nchini kwa watu wake akiwa hai!

---

4 *Enkanda*, Kikerewe: Ngozi kavu ya ng'ombe inayopigwa kama ngoma kwenye mchezo wa ngoma ya wanawake ya *manselelya* maalumu kwa harusi na sherehe nyingine kubwa.

Sura ya 9

Kilihona aliporudi Ukerewe na kufanyiwa sherehe na watoto wa ndugu zake na ndugu zao wengine na majirani zao kwa furaha kubwa ajabu ya kumwona tena hapa duniani akiwa hai na mzima wa afya, baada ya kumfanyia matanga na kila mtu kuamini amekufa kwa miaka nenda miaka rudi, aliishi kwenye mji wa mkubwa kabisa wa wajukuu wa baba yake Mkoyongi, Ilamata. Hao watoto wa kiume baba zao na babu yao walipouawa, pamoja na kwamba walikuwa bado watoto wadogo, walitambua kwamba walikuwa na jukumu la kutunza ndugu zao wadogo kuliko wao pamoja na watu wote waliosalia nyumbani kwao. Kati yao waliokwishabalehe maafa hayo yalipowapata walikuwa ni watatu. Matanga ya misiba yao yalipokwisha, wazee wa ukoo wao na wa koo za wajomba zao wakawaoza na kuwasaidia kujenga miji hiyo mitatu. Wadogo zao walipokua miji yao ikapanuka na kuimarika.

Licha ya kuishi kwa mkubwa wao, Ilamata, Kilihona alikuwa ni shangazi mpenzi wa watoto wa marehemu kaka zake wote, waliyemwona kama mzazi wao aliyefufuka kutoka ahera! Kwa pamoja walimjengea nyumba kubwa na nzuri hapo kwa Ilamata, na kuhakikisha hakosi kitu. Alipohamia kwenye nyumba yake, hiyo nyumba ikawa ni kama bweni. Watoto wadogo, wa kike na wa kiume, wa hao watunzaji wake walihamia kabisa kwa Bibi Kilihona. Licha ya kumjengea nyumba, watoto wa ndugu zake walimpatia shangazi yao mashamba ya kulima kila zao ili aweze kujitegemea. Na, baada ya kuishi ughaibuni kwa miaka mingi hivyo, Kilihona aliishi vyema kabisa kwenye nyumba yake yeye mwenyewe amezungukwa na wanae, watoto wa marehemu ndugu zake, na wake zao na watoto wao na ndugu zake wengine na majirani na marafiki chungu nzima, nchini mwake alimozaliwa.

Alipozoea sawasawa maisha yake mapya hapo nyumbani kwake Nansole, kwao Ukerewe, na kuanza naye kujisikia mwenyeji, alishtukia tu amekwishakuwa mganga mashuhuri.

71

Alianza kwa kuwatafutia majani ya kujaribu kuwatibu watoto na wakazi wengine wa miji ya wanae, watunzaji wake, walipokuwa na homa au wanaumwa kichwa au tumbo au kikohozi, magonjwa ya kawaida tunayoishi nayo binadamu wote. Dawa zake zilipofaa, wakazi wa hiyo miji ya wanae wakawaambia wagonjwa na wauguzaji wa wagonjwa wengine, na sifa za dawa za shangazi yao zikasambaa na kuenea. Na watu waliposikia anaponyesha hata vichaa na kifafa na ukoma na ugumba kwa wanawake na uhanithi kwa wanaume, magonjwa yanayoogopwa na binadamu wote duniani, akawa ni mganga anayetafutwa na kila mtu! Alikuwa pia ni mganga asiyedai kitu kwa mgonjwa. Alipompa mtu dawa zake na huyo mgonjwa akapona, ndipo alipopokea kitu chochote kile huyo mgonjwa au watu wake walichoamua kumpa kama zawadi! Pia, alipompenda mgonjwa na kumwamini, hasa kama alikuwa ni ndugu yake au ni mkwe, ndugu ya wake za hao wanae, mara nyingi alimwonyesha huyo mgonjwa hizo dawa, ili ajitibu mwenyewe akiugua tena na pia nae aweze kutibu na kuwapatia uzima binadamu wengine wanapopatwa na ugonjwa huo.

Matibabu yake pia yalisifiwa kwa kutokuwa na makafara. Dawa zake karibu zote zilikuwa ni mitishamba ya kunywa au kupaka na kunawa au kuoga nazo mwili. Alikuwa hawapi wagonjwa wake hirizi za aina yoyote na haaguwi wala kupiga ramli. Miko na miambata ya dawa zake ilikuwa tu ni vyakula vinavyotakiwa na visivyotakiwa kwa magonjwa fulani pamoja na kutokunywa pombe kwa wenye maradhi yasiyopatana na pombe. Kutambikia dawa za magonjwa makuu kama ugumba kwa mwanamke au kichaa, alisali tu yeye mwenyewe kwa mizimu ya watu wake wamfikishie sala zake kwa Mungu akifuatisha vitendo mwambata kama alivyofundishwa alipoonyeshwa dawa hizo au kama roho yake ilivyomtuma.

Kilihona alipokuwa mdogo, babu yake kizaa mama Mzee Bunjorongo alipofariki, muda mfupi baada ya kumpatia dawa ya kinga ya miba ya samaki, baba na mama yake na kaka zake na watu wengine wengi hapo nyumbani kwao Nansole walikwenda Irugwa kwenye kilio, wakimsindikiza mama yake kwenye msiba wa kifo cha baba yake mzazi. Walivuka kwa mitumbwi mingi kweli, kwa sababu walikwenda pia na ng'ombe watatu na mbuzi sita wa baba yake kuchinja kwenye msiba wa babamkwe wake. Baada ya kulala huko siku nne, kila mtu alirudi kwao Nansole, isipokuwa yeye na mama yake. Wao walibaki kwa marehemu babu yake na kukaa huko kwa miezi mitatu.

Walipokuwa hapo kwa marehemu babu yake, asubuhi moja mjomba wake mkubwa, Makoro, aliyekuwa kwa umri ni mkubwa kwa mbali kwa mama yake, na aliyerithi mji wa babu yake na kuwa mkuu mpya wa ukoo wa mama yake, alimwita Kilihona akiwa na mama yake na kumwambia, "Kilihona, unajua babu yako alifariki amekwishakuchagua kukushikisha jadi ya mji huu wa wajomba zako ya kutibu watu maradhi na kuendeleza kipaji ukoo wetu ulichopewa na Muumba. Asingefariki dunia yeye mwenyewe ndiye angefanya kazi iliyobaki, ambayo alikuwa karibu aifanye, kwa vile ni sharti ifanyike kabla hujaolewa na kuwajibika kufuata miko na masharti mengine ya mume wako na ukoo wake.

"Mtu anayechaguliwa kufanya hii kazi kuna vitu vingi ambavyo watu wengine wanafanya lakini yeye kwake ni mwiko. Na ni mababu zetu kutoka ahera ndio kabla hajafariki waliomwelekeza baba, marehemu babu yako Bunjorongo, kukukabidhi hili jukumu la ukoo wetu. Mtu anayeshika jukumu hili haruhusiwi kunywa pombe. Hata siku moja. Hadi atakapoondoka hapa duniani. Mimi mjomba wako sigusi pombe kwa sababu hiyo. Pia hasemi uwongo, hadhulumu mtu, na anajitahidi kutenda mema wakati wote.

"Na hakuna mtu anayejua utakayoweza kutenda. Huenda ukaweza kutenda yale ambayo mimi na hata babu yako Bunjorongo mwenyewe hakuwa na uwezo nayo. Kwa sababu sisi ni mitume tu. Mwenye uwezo wa kutibu na kutenda yale ambayo binadamu hana uwezo nayo ni Muumba wetu peke yake," mjomba wake Makoro alimaliza kwa hayo.

Kwa mwezi mzima tangu siku hiyo Kilihona, akisindikizwa na mama yake, alishinda kwenye mapori na vilima vya visiwa vitatu vya Irugwa akionyeshwa na mjomba wake Makoro dawa za kila aina, na kufundishwa jina la kila mti na majani ya dawa na kuambiwa ugonjwa unaotibiwa na dawa hizo. Licha ya kuonyeshwa dawa, Kilihona pia alichanjwa kago na kupewa dawa za kunywa na nyingine zaidi za kunawa mikono, kama ile aliyopewa na babu yake kabla hajafariki na kukoshwa mwili wote na mama yake kwa maji yenye dawa za mjomba wake Makoro. Baada ya kuzunguka kwenye vilima na mapori ya visiwa vya Irugwa, waliondoka Irugwa, wote watatu, yeye na mama yake na mjomba wake Makoro, na kwenda kwa mtumbwi hadi kisiwa chao cha Ukerewe, sehemu ya Ilangala, upande wa Magharibi na mbali na kwao Nansole. Huko Ilangala, nchi yenye misitu mingi, pia walishinda wanatafuta dawa misituni. Walifikia kwa ndugu ya mama yake na mjomba wake Makoro kwenye *gunguli* la Kitangaza, aliyekuwa mganga mashuhuri anayejulikana Ukerewe kote. Kabla hawajaondoka kurudi Irugwa, mjomba wake na huyo mganga mashuhuri walimchanja Kilihona kago nyingine zaidi na kumpaka kwenye hizo chanjo dawa za unga za namna mbalimbali.

Waliporudi Irugwa, Kilihona alifanyiwa matambiko matatu mfululizo: kwa muungu wa ziwa na maji, *Mugasa*, halafu kwa muungu wa nchi kavu, *Karungu*, na mwisho kwa muungu wa anga, *Kazoba* au Jua. Kila tambiko lilifanywa kwa siku yake, na siku zote hizo tatu kila siku ng'ombe alichinjwa na watu kutoka kila sehemu ya Irungwa walikuja kula chakula hapo kwa marehemu babu yake kama kwamba palikuwa na harusi. Bali tu hapakuwa na kunywa pombe wala kucheza ngoma kama ilivyokuwa kwenye karamu zote Ukerewe siku hizo.

Kabla Kilihona na mama yake hawajaondoka kurudi kwao Nansole, mjomba wake Makoro alimwita Kilihona tena, safari hii akiwa peke yake, bila mama yake kuwepo. Halafu alimwambia: "Kilihona, sasa umekamilika. Hakuna atakayekwambia uanze kutibu lini au ufanye lipi. Utajua tu wewe mwenyewe, kwa kuongozwa na mizimu ya wafu wetu waliotutangulia ahera. Siku ikifika, kama itafika, utajua la kufanya. Dawa nilizokuonyesha ni za kila mganga anayezijua. Ukiamua kuwa mganga unaweza kumwonyesha mtu yoyote umpendaye dawa zilizokwishafaa wagonjwa wako. Kipaji tulichokuombea kwa Muumba kwa matambiko tuliyokufanyia hicho ni chako peke yako, Muumba akikujalia."

Kilihona, pamoja na kuwa mganga mashuhuri na shangazi mpendwa aliyezungukwa na wanae na familia zao, alikuwa bado ni mwanamke kijana, mwenye kuweza kuolewa tena, angetaka. Lakini alikwishaolewa mara mbili, mara ya kwanza mume wake akafariki na mara ya pili mume wake mpenzi akawa mwendawazimu kwa pombe! Kwa hiyo jambo la kuolewa tena halikumwingia moyoni. Palikuwa pia na hao watoto wake sita, wanne Mombasa na wawili Iringa, aliowawaza usiku na mchana! Na isitoshe tangu aliporudi kwao Ukerewe maisha yake yalikuwa yamejaa neema tupu, jinsi hao watoto wa marehemu ndugu zake na familia zao walivyompenda na kumtunza vizuri ajabu! Halafu tangu alipokuwa mganga anayetafutwa na watu kila siku, tangu asubuhi hadi jioni alikuwa anashughulika na wagonjwa wake. Kwa hiyo alikuwa hana muda wa kufikiria mambo ya wanaume.

74

Hayo ndiyo yalikuwa maisha ya Kilihona *Mwanangwa* Mihigo alipoachana na mke wake na kuomba amwoe.

Marehemu Mzee Gabunga, baba wa Mihigo, alikuwa ameoa wanawake watano na amezaa watoto wengi, kwa jumla thelathini. Lakini kati ya watoto wake wengi hivyo wa kiume walikuwa wawili tu, Mihigo na kaka yake Nago. Nago alikuwa mtoto mkubwa kabisa wa mke wa kwanza wa baba yao, na Mihigo ni mtoto wa katikati kwenye watoto saba wa mwanamke baba yao aliyeoa mwisho wakati amekwishazeeka, katika jitihada ya kutafuta mtoto mwingine wa kiume. Ndiyo sababu Nago alikuwa na umri wa kuweza kuzaa Mihigo. Mtoto wa Nago wa kwanza, naye wa kiume, alikuwa anamzidi umri baba yake mdogo Mihigo kwa karibu miaka mitano. Na baba yao alipouawa na Wazungu, Nago alimlea mdogo wake Mihigo kama mwanae. Mama yake Nago pamoja na mke wa baba yake mmoja walikwishafariki, lakini wake za baba yake wengine watatu, ikiwa ni pamoja na mama yake Mihigo, walikuwa bado hai, na Nago alikaa vizuri sana na hao mama zake wote pamoja na watoto wao, wakubwa kwa wadogo, ikiwa ni pamoja na Mihigo na dada yake Muhate, rafiki ya Kilihona walipokuwa wadogo. Mihigo alipotimiza umri wa kuoa, kaka yake Nago akamwoza mke wake, Kabunazya, waliyeachana naye. Ni huyo mke wa Mihigo ndiye Kilihona aliyekutana na kusalimiana naye kabla ya kuingia nyumbani kwa Mihigo siku aliyorudi Ukerewe.

Nago alifariki miaka mitatu kabla ya Kilihona kurudi Ukerewe, na Mihigo akarithishwa na mtemi nafasi ya kaka yake na kuwa *mwanangwa* wa *gunguli* la Nansole, na pia mkuu wa mji wao, licha ya kwamba palikuwa na watoto watatu wa kiume wa marehemu Nago wanaomzidi umri Mihigo hapo nyumbani kwao. Na Mihigo alijitahidi kuwa mkuu wa mji anayesaidia na kusikiliza kila mtu hapo kwao, kama kaka yake Nago alivyokuwa.

Mihigo alikuwa ameoa mke wake huyo mmoja tu. Siyo kwamba hakuwa na uwezo wa kuoa wanawake wengine, bali hakuona sababu ya kuoa zaidi ya mke mmoja. Kabunazya alikwishamzalia watoto watatu, wakiume wawili wakifuatwa na mmoja wa kike. Kwa hiyo, hata kama mke wake asingezaa tena, alikuwa tayari ana watoto na anamshukuru Muumba wake kwa neema hiyo. Tatizo kati ya Mihigo na mke wake lilikuwa ni kwamba mkewe alitawaliwa na ubinafsi na hakupenda kuishi na watu wengine. Kaka yake Nago alipokuwa hai mke wake alificha tabia yake ya kutopenda watu kwa kuogopa mzee wa mji. Mzee Nago alipofariki tu akawa mbogo! Hukutaka mtu mwingine aishi hapo nyumbani kwa *Mwanangwa* wa Nansole asipokuwa yeye na mumewe na watoto wao tu!

Kaka yake aliacha wake watatu, wote wakiwa na watoto wakubwa wa kiume na wa kike waliokwishaoa na kuolewa. Watoto wa kiume wa marehemu Nago wote waliendelea kuishi na baba yao mdogo kwenye mji wa baba na babu na mababu zao. Kupita mwaka mmoja tu baada ya Nago kufariki, hao watoto wa marehemu walihama hapo nyumbani na kujenga miji yao na kuhamishia huko mama zao. Hapo kwa Mihigo waliobaki alikuwa ni mama yake mzazi na mama zake wengine wawili, wake wa marehemu baba yake Mzee Gabunga waliokuwa bado hai, wote wakubwa kwa mama yake kwa umri. Mke wa Mihigo Kabunazya sasa alitaka hao mama zake, ikiwa ni pamoja na mama yake mzazi, nao waondoke hapo nyumbani! Na kwa Mihigo kufanya hivyo yasingekuwa maisha ya binadamu mwenye busara bali ni kusaliti ukoo wake na kukiuka majukumu yake kama mrithi wa mji wa kaka yake Nago na baba yao marehemu Mzee Gabunga!

Mwaka Mihigo alioachana na mkewe, kabla hawajaachana mtoto mchanga wa mmoja wa watoto wa marehemu Nago waliohamia kwenye miji yao kwa kushindwa tabia ya mke wa baba yao mdogo alifariki. Alipofariki Kabunazya akazua maneno kwamba wamemshika uchawi, kwamba wake za hao watoto wa marehemu Nago walikuwa wanatangaza kila mahali kwamba yeye Kabunazya ndiye aliyeua mtoto wao. Mihigo na wazazi wa huyo mtoto aliyefariki wote walikanusha hayo maneno, mbele ya kila mtu, na bado tu Kabunazya aking'ang'ana kudai kwamba alisikia wakisema. Halafu alitoka nyumbani kwa mumewe na kurudi kwa wazazi wake na kuomba talaka, ili ati amwachie mumewe Mihigo na watoto wa ndugu yake miji yao, asije akawaulia watoto wao wote na kuwamaliza kwa uchawi wake!

Ilikuwa ni wazi kwa Mihigo kwamba hicho kilikuwa ni kisingizio tu, kwamba sababu hasa ya mke wake kutaka talaka ilikuwa ni yeye kukataa kufukuza nyumbani kwake mama yake mzazi na hao mama zake wengine wawili. Kwa hiyo alimpa talaka.

Mihigo aliachana na mke wake Kabunazya mwaka wa 1915, mwaka wa pili tangu vita ya Waingereza na Wajerumani kuanza. Vita hiyo ilipoanza Ukerewe watu walitiwa msukosuko mwingine mkubwa sawa na wa kuingia kwa Wazungu nchini. Wanaume walishikwa kwa nguvu na kusombwa kwenda kupigana kwenye vita ya Wazungu kwa Wazungu. Palikuwa pia na kodi ya ziada ya kuchangia vita, pamoja na mali ya watu kunyang'anywa, tangu ng'ombe hadi mbuzi na vyakula, navyo ikiwa ni kuchangia vita. Mwaka huo, katikati ya vurugu za vita mpya ya Wazungu, ndipo Kilihona alipoolewa tena. Na aliyemwoa alikuwa si mwingine bali ni yuleyule "mume wake" wa utotoni mwao: Mihigo.

Huo mwaka, wa tatu tangu Kilihona kurejea Ukerewe, ndiyo pia mwaka Muhate dada yake Mihigo alipoolewa tena. Muhate ndiye aliyetangulia kuolewa kabla ya Kilihona. Mwanamume aliyemwoa alikuwa anamposa karibu tangu alipoachana na mume wake. Alikuwa ni bwana aliyefiwa na mke wake na hajaoa tena tangu hapo. Mke wake aliacha watoto na huyo bwana alikuwa analea watoto wake hao na mama yake, waliyekuwa wanaishi naye hata mke wake alipokuwa hai. Siku moja Muhate alimwambia Kilihona: "Kilihona, mimi ngoja niolewe kabla sijazeeka. Sisi wanawake kinachotupa upweke tunapoachana na waume zetu, ni hao waume zetu kutunyang'anya watoto wetu. Ingekuwa tunaendelea kuishi na watoto wetu, popote pale tulipo, huenda wengi wetu tusingependa kuolewa tena, baada ya maisha yetu kuharibiwa na waume zetu tulioachana nao. Hata wale tunaoamua kuolewa tena ingebidi wanaume wanaotaka kutuoa watuoe kwa masharti yetu sisi wenyewe! Lakini kwenye ukweli wa maisha ya mwanamke hapa Ukerewe hizo ni ndoto! Kwa hiyo ngoja niolewe nione huko ninakokwenda panafananaje. Huyo bwana mwenyewe ninampenda, na huo ndiyo uzuri wa kuolewa tena unapoachika. Mwanamke *musimbe*[5], kama wanavyotuita, ni mwanamke huru, anayejichagulia mume ampendaye, siyo kama mwali anayechaguliwa kwanza wachumba na wazazi wake ndipo ati achague anayemtaka kati ya hao wawili watatu waliomchagulia! Au aseme kama anampenda ua la huyo mmoja waliyemchagulia!" Miezi michache baada Muhate kuolewa ndipo Mihigo alipoachana na mke wake Kabunazya.

Mihigo siku aliyomwona Kilihona mara ya kwanza baada ya kupotea miaka nenda miaka rudi na kupiga ngoma ya mgambo kuita watu kuja kushuhudia tukio hilo la ajabu, hakuondokana tena na wazo la kutaka kumwoa. Ndoa yake na mkewe Kabunazya ilikuwa imekwisha! Huo ndio ulikuwa ukweli. Zaidi ya hapo, miaka yote hiyo moyoni mwake aliamini

---

5 *Musimbe* (wingi basimbe): Kikerewe - "Mwanamke-huru": mjane au mwanamke aliyeachika au aliyezaa au kufikisha umri mkubwa kabla ya kuolewa, ambaye yuko huru kuposwa atakavyo, hayuko tena chini ya mamlaka ya wazazi wake kama mwali.

kwamba Kilihona ndiye Muumba wake aliyekuwa amemchagulia awe mke wake, kama asingechukuliwa na Wazungu wakatili na wauwaji na kupotea moja kwa moja! Miaka yote hiyo alikuwa hajaacha kumuwaza. Kila mke wake alipomfanyia vituko vyake alimuwaza Kilihona. Kila alipomwona msichana au mwamamke kijana mzuri kweli alimkumbuka Kilihona. Na siyo hivyo tu. Alikuwa pia anaamini kwamba hakufariki, kwamba yuko hai na kuna mahali anapoishi na siku moja wataonana tena! Pamoja na kwamba ndugu zake walimfanyia matanga na ibada zote za kuzika mfu wao, yeye kwa upande wake bado aliamini kwamba Kilihona wake alikuwa hai na kuna mahali alipokuwa anaishi! Na sasa alikwisharudi na yuko hapohapo kwao Nansole, jirani kabisa na kwake!

Kilihona kwa upande wake alipokuwa huko nchi za mbali alikwishajenga ngome kubwa kati ya nafsi yake na maafa yaliyomsibu alipokuwa mtoto mdogo. Hiyo ngome iliziba pia kumbukumbu za siku za utotoni mwake zote. Na ndiyo sababu aliweza kuishi kwa furaha na kulea vizuri watoto wake miaka yote aliyoishi ughaibuni. Bali alipokuwa kwenye jahazi lililomtoa Musoma kuelekea Ukerewe alishtukia anamuwaza Mihigo, baada ya miaka mingi hivyo kupita! Na alipomuwaza tu akakumbuka visa vyake vya utotoni mwao na kila kitu juu yake! Alikumbuka siku Mihigo alipomwambia kwamba atakapokua atamwoa, halafu yeye akamjibu, "Utanioaje na huku huna ng'ombe!"

"Baba atanipa ng'ombe. Baba ana ng'ombe wengi kweli!'

"Una bahati mbaya, kwa sababu mimi sitaolewa na mwanamume aliyetoa ng'ombe kwa baba yake. Mimi mume wangu atakuwa na ng'ombe zake yeye mwenyewe."

Kilihona alikuwa anatania, lakini kumbe Mihigo alifikiri anamaanisha hivyo kweli na kwamba hataweza kumwoa, na aliporudi nyumbani kwao akamwendea baba yake na kumwambia hayo. Mzee Gabunga alifurahishwa sana na maneno ya mwanae na mchumba wake huyo na kucheka. Mkewe, mama yake Mihigo, alikuwepo hapo, naye akacheka na kumwambia mumewe, "Mume wangu, tatua hili tatizo tusije tutakosa mkwe!"

Kusikia hivyo Mzee Gabunga alimwambia mtoto wao, "Una bahati kweli, kwani kama hilo ndilo tatizo, mke umekwishapata. Enda kamwambie mchumba wako kwamba wewe tayari una ng'ombe zako hapa kwenu. Zako mwenyewe, na wala siyo zangu au za mama yako!" Na kweli Mihigo alikuwa ana ng'ombe zake mwenyewe hapo kwenye zizi la baba yake. Alipozaliwa baba yake alikwenda kumpasha habari kaka yake, Mfalme Lukonge, kama watu walivyofanya kwa wakuu wa koo zao siku hizo. Lukonge, licha ya kumpatia yeye mwenyewe huyo mtoto wa kiume wa mdogo wake jina la babu yao la Mihigo, aliagiza huyo mwanae aliyezaliwa apewe ng'ombe wa maziwa, na siku hiyohiyo ng'ombe jike anayenyonyesha alitolewa kwenye zizi la mfalme la *gunguli* la Nansole na kupelekwa kwa Mzee Gabunga. Na kufikia wakati huo ng'ombe wa Mihigo alikuwa amekwishazaa tena mara tatu. Kesho yake Mihigo alimfuata Kilihona na kumwambia: "Baba anasema nitakuoa tu, kwa sababu mimi tayari nina ng'ombe zangu mimi mwenyewe!" Kilihona aliona huyo mwenzake mambo yake siyo sawa hata kidogo! "Wewe mimi ninakwambia kitu kukutania tu halafu wewe unakwenda kuwaambia wakubwa!"

Mihigo alipomchumbia kumwoa hasa, Kilihona alimwambia: "Unajua, tulipokuwa watoto niliwahi kumwambia mama kwamba mimi nitaolewa na wewe tu. Kwamba hakuna mwanamume mwingine atakayenioa, kwa sababu nilikupenda wewe tu!"

"Kilihona, mimi na wewe tumeshuhudia wazazi wetu wanachomwa moto na Wazungu wakiwa hai, mbele ya macho yetu hivihivi! Unakumbuka siku hiyo tulikuwa tumekaa pamoja watu wa nyumbani kwetu na wa kwenu. Ulikimbia na wifi yako kwenda kufa na wazazi wako kutoka kwenye kikundi chetu, na niliona kwa macho yangu Wazungu wakikupiga kutaka kukuua na kukubeba kama mzigo na kukuchukua. Tangu siku hiyo nilikuwa sijaacha kukuwaza miaka yote hiyo. Hata ndugu zako walipokufanyia matanga kwa kuamini kwamba umekwishafariki, mimi nilikuwa na hakika kwamba uko hai na utarudi tuonane! Amini usiamini huo ndio ukweli."

"Sawa. Moyo wangu unafurahi sana kusikia ukisema hivyo. Lakini, hata hivyo, usinione hivi hapa! Maishani mwangu nimepitia mambo ambayo siwezi hata kuyataja!'

"Na hutayataja. Kwa sababu sitakuuliza. Na wala sitakuruhusu hata siku mmoja uyataje. Sitataka ufikirie kitu chochote kinachokuletea masikitiko au kukunyima furaha. Nitajitahidi maisha yangu yote yaliyobaki kukutafutia mazuri ya kuwaza na kufurahia wakati wote."

"Kuna pia hao watoto wangu waliotapakaa kote duniani!"

"Nikikuoa tutawatafuta, mimi na wewe. Halafu wote wawili bado

79

hatujazeeka. Bado Muumba anaweza kutujalia tukapata watoto. Mimi na wewe tutatafuta pamoja hao watoto wako wote wajuane na wadogo zao."

Kilihona sasa alikuwa na umri wa miaka thelathini na tatu na Mihigo ana miaka thelathini na tano. Watoto wa kaka zake aliokuwa anaishi nao walimpenda kweli shangazi yao. Hata hivyo walitambua kwamba alikuwa bado ni mwanamke mwenye umri wa kuweza kuolewa tena, akipenda. Halafu bwana aliyetaka kumwoa, *Mwanangwa* Mihigo, alikuwa siyo jirani yao tu bali ni kama ndugu yao. Siku zote, hata kabla ya shangazi yao kurudi, aliposikia mtu anaumwa kwenye miji yao ilikuwa ni sharti aje kuwaona na kuuguza nao huyo mgonjwa wao. Alishirikiana nao kwenye kila shuguli zao za kijamii, si matanga si harusi. Watu waliposhikwa kila *gunguli* kwenda kwenye vita ya Wazungu, alihakikisha hakuna mwanamume yeyote kwenye miji yao aliyesumbuliwa na waandikishaji wa askari wa kwenda vitani au kunyang'anywa mali yake kwa ajili ya vita hiyo. Kwa hiyo hao vijana walifurahi kuona Mihigo anataka kumwoa shangazi yao mpenzi. Bali tu walimwekea shangazi yao sharti la kutimiza kama alitaka kuolewa: "Shangazi, sisi, kama umeamua kuolewa, tunaona ni sawa kabisaaa! Na wewe kuolewa na *Mwanangwa* Mihigo kwetu ni furaha kubwa. Bali tu, ukitaka kuolewa, sisi lazima tukuoze kama watu wanavyooza mabinti zao humu Ukerewe!"

"He! Nyie watoto! Yaani mimi mama zee hivi nifanyiwe sherehe za bibi harusi mwali, na kupigiwa magoma na shangwe na vifijo vya maarusi vijana! Mbona watu wataniimba kwenye ngoma zote Ukerewe nzima!"

"Kama wataimba waimbe! Na ni sawa wakiimba, kwa sababu hakuna mwanamke mwingine Ukerewe aliyewahi kufikiwa na mambo yaliyokupata wewe shangazi!" Ilamata, mkubwa wa hao vijana alisema, na kuongeza, "Sisi tunawajibika kukuoza kama vile ambavyo babu yetu Mzee Mkoyongi mwenyewe, angekuwa hapa duniani leo hii, angekuoza wewe binti yake wa mwisho. Bila kufanya hivyo huko ahera aliko hawezi kutusamehe!" Na Kilihona binti marehemu Mzee Mkoyongi, aliyekuwa Mkuu wa Majeshi ya Mfalme Lukonge na *mwanangwa* wa Nansole katika Ukerewe ya zamani, mama aliyekwishazaa watoto chungu nzima, akaozwa na watoto wa marehemu kaka zake kama mwali!

Aliamua kuvaa gauni yake ya hariri nyeupe, nguo aliyovaa siku aliyobatizwa kwenye Kanisa la Tosamaganga, Iringa, na kujiunga na dini ya mumewe Luka Nguvumali Mgumba, waliyefunga naye ndoa yao takatifu humo kanisani. Halafu alifunika uso wake kwa ushungi wa shanga ndogondogo za kila rangi, kama mabibi harusi wa Kikerewe walivyovikwa siku hizo. Sherehe za siku tatu kabla ya kuolewa kwake za kucheza ngoma za kila aina usiku na mchana huku ng'ombe wawiliwawili wakichinjwa kila siku na watu wakila na kunywa pombe ya ndizi, *empahe*, na kucheza ngoma na kufurahi zilifanyikia kwa mwanae Ilamata. Siku ya nne asubuhi saa nne hivi mamia kwa mamia ya watu, wanawake kwa wanaume, waliomsindikiza *Mwanangwa* Mihigo kuja kuoa walimtoa bibi harusi nyumbani kwa Ilamata na kumpelea kwa Mihigo hapo jirani amebebwa juu ya mabega ya mvulana shupavu kwa ngoma ya *manselelya* na vigelegele na vifijo na shamrashamra utafikiri ni binti ya mfalme anaolewa!

Ukerewe mwanamke aliyekwishaolewa, awe ni mjane au ameachana tu na mume wake, na mwanamke aliyekwishazaa bila kuolewa, na hali kadhalika wanawake wanaochelewa kuolewa na kufikisha umri mkubwa kama aliokuwa nao Kilihona kabla ya kuolewa, "waliokomaa", *kuguuna* kwa Kikerewe, yaani kila mwanamke ambaye siyo tena "mwali", *omusimbe*, aliolewa kimyakimya baada ya kutolewa mahari ya ushahidi tu. Kilihona harusi yake ilikuwa ya kukumbukwa Ukerewe nzima! Na si hivyo tu. Ilamata na ndugu zake walimpangia Mihigo mahari inayopaswa kutolewa na mwanamume anayetaka kuoa binti ya mtu mashuhuri kama alivyokuwa marehemu babu yao Mkoyongi, na akatoa!

Waliosema wakasema, na waimbaji wakaimba, lakini wengine walieleza sababu zake. Waliodai kujua sababu zake walieleza kwamba hizo sherehe na yote hayo ilikuwa ni ibada ya kukosha nuksi ya vifo vya kutisha vya wazazi wa hao maharusi vilivyotokea wakati Wazungu walipoingia Ukerewe. Wengine walidai kwamba hayo yalikuwa ni masharti ya kutimiza ya uganga na dawa za huyo mama kabla hawajaweza kuolewa kwa usalama na mume wake. Yote hayo watu waliyasikia na yakapita, yakisindikiza ndoa ya Kilihona na *Mwanangwa* Mihigo wa Nansole, Ukerewe.

Sura ya 10

Mwaka wa 1918, miaka mitatu baada ya Kilihona kuolewa na *Mwanangwa* Mihigo wa Nansole, vita ya Wazungu ilikwisha. Watu waliambiwa kwamba Wajerumani na ukatili wao na unyama wao walishindwa, na sasa walitawaliwa na Wazungu Waingereza. Baada ya Wakerewe kuchoma boma lao la Hamuyebe, Wajerumani hawakujenga boma lingine tena Ukerewe. Kwa hiyo Wajerumani waliendelea kutawala Ukerewe kutoka boma lao la Mwanza. Waingereza nao walitawala Wakerewe kutoka Mwanza, kwenye boma walilorithi kwa wakoloni wa Kijerumani. Wakerewe hawakuona lililobadilika, kwani Waingereza nao walifikia kutoza watu kodi, kutumikisha watu kulima mabarabara bure, kufunga watu jela na kuwadhulumu na kuwatendea ukatili wa kila aina.

Watu waliendelea kuheshimu mtemi wao na *watwale* na wanangwa wake kama ilivyokuwa kabla ya Wazungu kuja nchini. Kabla ya kuoa Kilihona, kasoro kubwa ya nyumbani kwa *Mwanangwa* Mihigo ilikuwa ni mke wake kutopenda watu. Mji wa *mwanangwa* siku zote ulikuwa ni mahali pa kukusanyikia watu, na tangu Mihigo alipomwoa Kilihona, mke wake mpenda watu, kila siku mji wao ulijaa watu. Na mji wenyewe sasa ulikuwa umepanuka na kuwa mkubwa hasa! Mara tu Kilihona alipoolewa hapo na ndugu za mumewe wakaona jinsi alivyowapenda, Mihigo aliwaomba watoto wa kiume wa marehemu kaka yake Nago warudi kwenye mji wa babu na mababu zao, na wote wakarudi na kujenga nyumba zao hapo nyumbani. Matokeo yake mji wa *Mwanangwa* Mihigo na ndugu zake sasa ulikuwa mji mkubwa "unaonguruma", kama Wakerewe wasemavyo. Wakati uleule, sifa za matibabu ya Kilihona zilivuma Ukerewe kote hadi nchi za jirani, toka Majita na Musoma hadi Usukuma na Uzinza na Uhaya. Watu walijazana hapo nyumbani kila siku kuonana na huyo mganga mashuhuri, mke wa *Mwanangwa* Mihigo.

Kuhusu ndoa yao, Mihigo alipania kumfurahisha mke wake kwa matendo hasa na kumpa maisha mazuri. Kama ni kweli kwamba mume na mke ni sharti wagombane, basi ndoa ya Kilihona na Mihigo ilikuwa ni tofauti na ndoa za watu wengine, kwa vile wao hawakuwahi kugombana hata siku moja. Na Muumba alibariki ndoa yao kwa kuwapatia watoto. Kilihona alijifungua mtoto wao wa kwanza, mtoto wa kiume, Kahana, mwaka wa 1917; mwaka 1919 alipata mtoto mwingine, naye wa kiume, Nagabona; na mwaka wa 1922 alizaa mtoto wa kike, Nanzula, kabla ya kuacha kuzaa.

Kabla hawajaoana Mihigo alimwahidi Kilihona kwamba akimwoa watatafuta pamoja watoto wa Kilihona aliowaacha huko ughaibuni na kuwaleta wajuane na wadogo zao, kama Mungu akiwajalia kupata watoto. Aidha babu yake Kilihona, marehemu Mzee Bunjorongo, alipomtokea mjukuu wake huko nchi za mbali na kumwambia kurudi nyumbani alimhakikishia kwamba watoto wake watamtafuta. Aliyoahidiwa Kilihona na babu yake kutoka ahera yalitimia kabla Mihigo na mkewe hawajafunga safari kwenda nchi za mbali kutafuta watoto wa Kilihona.

Mtoto wa Kilihona aliyemtafuta kwanza mama yake alikuwa ni mwanae Salim, mtoto wake mkubwa kabisa kwa mume wake wa kwanza, Mwarabu Bushiri. Ilikuwa ni mwaka wa 1922, na Kilihona alikuwa amemaliza kujifungua mtoto wake wa kike na wa mwisho. Salim alikwishaoa. Alioa mwaka 1920, na mkewe alikuwa amemaliza kujifungua mtoto wao wa kwanza, mtoto wa kiume. Mdogo wake, Abdalla, mtoto wa pili wa Kilihona kwa mumewe Bushiri, alikuwa naye mwaka huo amemaliza kuoa. Na wadogo zao wa kike wote wawili nao walikwishaolewa, na Waarabu wenzao hapohapo Mombasa. Yule mkubwa, Fatma, alikuwa tayari ana mtoto, na mdogo wake Aisha alikuwa mjamzito. Babu yao, Mzee Hamed, na mkewe, Bibi Zainabu, walikwishafariki. Mkubwa wa familia yao sasa alikuwa ni baba yao mkubwa aliyebakia Mombasa, Hasani, kaka wa Hashim, baba yao aliyehamia Dar es Salaam. Abdalla alipomaliza kuoa tu, Salim alimwendea baba yao Hasani na kumwambia: "Baba, nataka kwenda kumtafuta mama huko Tanganyika. Najisikia vibaya kukaa hapa na wadogo zangu, na wote tumekwishakuwa watu wazima, bila kujua mama bado yu hai au la!" Baba yao, Mzee Hasani, alikubaliana naye.

Tangu mwisho wa Vita Kuu ya Kwanza Tanganyika lilikuwa sasa ni koloni la Waingereza sawa na Kenya, na usafiri kati ya nchi hizo mbili jirani ulikwishakuwa rahisi sana. Salim alisafiri kwa treni kutoka Mombasa kupitia Nairobi hadi Kisumu, bandari kubwa ya upande wa Kenya wa ziwa Viktoria Nyanza. Na kutoka Kisumu, badala ya kuchukua jahazi kama mama yake kwenye safari yake ya kurudi Ukerewe, yeye alipanda stima hadi Mwanza, bandari kubwa ya Ziwa Viktoria upande wa Tanganyika. Kabla ya kutoka Mombasa Salim alielekezwa na baba yake Hasani kwamba atakapofika Mwanza atafute Waarabu wa Kayenze na kuulizia habari za mama yake kutoka kwao. Salim alikuta majirani kadhaa wa zamani wa wazazi wake bado wanaishi Kayenze, na baadhi yao kweli walikuwa na habari za mke wa Kiafrika wa marehemu baba yake, Bushiri, kutoka kisiwa cha Ukerewe. Hivyo ndivyo Salim alivyojua kwamba mama yake sasa alikuwa mganga maarufu sana huko kwao.

Salim alipofika kwa mama yake, nyumbani kwa Mihigo *Mwanangwa* wa Nansole alipokelewa kwa shangwe na sherehe kubwa utafikiri ni sikukuu ya Ikulu kwa mtemi! Ng'ombe na mbuzi walichinjwa na watu wakala na kunywa na kucheza ngoma usiku na mchana. Ukerewe nzima ilifurika kuja Nansole kujionea kwa macho yao huyo mtoto wa mganga mashuhuri Kilihona! Mwarabu hasa, na ndevu zake na kilemba chake na kizibau na koti na kanzu ya rasi! Mwarabu kabisaaa! Mtoto wa Kilihona wa kuzaa! Waimbaji wa kila ngoma wakaimba, na mganga Kilihona sifa zake zikazidi kuvuma!

Salim alikuta mama yake amekwishanenepa na kuwa pande la mama! Vinginevyo hakubadilika sana; na kwa vile alikuwa mwanamke mrefu, unene wake ulipendeza. Alikaa na mama yake wiki mbili, na bado tu kila siku Wakerewe walifurika kuja Nansole nao kujionea kwa macho yao wao wenyewe Mwarabu aliyezaliwa na mama wa Kikerewe aliyekuwa amepotelea nchi za mbali na kuliliwa na kufanyiwa matanga na ndungu zake kwa kuamini alikwishafariki! "Ndiyo maana alikuwa mganga mashuhuri hivyo!" Wakerewe walisema.

Salim alipokaribia kurudi Mombasa, mama yake alimwambia, "Salim, nataka uwatafute wadogo zako wa Iringa. Nafikiri unajua kwa nini tuliachana na baba yao. Hata kama baba yao bado yuko hai, huenda hatakusaidia kuwatafuta. Lakini baba yao mkubwa, Yohane, kama bado yuko Dar es Salaam, nina hakika atakusaidia. Mlikutana naye safari zote mbili mlipokuja kunitembelea Dar es Salaam; huenda bado unamkumbuka, pamoja na kwamba ulikuwa bado mdogo na siku zimekwishapita nyingi. Halafu baba yako mkubwa, Hashim, yuko hapohapo Dar es Salaam, atajua tu la kufanya, hata kama Yohane hayupo tena hapo mjini. Wewe ndiye mtoto wangu mkubwa kwa wote. Umenitafuta mimi mama yenu na umenikuta mzima. Sasa nitafutie watoto wangu wote uwalete niwaone."

Miaka miwili ilipita bila Kilihona kusikia habari yoyote kutoka kwa mwanae Salim. Siku moja mwaka wa 1925, jahazi moja kubwa lilitoka moja kwa moja Kisumu, Kenya, na kutua Nansole, Ukerewe, Tanganyika. Salim na wadogo zake walipofika Kisumu kwa gari moshi kutoka Mombasa waliamua kukodi chombo chao wao peke yao, kutokana na wingi wa mizigo pamoja na kutotaka usumbufu wa kupita Musoma na Mwanza kabla ya kufika Ukerewe, hata kama ni kwa stima.

Salim alipofika Mombasa kutoka Ukerewe kumwona mama yake mara ya kwanza, alifikia kushughulikia agizo la mama yake la kumpelekea wanae wa mbali wote awaone. Alikwenda Dar es Salaam na kuonana na Yohane Mgumba na kumpa ujumbe wa mama yake. Walikubaliana naYohane kwamba atawafuata watoto wa mdogo wake Nguvumali na kuwaleta Dar es Salaam kutoka Iringa. Baada ya hapo watawasiliana na Salim atafanya mpango wa safari ya kwenda Ukerewe.

Walioteremka kwenye jahazi pwani ya Nansole walikuwa ni watoto wa Kilihona sita, wanne aliozaa na mumewe wa kwanza, Mwarabu Bushiri, pamoja na wawili aliozaa na mume wake wa pili, Nguvumali Mgumba. Salim na mdogo wake Abdalla walikuwa pia na wake zao, wote wawili Waarabu, na hali kadhalika dada zao walikuja na waume zao, nao wote Waarabu. Hao watoto wake wakubwa walikuwa na zawadi nyingi ajabu na za kila aina, kwa mama yao na kwa wadogo zao wa Ukerewe, wakiume wakubwa wawili na mdogo wao wa kike mmoja, kitindamimba wa mama yao, binti mdogo wa miaka mitatu anayefanana na mama yao kiasi cha kushangaza! Watoto wake aliozaa na mumewe wa wake wa pili Nguvumali Mgumba, mkubwa, Petro, alikuwa mvulana wa miaka kumi na nane, mrefu na mwembamba, amekaa wima kama askari, mithili ya baba yake kabla hajaharibiwa na pombe, na mdogo wake, Maria, ni msichana mkubwa wa miaka kumi na sita na mrembo, pamoja na kwamba yeye na kaka yake walimlanda zaidi baba kuliko mama yao. Wageni wengine wa Kilihona walikuwa ni shemeji yake Yohane na mke wake Suzana. Yohane na mkewe nao walitaka kumwona tena shemeji yao Kilihona, baada ya kupotezana kwa siku nyingi hivyo, na waliambatana na watoto wake hadi Ukerewe.

Nyumbani kwa Mihigo kila mtu aliyemwangalia Kilihona alibakia kushangaa kwa jinsi alivyolia! Kila alipomgeukia mwanae huyu na kumkumbatia analia, kila alipomkumbatia mwingine analia zaidi, na alipokumbatiana na mke wa shemeji yake, Suzana, rafiki yake mkubwa na mwenzake wa kwenda naye sokoni na kanisani na kila mahali aliyeishi naye vyema ajabu huko Dar es Salaam ndipo machozi ya furaha yalipommiminika kweli!

Sherehe nyingine kubwa ajabu ilifanyika tena hapo nyumbani kwa *Mwanangwa* Mihigo wa Nansole na mara nyingine tena halaiki ya Wakerewe ilimiminika kuja kujionea na kuzidi kushangazwa na huyo mama mganga mashuhuri, Kilihona. Mtemi wa Ukerewe alifurahishwa sana na kitendo cha watoto wa mke wa ndugu yake *Mwanangwa* Mihigo kuja kutoka kila upande wa dunia kumtafuta mama yao mzazi na akawakaribisha kwake na kuwafanyia karamu nyingine kubwa, na ngoma za kila aina kutoka Ukerewe nzima zikachezwa Bukindo, Ikulu mpya ya Mtemi wa Ukerewe, ya tangu mwanzo wa utawala wa Wajerumani, na Wakerewe wakamiminika tena na kujionea hayo pia kwa macho yao! Mtemi wa Ukerewe alipoagana na watoto wa mke wa ndugu yake akawaambia, "Wanangu wote mliotutembelea kutoka kwenu mbali huko kuja kumwona mama yenu, binti wa Kikerewe aliyewazaa, tangu leo nyie nyote ni Wakerewe. Juu ya makabila ya baba zenu, kabila lenu lingine kwenu nyote ni Wakerewe. Ukerewe ni kwenu kama kulivyo kwa raia wangu wengine wote!"

Na kweli, tangu hapo watoto wa Kilihona wa kutoka mbali wote Ukerewe ilikuwa kwao na hakuna aliyeacha kuja kumtembelea mama yake mara kwa mara! Watoto wao nao walifuata mfano wa wazazi wao, na wajukuu wao hali kadhalika. Baadhi ya wajukuu wa Bibi Kilihona wa kila kizazi walilelewa kwake na walimpenda kama walivyowapenda wazazi wao na kupaona nyumbani kwake walikokulia kama nyumbani kwao hasa!

Kilihona mwenyewe aliendelea na uganga wake pamoja na wema wake na sifa zake zikaendelea kuvuma na kukua. Mungu pia alimjalia maisha marefu na afya nzuri kweli. Alipata wajukuu hadi watukuu bado ana afya yake nzuri kabisa! Na aliendelea kupendana na mume wake Mihigo kwa namna isiyo ya ulimwengu huu. Hatimaye mwaka 1950 Mwenye Enzi Mungu alimchukua mume wake mpenzi kutoka humu duniani.

Mihigo, mume wa Bibi Kilihona, alifariki dunia akiwa na umri wa miaka 70. Alikwishapumzika kazi ya *uanangwa* kwa muda mrefu. Alipoona umri wake umekuwa mkubwa, akamwomba mtemi ampe hiyo kazi mjukuu wa kaka yake Nago, mkubwa kabisa wa watoto wa kiume wa watoto wa marehemu kaka yake, waliokuwa wanaishi naye hapo nyumbani. Wanae wa kiume aliozaa na mke wake mkubwa aliyemwacha kabla ya kuoa Kilihona walikuwa na tabia isiyokubalika kama ya mama yao. Halafu watoto wake na Kilihona, alipoamua kupumzika kazi, walikuwa bado wachanga, na watoto wa marehemu kaka yake Nago, baba za huyo mtoto aliyerithi kazi yake, waliokuwa bado hai wote nao walikuwa tayari wana umri mkubwa mno.

Bibi Kilihona aliendelea kuishi kwenye mji wa marehemu mumewe Nansole mpaka mwanzoni mwa mwaka wa 1952, mjukuu wake Bushiri, mtoto wa mwanae Salim wa Mombasa, alipomhamishia Nansio.

Salim, mtoto wa Bibi Kilihona wa kwanza, alikuwa bado anaishi kwao Mombasa, lakini mwanae mkubwa kabisa, Bushiri, aliyezaliwa mwaka wa 1922, alihamia Mwanza mwaka 1948, na alikuwa tayari ni mfanyabiashara tajiri mwenye duka na malori ya mizigo hapo Mwanza. Na tangu Bushiri alipohamia Mwanza alikuwa haishi kuja Ukerewe kumsalimia bibi yake. Baada ya mumewe Mihigo kufariki, Bushiri alishauriana na baba yake Salim Mombasa na wakakubaliana kwamba ingekuwa vyema kama Bushiri angemhamishia bibi yake Nansio mjini. Kilihona alisita kwanza, lakini mwishowe alikiri kwamba hao wanae walitaka kumfanyia jambo la maana. Hapo nyumbani kwake palimkumbusha mno marehemu mumewe, kiasi kwamba kuna siku alizolemewa na huzuni na kushindwa kufanya mambo yake ya kila siku! "Kwa vile hapa ndipo kwao watoto wangu na marehemu, huu pia utabakia mji wangu," hatimaye Bibi Kilihona alisema.

"Bibi, usiwe na wasiwasi. Nitakuwekea wafanya kazi. Pia, siyo Nansio mjini kabisa; ni kando kidogo, Namagubo. Nimepata nafasi nzuri karibu na barabara ya kwenda kivuko cha kwenda Mwibara cha Lugezi, na imezungukwa na mashamba ya kutosha, yote yako, na nitakuwa ninatuma pesa za watu kukulimia mashamba yako," mjukuu wake Bushiri alimhakikishia.

Tangu miaka kadhaa Bibi Kilihona alikwishapumzika kazi yake ya kutibu wagonjwa kwa dawa zake kila siku. Kutokana na sifa zake, watu waliendelea kuja kuomba dawa kwake, na alipopenda aliwaambia majani au miti ya dawa inayofaa, au alituma watoto porini kuleta hizo dawa. Ilikuwa ni mara chache sana sasa yeye mwenyewe kwenda msituni na maporini kutafuta dawa. Na pia tangu hospitali za dawa za Kizungu kuingia nchini, wagonjwa wengi sasa walikwenda hospitali, kwenye dawa zinazoponya haraka, ikiwa ni pamoja na sindano, kitu ambacho waganga wa kienyeji hawana. Na kwa Bibi Kilihona yote hayo ilikuwa ni sawa, kwa vile uganga kazi yake ni moja tu: kuponyesha watu maradhi. Hakutibu watu kwa ajili ya kujitajirisha bali kwa kujaribu kuwatafutia uzima.

Nyumba aliyomjengea mjukuu wake ilikuwa nyumba nzuri yenye vyumba sita na sebule ya ndani na ya nyuma ya nyumba na jiko na chumba kikubwa cha kulia chakula. Nyuma ya nyumba kubwa mjukuu wake alimjengea nyumba ya wageni yenye vyumba vya kulala vitatu na sebule. Pembeni mwa hiyo nyumba ya uani alijenga choo na bafu, mbele choo na bafu ya wanaume na nyuma choo na bafu ya wanawake.

Mwezi Desemba mwaka 1961, Tanganyika ilipopata Uhuru wake na wakoloni wa Kizungu alioshuhudia walivyoingia Ukerewe wakatoka nchini na mtu mweusi akajitawala tena, Bibi Kilihona alikwishakuwa mwenyeji hapo Nansio, Namagubo. Mwaka wa 1962, mjumbe wa serikali ya Tanganyika-huru alikuja Ukerewe kutoka Dar es Salaam na kuwaarifu Wakerewe kwenye mkutano wa hadhara hapo Nansio kwamba hakuna tena watemi Tanganyika. Watu wakitaka walikuwa huru kuendeleza hizo nyadhifa za kijadi kwa ajili ya mambo yao ya kimila; vinginevyo watemi sasa walikuwa ni raia tu wa kawaida. Mwaka wa 1964 Tanganyika iliungana na Zanzibar na kuwa Tanzania. Mwaka huohuo serikali ya Tanzania ilitenga Mwibara, Ukerewe Bara, kutoka Ukerewe visiwani na kuifanya sehemu ya Wilaya ya Bunda. Yote hayo yalikuja na kupita na Bibi Kilihona akayaona kwa macho yake yeye mwenyewe, na bado anaishi na ana nguvu zake za kumtosha, anafanya mambo yake yote anayotaka hapo nyumbani kwake.

Mwaka wa 1967 Azimio la Arusha lilipitishwa na utawala wa Rais wa Jamhuri ya Muungano wa Tanzania, Mwalimu Julius Kambarage Nyerere, Baba wa Taifa aliyeletea wananchi uhuru wao na kuwakomboa kwenye minyororo ya ukoloni wa Wazungu, na enzi ya Ujamaa Tanzania ikaanza. Vijiji vya Tanzania ya kijamaa vilipoingia Ukerewe miaka ya 1970, serikali ya Wilaya ya Ukerewe ikachukua mashamba ya Bibi Kilihona yote hapo Namagubo, Nansio, kasoro "sabini" moja, ardhi yenye ukubwa wa hatua sabini kwa sabini nyuma ya mji wake. Hata hivyo Bibi Kilihona alihesabiwa mwenye bahati, kwa vile mji wake ulipona na nyumba zake hazikubomolewa na hakuamrishwa kuhama na kwenda kujenga upya mahali pengine bila msaada wowote kutoka serikalini, kama ilivyokuwa kwa raia wengi kote nchini kwenye hilo vuguvugu la Vijiji vya Ujamaa. Tangu hapo Bibi Kilihona aliishi amezungukwa na watu waliopimiwa "sabini" zao kwenye mashamba yake bila idhini yake, bila fidia na bila ya kujua hao majirani zake ni nani na wametoka wapi! Yote hayo nayo yakaja na kumkuta Bibi Kilihona na akayaona na kuyashuhudia na kuishi nayo kwenye Tanzania na Ukerewe mpya ya kijamaa.

Kila misiba ya wanae na wajukuu wake na ndugu zake wadogo na wakubwa ilipotokea na yeye bado anaishi moyo wake uliingiwa uzito na ulimwengu wake ulijaa uchungu tena kama ule wa miaka ya huko nyuma sana maishani mwake! Hata hivyo kicheko na mapenzi ya wajukuu na vitukuu na vilembwe vyake chungu nzima yalimpa furaha ya kutosha na aliendelea kumshukuru Mungu kwa neema zake. Na bahati nzuri alikuwa anazeeka bila kuumwa ugonjwa wa kusema. Ugonjwa wake mkubwa ulikuwa ni mafua na kuumwa kichwa mara mojamoja. Na kila alipopatwa na hayo magonjwa yake, alituma kitukuu kwenda porini hapo karibu na kumletea "dawa ya Bibi" na anakunywa na kupona.

Miaka ilivyozidi kwenda, Bibi Kilihona alitembelea fimbo. Alianza kutembelea fimbo moja, mpini wa jembe la kulimia uliokatwa na kuondolewa kichwa chake. Hiyo ndiyo ilikuwa "Fimbo ya Bibi", aliyotembelea kwenda kila mahali, hata ndani ya nyumba. Na miaka ilivyozidi kusonga mbele akatembea kwa fimbo mbili, "Fimbo za Bibi", yote mipini ya zamani ya majembe.

Sasa kulima kabisa alikuwa hawezi tena. Hata angelikuwa bado ana nguvu za kulima, mashamba yake yote serikali ilimnyang'anya na kugawia raia wenzake wengine. Hata hivyo, kila siku asubuhi alipomaliza kula kifunguakinywa, uji au chai na mihogo au viazi vya kuchemsha au mkate au maandazi au kitumbua, alishika fimbo zake na kujikongoja na kwenda kupalilia mihogo yake kwenye "sabini" ya nyuma ya nyumba yake. Jua lilipowaka sana ndipo anarudi nyumbani. Muda wake wa kutoka kwenye jua ukipita hajaja ndani ya nyumba, watunzaji wake wanatuma kitoto kidogo cha kiume au cha kike kwenda kumleta Bibi ndani. Halafu anapokuja ndani wanamwacha anapumzika kidogo kwanza ndipo wanampatia chakula cha mchana anakula na vijukuu vyake na marafiki zao kutoka miji ya jirani. Alasiri Bibi Kilihona ulimkuta amezungukwa na watu wanaokuja kumsalimia na kumwuliza jambo hili au lile, mara nyingine ikiwa ni pamoja na wasomi watafiti wa kutoka Dar es Salaam na hata nchi za ng'ambo waliotaka kujua mambo ya kale ya Wakerewe. Huku anaendelea kuishi. Aliishi hadi akafikisha umri wa miaka mia. Waimbaji wa ngoma mpya zilizokwishaingia nchini, *Beni* na *Budogoli* na sijui nini tena, na wacheza *enanga* na ngoma za jadi za Wakerewe chache zilizobakia wakaimba, wengine wakisema Bibi Kilihona wa Nansio anaishi tangu dunia kuumbwa!

Ulikuwa ni mwaka wa 1982 wajukuu na watukuu na vilembwe na ndugu wote wa Bibi Kilihona walipomwagika kama nzige Nansio, Ukerewe, kutoka kote nchini na kila pande ya dunia kuja kusherehekea bibi yao kufikisha umri wa miaka mia moja! Kutokana na umri wa miaka kumi na tatu aliokuwa nao Wajerumani walipovamia na kutwaa Ukerewe mwaka wa 1895, Bibi Kilihona mwaka huo alikuwa anamaliza hapa duniani karne nzima tangu alipozaliwa. Wajukuu na vitukuu na vilembwe vyake, wakiongozwa na Bushiri kutoka Mwanza, waliamua kuunganisha sherehe za sikukuu ya bibi yao na za Krismasi na mwisho wa mwaka. Bushiri alijulisha ndugu zao wote aliojua walipo juu ya sikukuu ya bibi yao akiwataka nao wajulishe kila ndugu yao na kila atakayeweza kuja aje kusherehekea bibi yao kutimiza miaka mia moja duniani.

Bibi Kilihona alipofikisha umri wa miaka mia moja, watoto wake wa kuzaa yeye mwenyewe walikwishafariki wote kabisa. Kadhalika wajukuu wake wa kwanza, watoto wa wanae wa kuzaa, karibu nusu yao walikwishafariki. Kuna pia wajukuu na vitukuu na vilembwe vyake wa kila umri, ikiwa ni pamoja na watoto wachanga, waliofariki kwenye kila kizazi, kama ilivyo kwa binadamu wote duniani. Hata hivyo wajukuu wake waliokuwa hai walikuwa wengi kweli, kwa vile alikuwa tayari ana wajukuu wa hadi wa mara ya nne: baadhi ya vilembwe vyake walikuwa tayari nao wana watoto!

Tangu mwanae wa kwanza, marehemu Salim, alipomtafuta na kumpata mama yake Ukerewe mwaka wa 1922 na mama yake akamtuma atafute wadogo zake wa Iringa na awalete nao awaone, Salim aliamua kuweka kumbukumbu za kila mtoto wa ndugu zake aliyezaliwa kwa kumwandika jina na siku aliyozaliwa, kando ya kuhimiza wazazi wa huyo mtoto wampeleke Ukerewe kwa Bibi Kilihona amwone. Kadhalika aliandika majina ya ndugu zake waliofariki na siku waliyofariki. Kabla Salim hajafariki, alipoona amezeeke akamkabidhi mwanae Bushiri wajibu huo, na baadaye Bushiri naye akakabidhi jukumu la kusajili ukoo wa Bibi Kilihona kwa mwanae Omari, mwanasheria aliyekulia kwa Bibi Kilihona. Salim alianza kwa kumwagiza mdogo wake Petro kumletea habari za kuzaliwa na za vifo kwenye ukoo wake wa Iringa, na yeye akaweka shajara ya ukoo wa mama yao wa Mombasa na Ukerewe. Salim na halafu mwanae Bushiri na mjukuu wake Omari waliendelea kukabidhi ndugu yao mmojammoja kwenye kila tawi la ukoo wa Bibi Kilihona jukumu hilo, kadiri ukoo wao ulivyozidi kupanuka na kutapakaa. Kufuatana na shajara ya Mzee Bushiri na mwanae Omari, wajukuu wa Bibi Kilihona wa vizazi vinne waliokuwa hai bibi yao alipofikisha umri wa miaka mia moja walikuwa jumla ni watu 827. Wanae wa Iringa, Petro na Maria, watoto na wajukuu na vitukuu na vilembwe vyao waliokuwa hai walikuwa jumla ni 236. Upande wa watoto wake wa kwanza kabisa, aliozaa na mume wake Mwarabu Bushiri wa Mombasa, wajukuu hadi vilembwe na watoto wa vilembwe vya Bibi Kilihona waliokuwa hai walikuwa jumla ni watu 388. Na kwa mume wake wa mwisho, Mihigo wa Ukerewe, wajukuu na watukuu na vilembwe wa Bibi Kilihona waliokuwa hai mwaka wa 1982 wa jubilii yake ya kufikisha miaka mia duniani walikuwa ni jumla watu 203.

Kando ya Tanzania na Kenya, wajukuu wa Bibi Kilihona na watoto wao walikuwa wamesambaa katika nchi za Kiafrika nyingine sita: Uganda, Kongo, Zambia, Musumbiji, Afrika ya Kusini na Ghana. Waliokwishahamia Arabuni kwa upande wa ukoo wake wa Mombasa nao walikuwa wengi. Wajukuu wake wengine walikuwa Ulaya, tangu Uingereza, Ujerumani, Sweden hadi Uholanzi, na wengine Marekani na Kanada, na kote huko wengine wao walikuwa wameoa na kuolewa na kuzaa na wenyeji wa huko. Palikuwa pia na wajukuu wake wachache Asia ya Mbali, wawili Uchina na mmoja Japani, wote wakiishi huko kikazi. Hata Australia palikuwa na wajukuu wa Bibi Kilihona. Aliyeanza kwenda huko alikuwa mmoja, akiwa ni profesa kwenye chuo kikuu kimoja huko, na kufikia mwaka huo wa 1982 ndugu zake watatu walikwishamfuata huko. Na wote hao kila aliyeweza kuja alikuja, peke yake au na familia yake au na rafiki yake, kwenye sherehe ya Bibi Kilihona, chimbuko lao wote, kufikisha umri wa miaka mia. Mjukuu mmoja wa kike wa Bibi Kilihona kwa wanae wa Iringa, Lusia, alikuwa ameolewa Lima, Peru. Mume wake alikuwa ni daktari wa shirika la Umoja wa Mataifa la Afya Duniani, *World Health Organization, WHO*, aliyekuwa akifanya kazi Dar es Salaam, walikokutania na kuoana. Lusia na mume wake na watoto wao wawili nao walikuja kutoka Peru, Amerika ya Kusini, hadi Ukerewe kwenye sherehe ya bibi yao!

Hata hivyo wengi hasa wa wajukuu wa Bibi Kilihona waliishi kule walikoishi marehemu waume zake watatu, Ukerewe, Iringa na Mombasa, na wageni wengi waliokuja Nansio kutoka nje ya Ukerewe walitoka Mombasa na Iringa, pamoja na Mwanza, kwa mtunzaji wake mkuu, mjukuu wake Bushiri.

Bushiri, kando ya biashara yake ya magari ya mizigo, sasa alikuwa anamiliki pia hoteli tatu Mwanza. Alifungua hoteli yake ya kwanza mwaka wa 1970, kwenye Mtaa wa Rufiji alikokuwa anaishi. Hiyo hoteli ilipokwenda vizuri, akajenga hoteli nyingine, nzuri na kubwa zaidi, Mtaa wa Makongoro; na mwaka huo wa 1982 alifungua hoteli ya tatu Mtaa wa Tabora, nayo kubwa na ya kisasa. Katika kujiandaa kwa sikukuu ya bibi yake kumaliza miaka mia moja, kwa kutarajia kwamba ndugu zake kutoka kila mahali duniani huenda wakaja, alijenga hoteli ya vyumba thelathini Nansio, kwenye pwani ya Namagubo karibu na nyumbani kwa Bibi Kilihona, na kuiwekea mashine ya umeme inayotumia mafuta ya diseli, kwa vile umeme ulikuwa bado haujafika Ukerewe.

Mwaka huo wa 1982 uchumi nchini Tanzania ulikwishaanguka vibaya sana tena sana, na hali ya maisha nchini kote, tangu jijini Dar es Salaam hadi vijijini, na kwenye mikoa na wilaya zote, ilikuwa ngumu kweli na watu waliishi kwa shida hasa! Ukerewe hali kadhalika maisha ya watu yalikuwa ni shida na taabu tupu! Hata hivyo Bushiri alihakikisha chakula, vinywaji na mahitaji mengine yote ya sherehe yao yanakuwepo.

Hoteli ya Bushiri mpya ya Nansio, Namagubo *Lodge*, pamoja na kwamba ilikwishamalizika kujengwa tangu muda kitambo, haikufunguliwa mpaka kwenye hiyo sikukuu ya bibi yao. Wageni wa kwanza kukaa humo walikuwa wapangaji wasiolipa: wajukuu wa Bibi Kilihona wa kutoka miji mikubwa na nje ya nchi pamoja na watoto wao. Bushiri hakutaka wapate shida kutokana na malazi wasiyoyazoea. Halafu wajukuu wa Bibi Kilihona wenyeji wa hapo Nansio wenye uwezo nao walijitahidi kuwatengenezea mahali safi pa kufikia ndugu zao wa kutoka mbali, ikiwa ni pamoja na kukodisha mabweni mawili ya Shule ya Sekondari ya Bukongo, karibu na Nansio, kwa vile shule ilikuwa imefungwa, na kuyageuza mahali pa kulala wageni wa sherehe yao. Bushiri, miongoni mwa biashara zake, sasa alikuwa pia anamiliki mabasi ya kusafirisha abiria kutoka Mwanza kwenda Arusha na Moshi kupitia Musoma na kwenda Dar es Salaam kupitia Tabora na Dodoma. Huyo mjukuu wa Bibi Kilihona alileta Ukerewe mabasi mawili kutoka kwenye mabasi yake Mwanza kuja kusaidia usafiri wa ndugu zake na familia zao na marafiki zao na watu baki watakaopenda nao kuja kusherehekea sikukuu ya bibi yao. Palikuwa pia na ndugu zake wengi tu waliotoka Mwanza na Musoma na Shinyanga na Arusha na kwingineko na magari yao binafsi kuja kwenye sherehe hiyo. Na kila siku tangu siku tatu hivi kabla ya siku ya Krismasi, boti ya kutoka Mwanza kuja Ukerewe ilitua Nansio imejaa watu wa kila kabila na rangi na taifa na machotara wa kila mchanganyiko wa rangi wanaokuja kwenye sherehe ya Bibi Kilihona! Sura ya Nansio ilibadilika kwa wingi wa watu na magari na pilikapilika za kila aina na kila mahali kwenye huo mji mdogo. Wakerewe wakashuhudia yote hayo na kubakia kushangaa!

Hao ndio wageni waliojiunga na ndugu wengine wa huyo bibi mashuhuri wa koo zake nane zote, kama Wakerewe wasemavyo, kutoka kokote walikoishi pamoja na halaiki ya Wakerewe baki walioteremka kila siku kwa Bibi Kilihona Namagubo, Nansio, kutazamia michezo ya kila ngoma za humo Kisiwani na za kutoka nchi za mbali na wenye nguvu zao kucheza walivyopenda huku wakila chakula cha kila aina na kuendelea kutumbuizwa kwa ngoma siku nzima hadi jua kuzama na usiku kucha kwa muda wa siku saba!

Wajukuu wa Bibi Kilihona wa humo kisiwani walialika ngoma tofauti tano. Nagabona, mtoto wa Bibi Kilihona wa pili kwa mume wake wa Ukerewe marehemu Mihigo, aliyekuwa naye anaishi Nansio tangu mama yake ahamie huko, alizaa watoto wengi. Watoto na wajukuu wa Nagabona wengi tu walikuwa sasa nao wana miji yao hapo Nansio mjini. Ngoma hizo zilipangiwa kila moja kuchezewa kwenye mji wa mmoja wa wajukuu wa Bibi Kilihona wa hapo mjini. Na tangu Desemba 25 hadi Desemba 31 huo mji mdogo karibu wote uligeuka uwanja wa ngoma!

Lakini kilichowavutia watu wakamiminika kutoka kila upande wa kisiwa cha Ukerewe na wengine wakavuka kutoka Mwibara kuja kwenye

93

hizo sherehe za Bibi Kilihona kufikisha miaka mia zilikuwa ni ngoma zilizokuja na wajukuu wake wa kutoka nje ya Ukerewe. Bushiri alikuja kutoka Mwanza na Wanunguli wa Kisukuma na ngoma yao ya kucheza na majoka! Halafu mkewe wake Pili, mama ya mwanae Omari, mama wa Kimanyema, yeye alikuja na kikundi cha akina mama wa Kimanyema wenzake wa Mwanza na ngoma yao ya kuimba wakigonganisha vijiwe mviringo huku wanacheza manyanga na kukatikakatika wacha we! Mke mwingine wa Bushiri, Sara, Mwarabu, yeye alikuja na kikundi chake cha Taarabu kutoka kwao Mtaa wa Rufiji, Mwanza. Wajukuu wa Bibi Kilihona wa kutoka Iringa wao walileta ngoma ya Kihehe ya Mangala, ya wachezaji waliovalia njuga miguuni wanaocheza kwa muziki wa ngoma na sauti za njuga huku manjo na waimbaji wake wakitumbuiza wachezaji na watazamaji kwa nyimbo!

Ukerewe wakazi wake wengi ni wa makabila mawili, Wakerewe wenyewe pamoja na Wajita, ambao asili yao ni Majita, Wilaya ya Musoma ya wakati huo, ambako ndugu zao wengi bado wanaishi. Hayo makabila mawili yamechanganyika sana kwa kuoana na kuoleana na wajukuu wa Bibi Kilihona kwa mwanae Nagabona na hali kadhalika ndugu za Bibi Kilihona wa upande wa baba na mama yake walioa na kuolewa na Wajita na walioishi Majita kwenyewe walikuwa wengi tu. Wajukuu na ndugu za Bibi Kilihona kutoka Majita walikuja na ngoma mbili. Wanaume walikuja na ngoma ya mashujaa wawindaji inayoitwa *Chibegi*. Wachezaji wake walikuwa wamevalia kama mashujaa wa zamani wa kabila lao, wamepaka nyuso zao rangi nyeupe na nyeusi na nyekundu na kichwani wamevaa mataji ya ngozi za wanyama wakali kama simba na chui na manyoya ya mbuni na tai na mikononi wameshikilia mishale na pinde na mikuki, na wanacheza wakiigiza kuwinda wanyama wakali na wanatisha kweli! Wanawake walikuja na ngoma ya kike ya Kijita iitwayo Lisuba. Wachezaji wake walikuwa wamevalia sketi za kinda za majani kiunoni na wanacheza wanakatisha viuno na mabega na mwili wote kama kwamba hawana mfupa mwilini!

Vijiji vya ujamaa vilipoingia Ukerewe na Bibi Kilihona akazungukwa na majirani asiowajua, Bushiri alimjengea ukuta wa matofali kuzunguka mji wake na kuuwekea lango linalofungwa usiku, kwa ajili ya usalama wa hapo nyumbani. Wapimaji wa vijiji vya ujamaa hawakugusa sehemu ya kati ya nyumba ya Bibi Kilihona na barabara ya kwenda kivuko cha Lugezi cha kwenda Mwibara, kwa sababu walitakiwa kuacha nafasi kubwa kandokando ya barabara kubwa zote. Nafasi hiyo, iliyokuwa uwanja wa mpira wa miguu na michezo mingine ya watoto wote wa kike na wa kiume wa hapo nyumbani na miji ya jirani, ndipo zilipochezewa ngoma za kigeni zilizotoka nje ya Ukerewe, kwa zamu: hii ikicheza kwa muda wa kutosha inatoka na nyingine inaingia na kutumbuiza watu.

Kati ya ngoma zote za kutoka nje iliyovutia hasa watu ilikuwa ni ile ya Kiarabu ya wajukuu wa Bibi Kilihona wa kutoka Mombasa. Mjukuu mmoja wa Bibi Kilihona, mtoto wa kiume wa mwanae wa kike marehemu Fatma, alikuwa na kikundi chake Mombasa cha utamaduni wa Kiarabu kilichokuwa mashuhuri kiasi cha kuwakilisha kila mara utamaduni wa Mombasa kwenye sherehe za kitaifa Kenya. Mchezo wao huo wa wanaume wa Kiarabu waliovalia kanzu na vilemba vyeupe kichwani halafu mkononi kila mmoja wao ameshikilia jambia na wanacheza kwa kuyumbishayumbisha vichwa kama mti unaotaka kukatika kutokana na dhoruba kali huku wanazungukazunguka wakipiga makelele kwa Kiarabu na kuchezesha silaha zao kama kwamba wanapigana vita uliwafurahisha kweli watazamaji! Ile tu kwamba kikundi cha Waarabu kilitoka Mombasa na sijui wapi kwingine kuja kumchezea ngoma huyo bibi kizee wa Kikerewe ilikuwa ni kitu cha kila mtu kutaka kuona!

Kando ya ngoma za kigeni, kila siku ngoma tofauti ya Kikerewe moja ilichezea nyumbani kwa Bibi Kilihona, kwenye uwanja wa ndani ya ukuta wa mji, na kutumbuiza watu huku waliotaka kucheza nao wakijimwaga uwanjani na kucheza. Kwa hiyo nyumbani kwa Bibi Kilihona usiku na mchana palifurika kwa umati wa watu. Ukerewe yote ikakiri na kusema: "Hatujapata kuona!"

Bibi Kilihona, binti ya Mzee Nkoyongi aliyekuwa *Mwanangwa* wa Nansole na Mkuu wa Majeshi ya Mfalme Lukonge wa Ukerewe ya zamani, alifariki akiwa na umri wa miaka 113. Alipofariki alikuwa ni Mtanzania wa mwisho aliyeshuhudia Wazungu walivyoingia Afrika na kutwaa nchi ya mtu mweusi na kuwatawala watu wake kwa mtutu wa bunduki. Ilikuwa mwezi wa sita mwaka 1995.

Kiongozi Mkuu Paulo Mgumba wa Kanisa la Ukristo Hai

Sura ya 11

Watoto wa Kilihona na Nguvumali Mgumba, Petro na Maria, walipokwenda kumwona mama yao Ukerewe mwaka wa 1925 walitokea kwa babu na bibi yao, Mzee Toma Mgumba na mkewe Maria, Tosamaganga, Iringa. Na hapo kwa babu yao ndipo palibakia nyumbani kwao wao na watoto wao na wajukuu wao.

Walianza shule mwaka mmoja, mwaka wa 1917, hapohapo Tosamaganga Misheni, Petro akiwa na miaka kumi na dada yake, Maria, ana umri wa miaka minane. Wote wawili walikomea darasa la nne, na kukaa nyumbani kwa bibi na babu yao kuwasaidia kazi za shambani. Petro, tangu alipoanza shule, kutokana na kukaa karibu na misheni na kuwa Mkristo, alijiunga na watoto wengine wa kiume Wakristo hapo shuleni kwao wanaokaa karibu na misheni na kuwa mtumikiaji misa na ibada ya Baraka hapo misheni. Alipenda sana hiyo kazi ya kuvaa mavazi ya watumikiaji misa, kanzu nyeupe na juu yake magwanda aina ya koti yenye rangi nyeupe na nyekundu au ya dhahabu na kujibu sala za Kilatini kwa kupokezana na padri anayeendesha misa na kupiga vikengele vya kujulisha waumini kanisani wakati wa kupiga magoti na wa kusimama na kuinamisha vichwa na kufumba macho na wakati wa padri kubariki mkate na mvinyo mtakatifu na mtumikiaji misa kuweka kisahani cha chai chini ya videvu vya waumini wanapopokea sakramenti ya Ekaristi Takatifu! Alikuwa anajitolea kutumikia misa hata kama siyo zamu yake. Hata alipoacha kusoma shule aliendelea kujitolea kutumika misa. Na alipokua na kurefuka kuzidi kimo cha wavulana wadogo watumikiaji misa, bado wakati wa ibada za sikukuu kubwa za kanisa au askofu alipoendesha misa, wakati ambapo watu wazima hadi mapadri hutumikia misa, aliendelea kwenda kutumika misa hapo kwenye kanisa la Misheni ya Tosamaganga.

Mwaka mmoja baada ya Petro na Maria kutoka Ukerewe kumwona mama yao, mwaka wa 1926, Petro alipokuwa na umri wa miaka kumi na

98

tisa, aliajiriwa kibarua hapo Tosamaganga Misheni. Kazi yake, pamoja na vibarua wenzake watano, ilikuwa ni kila aina ya kazi iliyohitajika hapo misheni, kasoro ile ya kupika na kazi za nyumbani kwa mapadri, kwani hizo zilikuwa ni za watumishi wa mapadri. Wao vibarua wa misheni walitunza majengo na eneo lote la misheni kwa kufagia nje ya majumba, kusafisha madirisha, kupaka rangi majengo yaliyohitaji kupakwa rangi, kupalilia bustani za matunda za misheni, kukata majani viwanja vya misheni nzima, na kufanya kazi zote za dharura za nje.

Kibarua chake hicho Petro alikifanya kwa miezi michache tu, halafu alichaguliwa na mapadri kujiunga na wenzake kama kumi hivi kuchukua mafunzo ya ukatekista. Baada ya miezi sita, yeye na wenzake watatu kwenye kikundi chao walifuzu mafunzo yao na kupewa kazi ya kufundisha watu wazima waliotaka kubatizwa. Wenzake walipelekwa kusaidia makatekista wa vigango vya sehemu za mbali za wilaya ya kanisa na yeye alibakia Tosamaganga kama msaidizi wa makatekista wa hapo misheni

Mara tu alipopewa kazi ya ukatekista, babu yake akamwoza na akaanza maisha ya utu uzima. Mke wake alikuwa anaitwa Veneranda, binti wa Mzee Mwamnyinga wa Lugalo, Ikulu ya wafalme wa Wahehe. Na mwaka huohuo dada yake Maria naye aliolewa, na kijana aliyekuwa mwalimu wake na kaka yake Petro kwenye shule ya msingi hapo Tosamaganga. Alikuwa ni kijana wa Kihehe aliyesoma hapo Tosamaganga na kuchukua mafunzo ya ualimu na kuanza kazi kwa kufundisha hapo shule ya msingi. Aliwafundisha Petro na dada yake walipokuwa darasa la tatu, na huo ndio ulikuwa mwaka wake wa kwanza kufundisha. Hivyo ndivyo huyo mwalimu kijana alivyomfahamu Maria, msichana mrembo wa darasani mwake, na mjukuu wa Mzee wa Kanisa Toma Mgumba. Maria alipoacha shule, huyo mwalimu wake akaendelea kuwasiliana naye. Na alipovunja ungo huyo mwalimu wake wa zamani akaenda kujitambulisha kwa babu yake kama mchumba wake.

Huo mwaka wa 1926 pia ndio mwaka baba ya Petro na Maria, Luka Nguvumali Mgumba, alipofariki. Yohane, kaka wa marehemu, ndiye aliyewatumia wazazi wao Iringa habari za kifo cha huyo mdogo wake. Nguvumali Mgumba aliendelea na maisha ya uendawazimu wa mlevi wa kutupa na mcheza kamari asiye na kazi wala makazi maalumu na anayekula sijui wapi, hadi siku moja kaka yake alipoitwa na wapitanjia kwenda kumwona huko mitaani kwenye walevi wenzake, na akamwokota tayari ni mgonjwa mahututi. Kaka yake alimpeleka hospitali na akafikia kulazwa. Alikuwa ameshikwa vibaya na kichomi, na huku mtu mwenyewe amekondeana na kubaki mifupa mitupu! Hospitali alilala siku moja tu akafariki. Mzee Toma na mkewe Maria walikwenda Dar es Salaam kuona kaburi la huyo mtoto wao waliyempoteza angali hai! Yohane hakuweza kungoja wafike kutoka Iringa ndipo azike mdogo wake, kwa vile hapakuwa na mahali pa kuhifadhi maiti za wafu weusi hospitalini wakati ule. Watoto wa marehemu, Petro na Maria, waliongozana na babu na bibi yao kwenda Dar es Salaam kuona kaburi la baba yao, ambaye walikuwa hawajamtia machoni mwao tangu mama yao alipoondoka na baba yao mkubwa Yohane akawaleta Iringa kwa babu na bibi yao. Miezi michache baada ya hapo ndipo Mzee Toma Mgumba alipomwoza mjuu wake Petro. Na miezi mitatu baada ya Petro kuoa akamwoza mjukuu wake wa kike, mwajina wa mkewe Maria, kwa huyo kijana mwalimu wake wa zamani.

Kabla mwaka haujaisha baada ya Maria kuolewa, Petro na dada yake waliwaendea babu na bibi yao na kuwaambia: "Wazee, tunataka kwenda kumwona mama na kumpelekea hawa wenzetu awaone." Mzee Mgumba na mkewe walifurahishwa sana na hilo jambo.

Petro na Maria walipata usafiri wa bure kwa gari la misheni ya hapo kwao Tosamaganga hadi Dar es Salaam. Malori ya misheni yalikuwa yanakwenda wakati wote Dar es Salaam kuchukua na kupeleka mizigo na kununua vitu vya mahitaji mbalimbali ya hapo misheni na waliwapakia bure wao na wenzao. Dar es Salaam walikaa kwa baba yao mkubwa Yohane na mkewe Suzana karibu wiki nzima, wakipumzika kidogo na kuona mji. Halafu wenyeji wao waliwasindikiza wakapanda gari moshi hadi Tabora na kuendelea hadi Mwanza na kuvuka hadi Ukerewe kisiwani.

Na Nansole kwa Mzee Mihigo ng'ombe alichinjwa na pombe zikanywewa na ngoma zikachezwa na Ukerewe ikajiunga mara nyingine tena na Bibi Kilihona na mumewe Mihigo kwenye sherehe ya kukaribisha nyumbani watoto wao wa ughaibuni na wakwe zao. Petro na dada yake Maria walikaa na mama yao na wadogo zao Ukerewe karibu mwezi mzima kabla ya kurudi Iringa. Waliporudi tu, Petro akajenga nyumba yake nzuri na kubwa nyumbani kwa babu yake Mzee Toma Mgumba, kwa kusaidiwa na rafiki zake mafundi waashi na wajenzi wa hapo Misheni ya Tosamaganga. Mungu alibariki maisha ya Petro na mkewe, na mwaka wa 1929 Veneranda alijifungua mtoto wao wa kwanza, mtoto wa kiume. Huyo mtoto wazazi wake walimbatiza kwa jina la Severini, jina la padri wa hapo Misheni ya Tosamaganga aliyewafungisha ndoa yao na rafiki na mfadhili mkubwa wa Petro, katekista kijana wa misheni.

Miaka iliendelea kupita, na katekista Petro aliendelea vizuri na kazi yake ya kufundisha watu dini yake ya Wakristo Katoliki na kuwatayarisha kubatizwa hapo misheni hadi akawa Katekista Mkuu. Licha ya kazi yake ya ukatekista, alikuwa pia ni mkulima hodari, aliyelima mazao ya chakula na ya biashara kwenye mashamba ya babu yake alipokuwa hayuko kazini na kwa kuweka watu wa kuwalimia kwa kutumia kimshahara chake cha kazi yake ya ukatekista.

Siku ziliendelea kupita na Mungu alizidi kuwajalia wakapata watoto wengine zaidi hadi wakafikisha watoto watano, wanne waliomfuata Severini kuzaliwa wakiwa wote ni wa kike.

Petro na Veneranda walilea watoto wao vizuri na kushukuru Mungu kwa neema zake kwao. Mtoto wao mkubwa kabisa kuzaliwa, Severini, hakuendelea na shule. Alikomea naye darasa la nne kama baba yake. Bahati nzuri alikuwa kijana mwenye tabia nzuri na mwenye bidii ya kazi. Alipomaliza darasa la nne alikuwa tayari ni mwanamume wa kutuma karibu kila kazi hapo nyumbani kwa baba na babu yake, licha ya umri wake mdogo.

Severini alifuata mfano wa baba yake alipokuwa mdogo na alikuwa mtumikiaji misa mkuu tangu alipoanza shule ya msingi hapo Misheni ya Tosamaganga, na aliendelea kutumikia misa hata baada ya kuacha shule. Mapadri wote wa hapo misheni walimfahamu Severini, mtoto wa katekista wao na mtumikiaji misa wao tangu angali mdogo, na alipoacha shule wakawa wanamwita mara kwa mara kusaidia kazi ndogondogo hapo misheni. Alipokua zaidi, hizo kazi zikawa ni pamoja na kufundisha katekisimu makatekista walipopatwa na shida na kushindwa kwenda kazini.

Wadogo zake Severini wote wanne nao hawakufanikiwa kuendelea na shule; nao wote walikomea darasa la nne. Mdogo wake aliyekuwa anamfuata katika kuzaliwa kufumba na kufumbua alivunja ungo na kuwa mwali, na muda si muda alichumbiwa. Petro na mkewe Veneranda wakamwoza huyo binti yao mkubwa. Kupita miaka miwili, wazazi wa Severini wakaoza binti yao wa pili, aliyekuwa anamfuata kuzaliwa yule aliyeolewa kwanza.

"Petro, ni sharti huyu kijana wetu Severini aoe, la sivyo wadogo zake wote wataolewa na yeye hana mke. Ni kweli, watoto wa kike kuna lazima ya kuwaoza mapema, mara tu wanapofika umri wa kuweza kuwa mama. Lakini hata mtoto wa kiume kukaa bila mke kwa muda mrefu baada ya kuwa mwanamume nzima haina maana. Na kwake yeye hata mdogo wake anayemfuata mara ya tatu hivi karibuni tutapigiwa hodi na wachumba hapa nyumbani," Mzee Toma Mgumba alimshauri mjukuu wake Petro.

Petro na mkewe walikubaliana na mzee wao. Bahati nzuri Severini alikuwa tayari ana mchumba wake, japokuwa alikuwa hajamtambulisha kwa wazazi wake. Mchumba wake huyo, jina lake Tekela, alikuwa ni binti ya katekista wa makamo ya baba yake, aliyekuwa anafundisha kwenye kigango cha mbali na misheni. Kuna wakati fulani mapadri wa Tosamaganga walimwomba Severini kwenda kumshikia kazi huyo katekista, na alipokuwa huko ndipo alipofahamiana na huyo mchumba wake. Petro alikuwa anafahamiana na baba ya huyo binti, katekista mwenzake, waliyekuwa wanafundisha naye hapo Tosamaganga kabla hajapelekwa kwenda kufungua kigango huko alikokuwa. Na mama yake Severini, Veneranda, yeye alikuwa anamfahamu hata huyo binti mwenyewe, kwa vile walikuwa wanatembeleana na mama yake walipokuwa na wao wanaishi Tosamaganga. Wazee wa Severini walikwenda kwa wazazi wenzao na kuzungumza nao. Na kwa vile vijana wao tayari walikwishachaguana wao wenyewe, mambo yalikwenda haraka na Severini akaoa. Ulikuwa ni mwaka wa 1949, na Severini alikuwa anamaliza kufikisha miaka ishirini tangu kuzaliwa.

Mwaka uliofuata hapo nyumbani kwao Petro na mwanae Severini waliangukiwa na msiba. Bibi yao, Bibi Maria, alifariki dunia, baada ya kuugua kwa muda mfupi tu.

Mzee Toma na mwanae Yohane kutoka Dar es Salaam na wajukuu wake Petro na mwanae Severini na ndugu zao walimzika Bibi Maria wao kipenzi na kufanya matanga na kumaliza. Yohane alirudi kwake Dar es Salaam, na Petro na Severini walijitahidi kurudia tena maisha yao ya kawaida baada ya hilo pengo kubwa la kupoteza Bibi yao, aliyekuwa mama wa pili kwa Petro na kadhalika kwa mwanae Severini.

Mzee Toma Mgumba kifo cha mkewe waliyezeeshana naye wakipendana na kushauriana na kusaidiana kwenye kila jambo kilimwathiri vibaya kweli!

Hata hivyo alificha hayo moyoni mwake na kujitahidi kuwa Mzee Toma Mgumba wa siku zote kwa kila mtu aliyekuja kumhani. Miezi mitatu baada ya kifo cha mkewe, asubuhi moja Mzee Toma hakuamka kitandani. Petro na Severini walipokwenda kumwuliza vipi, akawaambia, "Najisikia ninaumwa kichwa na nina homa kidogo." Wajukuu wake walimpeleka hospitali ya hapo misheni, lakini walipompima wakakuta hana malaria, kwa hiyo wakampa tu vidonge vya kunywa kutuliza kichwa kuuma na akarudi nyumbani na kwenda kupumzika tena kitandani. Asubuhi kesho yake wajukuu wake walimkuta babu yao amekwishafariki dunia na kumfuata ahera mkewe mpenzi, marehemu Bibi Maria wao.

Babu yake alipofariki, Petro sasa akawa ndiye mkuu wa mji wao na ukoo wao, na ikabidi aache kazi yake ya katekista kutokana na majukumu yake ya kifamilia. Alipowaeleza hayo, mapadri wakamwomba mwanae Severini ashike nafasi yake. Tangu hapo Severini akawa katekista wa kuajiriwa na hali kadhalika mkuu wa makatekista wa Misheni ya Tosamaganga, cheo alichokuwa nacho baba yake. Licha ya umri wake mdogo, na pamoja na kwamba kabla ya hapo alikuwa ni katekista wa kusaidia tu alipohitajika, mapadri walimwamini huyo kijana waliyemfahamu tangu akiwa mtoto mdogo na mtoto wa katekista wao mwaminifu wa siku nyingi na walitaka ashike cheo alichokuwa nacho baba yake.

Severini na mkewe Tekela waliishi na wazee wao hapo nyumbani kwa marehemu babu yao Toma Mgumba vizuri kabisa. Tekela alisaidiana na mamamkwe wake, Veneranda, kazi hapo nyumbani na Severini naye alimsaidia baba yake, Mzee Petro, kazi za mashambani kadiri alivyoweza, licha ya kazi yake ya katekista.

Tekela alikawia kidogo kupata mimba, na mamamkwe wake pamoja na mama yake mzazi wakaanza kuwa na wasiwasi. Lakini mwaka 1951 Mwenyezi Mungu alimjalia na Severini na mkewe Tekela wakapata mtoto wao wa kwanza, mtoto wa kiume. Wazazi wake walimbatiza mtoto wao huyo kwa jina la Paulo.

Tekela alinyonyesha mtoto wake kwa miaka miwili ndipo akamwachisha ziwa. Halafu muda ulipita bila kupata mimba nyingine. Lakini mwaka wa 1955 Mungu aliwajalia akajifungua mtoto wake wa pili, safari hii mtoto wa kike. Wazazi wake walimpatia huyo mtoto wao jina la bibi yao mpenzi aliyefariki wanamaliza kuoana, Bibi Maria, na mtoto wao alibatizwa na kuitwa Maria. Baada ya kuzaa Maria, Tekela hakukawia kupata mimba nyingine, na miaka miwili baada ya kujifungua mtoto wake wa pili alipata mtoto mwingine, mtoto wa kiume. Wazazi wake walimbatiza huyo mtoto wao kwa jina la Joni, Kiswahili cha *John*, Kiingereza cha Yohane, jina la marehemu babu mkubwa wa Severine aliyekuwa anaishi Dar es Salaam, kaka ya babu yake marehemu Nguvumali Mgumba.

Mtoto wa Tekela na Severini aliyezaliwa alikuwa wala hajafikisha miezi minne mtoto wao wa pili, Maria, alipofariki ghafla! Wazazi wake walishtukia tu usiku wa manane mtoto analia kwa sauti ya juu kweli: "*Yaaaaaa! Yaaaaaa! Yaaaaaa!....*" Na hapohapo alitupa macho juu na kushupaza mwili! Wazazi wake wakatapatapa, hawajui la kufanya! Wakashauriana na wazee wao hapo nyumbani, Mzee Petro na Bibi Veneranda, na kumkimbizia mtoto wao hospitali hapo Misheni ya Tosamaganga. Hospitali wakampima na kukuta ana malaria kali na kumpiga sindano na kumpatia na dawa za kunywa na kumpa kitanda na mtoto akalazwa hospitali. Usiku kunakaribia kucha akafariki.

Huyo mtoto alizaliwa Paulo ana miaka minne, na Paulo alifikia kumpenda kweli huyo mdogo wake. Kila siku alishinda amembeba, na alipoanza kuzungumza akawa ni mwenzake wa kucheza naye na kuongea naye wakati wote, hata kabla hajaunganisha maneno vizuri. Paulo alikuwa akiamka tu kitandani anakwenda kwa mama yake kumtafuta huyo mdogo wake, na habandukani naye hadi anapokwenda kulala. Na alipofariki akasononeka na kushinda kila siku amejikunyata kiasi cha kuwatia wasiwasi wazazi wake.

Muda ulipopita Paulo akaanza kuchangamka tena. Sasa akahamishia mapenzi yake yote aliyokuwa nayo na huyo mdogo wake aliyefariki kwa mtoto wa mama yake mchanga, Joni. Ilikuwa sasa kubeba Joni na kucheza naye na kumtafutia hiki na kile cha kuchezea ndicho kitu Paulo anachofanya tangu asubuhi hadi anapokwenda kulala.

Mdogo wake huyo alipokua na kufikisha miaka miwili, siku moja alishtukiza mama yake kwa kilio kama kile kilichomwua dada yake! Na safari hii Severini na Tekela mtoto wao alifariki hata kabla hawajamfikisha hospitali!

Tangu siku mdogo wake huyo naye alipofariki, Paulo aliacha kusema na mtu. Wazazi wake wakimsemesha anajibu tu mara moja na kunyamaza

104

tena, na wakimtuma kitu anafanya walichomwambia kufanya lakini bila kuzungumza. Kadhalika aliacha kucheza na watoto wenzake. Shangazi zake wote wanne, wadogo za baba yake Severini, walifikia kuzaa watoto wengi tu huko walikoolewa, na watoto wao wote hawakwisha kuja kulelewa kwa babu na bibi yao, Mzee Petro na mkewe Veneranda, na kwa mjomba wao Severini na mkewe Tekela. Kwa hiyo hapo kwao Paulo alikuwa anaishi na watoto wadogo wenzake wengi wa kila umri. Tangu mdogo wake wa pili alipofariki Paulo alishinda amejitenga peke yake huku wenzake wanacheza na kurukaruka na kupiga makelele na kukimbizana kila mahali hapo kwao. Halafu aliacha kula chakula na kuanza kukondeana. Kila wazazi wake walipomwambia kula anasema hana njaa, na huku haumwi!

"Huyu mtoto hivi vifo vya wadogo zake vitakuja na yeye kumwua! Kwa vyovyote mtoto mdogo hawezi kuishi kwa masikitiko hivi akasalimika! Hata sisi wazazi wake tuliofiwa watoto wetu tunajitahidi kuendelea na maisha, licha ya huzuni yetu!" Severini alimwambia mkewe Tekela.

"Vipi tukimpeleka kwa baba na mama? Ni hapa karibu, kwa hiyo tutakuwa tunamchungulia kuona anaendeleaje. Na wao pia pakitokea kitu watatujulisha mara moja," Tekela alipendekeza.

"Kumpeleka kwenu ingekuwa sawa kabisa. Lakini mimi nilikuwa ninafikiria kwamba ati kuwa mbali na hapa nyumbani, panapomkumbusha vifo vya wadogo zake muda wote, kwamba huenda ndicho kikawa kitu cha kufaa zaidi. Kwa hiyo nilikuwa ninafikiria kumpeleka kwa Bibi Kilihona Ukerewe. Tangu nikuoe tumekwenda kumwona mara moja tu, nilipokupeleka akuone na kuona mtoto, huyu Paulo mwenyewe, alipokuwa bado ananyonya. Na kuna pia sababu nyingine. Baba anasema mama yake ni mganga mkubwa wa kienyeji. Anataka mimi na wewe twende akatutazame, sisi wazazi wa watoto wanaofariki dunia kwa namna isiyoeleweka. Huenda akajua kwa nini watoto wetu wanafariki bado wachanga na ghafla hivyo. Baba anasema hii dini yetu kuna mambo mengine siyo yake. Nafikiri hakuna Mkristo asiyejua hilo, kwani mimi sijui Mkristo asiyekwenda kwa waganga wa kienyeji kwa mambo kama hayo."

"Na shule! Si umekwishamwandikisha na wiki kesho shule itakapofunguliwa anaanza shule, kwa vile amefikisha miaka minane?"

"Akienda kwa bibi, tutamwacha asome hukohuko. Najua kuna watoto wa ndugu zangu wengi wanaosomea shule hapo kwa bibi, kwenye shule ya msingi ya serikali ya Nansio. Anaweza kukaa na kusoma huko mpaka haidhuru tuone kama itamsaidia kurudia hali ya mtoto wa kawaida aliyokuwa nayo kabla ya wadogo zake kufariki," Severini alimwambia mkewe, na mke wake akakubaliana naye. Palikuwa na jambo moja ambalo Severini na mke wake hawakutaka kulitamka wazi: kwamba hapo kwao palikuwa na mkosi uliokwishawanyang'anya watoto wao wawili wachanga, kwamba labda kumuweka mbali huyo aliyesalia kutamponya!

Mzee Yohane Mgumba, kaka ya Nguvumali Mgumba, babu ya Severini kizaa baba yake, alikwishafariki, na kadhalika mkewe Suzana. Lakini watoto wao na wajukuu wao waliendelea kuishi Dar es Salaam na walikuwa wanatembeleana na ndugu zao wa Iringa muda wote. Severini alikuwa na ndugu wengi Dar es Salaam na angependa kuchukua fursa hiyo kupita huko akiwasalimia. Lakini ilibidi aende Ukerewe na kurudi haraka kwenye kazi yake ya ukatekista na hakuwa na muda wa kupita Dar es Salaam kwa ndugu zake. Bahati nzuri sasa palikuwa na mabasi ya kutoka Iringa kwenda kwenye kituo cha gari moshi cha Itigi kukaribia Tabora. Severini na mkewe Tekela na mtoto wao Paulo walipanda basi hadi Itigi, na kutoka Itigi wakachukua gari moshi hadi Mwanza.

Mwanza kaka ya Severini, Bushiri, aliwapokea vizuri sana. Walimaliza siku mbili hapo Mwanza wakipumzika na kuongea na wenyeji wao na Bushiri akawatembeza kila mahali mjini na madukani na sokoni na pwani ya ziwa na kwa marafiki zake. Siku ya tatu ndipo alipowapeleka kwa gari lake dogo forodhani kupanda boti. Boti ya kwenda Ukerewe kutoka Mwanza, *Tilapia*, ilikuwa kubwa nusura meli, na Paulo na wazazi wake walipanda juu kwenye "daraja la pili" la nauli kubwa na kupepea kwenda Ukerewe kisiwani.

Safari ya basi kutoka Iringa hadi Itigi ilikuwa ni ya kuchosha kwa Paulo. Lakini walipopanda kwenye treni Itigi, Paulo alijikuta kwenye mazingira ya kusisimua kabisa! Tangu pilikapilika ya kupanda kwenye treni hadi kukaa kwenye viti vyao na mlio wa treni ilipoondoka kituoni na ilivyokimbia na wingi wa watu humo ndani na kila kitu alichoona dirishani huko nje, watoto wakiwapungia mikono wamesimama kandokando ya reli na miti na wanyama wakipita machoni kasi, tangu twiga na swala na wengine asiowajua, kila kitu kilikuwa cha ajabu kwa mtoto mdogo aliyekuwa anasafiri kwa gari moshi mara ya kwanza! Walipofika Mwanza mjini Paulo alijionea mambo ya kusisimua mengi zaidi! Hapo nyumbani kwa baba yake mkubwa, Mwarabu, penye taa za umeme kama kwa mapadri wa misheni ya Tosamaganga, na viti vyenye mito ya kukalia vikubwa na vizuri zaidi kuliko hata vya mapadri Wazungu, kila kitu huko kilikuwa cha ajabuajabu! Hali kadhalika kote walikotembezwa na ndugu za wazazi wake Mwanza mjini, tangu wingi wa watu sokoni na barabarani, wingi wa magari, majumba na maduka makubwa ajabu, hadi hilo ziwa kandokando ya mji! Tangu alipotoka Itigi kwa gari moshi Paulo alikuwa ni kama wakati wote anaona sinema kama ile mapadri wa kwao Tosamaganga waliyoonyesha mara mojamoja hapo misheni, yenye mambo ya ajabuajabu tangu mwanzo mpaka mwisho!

Hapo Mtaa wa Rufiji kwa Bushiri palikuwa na watoto kadhaa. Walipokuwa hapo Severini na mkewe Tekela walishtukia mtoto wao anazungumza na kucheza na kucheka na watoto wenzake wa hapo kwa ndugu yao! Wazazi wake walitazamana kwa furaha na kuomba Mungu mioyoni mwao mambo yaendelee kuwa hivyo kwa mtoto wao!

Walipofika kwa Bibi Kilihona, Nansio, Paulo aliendelea kuchangamka. Kufikia mwaka huo wa 1959 kwa Bibi Kilihona palikuwa tayari na watoto wengi wa kila umri. Wazazi wake waliendelea kufurahi kweli kuona mtoto wao hapo pia amefikia kucheza kwa furaha na watoto wenzake na amechangamka kama alivyokuwa kabla ya vifo vya wadogo zake!

Baada ya kukaa hapo kwa bibi yake siku mbili, siku ya tatu, asubuhi na mapema, Paulo na bibi yake, wakiwa wawili peke yao, walikwenda kwenye mlima wa Kilimabuye kutafuta dawa. Bibi Kilihona sasa alikuwa ana umri wa miaka sabini na saba, lakini alikuwa bado ana afya nzuri kweli na hajaanza kutembea na fimbo kama hapo miaka ya baadaye. Kilichoonyesha tu kwamba alikuwa ni mzee ilikuwa ni kichwa chake kuwa cheupe pee! utafikiri amemwagiwa unga wa mhogo kichwani! Tangu miaka mingi alikuwa hana tena unywele mweusi hata mmoja kichwani! Alikwishaacha kutibu wagonjwa kila siku na kwenda porini wakati wote kutafuta dawa lakini bado, alipoona lazima ya kufanya hivyo, alikwenda kumtafutia dawa mgonjwa aliyemhusu kwa karibu. Bibi yake alikuwa nyuma ameshikilia mkononi jembe lililokwishatumika na kubakia dogo la kutumia kupalilia mazao tu, na Paulo ametangulia mbele amebeba kikapu kidogo cha mkeka chenye tezo ndani yake.

"Bibi, dawa gani hiyo tunayokuja kutafuta huku?" Paulo alifurahi bibi yake kumchukua yeye peke yake kwenda naye safari na kuwaacha watoto wenzake wote nyumbani!

"Dawa ya kunywa mama yako na baba yako."

"Kwa nini baba na mama wanywe dawa? Kwani wamesema wanaumwa?"

"Hizi dawa ni za kutaka waendelee kuwa wazima kama walivyo, halafu wapate watoto wengine, na hao watoto wakue kama wewe na kuendelea kuwa wazima!"

"Bibi, baba na mama wakipata watoto wengine wakakua, mimi wewe ndiye utakuwa rafiki yangu mkubwa kuliko wote duniani!"

"Asante kwa kuziombea dawa zangu sala kwa Mungu ili ziwafae wazazi wako!" Paulo na bibi yake wote wawili walicheka!

Tangu alipokuja Ukerewe ilikuwa mara ya kwanza kwa Paulo kuwa peke yake na huyo bibi yake, na alianza kumzoea na kumpenda. Na, kabla wala hawajaanza kutafuta dawa huko porini, bibi yake alimfurahisha zaidi kwa kumtafutia matunda ya porini matamu kweli, ambayo huko kwao Iringa hayakuwepo. "Haya matunda matamu hivi mbona hakuna watu wanaoyatafuta kama sisi?"

"Kwa sababu yako mbali porini. Matunda ya porini Ukerewe zaidi ni chakula cha watoto wadogo, na yamejaa kwenye mapori ya karibu na miji ya watu. Watoto wanatafuta ya huko karibu na wanakoishi."

"Sasa ya huku mbali yanaoza na kuharibika tu ovyo!" Matunda aliyojua zaidi Paulo yalikuwa ni machungwa na mapera na matunda mengine ya kwenye bustani za misheni ya Tosamaganga, ambayo yalipoiva wafanyakazi wa misheni waliyachuma na kuyapeleka kwa mapadri na masista wa misheni. Nyumbani kwao pia palikuwa na miti mitatu ya michungwa na miwili ya michenza na mpera mmoja, iliyopandwa na babu yake Mzee Toma, aliyefariki kabla hajazaliwa. Kila hayo matunda yalipoiva watu wote nyumbani kwao, hasa watoto, pamoja na ndugu na majirani zao kila siku walikula matunda walivyotaka mpaka yanapokwisha. Kwa hiyo kila mwaka watoto walingojea kwa hamu kweli msimu wa matunda yao. Lakini matunda ya porini matamu kama hayo kwao Iringa alikuwa hajayaona.

"Matunda ya huku mbali porini yanaliwa na ndege na wadudu na wanyama pori wanaokula matunda. Kwa hiyo, hata kama hayaliwi na binadamu, yanaliwa na viumbe wengine wa Mungu ambao nao wanahitaji chakula." Paulo alifurahishwa na maelezo ya bibi yake, kwa kuona ni ukweli kwamba ndege na wanyama pori nao wanahitaji chakula, ijapokuwa alikuwa hajawahi kufikiria jambo hilo!

Dawa walizokusanya ilikuwa ni mizizi na magamba ya miti na majani tofautitofauti. Walipomaliza, Paulo akabeba kikapu cha dawa na bibi yake akabeba jembe na tezo.

Walipoteremka kutoka huko kwenye mapori ya mlima wa Kilimabuye, badala ya kushika njia ya kurudi nyumbani wakaelekea kwenye mji mmoja wenye nyumba nyingi karibu na huo mlima. Paulo akamwuliza bibi yake, "Bibi, tunakwenda wapi sasa?"

"Tumemaliza kazi yetu, na sasa tunakwenda kupumzika nyumbani kwa mjukuu wangu mwingine. Jua litakapopoa ya kutosha ndipo tutakwenda nyumbani. Hakuna haja ya kuendelea kuchomwa na jua kichwani huku tumekwishamaliza kazi iliyotuleta. Na kwa vile tuko karibu na nyumbani kwa mjukuu wangu, ni sharti nipite kuwajulia hali."

"Una wajukuu wangapi, bibi?" Ilikuwa inakaribia jua la kuwakia msafiri kitosini. Mtu angemsikia Paulo alivyokuwa anamsemesha bibi yake bila kupumzika asingeamini kwamba siku chache zilizopita kila siku alishinda kimya siku nzima, amejikunyata peke yake nyumbani kwa wazazi wake!

"Wajukuu wangu ni wengi kweli! Bali haitakiwi mtu uwahesabu watoto wako na wajukuu wako, usije ukawatia mkosi kwa kuwaona wengi, na huku hapa duniani kila mtu huomba Mungu amzidishie watoto na wajukuu! Hata hivyo nina wajukuu wengi. Kuna wale wa watoto wangu wa kuzaa mimi mwenyewe, kama baba yako na wewe hapa. Halafu kuna wajukuu wa ndugu zangu, na hao ndio wengi kushinda hata wangu. Huyu tunayekwenda kwake ni mjukuu wa ndugu zangu upande wa mama yangu. Bwana mwenye mji huu ni kitukuu wa marehemu mama yangu mkubwa, tumbo moja na mama yangu mzazi, mjukuu wa mwanae wa kike, naye marehemu, ambaye alikuwa dada yangu mimi. Unaona sasa! Mjukuu wa dada yangu si ni mjukuu wangu mimi pia?" Paulo hakuelewa sawasawa lakini alifurahi bibi yake kumweleza mambo ya wakubwa namna hiyo! Kabla hawajaingia kwenye huo mjini alimwuliza swali lingine, "Bibi, kwa nini umekuja na mimi peke yangu kutafuta dawa na huku watoto wadogo tuko wengi nyumbani?"

"Ebu tuone! Labda ni kwa sababu mbili. Kwanza kwa sababu hizi ni dawa za wazazi wako na hatutaki watu wengine wajue siri za wazazi wako. Lakini pengine ni pia kwa sababu bado wewe ni mjukuu wangu mgeni. Bado mimi na wewe hatujajuana sawasawa. Unasemaje, kwani hatukupata wasaa wa kuongea bila mtu kutuingilia?"

"Kweli, bibi. Tumeongea kweli!"

Hapo mjini Bibi Kilihona na Paulo walipokelewa vizuri ajabu! Kila mtu alimsalimia bibi yake kwa furaha na kutaka kujua kila jambo la nyumbani kwake, utafikiri ni msafiri wa kutoka mbali na huku anatoka hapo karibu Nansio! Yeye Paulo pia kila mtu alikuja kumwona na kumshikashika kichwani na kumwangalia kwa karibu, ikiwa ni pamoja na baba mwenye mji, huyo mjukuu mwingine wa bibi yake, aliyemkalisha kwenye mapaja yake na kumbeba kama kwamba ni mtoto mdogo na huku ni mvulana mkubwa wa umri wa kwenda shule!

Mji huo ulikuwa karibu kabisa na ziwa na Paulo, baada ya kula chakula cha mchana, alipotelea pwani kwenye mchanga wa ziwa kucheza na watoto wa hapo nyumbani hadi bibi yake alipomwita na kumwambia jua limepoa ya kutosha kuanza safari yao.

Walipoondoka watu wa hapo nyumbani waliwasindikiza karibu hadi kufika nyumbani kwao Nansio kabisa! Baba mwenye mji aliwasindikiza kidogo halafu akawaaga na kurudi nyumbani kwake. Lakini mke wake pamoja na wanawake wengine wa hapo mjini, wake wa watoto wa huyo bwana, pamoja na watoto wao kadhaa, wa kike na wa kiume, wao waliendelea kuwasindikiza mpaka, mpaka, mpaka! Halafu hatimaye nao walipowaaga na kurudi kwao, wavulana wawili wakubwa waliongozana nao wamewabebea zawadi Bibi Kilihona alizopewa humo mjini: samaki wabichi na wakavu kwenye kapu moja kubwa na unga wa mhogo kwenye kapu la pili, hadi wakawafikisha nyumbani kwao Namagubo, Nansio kabisa!

Kesho yake saa kama nne hivi asubuhi, Paulo alipokuwa nje anacheza mpira wa miguu na watoto wengine wa hapo nyumbani na wa miji ya jirani, aliitwa na bibi yake aingie ndani ya nyumba. Alipoingia ndani alikuta mama na baba yake wameketi kwenye viti. Bibi yake alimwambia kufunga mlango wa nyumba na Paulo akafanya hivyo.

Halafu bibi yake alimwambia kushika kwa mikono miwili *ekibo* cha chakula cha wanaume[1] na kuwanyesha wazazi wake dawa iliyokuwa humo. Bibi Kilihona alikwishakorogea kwenye uji wa unga wa ulezi dawa walizoleta. Alimwambia Paulo kumnywesha kwanza mama yake akifuatisha kumnywesha baba yake. Baada ya hapo, Bibi Kilihona alimwambia mama

---

1 *Ekibo* cha kupakulia ugali kwa ajili ya chakula cha wanaume kilikuwa na mapambo ya rangirangi na kile cha chakula cha wanawake hakikuwa na pambo lolote (Ukerewe siku hizo wanaume na wanawake walikuwa hawali chakula pamoja).

yake kumpakata mwanae kama anapakata mtoto mchanga, na Paulo alikaa kwenye mapaja ya mama yake. Mama yake na baba yake walikuwa wameketi wanagusana bega kwa bega, na bibi yake alimwambia Paulo kunyoosha miguu yake juu ya mapaja ya baba yake, na Paulo akakaa kama amepakatwa na wazazi wake wote wawili.

Paulo alipobebwa hivyo na wazazi wake, Bibi Kilihona akampa kushika kwenye mkono wake wa kulia *kanabuhotola*[2], kimkuki cha chuma tupu cha kutolea sadaka. Halafu Bibi Kilihona alisimama wima nyuma ya mjukuu wake Severini na mkewe na mtoto wao waliyempakata, huku kwenye mkono wake wa kushoto ameshika pembe ya kongoni iliyojaa dawa na kago zake na mkono wa kulia ameshikilia manyanga na kuanza kuchekecha manyanga yake taratibu hivi: *"Cheke! Chekecheke! Cheke! Chekecheke!..."* Wakati huohuo Paulo alisikia bibi yake anazungumza peke yake kwa lugha yake, kama mtu anayesali kwa kunong'ona! Aliendelea kupiga manyanga yake huku akisali hadi alipofikia mwisho wake. Halafu alimwambia Paulo kunyanyuka kwenye miguu ya wazazi wake na kurudi kwa wenzake kucheza; na wazazi wake nao waliamka kwenye viti na kutoka nje.

Jioni kabla ya jua kuzama, Bibi Kilihona alimwita Paulo tena ndani ya nyumba kuwanyweshsa dawa wazazi wake. Kesho yake saa nne asubuhi walifanya vile tena. Walifanya hivyo kwa siku tatu mfululizo, halafu basi.

Kabla ya wazazi wake kuondoka kurudi kwao Iringa, mwalimu mkuu wa Shule ya Msingi ya Nansio alikuja hapo nyumbani kwa Bibi Kilihona. Bibi Kilihona alimwita kuja kusalimiana na mjukuu wake kutoka Iringa, Severini, na mkewe, na kumwona mtoto wao waliyetaka asome hapo kwenye shule yake. Huyo mwalimu alikuwa ni Mkerewe na Paulo alishangaa tena kumsikia bibi yake akimtambulisha kwa baba yake kama ndugu yake! Baada ya hapo Paulo na baba yake waliandamana na huyo mwalimu hadi Shule ya Msingi ya Nansio na Paulo aliandikishwa kuanza shule.

Waliporudi kutoka shuleni Paulo alimwandama bibi yake kwa maswali tena: "Bibi, mbona kila mtu tunayemwona unasema ni ndugu yako!"

---

2 *Kanabuhotola*: Kikerewe – Kimkuki cha chuma tupu chapata futi mbili na nusu kwa urefu Wakarewe walichokishika mkononi wakati wa kutoa sadaka au kusali kwa mizimu ya watu wao.

"Ninasema hivyo kwa sababu ni kweli. Hapa Ukerewe watu wengi ni ndugu. Wakerewe ni watu wa koo za kabila zima chache tu. Hata kama watu siyo ndugu zako wa ukoo mmoja na wewe na wa koo za wazazi wako na za wazazi wao, huenda wameoleana na ndugu zako au ndugu zako wameoleana na ndugu zao, kwa hiyo mna undugu wa ukwe. Ndiyo maana nina ndugu wengi kweli. Na ndugu zangu wote ni ndugu zako wewe pia. Lazima ujue hilo!"

Severini na mkewe Tekela walirudi Iringa na kumwacha mtoto wao Paulo kwa bibi yake, Bibi Kilihona, akilelewa na kusoma shule.

Sura ya 12

Paulo bin Severini Mgumba alifikia kupenda shule na kufurahia maisha pale kwa bibi yake. Bibi Kilihona alilea watoto wa nyumbani kwake kwa kuwasisitizia kupendana na kusaidiana na kuwa na tabia njema. Aliwafundisha kwamba mtoto kuwa na tabia njema ni kutii wakubwa, kusema ukweli wakati wote, kutomfanyia mwenzake kitu kibaya na kuwa na bidii ya kazi, iwe ya shuleni au ya nyumbani. Na Paulo Mgumba alikuwa mtoto mwenye tabia nzuri na bidii ya kazi, na alifikia kupendwa sana na bibi yake na walimu wake shuleni.

Siku hizo Bibi Kilihona alikuwa na mashamba ya vyakula pamoja na shamba la pamba na la mpunga. Sheria moja ya pale nyumbani kwake wakati huo ilikuwa kwamba wakati wa majira ya kilimo ilimbidi kila mtoto kuamka kitandani saa kumi na moja alfajiri, na baada ya kupiga mswaki na kunawa uso, kwenda shambani na kulima kwa muda wa saa moja. Baada ya hapo ndipo watoto wanaokwenda shule waliporudi nyumbani na kuoga harakaharaka na kunywa chai au uji na mkate au viazi vya kuchemsha na kukimbia kwenda shuleni. Shule ilianza saa mbili kamili asubuhi, na hakuna mtoto wa kwa Bibi Kilihona aliyechelewa shule. Pamoja na kwamba Bushiri, mjukuu wake wa Mwanza aliyemjengea huo mji na kumhamishia pale, alimletea pesa za kutosha kulimisha mashamba yake yote, Bibi Kilihona alitaka watoto wote waliolelewa kwake wamudu kazi za shambani, kazi muhimu kuliko zote kwenye maisha ya watu Ukerewe. Hata siku za Jumamosi na wakati wa likizo kwenye majira ya kilimo kazi za shambani kwa Bibi Kilihona zilipangiwa wakati wake, na kwa watoto wote, wawe wanatoka mijini au vijijini, na bila kujali uwezo wa kipesa wa wazazi wao.

Aidha kwa Bibi Kilihona watoto wote walifanya kazi zote bila kubagua mwanamke na mwanamume. Ukerewe wakati huo kazi ya kutafuta kuni ilihesabika kazi ya wanawake, lakini kwa Bibi Kilihona wavulana na wasichana wote walitafuta kuni. Kadhalika wavulana na wasichana wote walitwanga, iwe ni kutwanga unga wa mhogo, kukoboa mahindi, au kutwanga mpunga, licha ya kwamba kutwanga pia Ukerewe huwa ni kazi ya wanawake. Kuchimba viazi na mihogo pia kwa Wakerewe ni kazi ya wanawake, lakini kwa Bibi Kilihona ilikuwa kazi ya watoto wote, wavulana kwa wasichana. Wanaume Ukerewe hawachoti maji visimani au ziwani, lakini kwa Bibi Kilihona hiyo pia ilikuwa kazi ya kila mtoto pale nyumbani. Alikuwa amegawa hiyo kazi, wasichana wanachota maji ya kunywa na wavulana wanachota maji ya kufanyia kila kazi ya nyumbani. Kwa vile kwenye visima na ziwani wanaochota maji ya kunywa Ukerewe ni wanawake peke yao, Bibi Kilihona hakutaka watoto wake wa kiume watukanwe na akina mama wanaovua nguo na kuoga kabla ya kuchota maji kwa kuwaita wavulana wenye tabia chafu ya kuangalia wanawake wakiwa uchi ziwani na visimani! Kwa hiyo wavulana walikwenda kwenye pwani ya kuoga wanaume pale Namagubo ziwani na kuchota huko maji ya kufanyia kazi za nyumbani, tangu kuosha vyombo, kuoga watoto kabla ya kwenda shule, kusafisha choo na bafu, kupiga deki nyumba, na kadhalika. Palikuwa na mapipa mawili nyuma ya nyumba kubwa, na wavulana walisomba maji kutoka ziwani na kuyamwaga kwenye hayo mapipa hadi yalipojaa.

Kazi pekee ambayo wavulana hawakufanya kwa Bibi Kilihona ilikuwa ni kusaga unga kwenye jiwe la kusagia unga pamoja na kupika chakula. Wakerewe hawataki mwanamume ajue mambo ya jikoni, na Bibi Kilihona alitaka watoto wake wakue wakijua hilo. Kwa Wakerewe, mwenye haki na jiko na mambo yote ya jikoni ni mwanamke peke yake. Mwanamume anayetaka kujua mambo ya chakula jikoni kwa Wakerewe ni mroho, na Ukerewe hakuna simango kubwa na baya kwa mwanamume kuliko uroho! Kadhalika hakuna kasoro kubwa kwa msichana Ukerewe kuliko kutojua kupika na mambo mengine ya jikoni pamoja na tabia nzuri ya kike. Kwa hiyo watoto wa kike pale nyumbani walifundishwa mapema jinsi ya kupika vizuri kila aina ya chakula na jinsi ya kuhudumia watu chakula, pamoja na kutunza heshima yao kama wanawake, na kutojiruhusu kuchezewa na wavulana. Kwenye kazi zote hizo za watoto wa kike, bibi yao alifanya nao kila kitu! Hata alipozeeka aliendelea kufanya kazi za jikoni na kuacha tu zile alizokuwa haziwezi tena kadiri alivyopungukiwa nguvu.

Severini na mke wake walirudi kwao Iringa na dawa za kuendelea kunywa kama bibi yao alivyowaelekeza. Siku moja mwaka wa 1961, Paulo alipoingia darasa la tatu, aliporudi nyumbani kutoka shuleni na watoto wengine wa pale nyumbani kwao alikuta baba na mama yake wameketi pale nje! Alifurahi ajabu kuwaona wazazi wake baada ya siku nyingi hivyo. Lakini kumbe alikuwa hajaangalia vizuri. Hapo nje palikuwa na mtoto mchanga wa kiume amebebwa na watoto wenzake wa pale nyumbani waliokuwa hawasomi shule. Wazazi wake walikuwa tayari wamepata mtoto mwingine na walimleta Bibi Kilihona amwone!

Kesho yake, kwa mara ya kwanza kabisa, Paulo hakutaka kwenda shule! Alitaka abaki pale nyumbani amebeba yule mdogo wake wakati wote! Na kwa muda wote wazazi wake waliokaa hapo kwa bibi yao, ilikuwa vigumu kumtuma Paulo kazi nyingine na kumwachisha kubeba mdogo wake mchanga! Muda wao waliojipangia kukaa na bibi yao ulipokwisha, wazazi wake walirudi kwao Iringa na Paulo akaendelea kuishi kwa Bibi Kilihona akisoma shule ya msingi.

Kabla ya kuja Nansio, Paulo, mtoto wa Katekista Mkuu wa Misheni ya Tosamaganga, alimaliza mafunzo na kupokea sakramenti ya Kipaimara alipokuwa na umri wa miaka sita. Na alipopewa Kipaimara tu, baba yake alimpeleka kujifunza kutumikia misa, na akaanza kutumikia misa pale kanisani kama baba yake alivyofanya alipokuwa mdogo. Mdogo wake wa pili alipofariki na akaletwa Nansio kwa bibi yake, alikwishakuwa mtumikiaji misa hodari, pamoja na kwamba alikuwa hajaanza shule. Kwa bibi yake palikuwa na wavulana wengine Wakristo Katoliki kama yeye, lakini kati yao hapakuwa na mtumikiaji misa. Paulo alipoanza tu shule pale jirani kabisa na Kanisa Katoliki la Nansio, aliomba ruhusa kwa bibi yake halafu akamwendea padri mkuu wa kanisa na kumwomba kutumikia misa na kumweleza kwamba kwao Tosamaganga alikuwa anatumika misa. Na tangu hapo Paulo alisoma shule huku akienda kanisani kutumikia misa siku ya Jumapili asubuhi na siku nyingine za wiki, inapokuwa ni zamu yake, mradi tu asichelewe shule.

Paulo aliendelea kupenda shule na kusoma kwa bidii, na miaka ikaendelea kupita na akasonga mbele na masomo yake. Alipofika darasa la nane, mwaka wa 1966, alifanya mtihani wa taifa wa darasa la nane pamoja na mtihani wa kwenda Seminari ya Nyegezi. Alishinda vizuri sana mtihani wa taifa na kuchaguliwa kwenda Kidato cha Kwanza Tabora *Boys*

Secondary School, na kushinda pia ule wa kwenda Nyegezi *Seminary*, Mwanza. Alipowauliza wazee wake aende wapi, Bibi Kilihona na wazazi wake kule Iringa wote walimwambia aende kusoma anapotaka yeye mwenyewe kwenda. Bila kusita, Paulo alichagua kwenda Nyegezi *Seminary*.

Kule kwao Iringa Mungu aliendelea kubariki wazazi wake, na mwaka wa 1967, Paulo alipokwenda Nyegezi *Seminary*, alikuwa tayari ana wadogo zake wanne. Huyo mdogo wake wa kiume aliyemwona kwa bibi yake mwaka 1961 alifuatiwa na mdogo wake wa kike mwaka wa 1963; halafu huyo akafuatiwa na mwingine wa kike mwaka wa 1965. Na mwaka huo alipokwenda Nyegezi mama yake alikuwa amejifungua mtoto wa kike mwingine.

Huo mwaka wa 1967 ulikuwa pia mwaka wa msiba kwa Paulo: babu yake, Mzee Petro, alifariki Paulo alipokuwa amemaliza kwenda Nyegezi. Walipopumzika likizo ya kwanza, alikwenda Iringa kumsalimia bibi yake, Bibi Veneranda, na kukaa na wazazi wake likizo yote. Kabla ya kwenda Iringa alikwenda Nansio kumuaga bibi yake, na Bibi Kilihona alimwambia, "Paulo, licha ya kwenda kwa kilio cha babu yako, sasa lazima uanze kuwa karibu zaidi na wazazi wako. Bibi yako, mjane wa babu yako Petro, atataka kuwa anakuona mara kwa mara. Na wazazi wako pia wangependa kukuona mara kwa mara. Zaidi ya hapo, ni kitu muhimu wadogo zako na ndugu zako wa upande wa baba na wa mama yako pia wakujue na wewe uwajue. Watu bila kujuana kwenye ukoo hamuwezi kupendana inavyotakiwa. Ni kweli wazazi wako waliamua kwamba wewe ni mtoto wangu mimi bibi yako wa kulea na kuishi naye. Hilo pia ni sawa. Lakini ni sawa tu kama kwenu Iringa hapatageuka ugenini kwako. Kwa hiyo tangu sasa utakuwa unagawa muda wako: likizo hii ukipumzikia hapa kwangu likizo inayofuata unakwenda kwa wazazi wako Iringa." Na ndivyo ilivyokuwa.

Baada ya Uhuru, ili kutoa fursa sawa ya elimu kwa watoto wote nchini, serikali ya Mwalimu Julius Kambarage Nyerere ilitaifisha shule zote za misheni, zilizoanzishwa na wamisionari Wazungu kwa ajili ya wafuasi wa dini yao ya Kikristo, pamoja na shule zote za madhehebu mbalimbali za dini nchini na kuzifanya shule za serikali. Shule tu ambazo hazikutaifishwa zilikuwa ni seminari, kama ile ya Nyegezi Paulo alikokwenda, kwa vile zilikuwa ni maalumu kwa kufundisha viongozi wa dini. Halafu tangu Azimio la Arusha la 1967 serikali, katika jitihada ya kupanua elimu ili kukidhi malengo ya siasa yake ya Ujamaa ya maendeleo kwa umma wote wa wananchi, iliongeza shule za sekondari haraka nchini. Licha ya kufanikiwa kuongeza wingi wa wanafunzi kwenye shule za sekondari, upanuzi wa harakaharaka wa shule, ulioanzia kwenye sera ya UPE, *Universal Primary Education*, Elimu ya Msingi kwa Wote, na ulitekelezwa bila maandalizi ya kufaa, ulisababisha tatizo la kushuka kwa kiwango cha elimu. Tangu hapo shule nyingi za sekondari, na kadhalika za msingi, hazikuwa na matokeo mazuri kwenye mitihani ya taifa. Seminari, ambazo hazikutaifishwa na hazikuathiriwa na upanuaji haraka wa elimu nchini, karibu zote ziliendelea kuwa na matokeo mazuri na baadhi yake, hasa zile za madhehebu ya Wakristo Katoliki, wanafunzi wake walifaulu mitihani ya taifa vizuri kweli! Kwa sababu hiyo kwenye seminari za Wakristo Katoliki sasa palijaa wanafunzi waliotafuta tu ushindi kwenye mitihani ya taifa, bila kukusudia kuwa mapadri. Paulo alikuwa ni miongoni mwa wanafunzi wa seminari Katoliki wachache waliokuwa na nia ya kuwa padri hasa.

Paulo alikuwa ni mtoto wa katekista na mjukuu wa katekista. Alizaliwa na kukulia kwenye mazingira ya misheni ya kwao Tosamaganga hadi alipokwenda kwa bibi yake Nansio, alikohamia tayari akiwa mtumikiaji misa na kuendelea kutumika misa kwenye kanisa la Nansio hadi alipomaliza darasa la nane. Tangu akiwa mtoto mdogo kabisa aliona mapadri kama watu mashuhuri sana na upadri kama kazi kubwa ya mapadri Wazungu wanayoweza kupewa pia mapadri weusi wachache wanaostahili waliosomea upadri. Alipokua na kuamini na kupenda kwa moyo wake wote dini yake ya Kikristo, aliona upadri kama wito maalumu wa Mungu kwa wachache walioteuliwa na kazi muhimu kuliko zote duniani kwa mwanamume: kujitolea kuacha kuoa ili kuhudumia roho za binadamu wenzake. Bibi yake aliyemlea Nansio, pamoja na kwamba alikuwa ni mganga wa kienyeji, alikuwa pia ni kama padri wa namna yake. Fundisho lake kwa watoto wote nyumbani kwake lilikuwa ni kwamba hakuna kitu kikubwa kuliko dini kwa binadamu duniani. Na ilikuwa ni lazima kwa kila mtoto pale nyumbani kwake kwenda kusali kanisani au msikitini na kutimiza masharti yote ya dini ya wazazi wake. Kusema kweli Paulo alikua akimwona Bibi Kilihona kama mtu wa Mungu kuliko hata mapadri, kwani aliamini kabisa kwamba ni sala za bibi yake na dawa zake ndizo zilizowawezesha mama na baba yake kupata watoto na hao wadogo zake wakabaki hai na kukua, baada ya

117

wale wawili waliomfuata kuzaliwa kufa ghafla mfululizo! Aliwahi kumwuliza bibi yake wakiwa na watoto wenzake wa hapo nyumbani: "Hivi bibi, wewe dini yako ni dini gani!?"

Bila kusita bibi yake alimjibu, "Dini yangu ni dini ya Mungu mmoja wa kweli na wa watu wote."

"Bibi, sisi tunavyofundishwa kanisani dini ya Mungu mmoja wa kweli ni dini ya Kikristo peke yake" Paulo alisema.

"Ninajua hivyo ndivyo mnavyofundishwa, kwani miye pia ni Mkristo. Jina langu la Ukristo ni Ana. Nilibatizwa na pia nilifunga ndoa ya Kikristo kanisani na mume wangu marehemu Luka Nguvumali Mgumba, kwenye kanisa la wazazi wako la Misheni ya Tosamaganga. Babu yako Petro ni mtoto wa Wakristo Wakatoliki kama wewe na wazazi wako. Halafu kabla ya kubatizwa na kuwa Kristo nilisilimu na kuwa Mwislamu. Jina langu la Uislamu ni Amina. Ndoa yangu na mume wangu wa kwanza, babu ya baba yako Bushiri wa Mwanza, ilikuwa ndoa ya Kiislamu iliyofungwa na Shehe msikitini. Na unajua pia kwamba mimi ni mganga wa Kikerewe, ninayesali kwa miungu na Muumba wetu kwa ibada za Kikerewe. Tatizo siyo mtu kufuata dini hii au ile. Tatizo ni Wakristo na Waislamu kudai kwamba dini zao ndiyo dini za kweli peke yake na kutaka ziwe dini za watu wote duniani!"

"Bibi, hakuna dini ya watu wote. Waislamu siyo watu wote, na Wakristo siyo watu wote, kwa sababu Waislamu siyo Wakristo, hata Wakristo wote siyo Wakatoliki, kwa sababu Waprotestanti siyo Wakatoliki. Kwa hiyo hakuna dini ya watu wote."

"Ninakubali kabisa! Kila kitu ulichosema ni kweli kabisa. Kwa sababu dini ya kweli ya watu wote imo rohoni mwao na kwenye matendo yao mema. Haiko kanisani au msikitini wala kwenye matambiko. Wacha Mungu wa dini zote ni wana wapenzi wa Mungu Muumba wetu sote. Binadamu ndio tunaotenganisha jamii ya wana wa Mungu tunapotaka dini zetu tu ndizo ziwe dini za kweli kwa watu wote duniani. Mimi ninaamini hivyo. Ndiyo sababu nina dini tatu: ni Mwislamu, Mkristo na mfuasi wa dini ya Wakerewe, kabila langu."

Paulo alichanganyikiwa, kwa sababu alijua kwamba dini ya kweli ni moja tu: Ukristo, dini ya Yesu Kristo, Mungu Mwana, na kwamba Wakristo wa kweli ni Wakatoliki. Hivyo ndivyo alivyofundishwa kwenye mafundisho ya Kipaimara, na ndivyo pia mapadri weupe wa Tosamaganga

118

na weusi wa kanisa la Nansio walivyofundisha. Ila ilikuwa ni lazima pia akubaliane na bibi yake kwamba mtu kushika dini yako ni kutenda mema, kwa sababu dini ya Kikristo inafundisha kwamba amri kuu ya Mungu ni mtu kupenda mwenzako kama unavyojipenda mwenyewe! Sasa je, mtu kama bibi yake ambaye, kufuatana na wanavyofundishwa kanisani, siyo Mkristo bali ni mpagani, yaani mtu asiye na dini, na hata kama aliwahi kubatizwa amekwisharudi kwenye upagani wake, lakini kila siku anamwona akitimiza amri kuu ya Mungu ya kupenda kila mtu, huyo mtu kweli hana dini? Ndiyo sababu alichanganyikiwa.

Paulo alisoma Nyegezi *Seminary* hadi Kidato cha Nne, na kushinda vizuri mtihani wa mwisho wa sekondari. Wenzake karibu wote walioshinda vizuri kama yeye huo mwaka wa 1970 walitoka seminari na kwenda Kidato cha Tano kwenye shule za serikali zenye sifa nzuri nchini, lakini yeye alibaki Nyegezi na kuendelea hadi Kidato Sita. Mwishoni mwa mwaka 1972 alifanya mtihani wa taifa ya Kidato cha Sita, na kushinda vizuri kila somo. Kutokana na ushindi wake mzuri, alichaguliwa kwenda Chuo Kikuu cha Dar es Salaam. Hata hivyo Paulo aliamua kuendelea na mafunzo yake ya upadrisho na kwenda Seminari Kuu ya Kipalapala, Tabora.

Paulo Mgumba alipewa upadrisho mwezi wa sita mwa mwaka 1979, baada ya kuhitimu masomo yake kwenye *Seminary* Kuu ya Kipalapala na kufanyia mazoezi ya upadrisho kwenye Parokia ya Kibara, huko Mwibara, Ukerewe Bara ya zamani, Wilaya ya Bunda ya wakati huo.

Palikuwa na mvutano kidogo kati ya Parokia ya Nansio, Ukerewe, na ya Tosamaganga, Iringa, kila upande ukisema ni Mkristo wa parokia yao, kwa hiyo apewe upadrisho huko. Bahati nzuri wazazi wake waliamua ugomvi huo kwa kusema kwamba huyo mtoto wao ni mtoto wa bibi yao wa Nansio na Nansio ndiyo parokia yake tangu shule ya msingi hadi seminari ndogo na kubwa. Na Paulo alipewa upadrisho wake Nansio.

Sherehe za upadrisho wake zilipangwa kufanyiwa nyumbani kwa Bibi Kilihona, Namagubo. Ndugu za Bibi Kilihona na majirani zake na watu baki tu walimiminika kwenda kwenye sherehe ya mjukuu wa Bibi Kilihona wa kutoka Iringa atakayepewa upadrisho akiwa nyumbani kwa bibi yake, mganga wa kienyeji na mfuasi mkuu wa dini ya asili ya kabila lake, na huku wazazi wake wapo na ni Wakristo Katoliki! Ndugu zake wa Mwanza walikuja karibu wote. Wajukuu kadhaa wa Bibi Kilihona wa

119

Mombasa na watoto wao nao walichukua fursa hiyo kuja kumtazama bibi yao, aliyekaribia kutimiza umri wa miaka mia lakini alikuwa hasahau mjukuu wake aliyekwishamwona hata kama ni mara moja tu! Kutoka Iringa baba yake, Mzee Severini, na mama yake, Tekela, na ndugu zake wengi wa pande zote mbili walikuja Ukerewe kusherehekea upadrisho wa padri wa kwanza kwenye koo zao.

Wazazi wake sasa walikuwa na watoto jumla saba. Mdogo wake mwingine wa kiume alizaliwa mwaka wa 1970, na kitindamimba wao, mtoto wa kike, alizaliwa mwaka 1973. Huyo mdogo wa Paulo wa mwisho, mwenye umri wa miaka sita, na msemaji kama kasuku, ndiye alikuwa kama kiongozi wa kaka zake na dada zake waliokuja na wazazi wao kwenye sikukuu ya Kaka Paulo, kwa jinsi alivyofurahia pilikapilika za sherehe kubwa ya ngoma za kila aina na watu wengi ajabu! Bibi yao, Veneranda, mjane wa marehemu babu yao Mzee Petro, naye alikuwepo, kushuhudia mjukuu wake akipewa upadri na pia kumwona mamamkwe wake, Bibi Kilihona, aliyekuwa hajamwona tangu mwanae, mume wake mpenzi aliyekuwa anamleta kumtembelea, alipofariki dunia mwaka wa 1967.

Siku ya upadrisho wa Paulo Mgumba ilikuwa Jumatano. Paulo alilala kwenye nyumba ya mapadri wa Kanisa Katoliki la Nansio. Askofu wa kumpatia upadrisho alikuja jana yake kutoka Mwanza, makao makuu ya jimbo la Kanisa, na kufikia kwa mapadri wa Kanisa Katoliki la Kagunguli, kanisa la kwanza kujengwa Ukerewe, mwanzoni mwa ukoloni wa Wajerumani nchini. Mapadri watano wenyeji wa Ukerewe nao walikuja kutoka kwenye parokia zao nje ya Ukerewe kwa ajili ya upadrisho wake. Hao nao walifikia kwa mapadri wa Kagunguli, kwenye kanisa kubwa kuliko yote Ukerewe na lenye nyumba kubwa ya mapadri. Padri wa parokia ya Nansio aliamkia kwenda Kagunguli kumchukua Askofu kumleta Nansio na pia kuhimiza mapadri waliofikia huko wawahi kanisani Nansio, kwa vile walikuwa wote ni wasaidizi wa askofu kwenye ibada ya misa ya upadrisho wa Paulo. Mapadri wengine wa kushiriki kwenye hiyo ibada walikuwa wanatoka parokia zilizobaki za humo kisiwani, Murutunguru na Itira. Padri wa parokia ya Kibara, Mwibara, Paulo alikofanyia mazoezi ya upadrisho, yeye alivuka kwa kivuko cha kwanza cha Lugezi asubuhi na kuja Nansio kuwahi misa ya upadrisho wake. Misa yenyewe ilikuwa ianze saa nne asubuhi na kumalizika saa sita. Halafu sherehe zinahamia kwa Bibi Kilihona, Namagubo, hapo Nansio.

120

Padri mkuu wa parokia ya Nansio alipoondoka kwenda Kagunguli kumfuata askofu, Paulo naye aliona ni vizuri aende kuwaamkia Bibi Kilihona na Bibi Veneranda na wazazi wake na wadogo zake na ndugu zake wengine Namagubo kabla hawajaenda kwenye ibada ya upadrisho wake. Alipomaliza kusalimiana na ndugu zake na kwenda kumuaga Bibi Kilihona ili arudi kujiandaa kwenda kanisani, mara alisikia ngurumo ukitokea ziwani, *"Gunguruuuu!..."* halafu radi ikamweka, *"Nyeee!"* kwenye anga ya mashariki toka juu hadi chini. Hapohapo ngurumo nyingine ikasikika tena na tena na radi nazo zikamweka mfululizo!

Majira ya Ukerewe kisiwani kuna miaka fulani huwa hayatabiriki. Mwaka huo wa 1979 tangu mwezi wa nne mvua zilinyesha karibu kila siku. Lakini kwa wiki tatu nzima kabla ya siku ya upadrisho wa Paulo hapakunyesha mvua hata siku moja. Kwa hiyo siku ile pia kila mtu alitegemea kuwa hali ya hewa nzuri itaendelea. Ilikuwa ni saa mbili asubuhi na jua lilikwishawaka na nje ni peupe kila mahali, lakini ghafla anga ilifunikwa na wingu jeusi na jua likatoweka kama limepatwa! Na palepale mvua ilianza kuporomoka kwa fujo kweli! Paulo akajililia peke yake, "Mungu wangu! Hapatakuwa na cha sherehe kwenye siku kama hii!" Paulo alikulia Ukerewe na alijua humo kisiwani mvua inaponyesha asubuhi kwa hasira hivyo na mawingu meusi yametanda mbingu yote mara nyingi hunyesha siku nzima. Mvua inayonyesha kama mtu anamwaga chini maji kutoka kwenye ndoo inapokwisha inaanza ile ya manyunyu yasiyokatika hadi jioni!

Mvua ilipomwagika kila mtu aliyekuwa nje alikimbilia ndani ya nyumba, sebuleni kwenye nyumba kubwa watu wakajaa tele, na kadhalika kwenye sebule ya nyumba ya wageni. Bibi Kilihona alikuwa kwenye sebule ya nyuma ya nyumba kubwa. Mdogo wa Paulo kitinda mimba wa wazazi wake alifikia kumganda bibi yake wa Nansio utafikiri pacha wake! Tangu alipowasili hapo alikuwa habanduki ubavuni mwa Bibi Kilihona, aliyesikia habari zake na sifa zake muda wote nyumbani kwao! Halafu bibi yake naye alionekana kumpenda kweli, na huku wajukuu wake wageni wa umri wake na wadogo zaidi waliokuja na wazazi wao kusherehekea sikukuu wamejazana hapo! Alipofika pale kwanza bibi yake alimbeba na kumwita "Mwajina", kwa sababu alipozaliwa wazazi wake walimwita Kilihona, na alibatizwa pia kwa jina la Bibi Kilihona la Kikristo, Ana, jina walilomwitia. Na tangu hapo wakagandana! Mvua hiyo ya ghafla ya asubuhi iliponyesha

Bibi Kilihona alikuwa nyuma ya nyumba yake akiosha vikombe vya kunywea chai na vijiko alivyoletewa na huyo mwajina wake kutoka jikoni, ili awe anaviosha na huyo mtoto arudishe jikoni vyombo safi vya kutumia watu waliokuwa bado hawajanywa chai, kwani ulikuwa wakati wa wageni wao wengi kweli hapo nyumbani kupata kifunguakinywa. Hapo kwa bibi yake na kitindamimba wa wazazi wake ndipo Paulo nae alipokuwa mvua ilipomwagika ghafla.

Paulo alipotokwa na kilio cha kusikitika, bibi yake akasema, kama mtu anayezungumza peke yake na wala hakumsikia mjukuu wake anajililia: "Hii mvua itamharibia mwanangu siku yake kuu kuliko zote maishani mwake!" Halafu alimgeukia Paulo mwenyewe na kumwambia, "Paulo, kaniletee *olugali*[3] hapo jikoni." Paulo aliingia jikoni, hapo nyuma yao, na kuchukua ungo na kumletea bibi yake. Halafu Bibi Kilihona aliwaambia wajukuu wake wote wawili, "Choteni maji kwenye pipa na kumwaga humu kwenye *olugali*." Mapipa ya maji ya kufanyia kazi yalikuwa pale kwenye sebule ya nyuma, mahali pake pa siku zote, na kama kawaida ya pale nyumbani, yalikuwa na maji tele. Palikuwa siku zote kuna makopo ya kuchotea maji kwenye mapipa hayo na Paulo na mdogo wake wakachota maji na kuyamwaga kwenye ungo mpaka bibi yao alipowaambia, "Inatosha!" Walipomaliza, Bibi Kilihona alianza kusali kwa kunong'ona amesimama wima anaangalia nje kwenye mvua aliyokuwa inamwagika kama mafuriko ya mto! Wakati wote alipokuwa anasali alikuwa anazungushazungusha maji ndani ya *olugali*. Halafu alisema kwa sauti kubwa, "*Yamula*!", Eua! kwa Kikerewe, na palepale alimwaga maji ya ungo nje kwenye mvua iliyokuwa inanyesha kwa fujo kweli!

Paulo na mdogo wake, badala ya kuona maji aliyomwaga bibi yao yakimwagika, waliona jogoo mkubwa mwekundu anaruka kutoka kwenye ungo na kukimbilia kwenye hiyo mvua kubwa na kupotelea humo wasimwone tena! Hapohapo mvua ilikatika na jua likachomoza na kuwaka angani kama kwamba lilikuwa linawaka hivyo tangu asubuhi na mvua ilikuwa haijanyesha hata tone moja!

Paulo alijikuta anakiri imani yake: "Mungu asifiwe!" Bibi yake akajibu kama muumini mwenzake: "Amina!"

---

3 *Olugali*, Kikerewe: Ungo uliotengenezwa kwa chane za miale na mafunjo na majani ya enduko na haupitishi maji, kama *ekibo* hapo juu.

Mwajina wa bibi yake yeye alibaki mdomo wazi na ameufunika kwa mikono yake yote miwili, anamwangalia bibi yake kama kwamba ni kiumbe kisicho cha dunia hii! Mwishowe alimwuliza: "Bibi, umefanyaje hivyo!" Na bibi yake alimjibu, "Hakuna anayejua hilo bali Mungu peke yake."

Baada ya hapo Paulo na kila mtu hapo nyumbani alikwenda kanisani na Paulo alipewa upadrisho. Siku hiyo yote mpaka jua kutua hapakuwa tena na hata tone moja la mvua, na sherehe za upadrisho wake nyumbani kwa bibi yake mganga wa kienyeji mashuhuri zilifana wacha na kusema!

Tangu siku hiyo mjukuu wa Bibi Kilihona Paulo alikuwa Padri Paulo Mgumba wa Kanisa Katoliki la Roma la Tanzania na alianza kazi yake ya kuhudumia roho za binadamu wenzake duniani.

Sura ya 13

Paulo alipoanza kufanya mazoezi ya upadrisho kwenye Parokia ya Kibara, Mwibara, wilaya ya Bunda, baba yake mkubwa wa Mwanza, Bushiri, alimnunulia pikipiki ya Kijapani ya aina ya Honda, ili aweze kwenda kwa urahisi Ukerewe kumtembelea bibi yao na kuja Mwanza kuwatembelea anapopopata nafasi. Alipopewa upadrisho Mzee Bushiri, ambaye sasa biashara yake ilikwishapanuka kweli na ana matawi Shinyanga, Tabora na Musoma, safari hii alimnunulia gari aina ya *pickup*, Toyota. Askofu wake alimpangia kazi katika Parokia ya Bujora karibu na Mwanza mjini. Padri Paulo Mgumba alifanya kazi yake ya ukasisi Bujora akiwatembelea mara kwa mara ndugu zake wa Mwanza mjini, na kila alipopata nafasi akivuka kwa boti au kwa kuzunguka na barabara kwa gari lake kupitia Bunda na Mwibara na kivuko cha Lugezi na kwenda kumsalimia bibi yake Ukerewe.

Baada ya kukaa Bujora kwa miaka miwili, alihamishiwa Parokia ya Sumve, wilaya ya Kwimba. Alikuwa karibu ya kumaliza mwaka wa tatu Sumve alipoitwa na askofu wake na kuambiwa ajitayarishe kwenda kusoma Marekani.

Tanzania na Afrika nzima ilikuwa kwenye kipindi kigumu kiuchumi, na hali hiyo ilidai mapadri na masista wengi wa kutosha wafanye kazi ya kuleta kipato, hasa ile ya ualimu kwenye shule na vyuo, kazi ya kufundisha na kuelimisha watu ikiwa ni sehemu ya majukumu yao ya kidini. Aidha, Kanisa Katoliki Tanzania na kote Afrika lilikabiliwa na upinzani mkali kutoka kwa madhehebu za Kikristo nyingine pamoja na dini ya Kiislamu. Kwa hiyo Kanisa lao lilihitaji mapadri wenye kufahamu dini yao kwa undani, viongozi imara na wa kutegemewa kwenye hali ya ushindani kama hiyo nchini na duniani. Kwa sababu hiyo, majimbo yote ya Kanisa nchini yaliagizwa na Kardinali wa Kanisa Katoliki la Tanzania kupeleka mapadri vijana kusoma nchi za ng'ambo, na kuwatafutia wahisani wa kuwalipia masomo yao. Padri Paulo Mgumba alikuwa miongoni mwa mapadri wa jimbo lake waliokuwa wameambiwa na askofu wao kutafuta nafasi ya masomo ya chuo kikuu ng'ambo. Alikuwa ameomba nafasi kwenye chuo kikuu cha Dublin, Ireland, nchi ambayo raia wake karibu wote ni Wakatoliki, na pia kwenye chuo kikuu cha Kanisa Katoliki cha San Francisco, Marekani. Alikubaliwa kote, lakini ni Chuo Kikuu cha San Francisco tu ndicho kilimpa nafasi ya kusoma pamoja na msaada wa pesa za kulipia kila kitu.

Padri Paulo Mgumba alianza masomo yake kwenye Chuo Kikuu cha San Francisco, California, Marekani, mwezi wa nane mwaka 1985. Alisoma huku akisaidia kazi mapadri wa parokia moja kwenye jiji la San Francisco. Hayo ndiyo yalikuwa makubaliano kati ya askofu wake na wafadhili waliomlipia gharama za masomo yake pale chuo kikuu.

Digrii yake ilitakiwa ichukue miaka minne, lakini chuo kikuu chake, kwa kuzingatia elimu yake ya Kidato cha Sita na ya Seminari Kuu ya Kipalapala, kilimpunguzia miaka miwili kwenye masomo ya digrii ya kwanza, kwa vile Marekani wanafunzi huingia chuo kikuu baada ya Kidato cha Nne. Mwezi wa tano mwaka wa 1987 alifuzu masomo yake na kupewa digrii ya *BA* kwenye masomo ya dini.

Askofu wake Tanzania na kadhalika wafadhili wake walifurahishwa na bidii yake na kumruhusu aendelee na masomo ya juu zaidi. Moja kwa moja alianza masomo ya digrii ya pili pale Chuo Kikuu cha San Francisco. Aliendelea kujifunza kwa bidii yake yote, na matokeo yake alimaliza na kufuzu vizuri masomo yake mnamo mwaka mmoja tu, badala ya miwili au hata mitatu, iliyo kawaida. Mwezi Mei mwaka 1988 alitunukiwa digrii ya *Master of Divinity* na Chuo Kikuu cha San Francisco, chuo kikuu mashuhuri cha Kanisa Katoliki Marekani.

Padri Paulo Mgumba alirudi Tanzania kwenye jimbo lake la Kanisa la Mwanza. Askofu wake safari hii alimpangia kuwa msaidizi wa mweka hazina wa Jimbo kwenye makao makuu yake pale Kathedrali ya Mwanza. Mwaka uliofuata askofu alimruhusu kwenda tena Chuo Kikuu cha San Francisco kuchukua digri ya *Doctor of Divinity*, digrii ya juu kabisa kwenye taaluma ya dini.

Masomo yake, aliyoanza mwezi wa tano mwaka 1989, huchukua hadi miaka mitano, lakini Padri Mgumba alimaliza kila kitu, ikiwa ni pamoja na kuandika tasnifu, mnamo miaka minne. Alitunukiwa shahada ya *Doctor of Divinity* mwezi Mei mwaka 1993. Mwezi huohuo alirudi Tanzania.

125

Safari hii Padri Paulo Mgumba aliporejea kwenye jimbo lake la Kanisa la Mwanza baada ya kupata digrii ya *Doctor of Divinity*, Mwadhamu Kardinali wa Kanisa Katoliki Tanzania aliagiza aende kufundisha kwenye Seminari Kuu ya Kipalapala, chuo chake cha upadri cha zamani.

Padri Paulo alianza kufundisha Seminari Kuu ya Kipalapala, Tabora, mwezi wa sita mwaka huo wa 1993. Pale seminari alifikia kupendwa kweli na wanafunzi wake, vijana wa Kitanzania waliokuwa wakijiandaa kuwa mapadri. Haukupita muda hata wanafunzi waliokwishahitimu masomo aliyokuwa anafundisha wakawa wanahudhuria vipindi vyake kila walipoweza!

Mwezi Desemba mwaka huohuo wa 1993, Padri Paulo Mgumba alisimamishwa kazi Seminari Kuu ya Kipalapala. Alikwishaonywa mara nyingi kwamba maoni yake juu ya misingi kadhaa ya imani ya Kanisa Katoliki yalikuwa na hitilafu. Kwa amri ya Kardinali kutoka Dar es Salaam, alirudishwa Mwanza Kathedrali, awe chini ya ulinzi wa Askofu wa Jimbo lake, aliyeagizwa amwangalie na kumpelekea ripoti Kardinali, kama akiendelea kutetereka. Mwanza askofu wake alimpanga kusaidia kazi mapadri wa parokia ya Kirumba, palepale mjini, huku akikaa kwa mapadri wa Mwanza Kathedrali, makao makuu ya askofu. Padri Mkuu wa Parokia ya Kirumba alikuwa ni rafiki ya askofu na askofu alimpa jukumu la kumwangalia na kumdhibiti huyo padri kijana msomi mwenye mawazo potofu asije akaletea Kanisa shida!

Mwezi wa tisa mwaka 1994, kabla hajamaliza hata mwaka pale Mwanza, Padri Paulo alisimamishwa hata hiyo kazi ya kusaidia mapadri wenzake kazi za parokia. Alikwishaonywa mara kwa mara na Padri Mkuu wa parokia ya Kirumba juu ya upotofu wa mafundisho yake kwenye vigango alikokwenda kusalisha misa kwa Wakristo wa mbali na kanisa. Tangu hapo hakuruhusiwa tena kusalisha misa au kuhutubia Wakristo wala kufundisha katekisimu kigangoni kwa watu wanaotaka kubatizwa! Alichoruhusiwa kufanya kama padri ilikuwa ni kusali misa kwa ajili yake yeye mwenyewe tu, akitaka. Vinginevyo alifungiwa kufanya kazi yoyote ile ya padri, tangu kuungamisha na kutoa sakramenti nyingine hadi kutembelea wagonjwa na kushauri waumini!

Hayo ndiyo yaliyokuwa maisha ya Padri Paulo Mgumba bibi yake na mlezi wake mpenzi, Bibi Kilihona, alipofariki dunia mwezi wa sita mwaka wa 1995.

Kama kwa bahati, Padri Paulo alivuka kwenda Ukerewe siku moja kabla ya bibi yake kufariki. Alikuwa hajamwona kwa muda na aliamua kwenda kumsalimia. Bibi Kilihona alifariki akiwa pale Nansio. Alishiriki kwenye mazishi ya bibi yake kwa kuendesha ibada ya mazishi ya Wakristo Wakatoliki kama padri wa Kanisa lake.

Aliporudi kwenye makazi yake Mwanza Kathedrali, akakuta askofu wake amemfungia hata kusali misa kwa ajili yake yeye mwenyewe. Aidha askofu alimwarifu kwamba anaitwa Dar es Salaam na Mwadhamu Kardinali kujibu mashtaka kwamba alishirikisha Misa Takatifu kwenye makafara ya kipagani na Kiislamu wakati wa mazishi ya bibi yake Ukerewe na kuendesha ibada kama padri na huku amefungiwa na Kardinali kufanya kazi yoyote ya kipadri.

Paulo Mgumba hakwenda kwa mkuu wa kanisa lake nchini kujibu mashtaka yaliyokuwa yanamkabili na kuadhibiwa zaidi, na pengine kufutwa upadri na kufukuzwa kabisa kwenye Kanisa Katoliki. Badala yake alianzisha Kanisa jipya nchini.

IV

Imamu Shehe Omari Bushiri wa Msikiti wa Kurani ya Imani

Sura ya 14

Tangu mtoto wa Bibi Kilihona mkubwa kabisa, Salim, alipomtafuta na kumwona mama yake Ukerewe mwaka wa 1922, na miaka mitatu baadaye akaenda kumtembelea tena amefuatana na wadogo zake wote watatu kwa upande wa baba yake pamoja na wale wawili   mama yao aliozaa na Nguvumali Mgumba, watoto wa Bibi Kilihona wote kabisa hakuna aliyeacha tena kwenda kumsalimia mama yao. Na bahati nzuri Mungu aliwajalia wote kupata watoto na watoto wao nao wakaoa na kuolewa na kuzaa watoto wengi. Na kila mara hao watoto wa Bibi Kilihona walipokwenda kumsalimia mama yao walikwenda na watoto wao na wajukuu wao. Matokeo yake yalikuwa kwamba watoto wa Bibi Kilihona walipofariki watoto wao na wajukuu wao waliendelea kumtembelea bibi yao mpenzi, ambaye Mungu alimjalia maisha marefu ajabu. Na kadiri alivyozidi kuishi, ndivyo pia kwenda kumwona kulivyogeuka hija ya lazima kwa wajukuu na vitukuu wake wenye uwezo wa kumtembelea kutoka kokote kule nchini na ughaibuni walikoishi. Palikuwa pia na wajukuu na vitukuu wa Bibi Kilihona wengi waliopelekwa na wazazi wao kulelewa na bibi yao Nansio, Ukerewe. Kando ya Paulo, mjukuu wa mwanae Petro wa Iringa, mtukuu wa Bibi Kilihona mwingine aliyelelewa na bibi yao alikuwa ni Omari, mtoto wa mjukuu wake Bushiri, mfanyabiashara wa Mwanza.

Salim alimpenda sana mama yake, na alimtembelea kutoka Mombasa mara nyingi tu kila mwaka. Alianza kutoka Mombasa kwenda Ukerewe kumwona mama yake akiongozana na mwanae mkubwa wa kiume, Bushiri, aliyezaliwa mwaka wa 1922, huyo mwanae akiwa bado mtoto mdogo wa miaka kama mitano hivi. Na tangu hapo alikuwa naye kila alipokwenda kumsalimia mama yake. Matokeo yake Bushiri alimzoea na kumpenda Bibi Kilihona tangu angali mdogo, na aliendelea kumpenda kweli maisha yake yote.

Bushiri huko kwao Mombasa aliacha shule akiwa na miaka kumi na sita na kuanza kumsaidia baba yake kwenye biashara ya maduka yao. Haukupita muda akawa mfanyabiashara hodari kweli, kiasi cha baba yake, Mzee Salim, alipokuwa hayupo kumwachia kila kitu na kinaenda sawa. Biashara yao ilikwishapanuka na walikuwa na maduka matatu pale kwao Mwembetayari, badala ya lile moja la kurithi kwa babu yake marehemu Mzee Hamed, na nyumba zao za kupangisha pia zilikwishaongezeka.

Katika safari zake za kutoka Mombasa kwenda Ukerewe akiongozana na mwanae Bushiri, Salim alipofika Mwanza mara nyingi alikwenda kusalimia majirani wa zamani wa wazazi wake Kayenze, waliomwelekeza jinsi ya kumtafuta mama yake safari yake ya kwanza kwenda kumwona Ukerewe. Hivyo ndivyo mwanae Bushiri alivyokutana na binti ya mmoja wa Waarabu wa Kayenze na kumpenda. Bushiri alipofikisha umri wa kuoa akamwambia baba yake kwamba alitaka kumchumbia huyo binti; na akamchumbia na kumwoa. Ulikuwa mwaka wa 1943.

Mwaka wa 1948, wazazi wa mke wa Bushiri walihamia Mwanza kutoka Kayenze. Mwanza ulikuwa sasa ni mji mkubwa, wakati ambapo Kayenze, iliyoanza kufifia tangu Wazungu wa Kijerumani walipojenga boma na bandari Mwanza, ilikwishabakia kitongoji chenye vijiduka viwili vitatu. Mwaka huo wa 1948 ndio pia Mzee Salim alipoamua kumfungulia mwanae mkubwa wa kiume, Bushiri, biashara ya duka na usafirishaji wa mizigo Mwanza, kwao mkewe. Mwanza sasa ilikuwa bandari kubwa kuliko zote kwenye Ziwa Viktoria Nyanza, zikiwemo za Kenya na Uganda. Mji wa Mwanza ulikuwa pia njia panda kati ya makoloni matatu ya Waingereza ya Afrika ya Mashariki, Tanganyika, Kenya na Uganda, pamoja na makoloni ya Wabelgiji ya Burundi na Rwanda na Kongo. Na miaka hiyo ya baada ya Vita Kuu ya Pili bidhaa ya pamba ya Usukuma nzima na Musoma na Ukerewe na ya kahawa kutoka Bukoba na Uganda ilikuja juu, na yote ilipitia Mwanza! Salim aliona wazi kwamba Mwanza palikuwa ni mahali pa mtu anayetafuta mali kufungua biashara bila kuchelewa. Ndiyo sababu alimwanzishia huko mwanae hiyo biashara.

Huyo kijana wa Kiarabu, Bushiri bin Salim, maskani yake Mwanza yalikuwa Mtaa wa Rufiji. Mbele ya nyumba yake ya kukaa ndimo lilimokuwa duka lake, na jirani kabisa na hapo kwake palikuwa na gereji ya magari yake ya kusomba mizigo. Alianza na magari mawili, lakini baada miaka michache alifikisha malori karibu kumi.

131

Miaka minne baada ya kuhamia Mwanza, mwaka wa 1952, Bushiri, kwa kushauriana na baba yake, Mzee Salim, alimhamishia Bibi Kilihona Nansio kutoka Nansole kwenye mji wa marehemu Mihigo, mume wake wa Ukerewe.

Mwaka wa 1954 Bushiri bin Salim alioa mke mwingine, aliyeitwa Pili, mrembo wa Kiafrika mrefu na mwembamba mwenye umri wa miaka kumi na sita, binti Ali Changarawe, mzee wa Kimanyema mfanyabiashara mwenzake pale Mtaa wa Rufiji.

Bushiri alipooa mke wa pili alikwishazaa na mke wake wa kwanza, Sara, watoto watatu, mmoja, mkubwa kabisa, wa kiume aliyeitwa Saidi, na wadogo zake wawili wa kike. Baada ya hapo huyo mke wake mkubwa hakuzaa tena. Mwaka wa 1955 mwezi Januari Pili, mke mdogo wa Bushiri, naye alimzalia mtoto wa kiume, aliyepewa jina la Omari na wazazi wake. Baada ya Omari Pili alizaa watoto wengine watatu, kwanza wa kiume, Bakari, mwaka wa 1956, halafu wasichana wawili, mwaka wa 1958 na mwaka uliofuata wa 1959, kabla ya kuacha kuzaa. Omari alifanana na baba yake kwa sura lakini alichukua Uafrika wa mama yake. Uchotara wake ulionekana tu kwa nywele zake za kuteleza karibu kuwa za singa, lakini alikuwa ni mweusi kama mama yake. Wadogo za Omari wote watatu, Bakari na hali kadhalika wale wawili wa kike, wao walikuwa machotara wenye Uarabu zaidi kuliko Uafrika, tangu rangi hadi nywele, karibu wafanane na baba yao Bushiri, ambaye alichukua Uarabu wa mama yake na kupoteza kabisa uchotara wa baba yake.

Bushiri alifuata mfano wa baba yake, Mzee Salim, wa kwenda kumwona Bibi Kilihona Ukerewe akiambatana na wanae tangu walipokuwa wadogo. Kwa vile Nansio ni karibu na Mwanza, alimtembelea bibi yake mara kadhaa kila mwezi, safari nyingi akiambatana na wake zake na watoto wao wote. Mmoja kati ya watoto wake, Omari, alipapenda kweli kwa bibi yake Ukerewe, na kila alipokwenda huko na wazazi wake aliomba kubaki, na wazazi wake walimwacha na kumchukua walipokwenda Ukerewe mara nyingine. Mwishowe Bushiri na mkewe Pili waliamua kumwacha alelewe huko kabisa. Bushiri ndiye aliyemjengea bibi yake pale Namagubo, Nansio, na ndiye aliyekuwa mtunzaji wake mkubwa na aliona mji wa bibi yake kama mji wake mwingine. Aidha alijua kwamba kumpelekea Bibi Kilihona mmoja wa watoto wake wa kiume kulea ni kitu kitakachomfurahisha sana

132

baba yake, Mzee Salim, kule kwake Mombasa, aliyekuwa hajaacha kwenda Ukerewe kumtembelea mama yake mara kadhaa kila mwaka!

Mkewe Pili kwa upande wake kilichomvutia zaidi na kutaka mwanae alelewe kwa bibi ya mume wake ilikuwa ni kutaka mwanae asome shule. Pili kwa baba yake Mzee Changarawe yeye na ndugu zake wote, kwa jumla watoto kumi na mmoja, hakuna hata mmoja wao aliyeendelea na shule zaidi ya darasa la nne. Pia alikuwa hajui mtu yoyote aliyekulia kwenye mtaa wao wa Rufiji pale Mwanza aliyeendelea na shule, tangu alipokuwa mtoto mdogo hadi hapo! Na huo pia ndio uliokuwa ukweli wa pale nyumbani kwa mumewe. Mtoto wa mumewe mkubwa, Saidi, alikomea darasa la nne na kubaki nyumbani kumsaidia baba yake kwenye kazi za biashara. Na watoto wa kike wa mkemwenza nao mwisho wao wa kusoma ulikuwa hilo darasa la nne la shule ya msingi, kabla ya kurudi kukaa nyumbani kungojea wakue waolewe. Yeye Pili alitaka mtoto wake asome na kufika mbali, hata kama baba yake ana mali. Na alihofia mwanae Omari akibakia pale kwao Mtaa wa Rufiji naye ataishia kuwa mbumbumbu mwenzake asiyejua hata neno moja la Kiingereza kama kaka yake Saidi! Omari alikuwa mtoto mwenye tabia nzuri, bali alipenda mno michezo, hasa mchezo wa mpira wa miguu, na tayari kwenye umri mdogo huo alishinda akicheza mpira na utitiri wa watoto wa mitaani! Pili alijua kwamba Bibi Kilihona alikuwa na nidhamu na watoto wanaolelewa kwake walisoma bila mchezo.

Safari moja, Omari alipokuwa na umri wa miaka mitano, wazazi wake walikwenda naye Nansio kumsalimia Bibi Kilihona, na walipotaka kuondoka baba yake akamwambia: "Omari, ukipenda unaweza kukaa kabisa kwa Bibi na kusoma shule Nansio utakapofikisha umri wa kuanza shule!" Na ikawa hivyo.

Sura ya 15

Omari alichopenda sana kwa Bibi Kilihona, Nansio, yalikuwa ni maisha ya pale, yaliyokuwa tofauti sana na ya kwao Rufiji, Mwanza mjini. Wakati huo Namagubo kwa bibi yake hapakuwa mjini hasa. Ilikuwa ni kitongoji cha Nansio lakini shambani. Halafu palikuwa na ziwa hapo karibu, mahali pa watoto kwenda kuogelea na kucheza na kutumwa na bibi kuchota maji na kununua samaki. Halafu nyumbani palikuwa pamejaa watoto wa kila umri, wa kike na wa kiume, kila siku ni kama watoto mko kwenye sherehe fulani! Karibu na barabara mbele ya nyumba ya bibi yao palikuwa na uwanja mkubwa, mahali pa kuchezea mpira wa miguu, na karibu kila siku watoto wa pale nyumbani na wa kutoka miji ya jirani walipanga timu na kucheza mpira! Halafu palikuwa na Bibi Kilihona aliyejua kufurahisha watoto, mara anawasimulia hadithi, mara anawafundisha nyimbo za Kikerewe na wanaimba naye wote kabla ya kwenda kulala! Hata kazi za shambani zilizokuwa za lazima kwa kila mtoto kufanya hazikuwa za kuchosha sana. Kutafuta kuni, kutwanga, kufagia uwanja wa mji, hizo zote zilikuwa kazi watoto walizofanya wakicheza!

Kati ya ndugu zake wote aliokuta pale, Paulo bin Mgumba kutoka Iringa ndiye alifikia kuwa kaka yake na rafiki yake mkubwa. Kwao Mwanza Omari alimpenda sana kaka yake Saidi, mtoto mkubwa wa baba yao Bushiri na mke wake wa kwanza, Sara, bali tu Saidi alikuwa hana muda naye! Kaka Saidi, aliyekuwa mkubwa kwake kwa miaka kumi, hakupenda kusumbuliwa na watoto wadogo wa nyumbani kwao Mwanza. Kila alipomwuliza hiki, alimjibu kwa kumkatisha, kila alipoomba aende naye alipotaka kwenda alimkatalia! Lakini Paulo, aliyekuwa mkubwa kwake kwa miaka minne tu, alifikia kuwa kaka yake kweli! Alikuwa haendi mahali bila kumwuliza kama alitaka naye kwenda. Paulo ndiye pia aliyemfundisha kucheza mpira vizuri, na jinsi ya kupiga kila aina ya chenga na ujanja mwingine! Zaidi ya yote hayo, Paulo alimfundisha na akajua kusoma na kuandika kabla ya kwenda kuanza shule! Bibi Kilihona alitaka watoto wanaojua kusoma pale nyumbani wafundishe wenzao wasiojua bado na wale wa madarasa ya juu wasaidie wenzao wa madarasa ya chini kwenye masomo yao, na Paulo alikuwa hodari kwa kufundisha kila mtoto aliyehitaji msaada wake. Kwa upande wake Paulo alipoona Omari ana hamu kweli ya kujifunza akawa rafiki hasa wa huyo mdogo wake, mtoto wa baba yake mkubwa Bushri wa Mwanza.

Omari aliletwa na wazazi wake kwa Bibi Kilihona mwishoni mwa mwaka wa 1960. Mwaka mpya wa shule ulipoanza mwezi Januari mwaka 1961, Omari alikataa kubaki nyumbani na kulilia naye aende kuanza shule na kusoma na akina Paulo. Bibi Kilihona alimwambia kwamba hajafikisha umri wa kuanza shule, na badala yake mwaka wote huo alimpeleka kwenye madarasa ya Kiislamu kwenye msikiti wa Nansio mjini. Watoto wenye umri wa chini ya miaka minane sasa waliweza kuanza shule, bali, kutokana na upungufu wa nafasi, Halmashauri ya Wilaya ya Ukerewe iliweka miaka saba kama umri wa chini kwa mtoto kuanza shule, ijapokuwa kwenye miji mikubwa na katika wilaya zenye shule nyingi sasa watoto waliweza kuanza shule hata na umri wa miaka sita. Kwa hiyo mwaka ule Omari alijifunza Kurani kwenye madarasa ya dini ya wazazi wake ya Kiislamu na kufundishwa nyumbani na Paulo masomo ya shuleni. Mwezi Januari mwaka wa 1962, alipofikisha umri wa miaka saba, ndipo naye alipoanza shule pale Shule ya Msingi ya Nansio mwalimu wake wa nyumbani, Paulo, alipokuwa naye anasoma na ameingia darasa la nne.

Paulo alimtayarisha vizuri ndugu yake na shuleni Omari bin Bushiri alifikia kufanya vizuri sana. Alijitokeza pia kuwa mcheza mpira hodari, tangu alipokuwa mtoto mdogo wa darasa la kwanza. Hali kadhalika tangu mwanzo alidhihirisha kuwa mwanariadha anayekimbia mbio kuzidi watoto wakubwa kwake kwa umri kwa mbali. Kutokana na hizo sifa zake na tabia yake nzuri, tangu mwanzo pale shuleni kwao alipendwa na walimu wake pamoja na wanafunzi wenzake na alifurahia kweli shule.

Omari alifika madarasa ya juu Shule ya Msingi ya Nansio amekwishakuwa kiongozi wa wanafunzi wenzake. Alipoingia darasa la sita, mwaka 1967, alikuwa ni kapteni wa timu ya mpira na ya riadha ya shule nzima. Kwenye mashindano ya kila mwaka ya riadha ya shule za msingi za Wilaya ya Ukerewe alikuwa kila mwaka wa kwanza kwenye mbio za masafa marefu, nusu maili

135

na maili moja. Na timu ya shule yao ya mpira ilikuwa inaogopwa na timu za shule zote za msingi wilayani, sababu kubwa ikiwa ni mshambuliaji wao machachari Omari bin Bushiri. Kwa upande wa masomo, alikuwa hajawahi kuwa chini ya mtu wa tatu kwenye mtihani wowote shuleni tangu kuanza shule. Huo mwaka wa 1967 ndio mwaka ndugu yake Paulo bin Severini Mgumba alipokwenda Nyegezi Seminari. Omari alikwishakuwa msaidizi mkubwa wa Paulo katika kufundishia nyumbani watoto wenzao wanaolelewa pale wenye kuhitaji kusaidiwa kwenye masomo yao. Paulo alipokwenda Nyegezi Omari akashika nafasi yake kama mwalimu mkuu kwa watoto wenzake pale kwao na wa kutoka miji ya jirani.

Ili kukidhi malengo ya Azimio la Arusha la ujenzi wa Ujamaa Tanzania, elimu ya shule ya msingi ilipangwa upya na kuwa ni ya miaka saba badala ya minane ya tangu enzi ya ukoloni, iliyojumlisha miaka minne ya shule ya msingi na minne ya shule ya kati, *middle school* kwa Kiingereza. Mwaka wa 1968 kwenye shule yao Nansio Omari na wenzake ndio waliokuwa wanafunzi wa kwanza kufanya mtihani wa taifa wa mwisho wa shule ya msingi walipomaliza darasa la saba, badala ya darasa la nane. Omari alishinda vizuri na kuwa mmoja kati ya wanafunzi watatu tu katika wanafunzi karibu mia wa mikondo mitatu ya darasa la saba waliofanya mtihani huo hapo shuleni kwao waliochaguliwa kuingia Kidato cha Kwanza. Omari alichaguliwa kwenda Mkwawa na wenzake wawili, msichana mmoja na mvulana mmoja, wote walikwenda Mwanza Sekondari.

Omari hakuenda Mkwawa moja kwa moja. Babu yake, Mzee Salim, kule kwake Mombasa aliomba mwanae Bushiri ampelekee huyo mjukuu wake akae naye kidogo. Alikuwa ndiyo amemaliza kupoteza mke wake mpenzi, na Bushiri alipokuwa Mombasa kwenye kilio cha mama yake, alirudi Mwanza wamekwishakubaliana na baba yake kwamba ingefaa Omari aende Mombasa kwa mwaka mmoja, ili ajifunze Kurani vizuri pamoja na Kiarabu, na ajuane na ndugu zake. Bushiri na baba yake walijua kwamba Bibi Kilihona alimpeleka mtoto wao Bushiri kwenye madarasa ya Kurani na kwamba alihakikisha anakwenda kusali msikitini. Hata hivyo hakulelewa kwenye mazingira ya Kiislamu na hakusomeshwa Kurani sawasawa, kwa jinsi Bushiri na baba yake walivyoujua msikiti wa pale Nansio na Shehe wake.

Mzee Salim alimpenda sana huyo mjukuu wake, Omari, aliyekaa naye Nansio kwa mama yake, Bibi Kilihona, kila alipokwenda kuwasalimia.

Alikuwa mtoto mwenye tabia nzuri na busara na babu yake, na kadhalika baba yake, Bushiri, walimwona kama kiongozi wa kesho wa ukoo wao. Ndiyo sababu babu yake alitaka aishi naye kidogo Mombasa ili ajuane na ndugu zake wa huko huku akijifunza dini yao vizuri na lugha ya Kiarabu na mila za watu wao.

Mzee Salim alizaa watoto wanne na huyo mkewe aliyefariki, aliyekuwa Mwarabu mwenzake wa palepale kwao Mombasa. Mtoto wao wa kwanza, Bushiri, alifuatiwa na mtoto wa kiume mwingine na wa kike wawili. Wadogo za Bushiri wote watatu walikuwa na watoto wakubwa, wengi wao wamekwishaoa na kuolewa na wana watoto na wote wanaishi Mombasa. Mdogo wa Mzee Salim wa kiume, Abdalla, mtoto wa pili wa Bibi Kilihona, alikuwa naye bado hai huko kwao Mombasa. Yeye alioa wake watatu na kubahatiwa kuzaa watoto wengi kweli, na watoto wake na wajukuu wake nao wengi wao walikuwa wanaishi Mombasa, pamoja na kwamba baadhi yao walikwishahamia Nairobi na kwingineko nchini Kenya na hata nchi za ng'ambo, hasa Arabuni. Wadogo wa Mzee Salim wa kike, binti za Bibi Kilihona Fatma na Aisha, nao walikuwa wazima na wanaishi Mombasa na watoto na wajukuu wao karibu wote. Hali kadhalika ndugu zao wengine wengi tu walikuwa hapo mjini. Na Mzee Salim alitaka mjukuu wake Omari, mtoto wa kiume wa mwanae mkubwa Bushiri aliyeelekea kuwa mtu wa kutegemewa ajuane na hao ndugu zake. Hata ndugu zake waliokwisha kumwona walipokuja kusalimia Bibi Kilihona wengi walikuwa kusema kweli hawamjui, kwa vile nyumbani kwa bibi yake palikuwa na watoto wengi na wageni chungu mzima wakati wote.

Bushiri naye mwanae Omari ndiye aliyetegemea. Mtoto wake mkubwa wa kiume, Saidi, alikomea darasa la nne la shule ya msingi. Na tayari alikwishakimbilia Arabuni na wajomba zake. Mtoto wake mwingine wa kiume, Bakari, mdogo wake Omari, huyo ndiye kabisaa! Alikataa shule katakata alipomaliza darasa la nne, pamoja na kwamba wazazi wake walimkazania kwelikweli aendelee na shule. Halafu alimwambia baba yake kwamba anataka kwenda Maskati kwa kaka yake Saidi, kwamba kaka yake alikwishamfanyia mpango na kila kitu kilikuwa tayari. Pamoja na kwamba alikuwa mtoto mdogo wa miaka kumi na mbili tu, baba yake na mama yake waliona afadhali wamwache aende huko, kwani tayari alikwishakuwa mtoto anayeshinda anarandaranda kwenye mitaa ya mji mzima wa Mwanza, mara nyingine harudi nyumbani hadi usiku wa manane. Alikwishawahi hata kupotea na kutorudi nyumbani kwa zaidi ya wiki, bila ya wazazi wake kujua alikokuwa!

Mwanzoni mwa miaka ya 1960, kutokana na Omani kuvumbua mafuta ya petroli na kuwa nchi tajiri, mfalme wa nchi hiyo aliwataka Waarabu wote wenye asili ya Omani warudi nchini kwao kujenga taifa lao, na akawavutia kwa misaada ya kila aina ya kuanzishia maisha mapya na bora huko. Wazazi wa mke wa kwanza wa Bushiri, Sara, pamoja na shemeji zake waliitika huo mwito wa sultani wa nchi ya asili yao mara moja na kuhamia Omani. Haukupita muda Saidi bin Bushiri naye akaenda Omani, akifuata babu na bibi na wajomba zake. Bakari alipong'ang'ania naye kwenda Arabuni kwa kaka yake Saidi, baba yake akaona amwache aende. "Huko Arabuni, licha ya kaka yake Saidi, hivi sasa kuna pia ndugu zake wa kutoka Dar es Salaam na Mombasa. Baadhi ya watoto na wajukuu wa baba mdogo Abdalla na wa shangazi Fatma na Aisha na wa marehemu babu zangu Hasani wa Mombasa na Hashim wa Dar es Salaam wote hao wako huko," alimwambia mkewe Pili.

Mwaka 1968 Mzee Bushiri na wake zake wote wawili waliamua kwenda kuhiji Maka, na walipoondoka Mwanza waliandamana na mtoto wao Bakari na kupita kwanza Maskati, Omani. Halafu walimwacha huyo mtoto wao kwa ndugu zake wa huko kabla ya kwenda Maka kuhiji. Kwa hiyo mtoto wa Bushiri wa kiume aliyebaki naye Tanzania alikuwa ni Omari tu. Alitaka huyo mwanae awe karibu na baba yake angali hai na ndugu zake wamjue, ili awe kiungo cha familia yake na ukoo wao, wasije wakapotezana! Ndiyo sababu alikuwa radhi kumchelewesha shule yake ili aende kuishi na baba yake Mombasa haidhuru kwa mwaka mmoja.

Bushiri alikuwa sasa ni Mtanzania. Mara tu Tanganyika ilipojitawala aliomba uraia na alikuwa siyo Mkenya tena. Pia hapo Mwanza alikuwa siyo tu mfanyabiashara tajiri bali ni mtu mashuhuri wa siku nyingi na mmoja wa viongozi wakubwa wa chama tawala cha TANU wa mkoa wa Mwanza anayejulikana kwa wakubwa wote wa Serikali na Chama pale mjini. Mzee Bushiri alimwendea Mkuu wa Elimu wa Mkoa pale Mwanza na kumwomba mwanae aahirishe kwenda Mkwawa kwa mwaka mmoja, kutokana na matatizo ya kifamilia kwa babu yake Mombasa walikotoka. Mkuu wa Elimu wa Mkoa aliandika barua kwa Mkuu wa Shule ya Sekondari ya Mkwawa na Omari alikubaliwa kwenda shuleni mwaka uliofuata.

Mombasa kwa babu yake Omari alikuta watoto wengi na wa kila umri, utafikiri ni Nansio kwa Bibi Kilihona. Wengi wa hao watoto wenzake walikuwa ni Waarabu kabisa, na waliobaki wote ni machotara wa Kiarabu, kasoro yeye, ambaye alikuwa ni mweusi kama Mwafrika halisi. Licha ya hivyo alifikia kuwa kipenzi mkubwa kweli wa ndugu zake wakubwa wote hapo Mombasa. Omari, pamoja na kuwa mweusi, alishahibiana na baba yake kwelikweli, hadi sauti na hata jinsi ya kutembea! Babu yake na ndugu za baba yake wote kila walipomwangalia ni kama walimwona baba yake Bushiri mwenyewe! Alikuwa pia mtoto mwema, mwenye heshima na adabu na aliyelelewa vizuri, na pale nyumbani kwa babu yake alipendwa na wakubwa na kuelewana vizuri na watoto wenzake; akapata marafiki wengi na kufurahia maisha kwenye huo mji mgeni wa Mombasa, mkubwa kuliko kwao Mwanza kwa mbali.

Chuoni alikopelekwa na babu yake, Omari alipenda kujifunza Kiarabu na kuendeleza ujuzi wake wa Kurani. Kutokana na tabia yake ya kujifunza kwa bidii tangu alipokuwa mtoto mdogo kwa Bibi Kilihona, katika muda wa miezi kama sita hivi alijua Kiarabu cha kuzungumza na kuandika vizuri kabisa! Walimu wake walimsifia na babu yake na ndugu zao hapo Mombasa walifurahi kweli na kumjivunia!

Hatimaye mwaka wa 1969 ulikwisha na Omari alirejea kwao Mwanza kujiandaa kwenda Mkwawa Sekondari. Kwa wazazi wake alikaa kidogo tu, na kwenda Ukerewe kumuaga bibi yake na kurudi Mwanza na kufikia kufungasha mizigo kwenda Iringa. Huko Iringa alikaa kwa baba yake mdogo Severini Mgumba, baba ya kaka yake Paulo, kwa siku tatu ndipo akaenda kujiunga na shule yake mpya mwanzoni mwa huo mwaka wa 1970.

Kwenye Shule ya Sekondari ya Mkwawa, miaka minne ya kwanza ya Omari ilipita harakaharaka kiasi cha hata yeye mwenyewe kushangaa! Aliendelea kuwa mwanafunzi mwenye akili darasani na anayejifunza kwa bidii. Pale shuleni aliamua kuacha riadha na mpira ili akazanie zaidi masomo yake. Hata hivyo alikuta huko mambo mengine ya wanafunzi yaliyomvutia. Kuingia Kidato cha Tatu alikuwa tayari ni Mwenyekiti wa Umoja wa Wanafunzi na pia ni Katibu wa tawi la Vijana wa chama tawala cha TANU hapo shuleni. Alipokuwa hajishughulishi na hivyo vyama vya wanafunzi wenzake, mahali pake ulikomkuta wakati usio wa masomo ilikuwa ni maktaba. Hapo shuleni maktaba ilikuwa ina vitabu vingi na vya kila taaluma, na kwa Omari kujisomea ilikuwa ndiyo jinsi yake kubwa ya kupitishia wakati. Alipenda hasa kusoma vitabu vya sayansi jamii na siasa na fasihi.

Likizo moja, mwisho wa mwaka wa 1974, alipokuwa Kidato cha Tano hapo Mkwawa, Omari hakwenda kwao Mwanza na Ukerewe kwa Bibi Kilihona kupumzika. Palikuwa kwanza na mkutano wa chama cha Vijana wa TANU wa shule za mkoa uliofanyikia pale shuleni kwao. Baada ya hapo aliwakilisha shule yake kwenye mkutano wa vyama vya wanafunzi vya mkoa ambao nao mwaka huo ulifanyikia hapo Mkwawa. Mikutano yake ilikwisha likizo imebakia wiki moja na nusu tu, na akaamua kupumzikia kwa baba yake mdogo Mzee Severini hapo Iringa, Tosamaganga.

Lusia, mtoto wa kike wa shangazi ya Paulo, dada ya Mzee Severini Mgumba, alikuwa anasoma Tabora *Girls*, na alikuwa likizo kwao, Iringa vijijini, akiwa na rafiki yake kutoka shuleni kwao aliyekuwa anaitwa Rejina. Omari alipokuwa kwa Mzee Severini Lusia alikuja na huyo rafiki yake kumsalimia mjomba wake. Wote wawili mwaka huo walikuwa Kidato cha Nne, na walikuwa marafiki wakubwa tangu walipokuwa Kidato cha Kwanza Tabora *Girls Secondary School,* walikokutania. Likizo iliyotangulia walipumzikia kwao Rejina, Mwanza.

Lusia na rafiki yake waliingia nyumbani kwa Mzee Severini majira ya saa kumi mchana. Lusia alipobisha hodi: "Hapa nyumbani, Hodiii!" watoto na akina mama kadhaa waliitika: "Karibu!" wengine: "Karibu, Lusia!" wengine: Karibu, wageni!

Omari alikuwa ameketi chini ya kivuli cha mti kwenye uwanja wa mji anasoma kitabu cha mwanasiasa mweusi kutoka visiwa vya Caribbean, Frantz Fanon, kiitwacho The *Wretched of the Earth* (Viumbe Waliolaaniwa), alichoazima kwa mwalimu wake wa somo la Siasa hapo Mkwawa. Lusia alipobisha hodi, akanyanyua kichwa na kuona wasichana wawili wanaingia hapo nyumbani, huku wasichana wa hapo nyumbani wasiopungua wanne wanawakimbilia kuwalaki. Omari alikuwa anamfahamu Lusia. Alimwona kwanza alipokuja na Paulo Iringa mwaka wa 1967. Huo mwaka Paulo alipokuja kwao Iringa kutoka Seminari ya Nyegezi kuwasalimia wazazi wake wakati wa likizo kufuatia kifo cha babu yake Mzee Petro Mgumba, Omari alimwomba Bibi Kilihona kwenda naye na bibi yao akamkubalia. Na walipokuwa kwao Paulo Lusia naye alikuja pale na wakaonana na

140

kufahamiana. Halafu kabla ya kurudi Mwanza na Ukerewe walikwenda na Paulo kusalimia wazazi wa Lusia na Omari akaonana na Lusia tena. Na walikwishaonana tena Iringa mara mbili tangu Omari alipokuja kusoma Mkwawa. Lakini alikuwa hajawahi kumwona msichana aliyekuwa na binamu yake Lusia. Na alipomwona tu moyo wake ukagutuka *"Nduh*!" na kupiga mbiombio!

Pamoja na kwamba Omari sasa alikuwa mvulana mkubwa, malezi yake kwa Bibi Kilihona alikobalehea na kadhalika tabia yake ya tangu kuzaliwa haikumwelekeza kwenye mambo ya kutafuta wasichana wa kufanya nao mapenzi. Hilo kwake lilikuwa ni jambo la kungoja mpaka atakapomaliza masomo yake ndipo atafute mchumba wa kuchumbia na kuoa. Kumwona huyo msichana alisikia mwili wake wote unatetemeka!

Nyumba kubwa, ambayo ndiyo ilikuwa ya Mzee Severini, ilikuwa karibu na barabara, upande Lusia na rafiki yake walikotokea. Kwenda kwenye nyumba za nyuma ya mji, wapokeaji wao walipokuwa wanawapeleka hao wageni, ilibidi wapite kwenye mti alipokuwa Omari ameketi.

"Kaka Omari, huna hata likizo! Kitabu hata wakati wa likizo! Lusia alimshambulia, huku akitabasamu.

"Ah! Kumbe ni dada Lusia! Unasemaje, dada Lusia? Napitisha tu wakati, na kitabu nilichopewa na mwalimu shuleni," Omari alisema, huku moyo ukimdundadunda zaidi na midomo yake ikitetemeka!

"Kumbe huyu ndiye Omari mashuhuri wa kwetu Mwanza ninayesikia habari zake wakati wote!"

"Na wewe unatoka Mwanza? Haiwezekani!"

"Kwa nini haiwezekani? Mimi sifai kuishi Mwanza?"

"Unafaa sana! Bali tu msichana kama wewe Mwanza ningekwishasikia sifa zako!"

"Eh! Rejina na kaka Omari kuna hatari hapa leo!" Lusia aliwashangilia.

"Naona kaka yako hajui tu kushika kitabu bali pia ni bingwa wa kupamba wasichana. Anaweza kumpa msichana kichwa kuvimba asijue yuko wapi!"

"Dada Lusia, si ninasema ukweli mtupu! Huyu rafiki yako ni msichana mzuri kweli! Ndiyo maana ninashangaa hapo kwetu Mwanza amejificha wapi hata tusisikie sifa zake. Na sikupambi chochote, ninamaanisha kila nililosema!"

Hivyo ndivyo Omari bin Bushiri alivyofahamiana na Rejina, binti ya Mwalimu Lazaro Bujiku wa Mwanza.

Tangu hapo Omari alikuwa na vitu viwili vikubwa maishani mwake: masomo yake na mpenzi wake Rejina.

Sura ya 16

Mwaka uliofuata wa 1975 Omari alifanya mtihani wa Kidato cha Sita na kushinda na kuchaguliwa kwenda Chuo Kikuu cha Dar es Salaam. Na mwezi Julai mwaka 1976 alianza masomo yake hapo chuo kikuu, kwenye Kitivo cha Sheria, baada ya kumaliza kipindi cha miezi sita kwenye kambi ya Jeshi la Kujenga Taifa Makutupola, Dodoma, kwa kufuatana na masharti ya serikali ya wakati huo.

Omari alipoingia mwaka wake wa pili, binamu yake Lusia na rafiki yake Rejina nao wakaanza masomo yao Chuo Kikuu cha Dar es Salaam. Wote wawili walishinda vizuri mtihani wao wa Kidato cha Sita, Lusia katika masomo ya sayansi na Rejina kwenye masomo ya sayansi jamii na sanaa. Hapo Chuo Kikuu cha Dar es Salaam Lusia alijiunga na wasichana wachache waliokuwa wanachukua masomo ya uhandisi, na Rejina alichukua masomo ya sheria kama mpenzi wake Omari.

Omari na Rejina mapenzi yao yalikomaa na kuiva hasa! Pale "Mlimani", kama Chuo Kikuu cha Dar es Salaam kilivyojulikana jijini, walikuwa ni pete na kidole! Kwenye likizo ya mwisho wa mwaka huo wa 1977, Lusia alikuja tena kupumzikia kwao rafiki yake Rejina, Mwanza. Omari na Rejina walitaka kujitambulisha kwa wazazi wao kama wachumba, na Lusia, mtoto wa dada ya Mzee Bushiri na rafiki mkubwa wa Rejina anayependwa kweli na wazazi wa rafiki yake, alikuwa awe mshenga wao maalumu!

Mwalimu Lazaro Bujiku, baba yake Rejina, alikuwa mwalimu wa shule ya msingi ya Mwanza Kathedrali. Kwa bahati yake nzuri alikuwa hajahamishwahamishwa kama ilivyo kawaida kwa walimu wa shule za msingi. Tangu kuanza kazi alikuwa anafundisha kwenye shule hiyohiyo moja. Hapo nyuma aliwahi kuwa mkuu wa shule, lakini, kutokana na serikali kutaka wakuu wa shule za msingi wawe na hati za juu zaidi kuliko cheti chake cha Walimu wa Daraja C, tangu miaka mingi sasa alikuwa ni

143

mwalimu wa kawaida tu, anayefundisha darasa la kwanza na la pili. Alikuwa ni mwalimu nzuri sana wa kufundisha kusoma na kuandika na hesabu kwa wanafunzi wa madarasa hayo ya mwanzo. Na hiyo ndiyo sifa yake kubwa iliyofanya asihamishwe kutoka hapo shuleni. Kila Mkuu wa Elimu wa Wilaya na wa Mkoa aliyekuja Mwanza aliambiwa kwamba akimwondoa Mwalimu Lazaro hapo shuleni anaua shule, na anataka ugomvi mkubwa na wazazi wa Mwanza. Hapo mwanzoni alikuwa anakaa kwenye nyumba za walimu wa shule nyuma ya Kanisa Kuu Katoliki la Mwanza. Sasa alikuwa anaishi kwenye nyumba yake aliyojenga Bugarika, upande mwingine wa kilima cha Bugando, kwenye Kathedrali Katoliki ya Mwanza pamoja na Hospitali ya Rufaa ya Taifa ya Bugando, ambayo pia ilijengwa na Kanisa Katoliki.

Rejina alikuwa mtoto wake wa kwanza kati ya watoto sita aliokuwa nao na mke wake Fransiska, au Mama Rejina. Mwalimu Lazaro Bujiku alikuwa ni Msukuma kutoka Ntuzu, na mke wake, Mama Rejina, ni Mhaya kutoka Bukoba. Rejina alichukua rangi ya maji ya kunde ya Wasukuma wa Ntuzu ya baba yake, lakini vinginevyo alikuwa ni kopi kabisa ya mama yake, aliyekuwa mwanamke mrefu mwenye mwili tifutifu kama mrembo wa Kinyarwanda! Kati ya watoto wa Mwalimu Lazaro wote, mwanae wa kwanza, Rejina, ndiye alikuwa kipenzi cha baba yao.

Omari na Rejina walikubaliana kuoana Omari atakapomaliza masomo yake chuo kikuu pamoja na mwaka wa mazoezi ya uanasheria na kuwa wakili kamili. Wakati huo Rejina naye atakuwa amemaliza masomo yake, kwa hiyo watakuwa tayari kuanza maisha ya mume na mke. Walipanga kuwapasha wazazi wao habari ya uchumba wao mwishoni mwa likizo yao Mwanza. Kwanza Omari alitaka kumpeleka mpenzi wake Ukerewe kwa Bibi Kilihona amwone na kumsalimia. Na baada ya kukaa Mwanza kwa wiki moja, walivuka hadi Ukerewe, wakifuatana na Lusia, naye anakwenda kumsalimia bibi yake. Lusia aliwahi kumwona huyo bibi yake mashuhuri mara moja tu, alipopelekwa kwake na wazazi wake alipokuwa darasa la kwanza, bali alisikia habari zake miaka yote nyumbani kwao na kwa mjomba wake Severini na kwa mama zake wengine watatu wote!

Bibi Kilihona alifikia kumtambua Lusia utafikiri alikuwa pale kwake jana, na kumwuliza habari za baba na mama yake na ndugu zake wengine Iringa, akiwataja kwa majina utafikiri anaishi kule! Lusia na rafiki yake walimpenda hasa Bibi Kilihona. Walipomwambia Omari akawajibu, "Mimi sijaona mtu hata mmoja asiyempenda Bibi Kilihona. Kama yupo, basi huyo ana shida zake yeye mwenyewe, na kubwa kweli!"

Kwa Bibi Kilihona pia walikaa wiki nzima. Siku moja kabla ya kuondoka Nansio, Omari alimwendea bibi yake akiwa na Rejina na kumwambia, "Bibi, huyu rafiki ya dada Lusia ndiye mchumba wangu. Ninataka nikimaliza masomo yangu chuo kikuu tuoane!"

"Na mimi nilijua hivyo, bali tu nilitaka nyie wenyewe mniambie kwanza. Langu mimi kwenu ni kwamba, nimemwona huyu binti na nimempenda. Wewe ni mwanangu niliyekulea mimi mwenyewe na ninakujua vizuri sana. Nyie wawili mtafaana maishani. Kwa hiyo muda wenu utakapofika oaneni. Hata hivyo ni sharti mjue kwamba ndoa kudumu na kuwa yenye furaha kupendana peke yake hakutoshi, kwa vile watu mnaweza kupendana leo na kesho mkawa hampendani tena. Ndoa maana yake ni watu wawili kuishi pamoja kama mume na mke wake, na kama wazazi wawili na walezi wa watoto wenu, Mungu akiwajalia kupata watoto. Na siri na dawa ya peke yake ya mapenzi ya kudumu na ndoa yenye furaha ni mume na mke kujaliana. Na mume na mke kujaliana ni kuishi kila mmoja wenu akiweka mbele furaha ya mwenzake. Ninaona mmeanza kwa kupendana kweli. Fanyeni ibakie hivyo. Na msiruhusu kitu au mtu yeyote kuwaingilia na kuwachafulia maisha yenu."

Waliporudi Mwanza hao wanafunzi wa Chuo Kikuu cha Dar es Salaam walikuwa wamebakiza wiki moja tu kabla ya masomo yao kuanza tena. Omari na Rejina walikubaliana kwenda kuomba ridhaa ya wazazi wa Rejina kwanza juu ya uchumba wao kabla ya kwenda kuwajulisha na kuwaomba baraka zao wazazi wa Omari. Omari alikwishafika kwao Rejina na kutambuliswa kwa wazazi wa Rejina, siku walizokaa Mwanza kabla ya kwenda kwa Bibi Kilihona Ukerewe, lakini kama binamu ya rafiki yake Lusia. Walipofika Mwanza kutoka Ukerewe, kesho yake adhuhuri Omari akaenda nyumbani kwa wazazi wa Rejina, ambako ndipo pia Lusia alipofikia, pamoja na kwamba baba yake Omari, Mzee Bushiri, alinung'unika kweli akisema alikuwa ni mtoto wa dada yake na ilibidi afikie kwake, na kwamba atamshitaki kwa mdogo wake Severini, Iringa, mjomba wa huyo binti, na kwa mama yake wamseme!

Mwalimu Lazaro na mkewe walipomwona Omari anakuja kwao walihisi amekuja kuwatembelea tu wenzake. Kwa hiyo alipomaliza kusalimiana nao wakanyanyuka ili kuwapisha vijana sebuleni waongee mambo yao wakiwa huru zaidi; lakini binti yao akawaomba wakae kidogo. "Baba na mama, huyu mvulana, Omari, ndiye mchumba wangu. Tunawaomba ruhusa na baraka zenu tutakapomaliza masomo yetu chuo kikuu tuoane!"

"Eh! We binti msiri kwelikweli! Wala siwezi kuamini! Binti yangu unapata mchumba mimi mama yako usiniambie kitu mpaka unakuja kumtambulisha nyumbani! Hata hivyo hongera, wote wawili! Kijana wetu, unakaribishwa nyumbani na tunawaombea mambo yenu yafanikiwe muoane kama mlivyoamua," mama yake alisema bila kupumua na kwa furaha kweli utafikiri binti yake amekwishaolewa!

"Ni vizuri mmekuja kutujulisha, Rejina. Siku hizi kuna watoto wanaooana wao wenyewe huko waliko na wazazi wao wanayasikia kutoka kwa watu wengine!" baba yake alisema.

"Baba, kwa nini tufanye hivyo!"

"Ndiyo sababu ninashukuru umekuja kutujulisha."

Omari alitoka kwa wazazi wa mpenzi wake kurudi kwao Mtaa wa Rufiji amejaa furaha. Wazazi wa mchumba wake hawakuwa na kizuizi juu ya uchumba wao! Ilikuwa kesho yake asubuhi Rejina na Lusia waende Mtaa wa Rufiji kwa wazazi wa Omari ili Omari awajulishe wazazi wake juu ya uchumba wao mchumba wake akiwepo. Lakini mambo yalipokwenda vizuri hivyo kwa wazazi wa Rejina, Omari hakuona tena sababu ya kungoja mpaka kesho yake kabla ya kuwajulisha wazazi wake. Kwa hiyo siku hiyohiyo, baada ya chakula cha usiku, aliomba kuzungumza faragha na baba na mama yake na akawapasha habari za uchumba wake. "Baba na mama, binti aliyekuja hapa na dada Lusia wa Iringa, Rejina, ndiye mchumba wangu. Wazazi wake tumewajulisha leo na wametupatia baraka zao! Nia yetu ni kuoana wote tutakapomaliza masomo yetu chuo kikuu na tunaomba baraka zenu."

Rejina na Lusia nao walikuja kusalimia wazazi wa Omari kabla ya kwenda Ukerewe. Kwa hiyo wazazi wake walikwishamwona huyo msichana. Hali kadhalika Mzee Bushiri pamoja na mkewe Pili, Mama Omari, walikuwa wanafahamiana na wazazi wake, Mwalimu Lazaro na mkewe, kwa vile waliwahi kuwatembelea mtoto wao Bakari alipokuwa anasoma kwenye shule ya msingi ya Mwanza Kathedrali Mwalimu Lazaro alikokuwa anafundisha.

"Ni vizuri kuoa mapema utakapomaliza masomo yako. Na ukimwoa huyo binti mzuri msomi mwenzako wa hapahapa Mwanza itakuwa barabara

146

kabisa! Mimi na mama yako tunafahamu wazazi wake, wote wawili, Mwalimu Lazaro na mkewe. Kwani bila Mwalimu Lazaro mdogo wao Bakari asingejua hata kusoma na kuandika, wacha tu kufika hilo darasa la nne alipokomea."

Bakari alianzia shule kwenye Shule ya Msingi ya Nyakabungo, karibu na kwao Mtaa wa Rufiji, lakini badala ya kwenda shule akawa anashinda anacheza mitaani, na hata anapokwenda shuleni wakati wote ni kucheza na kufanya fujo darasani. Mwalimu wake mmoja, rafiki ya baba yake, alimwambia baba yake sifa za Mwalimu Lazaro wa Shule ya Msingi ya Mwanza Kathedrali na Mzee Bushiri na mkewe Pili wakaenda kumwona Mwalimu Lazaro nyumbani kwake na kumwomba awasaidie kusomesha mtoto wao. Bakari alihamia Mwanza Kathedrali akiwa darasa la pili, na Mwalimu Lazaro akakuta hajui kuandika herufi hata moja. Lakini, badala ya kumrudisha darasa la kwanza, aliwashauri wazazi wake wamwache darasani mwake, kwani kurudisha mtoto nyuma mara nyingi kunampumbaza zaidi au kunampa kuchukia shule, kwa kuwekwa kusoma na wale anaowaona watoto wadogo kwake! Badala ya kumrudisha nyuma darasa, alimfundishia nyumbani pamoja na watoto wenzake wengine waliohitaji msaada kama huo, baada ya saa za shule na siku ya Jumamosi, kwa malipo kidogo ya tuisheni kwa upande wa wazazi wao. Na kweli Bakari akajua kusoma na kuandika na hesabu, na mwisho wa mwaka akashinda na kwenda darasa la tatu na kuendelea na shule, hadi alipokataa yeye mwenyewe kusoma shule alipomaliza darasa la nne.

"Unajua wazazi wake siyo Waislamu. Huyo mchumba wako amekwambia wazazi wake watamruhusu abadili dini na kuwa Mwislamu?" mama yake alimwuliza.

"Mama, sisi tumekubalina kwamba tukioana kila mtu atabakia na dini yake. Kama mmoja wetu akiamua kubadili dini na kufuata dini ya mwenzake, huo utakuwa ni uamuzi wake yeye mwenyewe, lakini siyo masharti ya kuoana kwetu."

"Omari, msikiti gani utawafungisha ndoa ya Kiislamu na mwanamke asiye Mwislamu! Na je watoto wako utakaozaa na huyo mke wako nao watakuwa Wakristu wanaokula nguruwe na nyamafu kama mama yao!"

"Mama Omari, vipi tena! Mambo kama hayo itabidi waamue wao wenyewe. Mradi wao wameridhiana sisi kwetu wajibu wetu ni kuwatakia heri na fanaka. Dini ni imani ya mtu. Mtu anayesilimu kwa ajili ya kutaka kuoa au kuolewa na Mwislamu na huku rohoni mwake haamini Uislamu ni wazi kwamba huyo ni Mwislamu kwa jina tu, lakini mbele ya Mungu siyo Mwislamu. Siyo kweli hiyo!"

"Yaani mume wangu Bushiri, Mwislamu halisi kama wewe, utaruhusu mwanao aoe Mkristu au hata kafiri, mwanamke mshenzi asiye na dini!"

"Mama Omari, mambo gani leo hapa! Kweli katika Tanzania ya leo kuna mtu anayethubutu kumwita mwananchi mwenzake "kafiri" na "mshenzi" kwa sababu tu ya kuwa na dini tofauti na yake! "

"Labda huyo mtoto niwe sikumzaa mimi! Mtoto aliyetoka tumboni mwangu hawezi kuniletea mkwe kafiri mimi mama yake nikiwa bado hai! Labda angoje nife kwanza!"

"Mke wangu, maneno ya namna hii yanaweza kuwatia mkosi watoto wetu na kuwachafulia maisha yao! Naomba tunyamazie hapo na tuwaache wajiamulie mambo yao. Omari, mimi baba yako kwa upande wangu ninawapatia baraka zangu zote wewe na mwenzako na kuwatakia neema za Mwenyezi Mungu maishani mwenu."

Omari alishangazwa kweli na maneno ya mama yake! Hakujua kwamba mama yake alichukia watu wenye dini tofauti na yeye kiasi hicho! Na wala hakuweza kuelewa! Mama yake huyohuyo alifurahi alipokwenda kulelewa kwa Bibi Kilihona, na huku akijua bibi yao ni mganga wa kienyeji na mfuasi wa dini ya kabila lake la Wakerewe! Na alikuwa haishi kuja kumwona kwa bibi yake Nansio, mara nyingi akiwa peke yake, na kila alipokuja hapo nyumbani alikaa hata kwa wiki na zaidi. Na hakumwona hata siku moja akikataa kula kitu chochote hapo kwa bibi yake kwa kutotaka kula chakula haramu na nyamafu!

Bahati nzuri kesho yake Rejina hakuja kwa mchumba wake Mtaa wa Rufiji. Lusia alikuja peka yake, kuaga wazazi wa Omari.

Asubuhi kulipokucha tu, kabla ya kwenda kazini kwake, Mwalimu Lazaro alimwita binti yake kwa maongezi ya faragha, mbele ya mama yake. Wote watatu walijifungia kwenye chumba cha kulala cha wazazi wake. Rejina, mtoto wa kwanza kwa wazazi wake na kipenzi cha baba yake, alikuwa na maongozi ya faragha kama hayo na wazazi wake karibu tangu angali mdogo kweli, na hakuona kitu kipya hapo. Baba yake alikaa kimya kwa muda kwanza kabla ya kusema, "Kama wewe ni binti yangu niliyekuzaa, huwezi kuolewa na Mwislamu. Bado ungali msichana mdogo na unasoma shule, hujakosa mwanamume wa kukuoa. Hata ungekuwa umechelewa kuolewa, huwezi kuolewa na Mwislamu kama kwamba wanaume wamekwisha duniani. Hata ukikosa mwanamume wa dini yako ya Katoliki wa kukuoa, olewa na Mkristo wa madhehebu nyingine yoyote, hata Msabato. Ni afadhali mara mia uolewe na mpagani kuliko kuolewa na Mwislamu!"

Rejina hakuweza kuamini! Hakuweza kuamini kwamba huyo alikuwa ni baba yake, Mwalimu Lazaro, ampendaye kufa na kupona! Wala hakujua cha kusema. Alibakia tu kimya ameshikwa na bumbuazi!

Bila ya kuongeza hata neno moja zaidi, baba yake aliondoka chumbani na kwenda kazini kwake.

Rejina alikuwa na uhusiano wa karibu sana na baba yake. Kila kitu alichofanya, tangu angali mtoto mdogo kabisa, alitaka kumfurahisha baba yake. Kwenye masomo yake, tangu alipokuwa shule ya msingi hadi sekondari na chuo kikuu, motisha yake kubwa kabisa ilikuwa ni kujua jinsi baba yake anavyofurahi kila anaposhinda mitihani yake! Kwa hiyo maneno ya baba yake yalikuwa pigo kubwa mno na ambalo kamwe hakulitegemea! Ndiyo sababu hakuweza kwenda kwao Omari.

Wazazi wote wawili wa Mwalimu Lazaro Bujiku walikuwa siyo Wakristo, bali ni wafuasi wa dini ya jadi ya Wasukuma wa kwao Ntuzu. Wazazi wake waliishi karibu na Shule ya Misheni Katoliki ya Ntuzu, na mtoto wao alipofikisha umri wa kwenda shule walikwenda kumwandikisha, kwa vile kila mtu alikwishatambua faida ya shule. Alipofika darasa la nne alifanya mtihani wa kwenda Nyegezi *Central*, shule ya sekondari ya peke yake kwa Wakatoliki wa Jimbo la Kanisa Katoliki la Ziwa wakati huo. Aliposhinda mtihani na kuchaguliwa kwenda Nyegezi, mapadri wa Misheni ya Ntuzu wakamwambia ilibidi abatizwe, kwa vile Nyegezi ilikuwa shule ya Wakatoliki. Ndipo huyo mtoto wa wakulima na wafugaji wa Kisukuma, ambaye jina lake la kuzaliwa lilikuwa ni Ndakama, alipobatizwa na kuitwa Lazaro, jina alilochaguliwa na wamisionari Wazungu wa Ntuzu Misheni. Nyegezi hakuendelea na shule yake hadi darasa la kumi, lililokuwa darasa la mwisho hapo. Alipomaliza darasa la sita alihama shule na kwenda Chuo Cha Ualimu cha Bukumbi, ambacho wakati huo kilikuwa nacho ni cha Kanisa Katoliki. Baada ya miaka miwili hapo chuoni alifanya mtihani wa taifa wa darasa la nane wa siku hizo, *Standard VIII Academic*, na kushinda na kuchukua mafunzo ya ualimu kwa miaka miwili. Halafu alihitimu ualimu na kupata cheti cha Ualimu Daraja C, *Grade C,* na kupelekwa kufundisha shule ya Mwanza Misheni, Mwanza Kathedrali ya sasa, alipokuwa bado anafundisha. Shuleni Lazaro hakuwa mwanafunzi mwenye akili sana, lakini alikuwa kiongozi wa wenzake na mwanafunzi aliyeaminiwa na wakuu wa shule. Karibu kila darasa alilosoma alikuwa kiranja wa darasa, na miaka miwili ya mwisho kwenye Chuo cha Ualimu cha Bukumbi alikuwa kiranja wa shule nzima. Kitu chake kikubwa shuleni kilikuwa ni kusali. Tangu alipobatizwa mambo ya dini yalimwingia sana rohoni. Alipokuwa Nyegezi jambo alilopenda hasa hapo shuleni ilikuwa ni kuimba nyimbo za kanisani. Bukumbi pia alikuwa mwanakwaya hodari miaka yote minne aliyosoma hapo chuoni. Na alipoanza tu kazi Mwanza Misheni alijiunga na kwaya ya Kanisa Katoliki la Mwanza, kanisa la peke yake la madhehebu hiyo mji mzima wa Mwanza wakati huo. Sasa alikuwa ndiye mkuu wa kwaya na vilevile ni mzee wa kanisa tangu miaka nenda miaka rudi.

Mwalimu Lazaro maishani mwake alikuwa hajawahi kunywa pombe, hata siku moja. Alipokuwa mtoto mdogo alimpenda sana baba yake na alisikitika sana kila alipomwona naye amelewa, anasemasema maneno ya ovyo na kufanya mambo ya kijinga kama wazee walevi wengine. Na tangu hapo aliamua kuwa yeye hatakunywa pombe maishani mwake, kwamba atakuwa kama mama yake, ambaye alikuwa hagusi pombe ya aina yoyote! Alipoingiwa na mambo ya dini rohoni, huo uamuzi wake ukaoana vizuri na imani yake mpya ya Kikiristo na hakushawishika hata siku moja kunywa pombe. Maisha yake hapo Mwanza, kando ya kazi yake ya ualimu, yalikuwa tu ni shughuli za kanisani mwake pamoja na kuhudumia familia yake, basi.

Miaka ya karibuni Kanisa Katoliki lilianzisha jumuia ndogondogo za waumini kote nchini ili dini iwe sehemu ya maisha yao ya kila siku. Mwalimu Lazaro alikuwa mwenyekiti wa jumuia ya wanakanisa wa Bugando na Bugarika. Nyumbani kwake sasa palikuwa ni pia mahali pa kufanyia mikutano ya jumuia yake ya waumini wa Kanisa lao. Hayo ndiyo yalikuwa maisha ya mwalimu Lazaro Bujiku, mzee ambaye hata watu wasio wa dini yake au wa madhehebu yake walimtafuta ushauri kwa kumwona kuwa ni mtu mwema wanayemwamini na anayependa watu.

Miaka yote binti yake Rejina alijua kwamba dini kwa baba yake ilikuwa ni imani yake yeye binafsi, na hakuileta nyumbani kwake na kutaka mke wake na watoto wake nao wawe washika dini kama yeye. Mke wake alikuwa hayumo kwenye kwaya ya kanisani mwao, na vilevile baba yake hakuwahi kuwashurutisha watoto wake hata mmoja kuwa wanakwaya au kufanya kitu kingine kanisani isipokuwa kwenda kusali Jumapili na kwenye sikukuu za Kanisa kama Wakristo wengine. Ni yeye Rejina tu aliyekuwa mwanakwaya kanisani alipokuwa bado anasoma kwenye shule ya msingi ya baba yao, kwa sababu alipenda kuimba kama baba yake. Tofauti na Wakatoliki washika dini hasa wengine, nyumbani kwa Mwalimu Lazaro hapakuwa na kusali rozari na litania au sala za pamoja za usiku, hata siku moja. Sala tu ya pamoja kwake ilikuwa ni sala fupi ya "Maombi" kabla ya kula, basi. Kwa hiyo mpaka hapo Rejina hakuwa na sababu ya kumwona baba yake kama Mkristo mwenye siasa kali anayechukia dini za watu wengine! Na hakuweza kuelewa kwa nini alichukia Uislamu kiasi cha kumtaka aolewe hata na "mpagani" kuliko kuolewa na Mwislamu! Huenda hata Omari angebadili dini na kuwa Mkristo bado tu baba yake asingekubali amwoe, kwa vile wazazi wake walikuwa Waislamu!

Siku hiyo chumbani baba yake alimowaacha Rejina na mama yake wote wawili walibakia kimyaa! Hatimaye mama mtu alimwambia binti yake, "Mwanangu, nisikilize mimi mama yako niliyekuzaa. Kama unampenda huyo mvulana, enda muoane. Wewe ndiye utakayeishi naye, na huo Uislamu wake hukuuona kama ni tatizo, kwa hiyo baba yako hana sababu ya kukukataza kuolewa na mchumba wako uliyemchagua.

"Mimi na baba yako tulichaguana sisi wenyewe na akanioa, licha ya kwamba nyumbani kwetu wazazi wangu hawakumpenda, ati kwa vile ni Msukuma na siyo Mhaya kama wao. Wao walitaka niolewe na Mhaya mwenzangu tu, basi, na huku wanaona kila mahali watu wa makabila tofauti wanaoana kila leo! Na mpaka leo ninaamini wazazi wangu hawajanisamehe kwa hilo. Lakini mpaka leo mimi na baba yako tumeoana na tunapendana na tunaishi vizuri.

"Mimi sikujua kwamba baba yako hii dini yake imemshika kiasi hicho! Tangu tuoane sijamkatalia kitu, lakini safari hii nimekataa."

Mama yake Regina hakuweza kuamini kwamba mume wake alikuwa amesahau matatizo ya kuoana kwao. Pamoja na kwamba wazazi wake wote walikuwa ni Wahaya wa kutoka Bukoba, yeye binti yao alizaliwa na kukulia Mwanza, baba yake alikokuwa anafanya kazi kama karani wa Mwanza Bomani. Alikuwa anakwenda na wazazi wake kusalimia babu na bibi yake na ndugu zao wengine huko Bukoba, lakini hakuwahi kuishi huko na wala alikuwa hajui Kihaya. Mume wake, Lazaro Bujiku, walikutania hapohapo Mwanza wangali wadogo, Lazaro alipokuwa anasoma Nyegezi *Central*. Wikiendi moja Lazaro alikuja kusalimia baba yake mdogo Mwanza mjini karibu na kwa wazazi wake na kwa bahati wakakutania hapo kwa baba yake mdogo na urafiki wao ukaanza na ukaendelea hadi alipomaliza kozi ya ualimu na kuanza kufanya kazi Mwanza Misheni. Fransiska yeye shule alikomea darasa la nane na kukaa hapo nyumbani kwa wazazi wake. Baba yake alitaka kumtafutia kozi lakini akawaambia wazazi wake kwamba yeye alitaka kuolewa. Alipowaambia mchumba wake ni nani na ni kabila gani, wazazi wake, wote wawili, wakawa mbogo! Pamoja na kwamba walikuwa wanaishi Mwanza, kwenye nchi ya Wasukuma, waliona binti yao kuolewa na Msukuma ni kumpoteza kabisa! Fransiska alikumbuka swali mama yake alilomwuliza kwa mshangao kweli: "Yaani umekosa mwanamume wa kukuoa kati ya wanaume wote Wahaya hapa duniani hadi unataka kuolewa na Msukuma!"

Fransiska alikuwa hajasikia wazazi wake wakiwasema vibaya Wasukuma, kwa hiyo alimwuliza mama yake, "Mama, kwani Wasukuma wana kitu gani!"

Na kwa swali hilo ndipo akachafua mambo kweli! Baba yake akamfokea: "Wewe binti, naomba unisikilize vizuri sana! Mama yako na mimi baba yako ni Wahaya. Tunataka uolewe na Mhaya mwenzako. Kila mzazi hapa duniani anataka binti yake aolewe na mwanamume wa kabila lake, wanayeelewana naye lugha na mila. Na ambaye wazazi wake wanawafahamu wazazi wa mume wake na ndugu zake wanakotoka na walivyo."

Ajabu ya ajabu, aliyeokoa Fransiska kwenye kipingamizi cha wazazi wake alikuwa ni babu yake kizaa baba. Huyo mzee wa Kihaya alikuwa amekuja kwa mwanae Mwanza kwa ajili ya matibabu aliposhuhudia hilo zogo. Hakujibu kitu wala kusema lolote. Alimwacha mjukuu wake Fransiska akalia hadi kunyamaza. Halafu alimwambia baba yake, wakiwa wawili peke yao, "Mwanangu unataka kukosea, kwa kumzuia binti yako kuolewa na mwanamume ampendaye. Siku hizi hilo ni kosa. Hata zamani wazazi wenye busara wajibu wao ulikuwa ni kushauri, kama hapakuwa na kizuizi cha hawa vijana waliokwishachaguana kuoana. Kama unajua huyo kijana ana kasoro mwambie binti yako hizo sababu za kutofaa kwake, na bila shaka atakusikiliza. Kuhusu kizuizi cha Wahaya kuoa au kuolewa na makabila mengine, hicho mimi sikijui. Mimi baba yako hapa mama yangu alikuwa ni mwanamke wa Kinyarwanda. Halafu, kama ujuavyo, mama yako mzazi siyo Mhaya, ni Msubi kutoka Biharamuro. Sasa kama sisi Wahaya tunaoa wanawake wa makabila mengine, kwa nini mabinti zetu wasiolewe na wanaume wa makabila mengine? Na mimi kama baba yako nina sababu yangu binafsi ya kutaka umruhusu binti yako aolewe na huyo mvulana anayempenda. Na sababu yangu ni kwamba hakuna ndoa ya furaha bila kupendana. Sisemi kwamba kwa sababu wanapendana ndoa yao itakuwa nzuri, bali kama akiolewa na mwanamume mwingine na huku huyu kijana ndiye chaguo lake, basi hatampenda huyo mume wake na ndoa yao itakuwa na dosari kubwa kweli tangu mwanzo!"

Kwa upande wa Mwalimu Lazaro, baba yake aligoma kabisa! Ilibidi sherehe za harusi yake zifanyikie kwa baba yake mdogo Mwanza mjini, jirani na kwao Fransiska walipokutania mara ya kwanza, na siyo nyumbani kwao Ntunzu kama alivyokuwa amepanga. Kwa baba ya Mwalimu Lazaro huko Usukumani mtoto wake kuoa mwanamke wa Kihaya lilikuwa tusi kubwa! Kwenye hizo enzi za kikoloni wanawake wa Kihaya ndio waliojulikana kwa kufanya umalaya Mwanza na Shinyanga na Tabora na Dar es Salaam na kwenye miji mingine nchini, kiasi kwamba, kwa Msukuma wa vijijini ndani kama yeye, mwanamke wa Kihaya yoyote alikuwa ni "malaya"! Yaani mtoto wake alitaka kuoa "malaya"! "*Nhaya getegete!*" "Mhaya kabisakabisa!" alitikisa kichwa kwa masikitiko makubwa, kama kwamba mtu kuwa Mhaya ni kuwa mwendawazimu au mgonjwa wa ukoma!

Omari na mchumba wake Rejina waliacha hayo matatizo kwa wazazi wao Mwanza na kurudi Chuo Kikuu cha Dar es Salaam kuendelea na masomo yao.

153

Sura ya 17

Omari na Rejina matatizo waliyokumbana nayo kwa wazazi wao yaliwapa kuzungumzia mambo mengi juu ya maisha yao ya baadaye na juu ya jamii ya Watanzania kwa jumla. Hapo chuo kikuu Omari alikuwa sasa ni Makamu wa Katibu wa Tawi la Vijana wa CCM (Chama cha Mapinduzi), jina jipya la chama tawala nchini baada ya TANU kuungana na Afro-Shirazi *Party* ya Zanzibar mwezi Februari mwaka 1977. Alikuwa pia ni kiongozi kwenye Chama cha Wanafunzi Waislamu wa Chuo Kikuu cha Dar es Salaam.

Siku moja mwaka wa 1979, wakati mitihani ya mwisho wa mwaka wa masomo inakaribia, baada ya chakula cha usiku Omari na Rejina walipata nafasi ya kujibanza peke yao ili wajisomee kwenye chumba cha mihadhara cha Kitivo cha Sanaa na Sayansi Jamii. Maktaba palikuwa panajaa kweli wakati kama huo. Na pia mnapojisomea kwenye maktaba hamuwezi kujadiliana na mwenzako mnayejisomea naye, kwa vile kila mtu anapaswa kuwa kimya ndani ya maktaba. Ndiyo sababu wanafunzi wengi walitafuta nafasi kama hiyo, walipoweza kujisomea huku wanajadiliana na kuulizana maswali.

Siku hiyo, badala ya kujisomea na kujadiliana juu ya wanayosoma, hao wapenzi wawili walijikuta wanaongelea mambo mengine kabisa! Wazazi wao wa pande zote mbili, baba ya Rejina na mama ya Omari, waliendelea kugomea uchumba wao. Baba ya Rejina alikuwa hajibu tena barua za binti yake, na huku hapo nyuma waliandikiana barua karibu kila wiki! Na habari Rejina alizopata kutoka kwa mama yake ni kwamba hapo nyumbani kwao baba yake alipiga marufuku kule kutaja tu jina lake!

Omari alikuwa anajiandaa kufanya mitihani ya mwisho wa masomo yake hapo chuo kikuu. Walikuwa wangoje mpaka Rejina naye amalize masomo yake ndipo waoane, lakini, baada ya kuona vikwazo vya hao wazazi wao na muda ulivyopita huku hali inaendelea kuwa ileile, waliamua kwamba hapakuwa na haja ya kungoja zaidi. Sasa walipanga kuoana mara tu Omari atakapomaliza masomo yake. Walikubaliana kwamba watafungia ndoa yao kwa Mkuu wa Wilaya, na wazazi wao waliowapa ridhaa waoane, Baba wa Omari na mama wa Rejina, walikubaliana na uamuzi wao.

Katika mazungumzo yao usiku huo Omari na Rejina walifikia uamuzi mwingine kuhusu ndoa yao. Walikubaliana kwamba, baada ya kuoana kwa Mkuu wa Wilaya wa kwao Mwanza, watakwenda kufanyia karamu ya harusi yao kwa Bibi Kilihona Ukerewe. "Kwa Bibi Kilihona mimi ni kwetu sawa kabisa na kwa wazazi wangu Mwanza," Omari alisema.

Lakini ni mambo ya dini ndiyo yalikuwa maongezi yao makubwa siku hiyo. Safari hii walianza kwa kutaka kujua watoto wao watakuwa na dini gani. Wao walikwishafikia uamuzi kwamba kila mmoja wao ataendelea na dini yake. Na walijikuta wanazungumzia tena hilo suala. "Mtu kuingia dini usiyoamini ili uoane na mke au mume mwenye dini hiyo ni kutenda dhambi kwa Mungu, kwa vile huwezi kumdanganya Mungu. Mtu yeyote anayeamini kuwepo kwa Mungu ni sharti ajue hilo!" Rejina alisema.

"Mtu kuwa Mwislamu ni shahada. Ni kusadiki kwamba kuna Mungu mmoja tu na Muhammad ni Mtume wake. Ni imani hiyo ndiyo inamfanya mtu Mwislamu. Kwa sababu hiyo, Uislamu ni dini ambayo lazima mtu adhamirie kuingia kutokana na kuamini kweli shahada ya Kiislamu. Hata kutamka hiyo shahada hadharani hakumfanyi mtu awe Mwislamu, kama hasadiki Uislamu moyoni mwake. Wazazi wa Kiislamu wanaotaka wanaume wanaopenda kuoa mabinti zao wasilimu kwanza, bila kujali kama wanaamini shahada ya Kiislamu au la, wanakufuru! Kadhalika Mwislamu anayetaka kuoa au kuolewa na mtu asiye Mwislamu kumtaka huyo mchumba wake asilimu kwanza, na kuchukulia kule kutamka tu shahada kama kigezo cha huyo mtu kuwa Mwislamu ni kufuru kubwa na kubadili dini ya Mtume Muhammad (aishi na amani milele) kuwa chama cha siasa," Omari naye alisema. Hivyo ndivyo Omari alivyoamini kwa dhati ya moyo wake wote na kujaribu kuwaelimisha vijana wa Kiislamu wenzake pale Chuo Kikuu bila mafanikio.

Omari na Rejina walishtukia kunakaribia kucha bado wanaongea kwenye hicho chumba cha mihadhara, bila ya hata mmoja wao kufungua kitabu au daftari la kujisomea! Ilikuwa tayari ni saa kumi na moja asubuhi lakini

Omari na Rejina hawana habari saa nyingi hivyo zimekwishapita tangu waje hapo. Ghafla majadiliano yao yalikatishwa na makelele ya wanafunzi wenzao, kikundi cha wasichana na wavulana waliokuwa wanatoka sijui wapi saa hizo usiku. Mvulana mmoja kati yao alipayuka kwa makelele kweli: "Zimeni taa basi, au mpaka sinema ya bure ndipo uweze kazi!" Halafu msichana mmoja, naye kwa makelele hasa, aliongeza, "Achana na msenge huyo dada! Njoo tukuazime mwanamume hasa mmoja hapa, badala ya kusumbuliwa na huyo msenge wako!" Halafu kikundi chote cha watu kama sita saba hivi kililipua kicheko na kutamka matusi ya kishenzi hasa, utafikiri ni wahuni wa Manzese wamelewa bangi na siyo vijana wasomi na tegemeo kubwa la nchi yao!

Omari na Rejina walijisikia vibaya kweli! Lugha na tabia za kihuni namna hiyo hapo chuo kikuu zilikwishakithiri kiasi cha mtu kutoamini! Hao wanafunzi na matusi yao walipopita Rejina akasema: "Sasa, Omari, hao wanaodai kwamba fanaka ya kiuchumi na kijamii ndilo lengo kuu la binadamu duniani, bila dini na maadili yake jamii itakabilianaje na tabia kama hizi za hawa wanafunzi wenzetu! Huyo mvulana kwake kazi ya mwanamke duniani ni kuwa chombo cha ufuska wa mwanamume, na huyo dada asiye na aibu kesho atakapokuwa mama atamleaje na kumuasa mwanae!" Hawakuweza kuendelea na maongezi yao tena!

Mitihani ilikuwa inaanza wiki ya mwisho ya mwezi wa Aprili. Kutokana na kuzidiwa kazi kwa kujiandaa kwa mitihani, Omari na Rejina walikubaliana kupunguza muda wa kuwa pamoja. Halafu Jumamosi ya kabla ya mitihani kuanza walijipatia "likizo" ya nusu siku. Walijisomea kila mmoja kwake hadi saa sita mchana, halafu baada ya chakula cha mchana walipanda basi kuelekea mjini.

Jijini walianzia madukani na kununua mahitaji yao madogomadogo, kabla ya kwenda kutembelea ndugu zao. Ilipofika jioni wakashika mabasi ya kurudi chuo kikuu.

Mabasi ya kutoka mjini kuja chuo kikuu moja kwa moja yalikuwa hayapo tena tangu miaka mingi sasa. Hapo zamani wanafunzi wa Chuo Kikuu cha Dar es Salaam waliweza kupanda basi la *College* kutoka Station mjini katikati na kuja moja kwa moja hadi chuo kikuu. Baada ya kampuni ya kibinafsi ya mabasi ya Dar es Salaam Motor Transport, DMT, kutaifishwa na mabasi jijini kumilikiwa na shirika la umma la UDA, Usafiri Dar es Salaam, mwaka wa

1974, karibu tangu siku hiyohiyo njia zote ndefu za moja kwa moja jiji zima zilikatwakatwa na nauli iliyokuwa inatosha kutoka mwanzo hadi mwisho sasa ilikuwa ni ya kipande kimoja tu cha hiyo safari, ambayo sasa iliunganisha mabasi matatu hadi manne, yaani ilibidi msafiri kutoka kwenye basi hili na kuchukua lile na kuunganisha na lingine tena kabla ya kufika mwisho wa safari yako! Matokeo yake gharama za usafiri wa mabasi jijini zilipanda sana, muda wa kusafiri uliongezeka, na watu walisafiri kwa usumbufu mkubwa wa kuchelewachelewa kwenye kila kituo na mabasi kila wakati yalijaa kuliko kiasi!

Wanafunzi wa Chuo Kikuu cha Dar es Salaam walipotoka mjini sasa walimwagwa Ubungo na mabasi ya kutoka mjini, halafu wanasongamana kwenye mabasi yanayotoka Ubungo kwenda Mwenge kwa kupitia Chuo Kikuu. Kufikia mwaka huo wa 1979, Shirika la UDA lilikwishakumbwa na matatizo ya mashirika mengine ya umma mengi na huduma zake zimezorota hasa! Sasa mwanafunzi wa Chuo Kikuu aliyechelewa mjini hadi saa mbili usiku kupata mabasi ya kumfikisha Ubungo ilikuwa ni bahati! Halafu kutoka Ubungo kwenda Chuo Kikuu usiku usafiri ulikwishakuwa wa shida kweli! Ilitakiwa mabasi yawepo hadi saa nne usiku, lakini ukweli ni kwamba mtu aliyechelewa kupanda basi la saa tatu huenda alikuwa umekosa basi la mwisho. Kwa vyovyote vile, mabasi ya kutoka Ubongo kwenda Mwenge tangu saa moja jioni yalikuwa yanajaa kibao na kupanda humo ni kwa kupigana hasa! Kutokana na hali hiyo, wanafunzi wengi kuanzia saa moja jioni na kuendelea waliona bora zaidi kutembea kwa mguu kutoka Ubongo hadi kwenye mabweni yao kuliko kungojea mabasi ya shida hivyo na yasiyo na uhakika.

Omari na Rejina waliteremka kwenye basi Ubungo pamoja na wanafunzi wa chuo kikuu wenzao wapata kumi hivi karibu saa tatu usiku. Hapo kituoni palikuwa na wanafunzi wengine wengi tu pamoja na kundi kubwa la wasafiri wa kwenda Mwenge, wote wanangojea basi la mwisho la kwenda chuo kikuu hadi Mwenge. Omari na Rejina na wanafunzi walioteremka nao kwenye basi, kuona hivyo, mara moja walianza kutembea kwenda chuoni kwa miguu, kuliko kungojea basi ambalo pengine halitakuja, au litakuja limejaa na bado wakakosa nafasi ya kuingia na kuishia yaleyale ya kutembea kwa miguu! Wanafunzi waliowakuta hapo kituoni wakajiunga nao na wote wakaongoza njia kwenda chuo kikuu kwa miguu, kwa njia ya mkato ya kichochoro kinachopita nyuma ya Ofisi ya Maji ya Mkoa,

157

Ubungo, na kwenda kutokezea kwenye Chuo cha Maji, karibu na nyumba za walimu wa chuo kikuu za Ubungo *Flats*.

Kwenye hicho kichochoro, unapotega mgongo Ofisi ya Mkoa ya Maji na kuelekea Chuo cha Maji, upande wa kulia palikuwa na miembe mikubwa kadhaa pamoja na machakamachaka. Machakani humo ndimo Omari na Rejina na kikundi chao walimokuta wanafunzi wenzao watatu wa kiume wanambaka mwanafunzi wa kike.

Omari na Rejina walikuwa mbele ya kikundi chao waliposikia mwanamke anapiga makelele: "Nakufaaaa! Nisaidie nakufaaa! Nakufaaa, Mamaaa!" Wote walikimbilia huko na kukuta mwanamume mmoja amemkalia kifuani huyo mwanamke anamkaba shingoni kwa mkono mmoja na anajaribu kumziba mdomo kwa mkono mwingine asipige kelele. Huyo mwanamke alifanikiwa kumwuma kiganja cha mkono wake huo na akautoa kutokana na maumivu ndipo akapata nafasi ya kupiga mayowe. Mwanamume aliyekuwa amemkalia kifuani ndiye aliyembaka kwanza na sasa alikuwa amemshikilia na mwenzake mwingine anambaka huku mwenzao wa tatu ameshikilia miguu ya huyo mwanafunzi wa kike.

Omari na Rejina waliwafahamu hao wabakaji wote watatu na hali kadhalika huyo binti waliyekuwa wanamnajisi. Wawili kati ya hao wanaume watatu Rejina aliwatambua kuwa ni wanafunzi Wakatoliki wenzake aliokuwa anasali nao misa kila Jumapili hapo chuo kikuu. Yule wa tatu ni mtu ambaye Omari alimfahamu kwa karibu, kwa vile alikuwa kiongozi mwenzake kwenye chama chao cha Wanafunzi Waislamu wa Chuo Kikuu cha Dar es Salaam. Huyo ndiye aliyembaka kwanza huyo binti na ndiye waliyekuta amemkalia kifuani na anamkaba shingoni ili wenzake nao wamnajisi. Na waliposhikwa wakimtendea huyo msichana unyama wao, huyo kiongozi mwenzake wa wanafunzi Waislamu wa chuo kikuu alipiga kelele kwa hasira akimwangalia Omari, "Hamna haki kuingilia mambo ya wanaume wenzenu na mwanamke wao. Kwani nyie hao malaya zenu hamuwatombi!" Omari hakuweza kuamini!

Wabakaji walimwumiza vibaya kweli huyo mwanafunzi wa kike! Alikuwa ameenea majeraha na damu karibu mwili wote, tangu sehemu za uchi wake hao mashetani walikompasua vibaya hadi usoni na shingoni walimokuwa wanamkaba na kumpiga! Rejina na wasichana wengine watano hivi waliokuwa kwenye kikundi chao walimsindikiza huyo binti mwenzao

158

kwa kutembea naye polepole wamemshikilia hadi kwenye zahanati ya Chuo Kikuu. Daktari aliitwa na huyo binti alipimwa na kupewa matibabu na kitanda na kulazwa kwenye zahanati. Omari aliongozana na wanafunzi wenzao wengine wapata kumi hivi moja kwa moja hadi kituo cha polisi cha hapo chuo kikuu na usiku huohuo hao wabakaji watatu wote walishikwa na kuwekwa ndani.

Kesi ya wabakaji wa Chuo Kikuu cha Dar es Salaam haikuchukua muda, na wote watatu walihukumiwa kufungwa jela kwa miaka mitatu, kufuatana na sheria za wakati huo. Rejina na Omari ni baadhi ya wanafunzi walioshuhudia tukio hilo la kutisha waliokwenda kutoa ushahidi mahakamani. Mashahidi wengine walikuwa ni daktari wa zahanati ya hapo "Mlimani" aliyempima na manesi wa kike wawili waliompatia matibabu huyo binti ya watu mara tu baada ya kutendewa unyama huo na wanafunzi wenzake.

Omari na Rejina walijua kwamba huko Ulaya na Marekani ubakaji ni uhalifu mkubwa na mwanamume anayekutwa na hatia hiyo hufungwa jela miaka mingi kweli, hadi kifungo cha maisha. Kwa hiyo hawakuridhika na sheria inayompa mbakaji kifungo cha miaka mitatu tu jela, sawa na mtu aliyeiba pesa au kupiga gongo! Hao wabakaji baada ya huo muda mfupi jela, unaoweza kupunguzwa zaidi ati kutokana na "tabia nzuri" ya mfungwa, watakuwa raia huru na kurudia maisha yao ya kawaida. Huenda hata wakarudi hapo chuo kikuu na kumalizia masomo yao na baada ya hapo wakashika kazi kubwa zenye madaraka na kuwa watu wanaoheshimika nchini! Lakini huyo mwanamke maisha yake yote atabeba donda la maovu waliyomtendea, kwa vile roho yake na nafsi yake kamwe haitasahau hicho kitendo cha kinyama na cha kutisha walichomfanyia. Na, licha ya kwamba yeye ndiye aliyetendewa maovu, jamii haitamthamini tena kama mwamamke mwenye hadhi yake kamili baada ya kubakwa! Omari na Rejina na wanafunzi wa sheria wenzao kadhaa walijadiliana hilo suala na kutaka kujua kwa nini karibu miaka ishirini tangu kujitawala viongozi wa nchi yao na serikali hawajatunga sheria zinazowaadhibu vikali ipasavyo wabakaji na wahalifu wengine wanaotendea wanawake maovu ya namna hiyo! Ndiyo maana Rejina na Omari walisikitishwa na kustaajabishwa kweli na jinsi wanafunzi wenzao wa Chuo Kikuu cha Dar es Salaam walivyopokea adhabu ya kifungo cha miaka mitatu jela kwa wabakaji hao! Badala ya maandamano ya wanafunzi wote kwa hasira ya kutaka kujulisha kila mtu kote nchini kwamba wanalaumu vikali kitendo cha kishenzi na unyama wa wanafunzi wenzao na kwamba wanataka ipitishwe sheria ya kifungo kikali ili kuzuia ubakaji na kila aina ya uhalifu wanaotendewa wanawake nchini, Rejina na Omari na wanafunzi wengine waliotoa ushahidi dhidi ya wabakaji hao waliitwa wasaliti na wanafunzi wenzao na kutishiwa kupigwa na hata kuuawa kwa kupeleka wanafunzi wenzao jela! Chama cha Wanafunzi wa Chuo Kikuu cha Dar es Salaam kilichangisha pesa za kuajiri wakili mashuhuri kweli wa jijini Dar es Salaam ili wawakatie rufaa hao wabakaji watoke jela! Kila Rejina na Omari walipowauliza wanafunzi wenzao: "Na huyo mwanamke aliyebakwa mnaazimia kumsaidia vipi?" hapakuwa na mwenye jibu!

Omari kwenye chama chao cha Waislamu wa hapo chuo kikuu viongozi wenzake walipoitisha mkutano alishangaa zaidi kukuta wanazungumzia jinsi ya kumtoa Mwislamu mwenzao na kiongozi wa chama chao jela! "Mbakaji ni mhalifu anayestahili kufungwa jela, na kwa muda mrefu. Mtu yeyote anayejiita Mwislamu ni sharti ajue hilo," aliwaambia wanachama wenzake. Na badala ya kuzungumzia ukweli dhahiri huo, kila mtu alimshambulia na kumwita Mwislamu wa uwongo na kweli, mwenye mchumba Mkristo, asiyejali yanayowapata Waislamu wenzake. "Hivi Uislamu wa mtu unatambulishwa kwa jina la Kiislamu au kwa matendo safi yanayothibitisha imani yake kuwa ya kweli?" alijaribu kuhojiana nao. Na badala ya kujibiwa, sasa alishambuliwa kwa maneno ya kihuni na matusi hasa! Omari alitambua kwamba hicho siyo chama cha Waislamu wacha Mungu wenzake, bali ni kikundi cha watu wasiojua lolote juu ya dini yao. Tangu siku hiyo alijitoa kwenye hicho kikundi cha waumini wa dini yake hapo "Mlimani".

Omari hali kadhalika aliamua kujiuzulu kwenye uongozi wa Tawi la Vijana wa CCM la Chuo Kikuu cha Dar es Salaam. Badala ya chama chao kutamka wazi kwamba wao, kama vijana wa kimapinduzi wa chama tawala kwenye nchi ya kijamaa ya Tanzania, wanatetea mwanafunzi mwenzao wa kike aliyetendewa maovu ya kinyama na ya kutisha na wahalifu wabaya sawa na wauaji, viongozi wenzake wa Vijana wa CCM "Mlimani" ndio waliokuwa msitari wa mbele katika kuchangisha pesa za mwanasheria kwa ajili ya kukatia rufaa wabakaji!

Sura ya 4

Omari alifanya vizuri kwenye mitihani yake na kupata digrii ya sheria kwa Daraja la II Kitengo cha Juu, LLB Class II Upper Division. Alipomaliza masomo yake alifanya kazi za mazoezi ya uanasheria kwenye maofisi ya mawakili kadha wa kadha pamoja na kwenye ofisi ya Mwanasheria Mkuu wa Serikali hapo jijini kwa kipindi cha miezi tisa kabla ya kuhitimu na kuapishwa kuwa wakili. Baada ya kuwa wakili aliajiriwa na shirika la umma mmoja hapo jijini kama msaidizi wa Katibu wa Shirika.

Omari na Rejina walikwishaoana. Tangu wanafunzi wa kiume walimpombaka mwanafunzi wa kike Chuo Kikuu cha Dar es Salaam, kwa Rejina na Omari "Mlimani" paligeuka mahali walipoishi bila furaha na kwa kuhofia usalama wao. Omari alipomaliza masomo yake hakupenda Rejina aendelee kuishi kwenye bweni la wasichana hapo chuo kikuu kwenye hali hiyo. Alimaliza masomo yake mwezi Aprili mwaka wa 1979, na mwezi uliofuata rafiki yake mmoja aliyekuwa anafanya kazi kwenye Shirika la Nyumba la Taifa alimsaidia kupata nyumba ya shirika Mwenge *National Housing*. Alipohamia tu kwenye hiyo nyumba, akafunga ndoa na mchumba wake Rejina kwa Mkuu wa Wilaya ya Kinondoni, na Rejina akaenda kuishi nyumbani kwake na mume wake. Waliyokuwa wamepanga juu ya harusi yao na sherehe zake ikabidi wayasahau!

Mwaka uliofuata Rejina naye alimaliza masomo yake, naye kwa kushinda vizuri sawa na mumewe Omari na kutunukiwa digrii ya LLB Class II Upper Division. Na baada ya mwaka mmoja wa mazoezi ya uanasheria, naye aliapishwa na kuwa wakili.

Mara tu baada ya Rejina kuwa wakili, palitokea nafasi ya mwanasheria kwenye ofisi ya Dar es Salaam ya Tume ya Umoja wa Mataifa ya Wakimbizi, UN High Commissioner for Refugees, UNHCR. Rejina na mawakili wenzake chungu mzima, wengi wao wakiwa na uzoefu wa kazi wa miaka mingi, walipeleka maombi yao, lakini yeye ndiye aliyebahatiwa kupata hiyo kazi.

Omari alipomaliza masomo yake chuo kikuu baba yake, Mzee Bushiri, alimnunulia gari dogo aina ya Toyota Collora. Baadhi ya marupurupu ya kazi yake ya msaidizi wa Katibu Mkuu kwenye shirika la umma alikokuwa akifanya kazi yalikuwa ni gari lake la kazi. Kwa hiyo alikuwa pia ana SU, gari la Shirika la Umma, aina ya Peugeot 504, anakaa nalo muda wote na kurudi nalo nyumbani baada ya kazi. Rejina alipopata kazi kwenye ofisi ya shirika la Umoja wa Mataifa, Toyota Collora ya mumewe ikiwa ndilo gari lake la kuendea kazini, na pia gari la kutembelea wote wawili baada ya kazi, kwa vile mumewe aliheshimu sharti la kutotumia gari la SU isipokuwa kwenye shughuli za ofisini tu.

Hivyo ndivyo Omari na mkewe Rejina walivyoanza maisha yao hapo jijini. Na muda haukupita wote wawili wakaanza kupanda vyeo kwenye kazi zao.

Mwaka wa 1982, mwishoni mwa mwezi wa Desemba, wakati wa sikukuu ya Krismasi, Omari na Rejina walipanda ndege kuelekea Mwanza na Ukerewe, kwenda kujiunga na umati wa ndugu za Omari wa kutoka kila mahali nchini na penginepo duniani waliokuja kusherehekea sikukuu ya Bibi Kilihona kufikisha miaka mia moja tangu kuzaliwa.

Sherehe za sikukuu ya bibi yao zilipokwisha na watu wakasambaa, Omari na Rejina wakaamua kubakia kisiwani Ukerewe kwa siku kadhaa zaidi, lakini siyo kwa bibi yao. Badala yake walikwenda kukaa kwenye nyumba ya wageni ya Wilaya ya Ukerewe na Rubya *Guest House*, kwenye pwani ya hifadhi ya Msitu wa Rubya upande wa Magharibi wa Kisiwa cha Ukerewe.

Hii ilikuwa mara ya pili kwa Omari na Rejina kuja Ukerewe tangu waoane. Walioana mwezi wa tano mwaka wa 1979, na mwezi uliofuata walikwenda Ukerewe kuhudhuria sherehe za upadrisho wa ndugu ya Omari Paulo Mgumba. Walikwishafikia uamuzi wa kutofanya sherehe ya ndoa yao, kutokana na uhasama wa wazazi wao walioendelea kugomea uchumba wao; na sherehe ya upadrisho wa Paulo ilipokwisha tu wakarudi Dar es Salaam, licha ya kwamba waliwahi kupanga kusherehekea ndoa yao kwa Bibi Kilihona. Kwa hiyo harusi yao hawakuisherehekea na hawakuwa na fungate. Safari hii walitaka kubaki humo kisiwani Omari alimokulia wakijipumzisha kidogo kwa fungate yao waliyokuwa bado wanaiwaza na kuitamani, licha ya miaka mitatu kupita tangu waoane.

Guest House ya Rubya haikuwa na mgeni mwingine isipokuwa wao tu, na kwa siku zote walizokaa pale. Wakati wa mchana palikuwa na mfanyakazi mmoja, mtunzaji wa nyumba na vilevile mpishi wa wageni wanaotaka kupikiwa chakula. Omari na Rejina walikuja na vyakula vyao vya kutosha na walimwambia huyo mfanyakazi kwamba anaweza kwenda nyumbani kwa siku hiyo. Walipobaki peke yao wakavinjari pwani. Upande wa kushoto kuna majabali badala ya mchanga, na walipanda kwanza kwenye hayo mawe. Maji ya ziwa yalikuwa meupe utafikiri ni maji ya mvua yametekwa kwenye chombo! Mchanga wa pwani pia ulikuwa mweupe kama umefuliwa sijui kwa kitu gani! Kwenye mawe majini kila mahali samaki wadogowadogo walikuwa wamejaa tele wanafukuzana huku na huku!

"Pwani hii inanikumbusha nilipokuwa mdogo kwa Bibi Kilihona. Tulipokwenda pwani asubuhi na masufuria na mabakuli ya kusafisha na kuchotea maji, mtu ukiweka tu majini sufuria lenye ukoko wa ugali samaki wanajaa chombo chako wakikimbilia kula ukoko; na ukijaribu kuwashika kwa chombo chako wote wanaishia ziwani kabla hujaweza kuwachota!

"Maji ya ziwa safi hivi kwetu Mwanza siku hizi sijui uende pwani gani!"

"Wacha Mwanza! Nansio unaona hapo forodhani jinsi maji yalivyo, sijui rangi gani hiyo, kutu si kutu! Hata hapo kwa bibi ninaposema, tulipokuwa tunakosha vyombo na kuchota maji, sasa maji ni ya rangi ya kutu hivyohivyo. Afadhali Mwanza kuna viwanda winavyomwaga uchafu ziwani bila kujali madhara yake. Je Nansio, ambako hakuna kiwanda hata kimoja, nini kimetokea?"

Baada ya hapo walienda ndani ya nyumba ya wageni na kuchukua viti viwili na kuja kukaa pwani kwenye mchanga mawimbi ya ziwa yanapopwea. Upepo ulikuwa umekatika kabisa jioni hiyo na ziwa limetulia tuli! Omari na Rejina walichosikia ilikuwa tu ni *"Tchaka-Waaaaaa! Tchaka-Waaaaaa! Tchaka-Waaaaaa!..."* ya mawimbi madogomadogo yakijaa na kupwa. Waliendelea kukaa hapo kwenye pwani ya ziwa katikati ya msitu wa Rubya, wawili peke yao, hadi mbele yao jua likaanza kuzama majini na ziwa likawa jekundu kwa mionzi yake. Sauti za watoto wanaopiga makelele zilisikika kwa mbali upande wa kulia, nyuma ya msitu, kwenye kijiji cha karibu na hifadhi ya msitu. Jua lilivyoendelea kuzama mlio wa ng'ombe mmoja au wawili ulisikika hapa na pale ukitokea huko kijijini. Mwishowe usiku uliingia na kila kitu ziwani na msituni na angani kikawa kimya kabisa!

Ulikuwa ni usiku wa mbalamwezi, na muda si muda Omari na Rejina walikuwa kwenye mwanga wa mwezi mpevu unaomulika Ziwa Viktoria Nyanza lote mbele yao huku wakipulizwa na upepo baridi na mtulivu

163

kutoka ziwani. Walikuwa wameketi bega kwa bega wameshikana mikono, vidole vya mkono wa kulia wa Omari vimesukana na vidole vya mkono wa kushoto wa mkewe. Walihisi mioyo yao nayo imesukana kama vidole vya mikono yao! Hatimaye Rejina alisema, "Twende ndani! Hiki kibaridi cha upepo wa ziwa naona kinataka kuzidi."

"Ni kweli, " mpenzi wake alimjibu. Ilikuwa tayari ni usiku wa manane. Omari na Rejina walifaidi fungate yao kwa muda wa siku tatu. Walitoka hapo wamekwishaahidiana kwamba hawatatenganishwa na kitu bali mauti! Wangependa kukaa zaidi kwenye *Guest House* yao, kwa vile wote wawili walikuwa bado wana siku kadhaa za likizo, lakini Omari alikwishaahidi kaka yake Saidi waende na familia zao kutalii kwenye mbuga za wanyama za Serengeti na Ngorongoro kabla hawajaachana.

Saidi alikuwa sasa ni mtu mzima anayempenda sana mdogo wake Omari. Saidi na mke wake, aliyekuwa anaitwa Saada, walikuwa na watoto watatu, wakubwa wawili wa kike, mmoja ana miaka minane na mwingine miaka sita, na mdogo wao wa kiume mwenye umri wa miaka mitatu. Mke wa Saidi alikuwa ni binti ya mfanyabiashara wa Kiarabu kutoka Pemba aliyekimbilia Arabuni kufuatia vurugu za Mapinduzi ya Zanzibar ya mwaka 1964. Walioana mwaka 1973. Saidi alikuja Nansio kwenye sherehe ya bibi yake kufikisha miaka mia moja akiwa na mkewe na watoto wao wote. Tangu alipooa, Saidi na mkewe walikuwa wanakuja nyumbani Tanzania karibu kila mwaka. Saada, aliyekuwa Mwarabu bila mchanganyiko, ndugu zake waliokimbia Zanzibar kufuatia vurugu za mapinduzi ya mwaka wa 1964 wengi zaidi walihamia Tanzania Bara, hasa Dar es Salaam, badala ya kwenda Arabuni. Kati wa ndugu za mke wa Saidi waliokuwa wanaishi Dar es Salaam ni kaka zake wawili na familia zao na dada zake wakubwa wanne na waume zao na watoto wao. Saada alikuwa hapitishi mwaka bila kuja Tanzania kuona ndugu zake, hata alipokuwa hajaolewa. Pamoja na kwamba alihamia Arabuni na wazazi wake alipokuwa bado msichana mdogo wa miaka kumi, bado aliona Tanzania ndiyo "nyumbani" kwao. Alipooa Saada Saidi naye akaanza kutembelea wazazi wake Mwanza mara kwa mara. Na kila alipokuwa nchini alimtafuta mdogo wake, hata alipokuwa bado anasoma Mkwawa, Iringa. Tangu Omari alipokwenda Chuo Kikuu cha Dar es Salaam, muda wote Saidi alipokuwa hapo jijini alimtembelea karibu kila siku. Bahati nzuri Saidi na mkewe hawakuona dini ya mke wa Omari kama tatizo na walimpenda Rejina kama walivyompenda Omari

mwenyewe. Rejina hali kadhalika alimpenda shemeji yake na familia yake.
Omari na Rejina walikuta Saidi na familia yake wanawangojea kwa baba yao Mwanza, na mtu na mdogo wake na familia zao wakaenda kutalii kwenye mbuga za wanyama Serengeti na Ngorongoro na Ziwa Manyara kwa muda wa wiki nzima, kabla ya Saidi na familia yake kurudi Arabuni na Omari na mkewe kurudi kwenye kazi zao Dar es Salaam.

Omari na mkewe Rejina walikuwa hawakai tena Mwenge *National Housing*. Omari alikwishapewa nyumba ya kazi Kichangachui, kwa hiyo walikuwa sasa ni wakazi wa Msasani Peninsula wanapoishi vizito wa jiji la Dar es Salaam. Aidha wote wawili walikwenda kwenye sherehe za bibi yao Ukerewe huku wanajiandaa kwenda kwenye masomo Chuo Kikuu cha London, Uingereza, kwa kulipiwa na waajiri wao. Omari alikuwa anakwenda kuchukua digrii ya juu zaidi ya sheria, LLM. Rejina kwa upande wake aliamua kwenda kuchukua digrii ya *Masters* kwenye mambo ya uchumi, MBA.

Rejina na Omari walikwenda kwenye masomo yao Uingereza mwezi wa tisa mwaka wa 1983. Wote wawili walisoma kwa bidii, na baada ya miaka miwili ya kuishi Uingereza wakisoma, na kutembelea nchi kadhaa za Ulaya wakati wa likizo, walihitimu masomo yao na kutunukiwa digrii zao na kurejea nyumbani katikati ya mwaka wa 1985.

Mwishoni mwa huo mwaka wa 1985 Omari alipandishwa cheo na kuwa Mkurugenzi wa shirika lake. Rejina aliendelea na kazi yake kwenye Tume ya Umoja wa Mataifa ya Wakimbizi. Mwezi wa pili mwaka wa 1986, asubuhi moja Rejina alipigiwa simu kazini kwake akiitwa kwenda Ikulu kuonana na Katibu Mkuu wa Rais. Kazi zake zilimpeleka mara nyingi Ikulu, kwa hiyo hakuwa na sababu ya kutaka kujua kwa nini anaitwa kwenda Ofisi ya Rais. Alipofika Katibu Mkuu wa Rais akamwarifu kwamba Rais amemteua kuwa Mwenyekiti wa Tume ya Taifa ya Haki za Raia, Wahamiaji, Watalii na Wakimbizi. Rais alitaka kujua kama anakubali hiyo kazi.

"Namshukuru sana Rais kwa kuniona ninafaa kushika hayo madaraka, na ninakubali na kuahidi kutimiza kazi yangu kwa uwezo wangu wote," Rejina alijibu. Kwa jinsi walivyoelewana na mume wake, alijua kwamba mumewe atafurahia uamuzi wake, na hakuwa na haja ya kungoja kumwuliza kabla ya kukubali kazi hiyo yenye majukumu ya kitaifa.

Kazi yake hiyo ilikuwa ya mkataba wa miaka mitatu, unaoweza kutolewa upya tena baada ya hapo, Rais akitaka. Wadhifa wake ulikuwa ni sawa na wa Jaji wa Mahakama Kuu, na alikuwa anaripoti kikazi moja kwa moja kwa

Jaji Mkuu na kwa Rais wa Jamhuri ya Muungano wa Tanzania. Pamoja na kwamba mshahara ulikuwa siyo mkubwa kulingana na aliokuwa anapata kwenye Tume ya Umoja wa Mataifa, Rejina alifurahi sana kupewa hilo jukumu la kusimamia na kutetea haki za binadamu wenzake nchini.

Mola aliendelea kubariki hao vijana wasomi wawili wanaopendana, na mwaka huo wa 1986 Rejina alipoanza kazi yake mpya, mwezi wa tisa alijifungua mtoto wao wa kwanza. Rejina na Omari waliamua kumwita huyo mtoto wao Lazaro Salim, majina ya baba wa mama na babu wa baba. Lazaro ndilo lilishika na Salim likapotea na mtoto wao alikua akiitwa Lazaro. Miaka miwili baadaye, mwaka wa 1988, mwezi wa sita, Rejina alijifungua mtoto wao wa pili, safari hii mtoto wa kike. Wazazi wake wakaamua kumwita huyo binti yao Amina Ana Kilihona, majina yote ya bibi yao kipenzi, Bibi Kilihona. Amina ndilo likashika na binti yao akakua akiitwa Amina.

Mwaka uliofuata wa 1989, mwezi wa pili, ndipo mkataba wa kazi ya Rejina ulipokuwa unamalizika. Waziri wa Sheria na Kutibu Mkuu wake na kadhalika Jaji Mkuu wote waliridhika sana na kazi aliyofanya kwenye kipindi chake cha kwanza na kupendekeza kwa Rais apewe mkataba mpya, na Rais akamwongezea mkataba wa miaka mitatu mingine. Rejina safari hii alimshukuru Rais lakini akamwomba msamaha kwa kutoweza kuchukua mkataba mwingine. Yeye na mumewe Omari walikwishaamua kurudi kwao Mwanza.

Sura ya 19

Mwezi Januari mwaka wa 1989 Mzee Bushiri alikuja Dar es Salaam kwa ajili ya kupimwa na wataalamu wa Hospitali ya Rufaa ya Muhimbili. Alikuwa anasumbuliwa na shinikizo la damu pamoja na kisukari tangu miaka mingi. Alikuja na Saidi, aliyekuwa nchini anatembelea wazazi wake. Safari hii Saidi alikuja peke yake, bila mkewe Saada. Kabla ya kurudi Mwanza Mzee Bushiri na Saidi walimwita kando Omari na Mzee Bushiri akamwomba arudi Mwanza kumsaidia kuendesha biashara yake: "Mali yangu yote ni mali yenu nyie watoto wangu na watoto wenu. Na, kama unavyoniona, nimechoka. Ninahitaji mtu wa kunisaidia. Pia mambo yamebadilika sana siku hizi. Namna yangu ya kufanya biashara haifai tena kwa biashara kubwa kama yangu. Na sina mtu mwingine wa kunisaidia isipokuwa wewe mwanangu Omari."

Kaka yake Saidi aliongeza: "Omari, sisi watoto wa Mzee Bushiri wote ni wewe tunayekutegemea kumsaidia mzee wetu. Mimi huko Arabuni nimefika mbali kibiashara na siyo vizuri kuacha mali yote hiyo na kurudi nyumbani. Isitoshe, huko Arabuni pia ni kwetu, sisi Watanzania wenye asili ya Kiarabu, na hilo siyo jambo la kuonea aibu. Aidha bishara yangu Arabuni inaniletea pesa ya kuwekezea hapa kwetu Tanzania, na sasa ndio wakati mzuri hasa wa kufanya hivyo." Na Omari alielewa kwa nini kaka yake alisema hivyo.

Mwaka wa 1985, mwaka Mwalimu Julius Kambarage Nyerere, Rais wa kwanza wa Jamhuri ya Muungano wa Tanzania na Baba wa Taifa la Watanzania alipojiuzulu urais na kustaafu na badala yake Ali Hassan Mwinyi akawa Rais, ulikuwa pia mwisho wa enzi ya Ujamaa Tanzania. Watanzania waliamua kumpamba rais wao mpya jina la Rais Ruksa! Na kweli kila kitu kilikuwa ni ruhusa nchini! Uchumi ulifunguliwa kutoka kwenye vibano na masharti ya ujamaa, na biashara ya kibinafsi ya kila aina iliruhusiwa tena.

167

Sasa ilikuwa kila mwenye nguvu kikomo ni uwezo wake wa kipesa tu, basi. Na kwa vile uchumi wa nchi ulikwishaanguka vibaya kweli, kwa wenye uwezo hiyo ilikuwa fursa ya mtu kutajirika haraka hasa! Kutokana na ukweli huo, kufikia mwaka huo wa 1989, mwisho wa kipindi cha kwanza cha utawala wa Rais Mwinyi, Watanzania wenye asili ya Kiarabu na Kihindi waliokimbia kutoka nchini kwa sababu ya siasa ya ujamaa ya Azimio la Arusha la mwaka 1967, iliyopiga vita ubwanyenye na ubepari na biashara ya kibinafsi, walikwisharudi nchini kwa wingi na kujenga majumba na kufungua biashara za kila aina, kila mahali, hasa jijini Dar es Salaam. Saidi yeye aliamua kuwekezea kwao Mwanza; na pamoja na kusalimia mama na baba yake, alipokuja Tanzania safari hii alinunua nyumba tatu za kienyeji kwenye mtaa wao wa Rufiji Mwanza, kwa madhumuni ya kubomoa hivyo vibanda na kuporomoshea hapo maghorofa. Saidi naye alitaka mdogo wake Omari ndiye asimamie ujenzi huo, ili Waswahili wasimlie pesa zake zote bure bila ya hata nyumba moja kujengwa!

"Omari, wewe mali yangu ni mali yako. Lakini, kwa kuwa pia tunao wake na watoto, nitakupatia hisa kwenye hizo nyumba za biashara nitakazojenga, ili haki yako kwenye mali yangu isiwe na ubishi. Mali ya mzee hiyo huna haja ya kutaka kitu kuisimamia. Kwa hiyo bila wewe mimi na mzee tutakwama. Dada zetu wote wameolewa, wana maisha yao na waume zao na familia zao na hatuwezi kuwaingilia. Kuhusu mdogo wetu Bakari, huyo mimi simhesabu tena! Kusema kweli siku hizi ninamwogopa hasa!

Bakari alipokwenda Arabuni mwaka wa 1968, alifikia kwa kaka yake Saidi na ndugu zao wengine Maskati, wazazi wake walikomwacha kabla ya kwenda kuhiji Maka. Lakini jitihada ya kaka yake Saidi na ndugu zao kumrudisha shuleni ili amalize angalau shule ya sekondari huku anakua kidogo haikufanikiwa. Alibakia kuishi tu kwenye miji ya ndugu zake. Saidi na ndugu zake walijaribu kumpatia kazi kwenye biashara zao, lakini hakutaka kufanya kazi yoyote ile. Alibakia kutangatanga tu huku na huko: leo anaishi kwa ndugu yake huyu na baada ya muda kidogo amekwishahamia kwa ndugu yake mwingine, leo yuko Maskati mwezi ujao yuko Dubai na miezi miwili baada ya hapo amepotea na Saidi hajui yuko wapi, na anaposikia habari zake tena anasikia amekwishafika Doha au Yemen, kwa nani Saidi wala hajui! Kushtukia Saidi akapata habari kwamba mdogo wake alikuwa ni mwanachama wa kikundi cha Waislamu wenye siasa kali chenye makao yake makuu Yemen! Huyo ndiye aliyekuwa Bakari, mdogo wa Saidi na Omari.

Bahati nzuri Omari alipokea ombi la baba yake na kaka yake yeye na mkewe wamekwishaamua kurudi Mwanza kwa sababu zao binafsi. Walikwishaamua kwenda kufungua huko ofisi ya mawakili wa kujitegemea. Tangu walipokuwa wanafunzi chuo kikuu nia yao ilikuwa ni kuwa mawakili wa kujitegemea. Waliomba kazi ya kuajiriwa ili wapate uzoefu wa kazi kabla ya kufungua ofisi yao. Wote wawili walipopata kazi zenye madaraka makubwa mapema hivyo, ikabidi waamue: kuendelea kujiimarisha kwenye kazi zao na kusahau azimio lao la awali, au kuanza mapema kile walichotamani hasa kufanya maishani mwao. Walipokiri kwamba bado wangependa kuwa mawakili wa kutetea watu, wakaamua kuanza mapema iwezekanavyo.

Omari na Rejina walihamia Mwanza mwanzoni mwa mwaka 1990. Kutokana na uchumi wa nchi kuanguka kwa muda mrefu sasa, hapo Mwanza ofisi nzuri zinazofaa kwa kazi yao zilipatikana kwa urahisi. Walifungua ofisi yao kwenye jengo kubwa Barabara ya Kenyatta mjini katikati. Mahali pa kuishi, baba yao, Mzee Bushiri, aliwakarabatia nyumba moja kati ya tatu kaka yao Saidi alizonunua kwa madhumuni ya kubomoa na kujenga maghorofa. Ilikuwa ni nyumba ya Uswahilini ya vyumba sita yenye kibanda cha choo na bafu uani. Baba yao vilevile aliwatafutia mfanyakazi wa nyumbani, mama mtu mzima mwenyeji wa pale mtaani kwao, mjane asiye na watoto na ambaye hakuolewa tena mume wake alipofariki miaka mingi iliyopita, aliyejulikana kwa kila mtu kama Binti Mustafa, hata mume wake alipokuwa hai. Huyo mama ndiye aliwatunzia nyumba yao na kusaidia Rejina kupika na kufanya mambo mengine ya jikoni na ndani ya nyumba. Walikuja na mlezi wa watoto wao kutoka Dar es Salaam, msichana mdogo aliyemaliza darasa la saba ambaye Omari alitafutiwa na ndugu zake wa Iringa, kwao Padri Paulo, wakati mke wake alipojifungua mtoto wao wa kwanza na waliyempenda na bado walikuwa naye. Hiyo nyumba ilikuwa ni mahali pa kukaa wakati wanajenga nyumba yao ya kuishi. Walitaka kuishi pwani ya ziwa na walifanikiwa kupata kiwanja pwani ya kilima cha Ibanda. Bado walikuwa na kumbukumbu za fungate yao Rubya *Guest House*, na kiwanja walichopata kilikuwa mlimani upande wa machweo, kama hiyo nyumba ya wageni kwenye hifadhi ya Msitu wa Rubya Ukerewe!

Ofisi yao waliiita Bara *Attorneys*. Kwenye kibao cha mlangoni na kadhalika juu ya karatasi na nyaraka zao waliandika: Bara *Attorneys. Mawakili Wenu Bara.*

Licha ya kuwa wanasheria wa kujitegemea, Omari na Rejina hapo Mwanza walifikia pia kuendesha biashara ya mzee wao. Sasa Mzee Bushiri alikuwa na karakana na gereji kubwa ya magari ya kusomba mizigo na ya kusafirisha mafuta ya petroli na mabasi yake Mwanza *South*. Biashara yake ilipopanuka, gereji yake ya awali Mtaa wa Rufiji haikutosha tena. Kwenye karakana yake ya Mwanza *South* ndipo pia ilipokuwa ofisi ya biashara zake zote. Hoteli alikwishafikisha nne, baada ya kuongeza moja kwenye sehemu mpya ya mji wa Mwanza ya Kawekamo, Barabara ya Mokongoro kuelekea uwanja wa ndege wa Pasiansi. Kila hoteli ilikuwa na meneja, karani na mhasibu wake hukohuko hotelini. Hata hivyo, usimamizi wa biashara ya mahoteli nao uliendeshwa kutoka kwenye ofisi ya Mwanza *South*. Duka lake la mwanzo kwenye nyumba yake ya kuishi Mtaa wa Rufiji alikwishalifunga zamani. Badala yake sasa alikuwa na duka kubwa la vifaa vya ujenzi karibu na soko kuu la mjini Mwanza. Omari na Rejina sasa ndio waliosimamia biashara za mzee wao zote hizo. Kwa kuwa kati yao Rejina ndiye aliyesomea mambo ya uendeshaji wa biashara, ndiye pia alifikia kuwa mwendeshaji mkuu wa hizo biashara. Kwa upande wake Mzee Bushiri, licha ya kuwapangia kila mmoja wao mshahara mkubwa, aliwapatia hisa kwenye biashara zake zote. Kwa hiyo Omari na Rejina walikuwa wanaendesha na kusimamia biashara iliyokuwa yao wao pia.

Kwa kifupi Omari na mkewe Rejina Mwanza walifikia kuishi vizuri na kwa furaha. Kazi zao hapo ziliwaletea pesa nyingi kuliko ajira zao za zamani Dar es Salaam, licha ya kwamba hata huko walikuwa na mishahara mikubwa. Zaidi ya hapo, walifanya kazi za kujituma na wanazozipenda. Halafu watoto wao wote wawili walikuwa wanakua vizuri na wanawashughulisha kweli na kujaza mioyo yao kwa furaha. Juu ya yote hayo ongeza ujenzi wa nyumba yao pwani ya ziwa kwenye kilima cha Ibanda! Walifikia kuishi maisha motomoto na ya kuridhisha kabisa kwenye mji wao walikozaliwa!

Kitu tu kilichowapunguzia furaha maishani kilikuwa ni wazazi wao wawili kutopenda ndoa yao na kuwasusia kwa sababu za kidini. Kwa upande wa Rejina hali ilibadilika, hata hivyo siyo kwa sababu baba yake alijirudi bali alilazimika kujirekebisha.

Rejina alikuwa siyo peke yake aliyesusiwa na baba yao kati ya watoto wake sita na mkewe Fransiska. Watoto wawili waliomfuata Rejina kuzaliwa wote walikuwa wa kiume. Na wote wawili walipomaliza Kidato cha Nne

170

walikwenda kwenye kozi ya ualimu na kuwa walimu wa shule za msingi kwenye mkoa wao wa Mwanza. Walikuwa sasa wameoa na wana watoto na wanaishi maisha yao kwenye shule walikokuwa. Watoto wawili waliofuata kuzaliwa hao wavulana walikuwa wa kike. Wote wawili walipata mimba kabla ya kuolewa, mmoja alipokuwa Kidato cha Nne na mwingine kabla ya kumaliza kozi ya uhasibu kwenye Shule ya Vyama vya Ushirika, Moshi, alikokwenda baada ya kumaliza Kidato cha Nne. Walipopata mimba wakaacha shule na kwenda kuishi na wavulana waliowapatia mimba hadi walipojifungua na kuendelea kuishi huko hadi walipooana na hao waume zao. Kutokana na kupewa mimba kabla ya kuolewa na kujikabidhi kwa wanaume, Mwalimu Lazaro Bujiku aliwapiga marufuku kukanyaga nyumbani kwake hao binti zake pamoja na watoto wao, aliowaita "wanaharamu."

Yote hayo yalitokea baada ya Rejina kukosana na baba yake kwa kuchumbiwa na kuolewa na Mwislamu.

Rejina na mume wake walipohamia Mwanza, Omari alimshauri mkewe kwamba ilikuwa ni wajibu wao kupeleka watoto kwa bibi na babu yao, hata kama wanajua baba yake hawapendi wao wazazi wa hao watoto, na walikwenda na watoto wao Bugarika kwa Mwalimu Lazaro Bujiku hapo mjini. Gari liliposimama hapo nyumbani na Mzee Lazaro akaona ni wao na watoto wao, alitoka nyumbani bila hata kungoja asalimiane nao; na hakurudi tena mpaka walipoondoka.

Siku mbili baadaye mkewe Fransiska, Mama Rejina, alimwita mumewe na kumwambia: "Mume wangu, tangu leo ni sharti uchague. Kama unataka tuendelee kuoana, ni lazima kabisa watoto wetu wote waweze kuja nyumbani kwao hapa kama watakavyo. Na wakija tuwapokee kwa mapenzi kama wazazi wao. Mtoto wa kike kupata mimba na kujifungua mtoto kabla ya kuolewa siyo sifa nzuri kwa huyo binti na ni aibu kwa wazazi wake. Hiyo ni kweli, kwa sababu ndoa ni kitu kikubwa kwa watu wote. Lakini hata hivyo binti kuzaa mtoto nje ya ndoa haijawa hatia ya kufanya wazazi wake wamkatae. Halafu ninataka wewe unayeweka mbele dini yako ya Kikristo uniambie huyo mtoto aliyezaliwa ana kosa gani, kwa Mungu au kwetu sisi binadamu wenzake! Kama hana kosa, na kama ni kweli mtoto mdogo anapozaliwa ni malaika wa Mungu, kama dini yetu ya Kikristo inavyotufundisha, kwa nini wewe mzazi wa binti aliyezaa umkatae huyo malaika wake?

"Mtoto wetu Rejina, kama ana kosa, basi kosa lake ni dogo kuliko lako. Wewe ulinioa licha ya baba yako kukataa, kwa kuniona mimi ni malaya, ati kwa kuwa kabila langu ni Wahaya na Wahaya wote ni malaya! Wewe mume wangu uliona huo ni upuuzi usiokubalika kwako na ukanioa na bado tumeoana mpaka leo. Ulidiriki kutengana kabisa na baba yako, kwa sababu ya kunipenda mimi mke wako. Na hukuenda nyumbani kwa baba yako tena, hadi ulipokwenda kumzika alipofariki. Vinginevyo alipokuwa hai na wewe ulimkataa kama alivyonikataa mimi mke wako. Itakuwaje wewe leo hii usahau yote hayo na kumkataa mume wa binti yetu ati kwa sababu ni mfuasi wa dini isiyo yako na usiyoipenda! Na unathubutu kukataa wajukuu wetu ati kwa sababu baba yao siyo mfuasi wa dini yako! Kama ni hivyo, basi ilibidi wewe pia wazazi wako wakukatae kwa kuacha dini yao ya Kisukuma na kufuata dini ya kigeni ya Kikristo. Na kote nchini itabidi watu wakatae ndugu zao wasio wafuasi wa dini zao! Wala siwezi kuamini wewe mume wangu unaweza kuwa hivyo!

"Kuna jambo lingine ambalo si la dini bali ni la kati yangu mimi na wewe. Mimi sikuzaa mtoto haramu hata mmoja hapa nyumbani kwako. Watoto wangu wote ni watoto wako wewe mume wangu, kwa sababu tangu unioe sijui mwanamume mwingine humu duniani. Kwa hiyo usithubutu tena kumwita mjukuu wangu yeyote "mwanaharamu!" Usithubutu tena kumkataa mjukuu wetu hata mmoja kwa sababu ya dini ya baba yake au ya mama yake, au yake mwenyewe, kwani hao wajukuu wetu watakapokua wanaweza kufuata dini yoyote ile wapendayo, hata kama leo ni Wakristo. Hata watoto tuliozaa wenyewe wakiamua kufuata dini nyingine lazima sisi wazazi wao tuendelee kuwapenda. Mimi simpendi mjukuu wangu hata mmoja kwa sababu ninapenda dini au ndoa ya wazazi wake. Ninampenda kwa sababu ni mtoto wa mwanangu. Na ndiyo sababu siwezi kuishi na mtu anayemwona mjukuu wangu ni mwanaharamu! Siwezi kuishi na mume wangu asiyependa wajukuu zetu, kwa vile kwangu watoto na wajukuu wangu ndiyo maana kuu ya maisha yangu.

"Sasa naomba unisikilize vizuri. Mwaka huu nimeamua watoto wetu wote pamoja na watoto wao na waume zao na wake zao waje tule nao Krismasi hapa nyumbani kwetu. Ni kitu roho yangu inachokitamani kwa muda mrefu. Na pia ni mtihani wako wa mwisho. Ukinionyesha kwamba uko tayari kuwa baba na babu wa watoto na wajukuu wetu wote, tutaendelea kuoana. Ukishindwa itakuwa mwisho wa ndoa yetu mimi na wewe. Nitaondoka hapa na kwenda kuishi kwa wanangu.

"Kabla sijamaliza ngoja nikukumbushe jinsi ulivyokuwa unawajibu baba yako na watu wote waliokuwa wakikukebehi kwa kuoa Mhaya, malaya! Kwa mujibu wa kauli yako wewe mwenyewe kwangu, uliwaambia wote hao kwamba wanaweza kusema lolote wapendalo juu yangu lakini unanipenda bila kikomo, kwa sababu mimi ndiye chaguo lako kati ya wanawake wote duniani. Na ulinithibitishia hayo kwa kumkataa baba yako mzazi kama alivyonikataa mimi mke wako na kwa kunionyesha kwa matendo miaka yote hii kwamba unanipenda kweli na kuniheshimu.

"Huyo ndiye mwanamume aliyenioa na niliyempenda kufa na kupona. Huyu kiumbe anayekataa watoto na wajukuu wake siwezi kuishi naye, kwa sababu siwezi kumpenda."

Mwalimu Lazaro Bujiku alimfahamu fika mke wake, na alijua wazi kwamba alikuwa hatanii wala kutishia tu. Pia alifahamu kwamba watoto wao wote walikuwa upande wa mama yao, na kwamba mke wake akitoka kwake ataishi kwa raha mustarehe kwa wanae. "Sijawahi kuona Mama Rejina amekasirika hivi! Anaweza kuniua kabisa, kama mke wa rafiki yangu Mwalimu Mateo alivyomwua mumewe! Hata akiniacha nikabaki mwanamume mzee aliyekimbiwa na mkewe na kukataliwa na wanae, anayejipikia na kuchekwa na watu kama mwendawazimu ni sawa na kuniua kabisa!" Mwalimu Lazaro alikiri moyoni mwake.

Huyo rafiki yake, Mwalimu Mateo, walisoma naye kutoka darasa la kwanza hadi walipomaliza kozi ya ualimu Bukumbi. Rafiki yake alikuwa na bidii na alijisomea huku anafundisha na kufanya mitihani kama mwanafunzi wa kujitegemea hadi akashinda *Cambridge School Certificate*, mtihani wa mwisho wa shule ya sekondari kwenye enzi ya ukoloni, na kuchaguliwa kwenda Makerere *College*, Uganda. Baada ya miaka mitatu Makerere alihitimu na kupata cheti cha ualimu cha Makerere *College*. Alipotoka Makerere akapewa kazi ya kufundisha Bwiru *Secondary School* karibu na mji wa Mwanza.

Mwalimu Mateo alipokuja Bwiru wakawa wanatembeleana muda wote na Mwalimu Lazaro, rafiki yake wa tangu wangali watoto wadogo kwao Ntuzu walikotoka. Kwa hiyo wake zao na watoto wao nao wakawa marafiki wakubwa kama wazee wao walivyokuwa.

Kumbe rafiki yake aliposoma mpaka Makerere na kupanda cheo na kuwa mwalimu wa shule ya sekondari badala ya mwalimu *Grade C* wa shule za msingi, akamwona mke wake na mama watoto wake hamfai tena, na wanaomfaa ni visura wa mjini Mwanza wenye elimu wanaostahili kuwa wapenzi wa *Makererian* kama yeye! Mmoja kati ya wapenzi wake hao alifikia kuwa kama mke wake hasa. Kila siku Mwalimu Mateo alipomaliza kufundisha tu, alipiga moto pikipiki yake kubwa hasa ya aina ya Matchless, aliyonunua alipotoka Makerere, na kuingurumisha kutoka Bwiru hadi Mwanza mjini kwa kisura wake. Alifanya yote hayo huku mke wake ana habari na kila kitu lakini anamwangalia tu! Kuona hivyo, Mwalimu Mateo akaamua kumleta huyo hawara yake hadi nyumbani kwake kabisa. Alipomleta kisura wake nyumbani, akaamua kulala naye kitandani kwake hasa! huku mke wake yupo hapo nyumbani. Ilikuwa siku ya Jumamosi na alihakikisha watoto wao wote hawatakuwepo kwa kuwaambia waende kutembelea marafiki zao watoto wa Mwalimu Lazaro Bugarika mjini Mwanza na kushinda na kulala huko hadi watakapokutana kesho yake baada ya kusali misa kwenye Kanisa Katoliki la Mwanza, walikokuwa wao pia wanasali Jumapili. Walipomaliza kufanya unyama wao hapo kitandani, kwenye majira ya saa kumi hivi mchana, Mwalimu Mateo akavalia nguo za kwendea wikiendi mjini na kupiga moto pikipiki lake kumrudisha kisura wake kwake, ili naye ajipodoe kabla hawajaenda kupasua raha zaidi walikopenda kwenda wikiendi hiyo.

Yote hayo mke wake aliyashuhudia bila ya kusema kitu! Hatimaye, saa nne za usiku, Mwalimu Mateo alirudi nyumbani. Kama kawaida, alikuta mke wake bado anamgojea arudi na amhudumie kabla hajaenda kulala, kwa vile hakumwambia atachelewa kurudi na asimngojee kumpa chakula. Alipofika mke wake akampakulia chakula akala, halafu akampelekea bafuni ndoo ya maji ya moto ya kuoga na Mwalimu Mateo akaoga na kwenda kulala. Mama mwenye nyumba aliosha vyombo vya chakula cha mume wake na kufanya shughuli zake nyingine jikoni na hapa na pale ndani ya nyumba, kama kawaida ya akina mama majumbani mwao kabla hawajaenda kulala. Mama mwenye nyumba alipomaliza shughuli zake alimkuta mumewe kitandani amekwishalala usingizi *fofofo!* kama mtoto mchanga! kutokana na uchovu wa raha na pilikapilika zote za siku hiyo na kisura wake. Mke wa rafiki ya Mwalimu Lazaro Bujiku alikwenda kwenye ghala ya nyumba yao na kuchukua shoka la kupasulia kuni na kwenda kitandani kwao mumewe alipokuwa anafurahia usingizi mzito, pengine akiota amelalia matiti mabichi ya kisura wake kijana wa mjini msomi mwanzake! Mama wa Kisukuma, aliyemwoa kanisani kwao Ntuzu angali msichana mdogo mzuri wa miaka kumi na tano, na aliyekwishamzalia watoto saba, alinyanyua juu kwa mikono miwili shoka na kuliteremshia kwenye kichwa cha mume wake kwa nguvu zake zote. Kichwa cha Mwalimu *Makererian* Mateo kikapasuka: *"Pwaaa!"* tangu juu hadi chini. Halafu akaacha shoka limemea kwenye kichwa cha mumewe na kuongoza njia hadi polisi mjini Mwanza kujikabidhi mikononi mwa serikali kwa kuua mume wake.

Baada ya kumuwekwa rumande kwa muda, mahakama ilimwachia huru kabisa huyo mama. Mwalimu Lazaro Bujiku na mkewe Fransiska na ndugu na marafiki wa marehemu na mkewe walibakia kujiuliza: " Hivi binadamu duniani tuna nini?"

Huyo ndiye mke wa marehemu rafiki yake aliyemjia Mwalimu Lazaro mawazoni mwake mkewe, aliyekuwa hajawahi kumkatalia kitu tangu amwoe, alipomwonya vikali hivyo! Alitambua kwamba mke wake alikuwa amefikia kikomo chake cha kumvumilia, kama ilivyokuwa kwa mke wa rafiki yake Mwalimu Mateo kabla ya kumwua! "Afadhali mimi mke wangu ameamua kunionya nijirekebishe!" Mwalimu Lazaro alijishauri moyoni mwake.

Na tangu siku hiyohiyo baba wa Rejina mke wa Omari Bushiri alijirekebisha; na mwisho wa mwaka huo wa 1990 alishinda mtihani aliopewa na mkewe Fransiska, Mama Rejina, tena vizuri sana! Mwaka huo Bugarika, Mwanza, kwa Mwalimu Lazaro Bujiku, watoto wake na waume na wake zao na watoto wao wote na ndugu na marafiki zao chungu nzima walisherehekea sikukuu ya Krismasi utafikiri palikuwa na harusi hapo nyumbani! Watoto wake wote walichanga sawa, kasoro yule wa mwisho, wa kiume, aliyekuwa Chuo Kikuu cha Sokoine akisomea digrii ya kilimo kwa kulipiwa na Rejina. Rejina alitaka kuchanga zaidi lakini ndugu zake wakakataa. "Dada Rejina, hii ni sikukuu yetu wote sawa kwa sawa. Na isitoshe unasomesha mdogo wetu chuo kikuu Morogoro, licha ya misaada unayotupatia sisi wadogo zako wengine kila wakati. Acha tuchange wote sawa," mdogo wake mmoja wa kiume alisema.

Na tangu hapo Mwalimu Lazaro na mkewe Fransiska nyumbani kwao ulikuwa mji wa watoto wao wote pamoja na familia zao. Rejina hakujua kama alirudia kuwa mtoto kipenzi cha baba yao kama hapo zamani, lakini sasa alikuwa mama mtu mzima mwenye mume na watoto na siyo tena msichana mdogo anayependa kudekezwa na baba yake. La muhimu ilikuwa ni kwamba baba yake alipenda wajukuu wake wote, ikiwa ni pamoja na watoto wake yeye Rejina na mumewe Mwislamu na hali kadhalika watoto wa dada zake wa nje ya ndoa aliowahi kuwaita "wanaharamu".

Mwaka huo wa 1990 ndio pia mwaka Mwalimu Lazaro Bujiku aliostaafu kazi. Alipostaafu Rejina akamwambia, "Vipi, baba, unaonaje ukifungua darasa la "subu" la kufundishia nyumbani. Mtu ambaye maisha yako yote ulikuwa kila siku unaamkia kazi, ghafla kukaa bure nyumbani siku nzima utazeeka upesi, na hutafurahia maisha." Wakati wa ukoloni shuleni kwa baba yake palikuwa na darasa la "*sub-standard*", "subu", kwa Kiswahili, kwa watoto wenye umri mdogo, walimojifunza kusoma na kuandika na hesabu ya kujumlisha na kutoa kabla ya kuingia darasa la kwanza. Rejina naye alianzia "subu" kabla ya kuingia darasa la kwanza. Jinsi baba yake alivyopenda kufundisha, Rejina aliona darasa kama hilo lingemfaa kweli kabla hajachoka kabisa. Baba yake alikubali na Rejina na mumewe Omari walimjengea kwenye sehemu ya kiwanja chake iliyobaki, iliyokuwa shamba la Mama Rejina la mchicha na nyanya na mahindi kidogo miaka yote, darasa kubwa la kuweza kukaa watoto hadi thelathini, pamoja na choo ya watoto wa kiume upande mmoja na ya watoto wa kike upande mwingine, na pakabakia na uwanja mkubwa ya kutosha kwa watoto kucheza wakati wa mapumziko masomoni mwao.

Kutokana na sifa zake za miaka mingi kama mwalimu hodari wa watoto wadogo, Mwalimu Lazaro alipata watoto wengi kuliko alioweza kuchukua. Kwa vile shule yake ilikuwa nyumbani, Mwalimu Lazaro alikuwa sasa muda wote yuko kwake na mkewe Fransiska, na Bugarika kwa bibi na babu ndipo kila mjukuu wao alipotaka wazazi wake wampeleke kila wikiendi au wakati wa likizo shule zinapofungwa. Lazaro na mdogo wake Amina, watoto wa Rejina na Omari, hapakuwa na mahali walipotaka kwenda zaidi kuliko kwa Bibi na Babu wa Bugarika!

Bahati mbaya uhusiano kati ya Omari na mama yake uliendelea kuwa mbaya. Pili, Mama Omari, kamwe hakumsamehe mwanae kwa kutomtii na kuoa mke asiye Mwislamu; mwanamke Mkristo! Tofauti na baba ya Rejina, aliyekuwa amemsusia binti yake pamoja na wanae, Mama Omari aliwapenda kufa na kupona wajukuu wake. Na ndiyo sababu alimkasirikia hivyo mwanae Omari na kumchukia kwelikweli mkewe! Mjukuu wake kuitwa Lazaro, jina la Kikristo, kwake ilikuwa ni mwanae Omari na mke wake kumtukana makusudi! Na hali kadhalika kumwita mjuu wake wa kike Amina na kumwongezea Ana, jina la Kikristo! Kama nia yao ilikuwa ni kumpa jina la bibi yake, kwa nini hawakumwita Amina Kilihona, au Kilihona tu, bila Ana! Ile kwamba majina mengine ya huyo mjukuu wake yalikufa na aliitwa tu Amina, jina la Kiislamu, bado kwa Mama Omari haikubadili ukweli kwamba mwanae wa kuzaa aliwapa wajukuu wake majina ya Kikristo, Ana na Lazaro!

"Mama Omari, majina ni majina tu! Na, isitoshe, ni majina ya babu na bibi wa hao watoto, hata kama ni ya Kikristo. Ni kitu cha kawaida watu kuwapatia watoto wao majina ya mababu na mabibi zao. Ni kipi kibaya hapo? Isitoshe, mke wangu mpenzi, mimi ninaomba nirudie maneno yangu ambayo hupendi kuyasikiliza. Mtoto wetu Omari na mkewe wana haki ya kuishi maisha yao wapendavyo, kama mimi na wewe tunavyoishi tupendavyo. Na wanatupenda kiasi cha kuacha kazi zao kubwa Dar es Salaam kuja Mwanza kutunza mali yetu," Mzee Bushiri alimsihi mkewe.

"Ni huyo mwanamke kafiri ndiye aliyenikosanisha na mwanangu wa kiume mkubwa!" ndilo lililokuwa jibu la siku zote la mkewe Pili, Mama Omari.

Sura ya 20

Mwaka wa 1990, Omari na Rejina walipohamia Mwanza, Rais Ali Hassan Mwinyi alichaguliwa kuwa rais wa Tanzania kwa kipindi cha pili cha miaka mitano. Kipindi hicho cha pili cha urais wa Mzee Ruksa, kama wananchi wa Tanzania walivyomwita, kilikuja na tishio jipya, kando ya umaskini uliokithiri nchini. Kwenye kipindi cha kwanza cha urais wake, "Mwalimu" aliendelea kuwa Mwenyekiti wa chama tawala cha CCM. Safari hii Mwalimu Nyerere alijiuzulu hali kadhalika uongozi wa CCM na Rais Mwinyi akawa ndiye pia mwenyekiti wa chama.

Tangu mwanzo wa Uhuru, viongozi wa Tanzania waliwania kujenga taifa moja lililoungana, lisilo na ukabila, udini, ubaguzi wa rangi au wa aina yoyote ile. Hicho ndicho kilikuwa kitambulisho maalumu cha Tanzania miangoni mwa nchi za Kiafrika. Kama hatua ya kwanza katika kujenga taifa lililoungana kikamilifu, Mwalimu Nyerere alifanya Kiswahili lugha ya taifa badala ya kuendelea kutumia Kiingereza kama lugha ya Watanzania huru, kama ilivyo hadi leo kwenye nchi nyingine za Kiafrika zinazoendelea kutumia lugha za Kizungu za watawala wa mtu mweusi za zamani kama lugha za mataifa yao. Na Kiswahili, lugha ya wananchi inayotumiwa na watu wote nchini, kilisaidia sana kufuta ukabila na kujenga jamii moja ya Watanzania.

Utawala wa wakoloni wa Wazungu uliambatana na wamisionari wa Kikristo wa kutoka kote Ulaya, waliojenga shule na hospitali nyingi nchini kwenye kipindi chote cha zaidi ya miaka sabini cha enzi ya ukoloni. Matokeo yake yalikuwa ni kwamba shule za madhehebu ya Kikristo nchini zilikuwa nyingi kuliko za serikali, tangu shule za msingi hadi za sekondari na vyuo vya ualimu. Kwa kuwa shule hizo za wamisionari wa Kizungu zilijengwa kwa madhumuni ya kueneza dini ya Kikristo kwenye jamii ya Mwafrika, kufikia mwisho wa enzi ya ukoloni nchini watu wenye elimu ya shuleni wengi zaidi walikuwa ni Wakristo. Ili hali hiyo isiendelee kwenye Tanzania-huru inayolenga kuwa na jamii yenye usawa na haki kwa wote, isiyo na udini wala ubaguzi na upendeleo wa kijamii wa aina yoyote ile, Mwalimu Nyerere alitaifisha shule zote za madhehebu za dini nchini, ambazo karibu zote zilikuwa za Wakristo, na kuzifanya shule za serikali zinazopokea wanafunzi bila kujali dini zao. Na muda si muda hatua hiyo iliwezesha kuwa na Tanzania yenye wasomi wengi kutoka kila dini, tofauti na ilivyokuwa nchi ilipojitawala mawaka 1961.

Hilo ndilo taifa la Tanzania lililojengwa na Mwalimu Julius Kambarage Nyerere, Rais wa kwanza wa Jamhuri wa Muungano wa Tanzania na Baba wa Taifa la Watanzania. Na hiyo ndiyo jamii ya Watanzania Mwalimu Nyerere aliyomkabidhi Rais Ali Hassan Mwinyi alipostaafu urais mwaka 1985 na hatimaye kustaafu pia kama Mwenyekiti wa chama tawala cha CCM mwaka wa 1990.

Tangu Tanganyika, au Tanzania Bara, kujitawala mwaka 1961, mkuu wa serikali alikuwa ni Mwalimu Julius Nyerere, Baba wa Taifa la Watanzania, ambaye alikuwa ni Mkristo kwa dini. Mwalimu Nyerere alipostaafu urais mwaka wa 1985, kwa mara ya kwanza rais wa Tanzania safari hii alikuwa ni Mwislamu. Nia ya Mwalimu Nyerere alipompendekeza na kumfanyia kampeni Mwinyi ili awe rais yeye atakapostaafu ilikuwa ni kutaka kuimarisha muungano wa Tanzania Bara na "Visiwani", kwa kuwa na rais anayetoka visiwani licha ya kwamba Zanzibar kwenye Muungano wa Tanzania ni ndogo sana kwa eneo na kwa wingi wa watu. Dini ya Rais Mwinyi kwa Mwalimu Nyerere haikuwa sifa ya kiongozi huyo aliyoizingatia.

Hata hivyo baadhi ya Waislamu walioona Mtanzania Mwislamu kuwa rais ni kama zamu ya Waislamu nao kutawala. Kutokana na hivyo, walitaka rais Mwislamu apendelee Waislamu ili walingane na Watanzania Wakristo kwa kila hali, ikiwa ni pamoja na Waislamu kuwa wengi sawa na Wakristo kwenye kazi serikalini na kwenye mashirika ya umma na hali kadhalika kwenye shule na chuo kikuu na vyuo vingine nchini. Taifa la Tanzania lenye jamii moja isiyojali ukabila au ubaguzi wa aina yoyote, inayoona dini na kabila kama suala la mtu binafsi, sasa lilitakiwa liwe la jamii iliyojengwa kwa misingi ya kidini! Pamoja na kwamba Waislamu ndio walionufaika zaidi kwa kitendo cha Mwalimu Nyerere cha kutaifisha shule za wamisionari wa Kikristo kote nchini baada ya Uhuru, Waislamu hao wenye mawazo ya kidini sasa walidai kwamba Waislamu nchini walionewa kwa kunyimwa kazi na elimu sawa, kwa kulinganisha na Wakristo, wakati wa ukoloni na pia katika Tanzania-huru tangu kujitawala!

Palipo udini hapakosi ukabila. Wilaya na mikoa yenye uchumi mzuri nchini, hasa sehemu zinazolima kahawa za Tukuyu, Kilimanjaro na Bukoba, ndiyo pia zenye shule nyingi na wasomi zaidi tangu siku nyingi. Kwa hiyo watu kutoka nje ya hizo sehemu, hasa makabila makubwa nchini kama Wasukuma na Wanyamwezi na Wangoni na Wahehe na Wagogo na Waha na kadhalika, pia waliona wamepunjwa tangu kwenye elimu, mgao wa kazi za umma hadi kwenye siasa na utawala! Tanzania, taifa moja lililoungana imara, lililojengwa na wananchi wa Tanzania Bara na Visiwani chini ya uongozi wa Mwalimu Nyerere kwa miaka zaidi ya ishirini ghafla lilikuwa hatarini kubomoka na kujiteketeza!

Kwenye awamu ya kwanza ya utawala wa Rais Mwinyi, manung'uniko ya kidini na kikabila ya namna hiyo yalibakia ni ya chinichini. Watanzania kwa ujumla walikuwa bado wanampenda na kumheshimu na kumsikiliza Mwalimu Nyerere, na hakuna aliyethubutu kujitokeza hadharani na jambo linalohatarisha umoja wa taifa. Mwaka wa 1990, Rais Mwinyi alipokuwa Rais na pia Mwenyekiti wa CCM, baada ya Mwalimu Nyerere kwenda kuishi kama raia wa kawaida Butiama, Mkoa wa Musoma, kijijini kwake alikozaliwa, hayo mambo ya uchafuzi wa umoja wa Watanzania yalijitokeza nje wazi kabisa.

Matatizo ya kidini yalipojitokeza Tanzania, nchi iliyokuwa inasifika Afrika nzima kwa kutokuwa na ukabila wala udini, yakasikika na kufuatiliwa kwa karibu sana na Waislamu na Wakristo wa dunia nzima. Na tangu hapo Tanzania ikawa hatarini kugeuka uwanja wa migogoro ya kidini ya kimataifa, inayochochewa hasa na Waislamu na Wakristo wenye siasa kali.

Awamu ya pili ya utawala wa Rais Mwinyi ilikuja sambamba na mabadiliko makubwa sana kwenye siasa ya kimataifa duniani kati ya mwaka 1989 na 1991, yaliyosababishwa na kuvunjika kwa Mkataba wa Warsaw na kujitenga kwa Nchi za Ulaya ya Mashariki nyingine kutoka kwenye himaya ya Urusi ya Kikomunisti, na kuvunjika kwa Muungano wa Jamhuri za Kisovieti za Kisoshalisti, *Union of Soviet Socialist Republics, USSR,* kwa Kiingereza, chimbuko na ngome ya ujamaa na ukomunisti duniani.

Mwisho wa ujamaa na ukomunisti Urusi na Ulaya ya Mashariki ulimaanisha mwisho wa siasa ya Vita Baridi duniani, iliyogonganisha nchi za Magharibi zenye uchumi wa kibepari na zile za Ulaya ya Mashariki zenye uchumi wa kijamaa. Badala ya mataifa makuu mawili duniani, Marekani na Urusi, sasa lilibakia taifa kuu moja tu, Marekani, ngome ya ubepari wa nchi za Magharibi na Ujapani. Kwa nchi maskini kama Tanzania na nchi nyingine za Kiafrika, maana ya mabadiliko hayo ilikuwa ni kwamba tegemeo la misaada ya kutoka nchi za nje sasa lilibakia ni Marekani na Ulaya ya Magharibi na Ujapani tu. Na masharti ya kupata hiyo misaada yalikuwa ni nchi maskini kuwa na uchumi huria na siasa ya demokrasia ya nchi za Magharibi ya vyama vingi. Mwaka wa 1964, Jamhuri ya Muungano wa Tanzania ilipoundwa, TANU ya Tanganyika na Afro-Shirazi *Party* ya Zanzibar vilikuwa vyama vya siasa peke yake nchini, ambavyo viliungana mwaka wa 1977 na kuwa CCM, chama cha siasa peke yake Tanzania. Mwaka wa 1990 Tanzania nayo ilisalimu amri na kuruhusu vyama vingi vya siasa nchini.

Kwenye kipindi chote cha enzi ya ujamaa na serikali ya chama kimoja cha siasa, 1967 hadi 1990, Tanzania Bara ilikuwa na magazeti mawili tu: *Daily News* (*Sunday News* kwa toleo la Jumapili) kwa lugha ya Kiingereza, gazeti la serikali, na *Uhuru* (*Mzalendo* kwa toleo la Jumapili), gazeti la chama tawala, TANU au CCM, mrithi wake. Hali kadhalika palikuwa na kituo kimoja tu cha redio Tanzania Bara, Redio Tanzania, Dar es Salaam, chombo cha serikali, na kadhalika kimoja Zanzibar, ikiwa ni pamoja na kituo cha televisheni kwa upande wa Zanzibar, vyote mali ya serikali.

Kwenye Tanzania ya vyama vingi vya siasa ya awamu ya pili ya utawala wa Rais Mwinyi, magazeti yalifumuka nchini kama uyoga, kati yake yakiwemo ya kidini! Mwalimu Nyerere aliona televisheni kama anasa na hakuiruhusu nchini wakati wa utawala wake. Tanzania Bara pengine ni nchi ya peke yake duniani kote iliyokuwa haina kituo cha televisheni hadi mwaka wa 1990! Kwenye awamu ya pili ya utawala wa Rais Mwinyi Tanzania Bara nayo ilipata televisheni, na siyo kituo kimoja bali vituo kadhaa, kati yake kimoja tu ndicho kikiwa ni cha serikali; na hali kadhalika vituo vya redio vingi tu vilifunguliwa na kila aliyekuwa na uwezo wa kufanya hivyo. Upande wa siasa, badala ya chama kimoja vyama zaidi ya kumi viliandikishwa.

Watu wenye mawazo ya udini walitumia uhuru huo wa vyombo vya habari kwenye Tanzania iliyokuwa siyo tena chini ya uongozi wa Mwalimu Nyerere, Baba wa Taifa aliyeogopwa na watu, kutangaza chuki za kidini watakavyo. Pia ilikuwa sasa unakuta wahubiri wa dini wa kila aina wanatangaza imani zao kwa vipaza sauti kila mahali. Jijini Dar es Salaam kwenye viwanja vya Jangwani kati ya Kariakoo na Magomeni, ambako enzi ya kupigania uhuru chama cha wananchi cha TANU kilifanyia mikutano yake ya hadhara, sasa paligeuka uwanja wa mapambano ya wahubiri wa Kiislamu na Kikristo, walioshindana kutangaza dini zao na kukashifu dini nyingine. Wahubiri wachokozi wa namna hiyo uliwakuta pia kila mahali penye uwazi jijini, licha ya waliokuwa wanahubiri makanisani na misikitini. Na hivyo ndivyo ilivyokuwa kote nchini, mijini hadi vijijini. Mambo ambayo Watanzania mpaka hapo juzijuzi walisikia yakitendeka kwingineko nchi za mbali yalikuwa yamewasibu wao pia!

Wakubwa wa Wakristo na Waislamu wa nchi za nje tayari walishindana kumwagia wafuasi wao Tanzania mapesa na misaada ya kila aina kupitia makanisa na misikiti na mashirika ya kidini na serikali za nchi zao za Ulaya na Marekani na Arabuni na kwingineko. Kwenye hali ya umaskini wa kutisha iliyokabiri Watanzania, viongozi wa Wakristo na Waislamu waligombania hiyo misaada yenye masharti ya kidini wakiwa radhi kutimiza lolote lile wanaloagizwa na mabwana zao kutoka ng'ambo!

Hiyo ndiyo Tanzania ya awamu ya pili ya utawala wa Rais Mwinyi ambayo Omari na Rejina walikuwa wanashuhudia walipomaliza ujenzi wa nyumba yao Ibanda *Beach*, Mwanza, mwaka wa 1993 na kuhamia huko.

Nyumba yao ilikuwa ni ya kujivunia hasa! Wasafiri wa kutoka Ukerewe na Bukoba na Musoma na penginepo kwa boti na meli na jahazi na wavuvi kwenye mitumbwi yao waliokuwa wanakuja Mwanza kutoka kila upande wa Ziwa Viktoria Nyanza, kila walipofika usawa na hiyo nyumba waliionyeshana na kuisifia na kila mtu alianza kutoa yake aliyojua juu ya jengo hilo. Wengine walidai kuwa ni Ikulu ya Mwanza ya Rais mstaafu, Mwalimu Nyerere, Baba wa Taifa, anakofikia anapokuja Mwanza kutoka kwake Butiama na anakopokelea wageni wakubwa wa kimataifa anaona haifai kuwapeleka kwenye nyumba ya kijijini kwao alikozaliwa anakoishi tangu alipostaafu! Wangine walisema kwamba ni nyumba ya kufikia balozi wa Marekani anapotembelea Mwanza! Waliokwisha kumwona mwenye nyumba na mke wake walifahamisha wenzao kwamba ilikuwa ni nyumba ya tajiri mmoja Mswahili mwenzao mzaliwa wa Mwanza na kijana mdogo tu aliyekuwa na kazi kubwa sana Umoja wa Mataifa huko New York,

Marekani, kabla ya kurudi kwao Mwanza na kuanzisha ofisi ya wakili wa kujitegemea!

Nyumba ya Omari na Rejina ilikuwa ni nyumba ya ghorofa iliyojengwa juu ya miamba ya matale pwani ya ziwa. Kwa hiyo walioiona kutokea ziwani ilionekana kama ghorofa linalochomoza angani kutoka kwenye miamba lilipobandikwa! Upande wa kushoto wa miamba hiyo palikuwa na ngazi ndefu zinazoshuka kwa kupinda na kuzunguka nyumba hadi kwenye mchanga wa pwani chini ya majabali marefu kama minara. Nyuma ya nyumba kuelekea Magharibi, ziwani, juu kabisa kwenye hayo majabali palikuwa na sebule iliyofunikwa kwa paa la vigae lakini pembeni iko wazi. Kwenye sebule hiyo ya wazi ndipo Omari na Rejina walipokaa na kupunga upepo baridi wa ziwa na walipopokelea wageni waliowatembelea. Mbele ya nyumba badala ya mawe palikuwa na uwanja mkubwa tambarare wa majani yaliyokatwa vizuri kama ya uwanja wa mpira wenye vitalu vya maua pamoja na miti, mingine mikubwa, waliyokuta hapo, na mingine bado michanga, waliyopanda. Mawe yaliyokuwa hapo yalipasuliwa na kutolewa na sehemu yote ilijazwa udongo na kusawazishwa hadi kuwa uwanja tambarare huko juu mlimani. Barabara iliyowaleta nyumbani Omari na mke wake kutoka Mwanza mjini ilitokea mwisho wa Barabara ya Kitangiri na kupanda kilima cha Ibanda kwa kuzungukazunguka hadi juu kwenye nyumba yao.

Siku moja saa kumi na mbili jioni, Omari na mkewe walikuwa wameketi kwenye sebule ya juu ya miamba nyuma ya nyumba yao. Hali ya hewa ingekuwa nzuri wakati huo wangekuwa wanafaidi jua linatua ziwani na kuwakumbusha fungate yao Rubya *Guest House*! Lakini siku hiyo mbigu ilikuwa imefunikwa na mawingu meusi na upepo mkali unavuma na ziwa limechafuka vibaya kweli, mawimbi makali yanapiga kwenye miamba ya nyumba yao bila kupumua : *Pwaaa! Pwaaa! Pwaaa!...* Ghafla radi ilimweka: *Myeee!* na kufuatwa na ngurumo iliyopasua anga kwa kishindo cha kuendelea: *Ngunguruuu...!*

"Mvua za vuli Mwanza safari hii zinataka kuzidi hata za masika. Zikiendelea hivi barabara yetu haitapitika tena!" Omari alisema.

"Itabidi uwaite tena wajenzi wetu washindilie kifusi na kokoto bila kuchelewa. Vinginevyo kweli kuna miaka hapa Mwanza mvua fupi zinanyesha kwa fujo kuliko za masika. Na ikiwa hivyo hatutaweza kwenda kazini tena," Rejina alimjibu mumewe.

Ilikuwa mwisho wa mwezi wa Oktoba na Omari na Rejina walikuwa wanamaliza kuhamia kwenye hiyo nyumba yao. Wakazi wa Mwanza walioporomosha majumba kama lao kwenye vilima vya pwani ya ziwa wenye nguvu zaidi kipesa walitengeneza barabara za lami kwenda majumbani kwao, lakini wengi walishindilia tu kifusi kwa rola na kumwaga juu yake kokoto au changarawe na kupitisha rola tena, kuhakikisha mvua zinaponyesha kwenye miteremko ya milima maporomoko ya mji hayabomoi barabara na kuacha makorongo tupu.

Watoto wao, Lazaro na Amina, wao walikuwa wanafurahia hali hiyo ya giza lililoingia mapema kwa upepo mkali. Walikuwa nje kwenye uwanja wa mbele ya nyumba yao wanacheza mpira wa miguu wakirukaruka na kupiga makelele kila wanapodondokewa na matone ya mvua iliyokuwa inataka kunyesha! Mtoto wao mkubwa, Lazaro, ndiye aliyepanda ngazi za ndani ya nyumba hadi kwenye sebule ya juu walipokuwa wazazi wao na kufikia kuwaambia, "Baba na mama, kuna mgeni nje."

"Mgeni gani?" mama yake alimwuliza.

"Mwarabu."

"Ndugu yangu gani ametukumbuka saa hizi?" baba yake alisema huku anaamka kufuatana na mwanae kwenda kumwona huyo mgeni. Rejina pia aliamua kuteremka chini, kwenda kuchungulia jikoni kuona mpishi wao Binti Mustafa amefika wapi katika kuandaa chakula cha usiku. Kabla ya kwenda jikoni, alisimama kwenye sebule ya ndani ya nyumba aone kwanza huyo mgeni wao na kusalimiana naye.

"Eh! Bakari! Mdogo wangu Bakari! Hivi ni kweli! Ni Bakari kweli!"

"Usinambie umekwishanisahau, Kaka Omari!"

"Lo!"

Omari na mdogo wake walikumbatiana na kuachana na kutizamana usoni na kukumbatiana tena…!

Walipotulizana ndipo Omari akamkaribisha mdogo wake ndani na kumtambulisha kwa mke wake na kwa watoto wao. Lazaro na Amina walipoona baba yao anakumbatiana na huyo Mwarabu waliacha mchezo wao na kuja kumtazama vizuri huyo mgeni aliyekaribishwa kwa furaha kubwa namna hiyo na baba yao!

Tangu alipoondoka nchini mwaka 1968, Bakari alikuwa hajarudi tena Tanzania. Miaka ilivyokwenda bila ya kupata hata kipande cha barua kutoka kwake, wazazi wake na hali kadhalika kaka yake Omari wakakata tamaa na kuacha hata kuulizia habari zake kwa ndugu zao waliotoka Arabuni. Hata hivyo, kwa wazazi wake alikuwa ni mtoto wao mpenzi aliyewatia masikitiko na huzuni kubwa kwa kupotea kwake. Kwa Omari pia alikuwa ni mdogo wake anayempenda sana na hakwisha kumzungumzia mkewe wasiwasi wake juu yake. Rejina naye alifurahi kumwona kwa mara ya kwanza shemeji yake aliyekuwa mume wake anamuwaza miaka yote tangu alipomfahamu.

Bahati nzuri Bakari hakubadilika sura, vinginevyo Omari kweli asingemtambua! Mara ya mwisho Omari kumwona alikuwa bado mtoto mdogo wa miaka kumi na mbili, na sasa alikuwa mtu mzima wa miaka thelathini na saba. Alipokuwa mdogo alikuwa mwembamba kweli, na kurudi alirudi ni pande la mwanamume la miraba minne lenye madevu na lililovalia kanzu na kizibau juu utafikiri Mwarabu wa Maskati na siyo Mswahili wa kuzaliwa Mtaa wa Rufiji hapo Mwanza. Lakini sura ilibakia ileile ya mdogo wake wa siku zote! Aliletwa hapo na dereva wa baba yao Mzee Isa, mzee wa Kisukuma aliyemwendesha baba yao tangu kabla ya Omari na Bakari kuzaliwa. Baba yao alipokuwa bado anapendelea kujiendesha mwenyewe, Mzee Isa alikuwa ni zaidi dereva wa wake zake na watoto wake, na Omari na Bakari walimzoea tangu wangali watoto wadogo.

Baada ya kumkaribisha mdogo wake, Omari alitoa vitu vyake kwenye gari la Mzee Isa, sanduku moja na begi la mkononi, na kuviingiza ndani, huku wanae mmoja ameweka mkono wake kwenye begi na mwingine kwenye sanduku, kama kwamba wanamsaidia kweli baba yao kubeba mizigo ya mgeni! Halafu Mzee Isa alipiga gari moto na kurudi kwa tajiri yake Mtaa wa Rufiji.

Usiku mgeni mpenzi wa Omari na mkewe alikataa kula, kwa kusema kwamba alikuwa bado ameshiba. Lakini hata hivyo ndugu wawili walikuwa na mengi ya kuzungumza. Bakari alifika Mwanza siku hiyohiyo akitokea Dar es Salaam, alikokaa kwa miezi miwili. Alikuja Dar kama kiongozi wa ujenzi wa misikiti Tanzania kwa misaada ya kutoka Arabuni. Alikuja Mwanza na wenzake waliotoka nao Arabuni watatu, wote Watanzania wenye asili ya Kiarabu kama yeye, pamoja na wenzao wanne waliojiunga nao Dar es Salaam. Hapo Mwanza walikuja kuandaa ujenzi wa misikiti sehemu hizo za Tanzania Bara.

Omari alimsikiliza mdogo wake bila kuamini masikio yake! "Bakari, kama Waislamu wa Arabuni wanataka kweli kusaidia Waislamu wenzao

Tanzania, kwa nini wawajengee misikiti badala ya shule na zahanati na hospitali na kuwapa vitegauchumi?"

"Kaka Omari, Waislamu siyo kama Wakristo hapa nchini. Hawana uwezo wa kujenga misikiti sawa na Wakristo wanavyojijengea makanisa. Na tusisahau kwamba Wakristo makanisa yao mengi walijengewa na wamisionari wa Kizungu wakati wa ukoloni."

"Unayosema ni kweli. Lakini, hata hivyo, mimi nafikiri kwamba wanachohitaji zaidi Waislamu humu nchini ni shule na hospitali. Pamoja na kwamba serikali ya Mwalimu Nyerere kutaifisha shule za Kikristo baada ya Uhuru kulisaidia Waislamu nao kupata elimu kwa wingi, tangu shule za kidini na za kibinafsi kuruhusiwa tena nchini tayari kuna dalili kwamba Waislamu tuko nyuma, tena sana, kwa kulinganisha na Wakristo katika kujengea watoto wa waumini wetu shule. Na hiyo itazua tena hali kama ile iliyokuwepo kabla ya Uhuru, ya Waislamu wenye elimu nchini kuwa wachache sana kwa kulinganisha na Wakristo. Hata mtu kama mimi asiyejali dini ya mwananchi mwenzangu, kuelimisha Mwislamu wa Tanzania ni kuelimisha Tanzania nzima. Dini, nionavyo mimi, ni imani na matendo mema ya muumini, na Waislamu wanaweza kusali mahali popote penye nafasi ya watu kukusanyika. Mwenyezi Mungu hapokei sala zao kwa namna tofauti wanaposali kwenye misikiti mizuri!"

"Kaka Omari, ingekuwa ni hivyo Wakristo, ambao hata wewe unakiri wameelimika zaidi kuliko Waislamu na tangu enzi ya ukoloni na wanajali elimu zaidi, wangeacha kujenga makanisa, kwani tayari wanayo mengi kila mahali. Lakini, licha ya kujenga shule na hospitali kama unavyosema, bado wanajenga makanisa. Sisi Waislamu pia ni sharti tutambue umuhimu wa kujenga misikiti, licha ya shule na hospitali."

"Na hiyo misikiti mtajenga wapi?"

"Bila shaka kote nchini, kadiri ya uwezo wetu. Lakini mimi kikundi changu lengo lake ni kujenga misikiti vijijini. Utafiti uliofanywa na shirika letu unaonyesha kwamba vijijini Tanzania-Bara hakuna mahali pa kusalia wafuasi wa dini ya Mtume Muhammad, *sallallahu alayhi wa sallam*."

"Shirika lenu ni shirika gani hilo?"

"Ni shirika jipya, lakini siyo jipya sana. Ni Kitengo cha Afrika cha Muungano wa Waislamu wa Amani Duniani."

"Mdogo wangu Bakari, mimi juhudi yoyote ya kuleta amani kati ya watu naiombea baraka za Mwenyezi Mungu na kuitakia mafanikio. Bali tu

186

sidhani kwamba kwenye dunia ya leo Wakristo na Waislamu kushindana kujenga makanisa na misikiti kila mahali ni kutafuta amani. Mimi tangu nije hapa Mwanza kumsaidia baba kuendesha biashara zake, nimetembea sana mikoa ya huku, Usukumani kote, Musoma, Mara, Bukoba, Sumbawanga, Arusha na penginepo. Na nina hakika, ukitoa sehemu za mijini, Waislamu siyo wengi vijijini. Watu wengi huko bado wanafuata dini zao za jadi, la sivyo ni Wakristo wa madhehebu mbalimbali za dini hiyo. Je, kuna faida gani kwa Waislamu kujenga misikiti huko?"

"Wazungu walieneza dini ya Kikristo Tanzania na kote Afrika wakati wa ukoloni kwa kushawishi watu kuingia dini yao kwa kupitia shule na hospitali zao na kwa kuwapa huduma za kidunia. Waislamu hatutaki kueneza dini yetu kwa hila na udanganyifu namna hiyo. Ndiyo sababu shirika letu litajenga misikiti ya kueneza wazi Kurani Tukufu kwa wote watakaoitikia ujumbe wa Mtume Muhammad, *sallallahu alayhi wa sallam*. Namna hiyo, dini ya Mtume itajitofautisha na dini za binadamu wanaotumia jina la Allah kufanikisha malengo yao ya kidunia."

Mwishowe kaka mtu aliona abadili mazungumzo na aliacha mambo ya dini na kuzungumzia mengine mengi tu ya kupashana habari na mdogo wake baada ya kupotezana kwa muda wa miaka zaidi ya ishirini. Waliachana kwenda kulala majogoo ya kwanza yanawika!

Licha ya kuchelewa kwenda kulala wote wawili waliwahi kuamka asubuhi na mapema. Omari na Rejina walisikitika mgeni wao alipokataa kula nao kifunguakinywa asubuhi hiyo kwa kudai kwamba ni vizuri aende kula na wenzake Mwanza Hoteli walikofikia: "Mimi ndiye mwenyeji wao hapa Mwanza. Kwa hiyo ngoja wasione nimefika kwetu nikawasahau."

Siku hiyo Rejina alikaa ofisini kwake kidogo tu, halafu akaenda Mwanza Sokoni, alikokutania na mfanyakazi wao Binti Mustafa. Huyo mama mtu mzima kwa Rejina na Omari alifikia kuwa kama ndugu yao. Alipendana na waajiri wake na watoto wao utafikiri ni wanae wa kuzaa na wajukuu wake. Lazaro na Amina wao waliamini kabisa kwamba Bibi Binti Mustafa, waliyeishi naye tangu walipokuja Mwanza, alikuwa ni ndugu ya wazazi wao!

Sokoni Rejina na mfanyakazi wake walinunua kila aina ya chakula. Rejina alitaka kumfanyia shemeji yake karamu hasa ya kumkaribisha nyumbani kwa kaka yake. Kaka mtu alitaka kuita wazee wao na ndugu zao wengine na rafiki zao kadhaa waje kusherehekea nao kurudi kwa mdogo wake nchini baada ya kupotea kwa miaka mingi kweli, lakini Rejina akapendekeza wafanye hivyo baadaye. "Lazima kwanza wewe na mimi na watoto wetu tumkaribishe shemeji nyumbani kwetu, ndipo tumfanyie karamu ya namna hiyo," mkewe alisema.

Walipomaliza kununua vyakula na mahitaji mengine sokoni Rejina akaongozana na mfanyakazi wao kurudi nyumbani. Siku hiyo aliamua kujipa likizo ili yeye mwenyewe ampikie shemeji yake Bakari chakula kinachostahili kumkaribisha nyumbani kwa kaka yake. Alishinda akipika kila aina ya chakula, utafikiri anatayarisha karamu ya watu sijui wangapi! Omari na Rejina walifurahishwa hasa na uamuzi wa Bakari wa kufikia kwao badala ya kufikia kwa wazazi wake Mtaa wa Rufiji, alikopita tu kuwasalimia kabla ya kuja kukaa kwao!

Omari alipotoka kazini kwake mjini alikuta mdogo wake amekwisharudi kwa teksi kutoka kwenye shughuli zake na wenzake aliokuja nao. Omari aliamua siku hiyo kutogusia tena shughuli za mdogo wake zilizomleta na kuzungumzia mambo mengine tu. Walikuwa wameketi kwenye sebule ya juu ya miamba wameinamia ziwa na Bakari akamsifia kaka yake uzuri wa nyumba yake na wa mandhari hiyo ya kilimani pwani ya ziwa. Watoto waliambiwa kuoga na kuvaa nguo zao nzuri kwa siku hiyo maalumu ya kumkaribisha nyumbani baba yao mdogo waliyesikia siku zote wazazi wao wakimsema. Mama yao alipamba meza ya chakula kwa kitambaa maridadi pamoja na majagi ya maua aliyonunua siku hiyo mjini, na kuweka mezani vyombo vya kulia walivyotumia kwenye sherehe maalumu tu, tangu sahani hadi vijiko na visu, wacha tu! Halafu meza ilijaa vyakula vya kila aina utafikiri ni mashindano ya mapishi! Hata mume wake ilibidi amsifie: "Rejina, naona umejitoa kweli kumkaribisha shemeji yako!"

Kwa hiyo Bakari alipokaribishwa na shemeji yake chakula na kukataa kula kwa kusema ameshiba, Omari na Rejina hakuna aliyeelewa maana yake! Hakuna aliyejua kuna nini, wamefanya nini, au wafanye nini!

"Bakari, hata kama umeshiba, twende mezani ushikeshike kidogo tu, itatosha. Shemeji yako ameshinda akitutayarishia chakula; siyo vizuri ukikataa kula!"

"Itabidi mke wako anisamehe."

"Bakari, na watoto je? Hawa ni watoto wako. Tangu wazaliwe tunawaambia baba yao mdogo, Bakari, yuko Arabuni, na wamefurahi kweli kukuona. Twende ule nao, angalau kidogo tu!"

"Labda niende kukaa tu mezani nikiwasindikiza na kuongea na watoto."
Na ndivyo ilivyokuwa. Hapo mezani Bakari alikataa hata kunywa maji, wacha soda!"

Usiku kitandani Omari na Rejina walijiuliza maswali bila ya kuwa na mwenye jibu.

"Ngoja mimi kesho, tutakapokuwa peke yetu, nitazungumza naye nijue kuna nini. Mdogo wangu Bakari kukataa kula nyumbani kwangu siyo kitu kidogo kwangu. Na nitamwambia ajue kwamba alichofanya usiku ni vibaya sana, kukataa kula chakula ulichomwandalia!"

Kesho yake asubuhi hali ilikuwa ileile. Mgeni wao alikataa kula kifunguakinywa na hakunywa hata maji nyumbani kwa kaka yake, wacha chai!

Rejina alitangulia kutoka nyumbani, ili kuwapitisha watoto shuleni kwao kabla ya kwenda kazini kwake. Baadaye kidogo ndipo Omari alipoondoka na huyo mdogo wake, akienda kumwacha kwa wenzake Mwanza Hoteli ndipo aende kazini kwake. Walipokuwa njiani akamwuliza mdogo wake, "Bakari, nini hiki kukataa kula chakula nyumbani kwangu? Hasa jana usiku!"

"Kaka Omari, wewe ni ndugu yangu tumbo moja na mimi, uliyeniachia ziwa la mama yetu mzazi. Kwa hiyo siwezi kukuficha jambo nililo nalo moyoni mwangu. Ni sharti nikwambie ukweli. Mimi ninavyojua, na nilivyohakikishiwa na mama yetu mzazi mwenyewe kabla ya kuja nyumbani kwako, ni kwamba mke wako siyo Mwislamu; ni Mkristo. Na pia nimeambiwa hata watoto wako unawalea Kikristo, kwa masharti ya mke wako. Mimi kama Mwislamu ninayeshika dini yangu hasa siwezi kula kwenye nyumba ya Mkristo chakula kilichopikiwa kwenye vyungu vya kupikia nyama haramu, tangu nguruwe hadi nyamafu. Kwa sababu hiyohiyo, siwezi pia kunywa maji au kinywaji chochote kile kwako, kwa vile vikombe na glasi zenu zinatumiwa na watu wanaokula nguruwe na nyamafu!"

Walikuwa wanamaliza kuteremka mlima wa Ibanda na wanashika Barabara ya Kitangiri kuelekea mjini. Omari hakuweza kuamini masikio yake! Aliona lazima atoke barabarani na kusimamisha gari pembeni kabla ya kusema neno hata moja kwa mdogo wake. Aliposimamisha gari akazima moto kabisa, kabla ya kumwuliza: "Hivi nimekusikia sawa au ninaota ndoto!"

"Nimekwambia ukweli wangu kama Mwislamu!"

"Bakari, Mwanza Hoteli ninakokupeleka ni hoteli ya kitalii. Kila siku wanapika nyama ya nguruwe, na wala siyo kwa kujificha. Mbona ndiko unasema unakwenda kula kila siku? Je, waswalihina wenzako waliofikia huko hawali chakula cha humo hotelini?"

"Kurani Tukufu inasema mtu anapokuwa safarini anaweza kula hata haramu. Mwislamu anapokuwa kwenye hoteli kama hiyo safarini anasamehewa kula haramu. Lakini kwako ni kwa kaka yangu Mwislamu mwenzangu, ambaye haramu kwangu ni haramu kwake pia. Mimi kula vyakula haramu nyumbani kwako ni kushiriki kwenye kufuru yako, na siwezi kamwe kufanya hivyo na kujiita Mwislamu anayeshika dini yake."

"Bakari, una miaka mingi kweli tangu uondoke hapa nchini. Unajuaje kama mimi kaka yako bado ni Mwislamu? Je, kama nimekwishakuwa Mkristo au mfuasi wa dini nyingine tu yenye miko tofauti na ya Waislamu, wewe mdogo wangu hutakula kwangu tena? Kwa kifupi kula kwangu lazima mimi niwe Mwislamu! Yaani huli chakula na wala hunywi maji nyumbani kwa mtu mwingine isipokuwa kwa Mwislamu mwenzako?"

"Ulitaka nikwambie ukweli wangu, na nilichosema ndio ukweli wangu!"

"Ninajaribu kukuelewa ukweli wako. Ndiyo sababu ninataka kujua kama Mwislamu kula kwa ndugu yake lazima huyo ndugu yake naye awe Mwislamu. Hata hivyo, Waislamu wanaovunja miko ya Uislamu ni wengi kweli. Je, hao nao huli majumbani kwao? Waislamu wanaokula nguruwe ni wengi kweli hapa nchini na penginepo. Mimi bado ninakumbuka kwamba wewe mdogo wangu ulikuwa mmoja wa Waislamu waliopenda nguruwe. Ni vyema kabisa kama sasa umeacha na unashika vizuri miko ya dini yako. Hata hivyo nina hakika unajua kwamba Waislamu wala nguruwe kama ulivyokuwa wewe awali ni wengi tu! Je, hao nao huli kwao? Kuna pia Wakristo wasiokula nguruwe, kama Wasabato, na wengine ambao hawataki tu nyama ya nguruwe. Je, wewe Mwislamu mswalihina ni heri ule na hao Wakristo wasiokula nguruwe kuliko kula na Waislamu wenzako unaojua wanakula nguruwe, au wanakunywa pombe, au wanavunja mwiko mwingine ambao kwako ndicho kitambulisho cha Uislamu wa mtu?"

Pamoja na kwamba maneno ya Bakari yalimwumiza sana Omari moyoni, bado alikuwa ni mdogo wake anayemfuata kuzaliwa na anayempenda kweli. Ilikuwa ni sharti amwonyeshe alivyopotea njia. Ndiyo sababu aliendelea kumhoji: "Je, hao Waislamu watakaojaza misikiti mnayotaka kujenga vijijini Tanzania mzima wataacha kula na Wakristo pamoja na wananchi wenzao wafuasi wa dini za makabila yao, "wapagani", kama sisi wenye dini za kigeni tunavyowaita, ambao nao ni wengi kweli? Tanzania ni nchi yenye dini mchanganyiko, je, kila mtu akifuata mfano wako wa kula na muumini wa dini yake tu, tutaishije kama watu wa jamii moja?"

Bakari hakuwa na jibu. Alirudia tu kusema, "Kaka Omari, mimi nimekwambia tu ukweli wangu, kwa sababu wewe ni ndugu yangu ninayekupenda, ni sharti nikwambie ya moyoni mwangu."

"Bakari, kweli wewe ni mdogo wangu, lakini sidhani kwamba unaelewa maana ya ndugu kupendana." Na kwa maneno hayo Omari alirudisha gari barabarani na kwenda hadi Mwanza Hoteli na kumwacha hapo huyo mdogo wake. Omari siku hiyo kazi haikufanyika! Alikuwa amenuia kutomwambia kitu mke wake hadi watakapokutana nyumbani jioni, lakini alipoingia tu ofisini kwake Barabara ya Kenyatta, akatoka nje tena na kupiga gari moto kwenda Mwanza *South* kwenye ofisi ya biashara za baba yake mkewe alipokuwa anafanyia kazi wiki hiyo.

Bakari alirudi nyumbani kwa kaka yake saa kumi na mbili hivi jioni. Aliletwa na shehe mmoja mashuhuri wa hapo Mwanza. Omari na mkewe walikuwa nyumbani tangu asubuhi. Omari alipofika Mwanza *South* na Rejina akaona jinsi alivyosononeka, mke wake naye alifunga kazi wakarudi nyumbani wote wawili. Walikuwa ni kama wamefiwa wako kwenye msiba!

Shehe aliyemleta Bakari hakukaa wala kuingia ndani. Alimteremsha tu na kugeuza gari lake na kuondoka. Bakari aliingia ndani na kusalimiana na kaka yake na shemeji yake kwenye sebule ya ndani ya nyumba yao walipokuwa wameketi. Rejina alipomaliza kusalimiana na shemeji yake akapandisha ngazi na kwenda kukaa kwenye sebule ya nyuma ghorofani juu ya majabali na kumwacha mumewe na mdogo wake peke yao. Mke wake alipotoka tu, Omari akamwambia mdogo wake, " Bakari, huwezi kuendelea kukaa hapa. Inabidi uondoke leo hiihii. Siwezi kukaa na wewe baada ya maneno uliyosema. Isitoshe, sijui jinsi ya kuieleza tabia yako kwa wanangu!"

"Sawa, kaka Omari. Umenifukuza nyumbani kwako, na nitaondoka. Mama alinionya nisije hapa, kwamba umebadilika, lakini sikuamini. Ndiyo sababu nilifikia hapa. Sasa nimejionea mimi mwenyewe ulivyobadilika!"

"Elewa unavyotaka, ila tu siyo mimi niliyekufukuza kwangu. Ni wewe uliyejifukuza. Kwa hiyo mama usimwingize kwenye hili suala. Hili ni letu kati yangu na wewe, sisi wawili tu. Kama unataka kwenda nyumbani

191

Rufiji, sema nikupeleke. Kama unataka kwenda kwa marafiki zako wa hapa mjini unaowaona ni waswalihina wanaostahili wewe kukaa nao, pia sema. Kama unakwenda Mwanza Hoteli kwa wenzako uliokuja nao, niko tayari kukulipia chumba na chakula kwa muda wote utakaotaka kukaa. Wewe bado ni mdogo wangu, na hiyo haitabadilika kamwe. Ila tu, kwa tabia yako hii, hatuwezi kukaa nyumba moja."

"Asante kwa wema wako, lakini nina chumba changu Mwanza Hoteli, pamoja na kwamba nilipenda kuja kwa kaka yangu. Ningejua nitafukuzwa kama mbwa huenda wala nisingekanyaga mguu hapa!"

Bakari alienda kwenye chumba cha wageni alikokuwa analala na kuchukua mizigo yake, na kaka yake akachukua gari na kumpeleka Mwanza Hoteli.

Usiku nyumbani kwa Omari wakati wa chakula cha usiku wazee walikuwa kimyaa! Kuona hivyo watoto wao pia wakala kimya, badala ya kusimulia wazazi wao mambo yao ya shuleni siku hiyo na kuwauliza maswali, hili baada ya lile! Huo ndio ulikuwa wakati wao wa kuwa na wazazi wao, na walikuwa wamepewa ruhusa kusema kila mmoja wao analotaka, isipokuwa wanapokula na wageni. Panapokuwa na wageni walikuwa hawaruhusiwi kusema kitu mpaka wanaposemeshwa na wakubwa; na wanaposemeshwa wanajibu tu aliyewasemesha na kunyamaza. "Watoto wadogo kutawala mazungumzo mbele ya wakubwa siyo heshima," walielimishwa na wazazi wao tangu wangali wadogo kabisa.

Lazaro na Amina walipomaliza kula tu wakaomba udhuru kwa wazazi wao na kutoka mezani na kukimbilia kwa Bibi jikoni. Kwa Bibi Binti Mustafa ndipo palikuwa mahali pao pa kukimbilia kama mambo hayaendi sawa kati yao na wazazi wao, kwa sababu ya kosa hili au lile mmoja wao au wote wawili walilofanya. Bila kujua kuna nini hasa, siku hiyo pia waliona haifai kuendelea kuwa karibu na wazazi wao. Kuna kitu hakikuwa sawa kwa wazazi wao na kwenye hali hiyo kwa Bibi tu ndipo palikuwa mahali pa wao kwenda. Binti Mustafa alijua sababu ya kuhuzunika kwa waajiri wake na alifikia kuwaambia watoto wao, "Leo, wajukuu wangu, nina kazi nyingi humu jikoni. Kwa hiyo endeni mkaoge na kupiga mswaki, halafu kila mtu aende chumbani kwake kufanya kazi yake ya shuleni, halafu alale, kimyaa! Kesho ndiyo siku ya hadithi za Bibi! Haya, laleni salama wote!" Watoto walimuaga na kuondoka jikoni.

192

Huyo mama peke yake ndiye mfanyakazi wa Omari na Rejina aliyekuwa anakaa pale nyumbani. Walinzi wa usiku wawili walikuja saa kumi na mbili jioni na kuondoka saa moja asubuhi. Mfanyakazi wao mwingine, mvulana wa miaka ishirini hivi, mfyeka majani na mtunza bustani yao, alikuja kazini mchana kuanzia Jumatatu hadi Ijumaa. Binti waliyeletewa na ndugu za Omari wa Iringa kuwasaidia kulea watoto sasa alikuwa Muuguzi Msaidizi, *Medical Aid* kwa Kiingereza, kwenye hospitali ya Sekou Toure Mwanza mjini, na amepanga chumba chake hukohuko mjini. Watoto wao walipokua, badala ya kumrudisha Iringa na kumwacha hivihivi, Rejina alimpeleka kwenye kozi ya uuguzi wa ngazi ya mwanzo Bugando *Nursing School*. Baada ya miaka miwili alihitimu masomo yake na Omari akamwombea kazi kwenye hiyo hospitali ya serikali ya Mwanza, ya pili kwa ukubwa kwa Hospitali ya Rufaa ya Taifa ya Bugando. Sasa aliwatembelea tu, karibu kila wikiendi na siku alizokuwa na mapumziko. Ndiyo sababu Lazaro na Amina waliamini kwamba Binti Mustafa, Bibi yao mwema, waliyeendelea kuishi naye hata mlezi wao alipoondoka, ni ndugu ya wazazi wao, na walimpenda sana na kumsikiliza alipowaambia kitu.

Omari, hapo kwenye sebule ya chini ndani ya nyumba yao walipokwenda kukaa baada ya chakula cha usiku, alijiuliza maswali yasiyo na jibu huku mkewe anamsikiliza: "Rejina, tulipofanya sherehe ya kufungua hii nyumba watu walijaa hapa, ndugu zetu na marafiki zetu wa pande zote mbili, wa kila dini na kila kabila na kila rangi. Kwa upande wangu ndugu zangu karibu wote ni Waislamu. Na sikuona mtu hata mmoja, ikiwa ni pamoja na mashehe kati yao, aliyekataa kula chakula tulichowaandalia na kunywa kinywaji mtu alichotaka! Kaka yetu Saidi alikuja kutoka Arabuni mahususi kwa ajili ya kuhudhuria ufunguzi wa hii nyumba, akiwa na mke wake na watoto wao, na walifikia hapa nyumbani. Na baada ya ufunguzi wa nyumba tuliendelea kukaa nao hapa wiki mzima, vizuri ajabu. Saidi ni Mwislamu tofauti na huyu mdogo wetu Bakari, au hakujua kwamba wewe mke wangu ni Mkristo, na kwamba Wakristo kwao siyo mwiko kula nyama ya nguruwe? Isitoshe kaka Saidi alikuja na kaka ya mke wake pamoja na mkewe, wote Waislamu na Waarabu. Lakini tumekaa nao siku zote hizo hadi wameondoka hapa tukila na kunywa nao kila kitu vizuri tu! Mdogo wangu Bakari huu ni uswalihina kweli au alikuja hapa kwa makusudi ya kunitafuta tu ugomvi?"

"Ni kutoelewa maana ya dini," Rejina alisema.

"Kama ni hivyo, watu kama mdogo wangu Bakari ni hatari kubwa! Kwenye nchi yenye dini nyingi kama Tanzania watu wa dini tofauti kuchukiana namna hii hatima yake ni wananchi kuchinjana!" Omari alijibu.

"Tuombe hayo yapite mbali, kwa vile tunaona jinsi machafuko ya kidini yanavyoangamiza jamii. Hapa Afrika tayari kuna vita ya wenyewe kwa wenyewe Sudani kati ya Waislamu Waarabu wa Sudani ya Kaskazini na Waafrika Wakristo na wafuasi wa dini za Kiafrika wa Sudani ya Kusini. Machafuko ya Nigeria ya karibu tangu kujitawala kwa nchi hiyo yenye watu wengi kuliko nyingine zote Bara Afrika chanzo chake kikubwa ni mgongano wa kati ya Waislamu wa Kaskazini na Wakristo wa Kusini mwa nchi hiyo. Kuna pia vita ya Waislamu kwa Waislamu kutokana na tofauti za kiitikadi huko Algeria. Zaidi ya yote hayo, historia ya vita za kidini za wananchi kwa wananchi duniani, iwe ni Waislamu kwa Waislamu au Wakristo kwa Wakristo, licha ya Waislamu kwa Wakristo, inadhihirisha jinsi chuki za kidini zilivyo hatari kubwa kwa nchi yoyote," mkewe aliongeza.

"Baada ya kufugwa utumwani na kuwa watwana na wajakazi wa kikoloni wa Waarabu Waislamu na Wazungu Wakristo kwa karne na karne, Mwafrika leo hii kujiingiza kwenye vita ya Wakristo na Waislamu ni kukubali upya utumwa na ukoloni wa Wazungu na Waarabu!" Omari alisema, na kuongeza, "Shida nyingine ni kwamba watu kama mdogo wetu Bakari hawajui wala wako wapi! Pamoja na kwamba mama yetu ni Mwafrika kwa baba na mama, bado Bakari na machotara wa Kiarabu na Kiafrika wenzetu wengi wanajiona ni Waarabu tu, basi!"

"Nakubaliana nawe kabisa. Kwa sababu ukiona wenyeji wa Sudani ya Kaskazini wanaojiita Waarabu ni wachache sana ambao siyo mchanganyiko wa Waafrika na Waarabu. Lakini, ninavyosikia, ukithubutu kumwita mtu kama huyo Mwafrika mtauana!"

Kengele ya mlangoni ililia na kuwakatisha maongezi ya uchungu na masikitiko yao. Kama kawaida yake, Binti Mustafa alikuwa bado jikoni akingojea Omari na Rejina waende kulala ndipo azime taa za jikoni na kupita kila mahali kwenye hiyo nyumba kubwa akihakikisha taa zote zimezimwa na kila kitu kiko mahali pake ndipo naye aende kulala. Nyumba ya wafanyakazi iliungana na nyumba kubwa upande wa jikoni, na Binti Mustafa alitoka na kurudi chumbani kwake kwa kupitia mlango wa jikoni. Kengele ilipolia Binti Mustafa alitoka jikoni na kwenda kufungua mlango wa mbele ya nyumba.

194

"Eh! Karibu, Mama! Shikamoo, Mama Omari!"

Aliyepiga kengele hapo nje alikuwa ni mama mzazi wa baba mwenye nyumba. Mama Omari hakujibu salamu ya mfanyakazi wa mwanae, aliyemfahamu karibu maisha yake yote huko kwao Mtaa wa Rufiji. Ilikuwa ni karibu saa nne usiku na Omari na Rejina waligutuka kutembelewa na mama yao usiku hivyo!

"Mama, karibu. Vipi, mbona unatutembelea usiku hivi?" Omari alimkaribisha mama yake. Mama yake hakujibu neno. Omari na Rejina wakamwamkia kwa pamoja, "Shikamoo, Mama!" Mama yao hakujibu hiyo salamu yao. Hata hivyo mwanae alimkaribisha kiti akae, "Karibu mama, keti kwenye kiti!"

"Hapa nyumbani kwako nitakaa na kusimama ninavyopenda. Kama nilikuzaa mimi mwenyewe, hapa kwako nitafanya nipendavyo, labda mniue kwanza!"

"Mama, vipi tena!"

Pili, binti Ali Changarawe, mama yake Omari, alikuwa sasa ana umri wa miaka hamsini na tano lakini bado anaonekana kama mwanamke wa miaka arubaini hivi tu. Aliolewa akiwa na umri mdogo wa miaka kumi na sita na akajifungua watoto wake wote wanne mapema na kwa karibukaribu na kuacha kuzaa akiwa bado mwanamke kijana wa miaka ishirini na moja. Miaka ilivyoendelea kupita hadi akaacha kuingia mwezini alijaajaa kidogo, na matokeo yake alikuwa sasa ni mwanamke mtu mzima mrefu mweusi mwenye mwili wa kati na ndiyo anazidi kupendeza! Alikuwa pia ni mwanamke anayejua kujipenda na kuvaa vizuri na, licha ya kutaka sana Uislamu wake, tangu alipokuwa kijana alikuwa havai baibui isipokuwa anapokwenda msikitini na kwenye shughuli nyingine za kidini. Hata hivyo, magauni yake yote yalikuwa ni marefu mpaka chini. Pia alikuwa hatoki nyumbani kwake na kwenda nje kichwa na mabega wazi. Hapo alikuwa amevalia gauni lake jeupe safi na amejifunika kichwa na mabega kwa mtandio maridadi wa hariri rangi ya njano. Kuonyesha jinsi alivyokuwa bado mwanamke anayejipenda, kwenye viganja vya mikono na nyayo za miguu yake alikuwa amejiremba kwa hina kama mwali na miguuni amevalia ndara ghali zenye mapambomapambo! Hayo yote hayakumzuia kufoka kama mbogo akiwa wima sebuleni kwa mwanae: "Unathubutu kuniuliza vipi! Unamfukuza nyumbani kwako mdogo wako tumbo moja na wewe halafu unathubutu kuniuliza vipi mimi mama yenu!"

195

"Ahaa! Kumbe ni hayo! Mama, angalau basi niruhusu na mimi nieleze upande wangu."

"Hivi wee mtoto una balaa! Kuna cha upande mwingine hapo! Kwani unabisha hukumfukuza mdogo wako Bakari nyumbani kwako! Mtoto alikuwa amepotelea sijui wapi miaka na miaka anarudi nchini na anayewaza kuliko hata sisi wazazi wake ni wewe kaka yake. Halafu anakuja nyumbani kwako na unamfukuza, ati kwa sababu amethubutu kumsema mkeo! Kwani alimtukana huyo mkeo, au alimwambia kitu? Hapana. Alichosema alikwambia wewe kaka yake, mkiwa nyie wawili peke yenu. Ungependa yangeweza kubakia ni yenu nyie ndugu wawili peke yenu. Lakini umemfukuza mtoto kutoka nyumbani kwako kama mbwa! Hivi huyu mtoto kweli atakuwa na sababu ya kutaka kuja tena humu nchini?"

Walikuwa ni wao watatu peke yao. Mfanyakazi wao, Binti Mustafa, alipoona kimbunga hicho kinaingia nyumbani alikwenda chumbani kwake na kutoka nje kwa mlango wa nyuma na kuzunguka hadi mbele ya nyumba dereva aliyemleta mama ya waajiri wake alipokuwa ameegesha gari, ili kudadisi na kujua kumetokea nini. Alikuta Mzee Isa, kama kawaida yake, ameketi ndani ya gari anangojea Mama amalize kilichomleta amrudishe nyumbani. Palikuwa na mtu mwingine ndani ya gari, ambaye Binti Mustafa alimtambua mara moja kuwa ni mlinzi wa usiku wa nyumbani kwa Mzee Bushiri. Hali mbaya ya uchumi nchini ilikwishasababisha ongezeko la wizi wa silaha mjini Mwanza na kote nchini. Mzee Bushiri alikataa kata kuhama kutoka Mtaa wa Rufiji na kuhamia kwenye moja ya nyumba zake za kupangisha alizokwishajenga Capri Point, Isamilo na Bwiru, sehemu za "Uzunguni" mpya ya mji wa Mwanza zenye usalama zaidi kuliko mjini katikati kama hapo kwake. Rufiji ndipo alipoanzia maisha yake Mwanza na alitaka amalizie hapo maisha yake hapa duniani. Alikwishazungushia nyumba yake ukuta wa matofali ya bloku wenye geti kwa ajili ya usalama, na pia tangu miaka mingi sasa alikuwa na walinzi wa usiku wawili, ili watu nyumbani kwake waweze kulala bila wasiwasi wa kushambuliwa na majambazi usiku. Aliyesindikiza dereva wake na mkewe usiku huo alikuwa ni mmoja wa walinzi wake wa usiku.

Dereva Mzee Isa alimweleza Binti Mustafa kwamba alikwishakwenda nyumbani kwake hapo karibu na alikuwa anakaribia kwenda kulala huyo mlinzi wa usiku wa nyumbani kwa tajiri yao alipokuja kumwita. Mtoto wa Mzee Bushiri mgeni, Bakari, alileta mashitaka fulani kwa Mzee juu ya kaka yake Omari, kwa jinsi alivyoelewa. "Nilikuta Mzee anamsihi Mama wangoje kutakapokucha wawaite Omari na Bakari wote wawili waeleze kilichotokea halafu wayazungumze. Mama alipoendelea kukataa, ndipo Mzee akasema aende yeye peke yake, kwamba yeye alitaka ajue kwanza nini hasa kilitokea."

Ndani ya nyumba mama hakumpa hata chembe ya dakika mwanae kujieleza. Aliendelea tu kufoka, bado yuko wima kama askari wa doria: "Hivi unajua jinsi mdogo wako Bakari anavyokupenda? Unajua wewe ni kama Mungu kwake, tangu angali mtoto mdogo? Kila ulipokuja likizo kutoka kwa bibi yako Ukerewe alitulizana kabisa na kushinda nyumbani na kusahau kabisa mitaa? Isingekuwa unaendelea na shule vizuri sana hivyo kwa Bibi Kilihona huenda tungekurudisha Mwanza ukae nyumbani, kwa kuona kila ulichomwambia alikusikia. Huenda ungekuwepo angetulizana na kusoma shule kama wewe?"

"Mama, hivi Bakari amekwambia nini!"

"Hivi wewe mtoto umerogwa! Kama hukumfukuza mbona husemi anasema uwongo? Hivi ni wewe peke yako hapa duniani uliyeoa? Wanaume dunia nzima wameoa na bado wanaishi vizuri na ndugu zao!"

Omari aliona kwamba mwishowe Rejina atashindwa kuvumilia na kusema naye yake, na halafu mama yake atafikisha mambo mbali zaidi! Kwa hiyo alijaribu kumtuliza kwa kukubali makosa: "Mama, basi imetosha. Ninakubali nimekosa. Umekwishaniambia na ninaona nimekosa. Bado Bakari mwenyewe yuko hapa Mwanza. Kesho nitamtafuta tuongee. Bila shaka tutaelewana. Kwa sasa rudi nyumbani ukapumzike; ni usiku wa watu kwenda kulala zamani."

"Yaani sasa unanifukuza kwako mimi pia! Ninakupigia kelele na unataka niwaondokee nyumbani kwenu wewe na mke wako! ..."

Mama Omari alishikwa na hasira kiasi cha kushindwa kuendelea kuzungumza! Aligeuka na kutoka nje kwa ghadhabu kama kwamba kweli mwanae na mkewe wamemfukuza nyumbani kwao! Alipoingia kwenye gari akafunga mlango wa gari kwa kishindo cha mlipuko wa bomu! Mzee Isa aliwasha gari moto na kumrudisha nyumbani kwake.

Sura ya 21

Bakari mwenyewe, aliyesababisha huo ugomvi kwenye familia ya Mzee Bushiri, alitoweka tena bila mtu kujua alikwenda lini na amekwenda wapi. Hakuaga hata mama yake mzazi, ambaye aliwalaumu Omari na mkewe Rejina kwa kusababisha mwanae kupotea tena na kuwachukia zaidi!

Lakini misikiti Bakari aliyomwambia kaka yake Omari kwamba shirika lake la Arabuni lilikuja kujenga Tanzania vijijini kweli ilijengwa. Omari alishuhudia ukweli huo alipokwenda Ukerewe kumsalimia Bibi Kilihona mwezi Desemba mwaka wa 1994, akiwa na mkewe na watoto wao. Kabla ya kurudi Mwanza, yeye na mkewe waliamua kuwapeleka watoto wao Rubya *Guest House*, mahali penye kumbukumbu za fungate yao. Walikuwa na Toyota *Land Cruiser* ya Omari, waliyovuka nayo kuja Ukerewe kwa kuzunguka nchi kavu kupitia Bunda na kivuko cha Lugezi. Walitoka Nansio kwa kupita Bukindo, wakiwaonyesha watoto wao Ikulu ya watawala wa jadi wa Ukerewe, halafu wakaendelea na barabara hadi Kagunguli, kwenye kanisa na shule ya kwanza kujengwa Ukerewe. Omari alishangaa kuona msikiti karibu kabisa na Kanisa Katoliki la Kagunguli. Kuvuka kanisa kidogo kuna viduka na Omari alisimama hapo na kusalimiana na watu na kutaka kujua msikiti ulijengwa lini hapo, kwa vile alikulia Ukerewe na alikuwa hajawahi kuona msikiti Kagunguli, kwenye kanisa kubwa na la zamani kuliko yote Ukerewe. Jibu alilopata lilimshangaza zaidi: "Kuna watu walikuja kutoka Mwanza wakiongozana na wenyeji wao kutoka Nansio na kununua nyumba ya mtu kwa mamilioni ya pesa. Halafu walibomoa hiyo nyumba na kujenga msikiti!"

"Kuna Waislamu wengi sehemu hizi?' Omari aliuliza tena.

"Kwenye tarafa zote tano za eneo la Parokia ya Kanisa Katoliki la Kagunguli kuna jumla Waislamu watatu tunaojua sisi. Na wote ni watu wa hapa kwetu waliolowea pande za mbali na kuoa wanawake wa Kiislamu huko walikokuwa na kurudi wamekwishasilimu. Lakini tangu huo msikiti ujengwe hatujaona mtu hata mmoja akija kuswali humo!"

"Kweli?"

"Uliza na watu wengine, kama hutuamini. Lakini huo ndio ukweli. Na kuna msikiti pia karibu na kigango Katoliki cha Igala, na mwingine jirani ya kanisa la Parokia Katoliki ya Itira, Lyamakoligo, kupita maduka ya Muliti. Na tunavyosikia huko hakuna hata hao Waislamu wa kutafuta na kuhesabu kama huku kwetu!"

Omari na mkewe walipita huko kote na kuona misikiti hiyo na kuambiwa na kila waliyemwuliza kwamba hapakuwa na Mwislamu hata mmoja waliyemjua huko kwao!

Waliporudi Mwanza kutoka Ukerewe, kabla ya wiki moja kupita Mzee Severini Mgumba, baba wa Padri Paulo, alifariki. Omari na mkewe pamoja na baba yake, Mzee Bushiri, na mke wake mkubwa, Sara, au Mama Saidi, na Padri Paulo Mgumba mwenyewe, walipanda ndege kutoka Mwanza kwenda Dar es Salaam kujiunga na ndugu zao wa huko ili wasafiri pamoja kwenda kwenye mazishi ya Mzee Severini Iringa. Kutoka Dar es Salaam msafara wao ulikwenda Iringa kwa mabasi mawili ya kukodi yamejaa. Kwenda na kurudi humo barabarani kote Omari alishangaa kuona kila mahali misikiti! Alipokuwa anapita sehemu hizo miaka aliyosoma Mkwawa alikuwa hajawahi kuona hiyo msikiti ya kila mahali! Isitoshe yote ilikuwa mipya na inafanana kama sare! Wakati wa kurudi Dar es Salaam kutoka kwenye kilio Omari aliketi pamoja na Padri Paulo kwenye basi lao, na alipomwambia hiyo misikiti inamshangaza Padri Paulo akasema, "Siyo huku tu, ni karibu kila mahali nchini. Ghafla misikiti imejengwa kila mahali utafikiri nchi nzima imesilimu mnamo siku moja! Tunasikia Rais mmoja wa nchi za Kiarabu ametoa mapesa chungu nzima ya kujenga msikiti huko Butiama, kwenye Ikulu ya Rais Mstaafu na Baba wa Taifa, Mwalimu Nyerere! Nchi nzima inajua Mwalimu Nyerere ni Mkristo Katoliki ambaye maisha yake yote kila siku anaamkia kwenda kusali misa kanisani kabla ya kufanya kitu kingine chochote. Msikiti nyumbani kwake ni wazi siyo nyumba ya Mungu bali ni jengo lenye madhumuni ya kisiasa!"

"Tumo hatarini kujiangamiza wenyewe kwa wenyewe, tusipogutuka mapema!" Omari alijibu.

"Mdogo wangu Bakari na waswalihina wenzake wakifanikiwa kuleta chuki kati ya Waislamu na Wakristo nchini, Tanzania tutaangamia!" Omari alijisemea moyoni mwake, kwa vile aliendelea kushuhudia madhara ya chuki za kidini kwenye familia yake. Yeye na baba yake walijua wazi kwamba mama yake alikataa kwenda Iringa kwenye kilio cha shemeji yake marehemu Mzee Severini Mgumba kwa kusingizia kuumwa kwa sababu hakutaka kusafiri na mwanae Omari pamoja na mkewe Rejina!

Alipotoka Iringa kwenye msiba, mwezi uliofuata, Januari mwaka 1995, Omari na mkewe Rejina na watoto wao walikwenda Arabuni kutembelea ndugu zao wa huko. Saidi alipokuja kwenye ufunguzi wa nyumba yao mwaka 1993 aliwakaribisha waende kumtembelea na kusalimia ndugu zao wengine waliokuwa wanaishi Arabuni. Saidi naye alikuja Iringa kwenye msiba wao. Alijua atakutania huko na Omari na mkewe, na aliwaletea tiketi za ndege wao na watoto wao za kwenda Arabuni na kurudi.

Rejina hakujua mume wake alikuwa na ndugu wengi hivyo Arabuni! Hata Omari mwenyewe alishangaa kuona kwamba alikuwa na ndugu zake wa karibu kweli wengi kila mahali Arabuni. Licha ya kuwatembelea ndugu zao Omani, Yemen na Saudia, walitalii Maka, Madina, Jeddah, na Yerusalem, kabla ya kurudi kwa kaka yao Saidi, Dubai, alikokuwa anaishi na kufanyia biashara zake tangu muda kitambo. Halafu walikwenda na familia ya Saidi kutembelea Misri, Cairo, na kuona piramidi na maajabu mengine ya Mafarao wa Misri ya kale kabla ya kurudi tena Dubai, walikoondokea kurejea Tanzania.

Omari na Rejina na watoto wao walishukuru Saidi na mkewe na ndugu zao wengine kwa kuwapatia likizo nzuri ajabu! Walikaribishwa vizuri kweli kila walipokwenda na kila mahali palikuwa na jipya la kuona! Wangependa kukaa zaidi, lakini ilibidi waharakishe kurudi kwa sababu shule ya watoto wao ilikaribia kuanza.

Wakati wa kurudi Omari na Rejina walijionea kiroja kwenye ndege! Ndege ya kutoka Dubai kwenda Dar es Salaam ilikuwa imejaa kabisakabisa siku hiyo. Karibu robo tatu ya abiria walikuwa ni Waarabu na machotara wa Kiarabu, wengi wao wanaongea Kiswahili. "Inavyoelekea Watanzania wenye asili ya Kiarabu mko wengi!" Rejina alimnong'onozea mumewe, walipokuwa angani safarini. Kabla Omari hajamjibu, wakaona Mwarabu mweusi anapita kwenye njia ya katikati ya viti vyao vya wasafiri wa daraja la kawaida. Alikuwa ni mwanamume mwenye umri wa miaka yapata arubaini hivi amevalia kama shehe wa Saudia, bali tu anafanana kichekesho!

Kanzu yake nyeupe ilikuwa imechakaa kama alilala kwenye matope. Halafu kichwani alivaa kilemba mithili ya shehe wa Kiarabu, alichofungia kichwani kwa kamba ya katani chafu kama kwamba imepakwa mavi ya ng'ombe! Lakini hayo tu isingekuwa kitu. Duniani watu kutojua kuvaa ni jambo la kawaida. Bali Mwarabu huyo, mweusi kama Mnubi, alitaka kila Mwarabu kwenye ndege asalimiane na kuzungumza naye. Alipita kwenye njia ya katikati ya viti akisalimia wasafiri wote wa Kiarabu waliokaa viti vya karibu na njia upande huu na ule: "Assalaamu alaykum!.... Assalaamu alaykum!.... Assalaamu alaykum!...." Aliosalimia walipoendelea kumsemesha kwa Kiarabu, alijidai anaelewa na kujichekesha na kuendelea mbele. Hakuna mahali alipomsemesha abiria wa Kiafrika mwenzake hata mmoja! Omari aliona akina mama wa Kiarabu waliokuwa wamekaa pembeni mwao kila wanapomwangalia wanainama chini na kucheka kiasi wapasuke mbavu! Ndege nzima aliyekuwa amevalia kama sheikh wa Saudia alikuwa ni huyo Mwarabu mweusi peke yake, na hiyo pia ilifanya kila mtu amwangalie!

"Sijui unaitwaje, Ndugu?" bwana mmoja wa Kiarabu alimwuliza.

"Mimi ninaitwa Hamisi bin Abdallah bin Hamisi?" Mwarabu mweusi alijibu.

"Ndugu Hamisi, nakuomba utusamehe kidogo, kwani tuna mazungumzo yetu na ndugu yangu hapa," huyo Mwarabu alimwambia kwa Kiswahili safi kabisa.

"*Inshallah! Inshallah! Inshallah!* ndugu zangu. *Inshallah!...*" Msaudia mweusi alijibu na kuondoka hapo na kwenda kumsemesha Mwarabu mwingine kwenye kiti cha mbele ya hicho. Alipotoka tu Mwarabu aliyemwuliza jina lake akwamwambia mwenzake kwa Kiarabu, kwa sauti iliyosikika vizuri kabisa kwa Omari kiti cha nyuma yao, "Hawa ndugu zetu balaa tupu!"

"Utafikiri laana!" mwenzake alikubalina naye.

"Halafu watu wakiwadharau wanasema ni ubaguzi wa rangi!"

Omari alijua Kiarabu barabara, kutokana na msingi mzuri aliopata mwaka aliokuwa Mombasa kwa babu yake Salim pamoja na kujiendeleza kwa kusoma na kuzungumza Kiarabu miaka yote baada ya hapo. Alijisikia vibaya kweli kwa maneno ya Waarabu hao! Ilikuwa ni kama yeye ndiye anayejiadhirisha na kuadhirisha Waafrika wenzake wote namna hiyo! Hakutaka wala kuzungumza na mke wake juu ya huyo juha asiye na hata chembe ya aibu! Bahati nzuri watoto wao walikuwa wamelala. Vinginevyo yule mdogo, binti yao msemaji na mdadisi asiyependa kupitwa jambo huenda angemwuliza baba yake: "Baba, huyu mzee aliyevaa kinamna yake mbona anaghasi watu kila mahali?" Walipokuwa wanashuka kwenye ndege ndipo Omari alipomwuliza mkewe, "Hivi uliona viroja vya huyo Mwarabu mweusi?"

"Hiyo ndiyo shida ya usafiri wa ndege na boti. Mtu huna mahali pa kukimbilia! Ningekuwa kwenye basi ningeomba waniteremshe!"

"Ungekuwa unajua Kiarabu na kusikia maneno hao Waarabu mbele yetu waliyosema ungejisikia vibaya kweli."

"Kuna wakati mtu huna haja ya kujua lugha kujua unatukanwa!"

Waliwasili Dar es Salaam kutoka Dubai siku ya Ijumaa. Walipokwenda Arabuni walilala siku moja tu hapo jijini kabla ya kuendelea na safari yao kesho yake. Walikuwa wamepanga kurudi mapema kutoka Arabuni ili wakae siku kama nne hivi Dar es Salaam wakisalimiana na ndugu na marafiki zao chungu nzima hapo jijini. Ilivyokwenda walinogewa ugeni na utalii huko walikokuwa na kurudi Dar es Salaam shule ya watoto wao imebakia siku mbili tu kabla ya kuanza. Kwa hiyo ilibidi warudi Mwanza Jumapili.

Siku ya Jumamosi walifanikiwa kutembelea watu wawili tu hapo jijini, kwa vile wenyeji wao hawakuwaruhusu kuwasalimia tu na kuondoka, na wao pia hawakupenda kuondoka bila kula chakula walichoandaliwa na kuongea ya kutosha na hao ndugu zao. Hawakupata hata muda wa kutembeza watoto wao jijini walikotoka wangali wadogo kiasi kwamba hata mkubwa, Lazaro, hakukumbuka aliwahi kuishi huko. Hata hivyo walifurahi sana kuonana tena na kubadilishana habari chungu nzima na hao ndugu zao wawili. Hali kadhalika watoto wao walifurahi kweli, hasa kwa vile walikowapeleka, kwa ndugu mmoja wa Baba na mmoja wa Mama, palikuwa na watoto wa umri wao wa kucheza nao. Walitoka wamekwishaahidiwa na wazazi wao kwamba watawaleta tena Dar es Salaam kwenye likizo ya katikati ya mwaka wakae na kucheza kwa siku nyingi na hao rafiki zao wapya!

Kesho yake waliamkia kushika ndege ya *Air* Tanzania ya asubuhi kurudi Mwanza.

Ni kwenye magazeti waliyonunua kwenye uwanja wa ndege ndimo walimosoma habari za machafuko kati ya Waislamu na Wakristo yaliyotokea hapo jijini Jumamosi. Hawakuweza kuamini! Omari na Rejina hawakuona wala kusikia dalili ya machafuko jijini. Bila hayo magazeti wangefika Mwanza na mtu akawauliza ni lipi jipya Dar es Salaam wote wawili wangejibu tu kwamba ni ongezeko la wingi wa watu. Tangu wahamie Mwanza kila walipokwenda Dar es Salaam walikuta mitaa na vitongoji vya jiji vinaendelea kusongamana kwa wingi wa watu! Wangepata nafasi walitaka kuwapeleka watoto wao Kariakoo sokoni na Mtaa wa Kongo kwenye wachuuzaji wa barabarani wajionee utitiri wa watu mithili ya siafu!

Kufuatana na habari za magazetini, machafuko yalianzia Jangwani, ambako wahubiri wa Kikristo walishambuliana na wahubiri wa Kiislamu kwenye viwanja hivyo. Wakristo walidai kwamba Waislamu walitukana dini yao kwa kuhubiri kwamba Yesu alikuwa ni mtume tu, Mtume Isa, aliyekuja kutayarisha njia ya kuja kwa mtume wa Mungu wa mwisho kwa binadamu, Mtume Muhammad. Kwa hiyo Wakristo walikufuru kwa kuabudu Mtume Isa kama Mungu. Kwamba Kurani Tukufu inatamka wazi kwamba Mungu ni mmoja tu, na hata Biblia Takatifu ya Wakristo wenyewe inatamka hivyo. Kwa hiyo Mungu kamwe hawezi kuwa na mtoto, na ni kufuru kubwa sana kusema Yesu ni mwana wa Mungu na ni Mungu sawa na Mwenyezi Mungu, Muumba wa vyote na yote yaliyoko. Halafu Waislamu walidai kwamba wahubiri wa Kikristo walimtukana Mtume Muhammad kwa kuhubiri kwamba ni mtume wa uwongo, na kwamba Kurani Tukufu ni ndoto za mtu mwongo na tapeli! Na matokeo yake Waislamu na Wakristo walianza kupigana kwa ngumi na marungu na kutupiana mawe na kila kitu walichoweza kushika. Ikabidi askari polisi wa kuzuia fujo kuingilia kati na kuvunja mahubiri yote kwenye viwanja hivyo na kutimua watu vibaya kwa bakora na virungu na mabomu ya kutoa machozi. Mambo hayakuishia hapo. Usiku watu wasiojulikana walikodi malori na kusomba wahuni wa Kiislamu kutoka Manzese na Magomeni na kuwapeleka kwenda kuchoma moto mabucha ya nyama ya nguruwe Kijitonyama, Tandale na Ubungo!

Wakristo jijini na kote nchini waliona huo uhalifu kama uchokozi usiovumilika wa Waislamu dhidi yao. Kwa upande wao Waislamu walidai kwamba waliochoma moto mabucha ya nguruwe walikuwa ni Wakristo wenyewe, kwa kutaka Waislamu waonekane watu wenye fujo. Hapondipo Omari alipofikiwa kwa mara ya kwanza na wazo la kuanzisha msikiti wake, ili kuelimisha watu kuhusu dini ya Kiislamu ya kweli ni nini. "Nina hakika kuna Wakristo na Waislamu wengi nchini wenye mawazo kama yangu, wasioona dini ya Kiislamu au ya Kikristo kama tishio kwa dini yao.

Ninaamini ninaweza kutoa mchango wangu kwenye juhudi ya kudumisha usalama na umoja nchini na kuepusha jamii yetu kwenye machafuko ya kidini, kwa kufundisha dini ya Kiislamu kama inavyotakiwa kuwa, haidhuru kwa waumini wachache watakaokuja kwenye msikiti wangu." Hata hivyo, hayo yalibakia mawazo tu moyoni mwake. Hata mkewe Rejina hakumwambia kitu, kwa kutotaka kumpa wasiwasi bure kwa kitu ambacho amekiwazia tu.

Omari aliamini kwamba Wakristo wanaweza kuendelea kuishi kwa usalama na Waislamu nchini kama ilivyokuwa kabla ya watu wenye nia mbaya kuingiza siasa kwenye dini nchini. Yeye na mkewe walikuwa ni mfano mkubwa wa Wakristo wanavyoweza kuishi vyema kabisa na Waislamu kama wote ni wacha Mungu wa kweli. Yeye na mke wake walikubaliana kabla ya kuoana kila mmoja wao kuendelea na dini yake. Na Mungu alipowajalia kupata watoto wakawapatia watoto wao dini zao zote mbili. Lazaro na Amina walibatizwa kwenye madhehebu ya mama yao ya Kanisa Katoliki la Roma na pia walisilimu na walikuwa ni Waislamu kama baba yao. Jumapili Rejina alikwenda nao kusali kanisani na Omari kwa upande wake alikwenda nao msikitini siku ya Ijumaa na kwenye swala nyingine. Watoto wao wote wawili hali kadhalika walipelekwa na mama yao kwenye mafunzo ya dini baada ya misa Jumapili, *Sunday School*, au Shule ya Jumapili, kwenye kanisa lake, ili wajue dini yake vizuri. Kwa upande wake Omari aliamua kutowapeleka watoto wake kwenye madarasa ya Kurani, na badala yake aliwafundishia nyumbani Kurani yeye mwenyewe, kwa lugha ya Kiswahili wanayoijua, na siyo kwa Kiarabu kama ilivyokuwa kwenye madarasa ya Kurani kote nchini.

Mwezi wa sita mwaka huo wa 1995, mlezi wake na bibi yake mpenzi, mwajina wa binti yake, Bibi Amina Ana Kilihona, hatimaye uzee ulimzidi nguvu na akafariki. Omari na mkewe na watoto wao walivuka kwenda Ukerewe kujiunga na ndugu zao kutoka kila mahali nchini na nje ya nchi waliokuja kwenye mazishi na kilio cha bibi yao.

Mara ya mwisho Omari kwenda kumwona bibi yake alikuwa ameambiwa na ndugu yake Padri Paulo kwamba bibi yao alitaka kumwona. Bibi Kilihona hakumwambia Paulo kwa nini alitaka kumwona, kwa hiyo alikwenda Ukerewe bila kujua anamwitia nini. Alipofika, bibi yake akamwambia kwamba anataka atakapofariki azikwe Kiislamu, na yeye ndiye asali sala ya Kiislamu ya mazishi yake, bali kwa Kiswahili na siyo kwa Kiarabu, ili kila

204

mtu asikie na kuelewa anavyomwombea kwa Mungu. Kwa hiyo alipoletewa habari za kifo cha bibi yake hata mwezi haujapita Omari hakushangaa. Alijua bibi yake alipomwita kumpatia usia wake wa mwisho alikuwa anamuaga!

Siku ya mazishi ya Bibi Kilihona Omari alifanya kama bibi yake alivyomwagiza na kuendesha hitima ya mazishi ya Kiislamu, mara tu ibada ya mazishi ya Kikerewe ilipomalizika. Watu walishangaa kuona mtu anazikwa Kiislamu baada ya kuzikwa kienyeji, kitu ambacho walikuwa hawajawahi kuona! Lakini kilichostaajabisha Waislamu wenzake zaidi ni Omari kusali sala zote kwa Kiswahili badala ya Kiarabu! Hapakuwa na Mwislamu hata mmoja hapo aliyewahi kuona wala kusikia hilo! Omari aliwaelekeza Waislamu wenzake maneno ya kurudia kwa Kiswahili na wakarudia. Waislamu wenzake wengine walibaki kimya na wengine waliondoka kabisa kwenye mazishi, kwa kupinga kufuru ya Omari kuzika marehemu Kiislamu baada ya mazishi ya "kishenzi" na kusali sala za Kiislamu kwa lugha nyingine badala ya lugha ya Mtume Muhammad, *sallallahu alayhi wa sallam.*

Siku zilipita na arubaini ya marehemu bibi yake ikatimu, na Omari alirudi Nansio kujiunga na ndugu zake na umati wa watu wengine kumkumbuka marehemu Bibi Kilihona. Siku aliyoamkia kutoka Ukerewe kwenye arubaini ya marehemu bibi yake kurudi kwake Mwanza, Bibi Kilihona akamtokea kwenye ndoto na kumpa msahafu mpya. Ilikuwa ni ndoto ya ajabu, kama kwamba Omari alikuwa macho kabisa na huyo aliyempa Kurani Tukufu alikuwa ni Bibi Kilihona hasa, kama alivyomwona mara ya mwisho siku chache kabla hajafariki. Omari alipoamka asubuhi akakuta kitandani kwake, kichwani mwa kitanda upande wa kulia, kuna tafsiri ya Kiswahili ya Kurani Tukufu mpya kabisa! Ilikuwa ni tafsiri isiyo na maelezo ya uchapishaji wala jina la mfasiri! Omari hakuwa na shaka yoyote kwamba ndoto yake ilikuwa ni bibi yake anamletea ujumbe kutoka mbinguni.

Aliporudi Mwanza akafikia kujiandaa kwa kazi ya Mungu marehemu bibi yake aliyotaka atimize. Wiki tatu zilipita bado anajiandaa, ili aanze kazi yake vizuri. Halafu alitangaza kuanzisha msikiti mpya.

Msikiti wake Omari aliuita Msikiti wa Kurani ya Imani.

Mtume Mihigo wa Ibada ya Wacha Mungu

Sura ya 22

Mihigo, kitukuu wa Bibi Kilihona, alifanikiwa kusoma hadi Marekani na Ulaya na kurudi nchini Tanzania na kuwa profesa mashuhuri Chuo Kikuu cha Dar es Salaam. Lakini mwanzoni mwa mwaka wa 1995 Profesa Mihigo ghafla alijiuzulu kazi yake kubwa yenye mshahara mzuri wa profesa na kurudi Ukerewe kuishi kwa bibi yake Kilihona Nansio. Kila aliyemwuliza kwa nini alifanya hivyo, jibu lake lilikuwa ni kwamba bibi yake alikuwa amechoka kwa uzee na alimhitaji amtunze.

Kahana, mtoto mkubwa kabisa wa Bibi Kilihona na *Mwanangwa* Mihigo, aliyezaliwa mwaka 1917, Mungu alimjalia kupata mtoto mmoja tu. Alioa mwaka wa 1940, akiwa na umri wa miaka ishirini na tatu. Mke wake, aliyekuwa msichana wa miaka kumi na saba alipomwoa, alichelewa kupata mimba na ndugu zake pamoja na ndugu za mumewe wakawa na wasiwasi, kwani ndoa bila watoto hapa duniani watu hesema ni mkosi!

Mke wa Kahana bin Mihigo alianza kuingia mwezini mapema, bado ni binti mdogo wa miaka kumi na moja tu. Na tangu mwanzo kila alipoingia mwezini, kwake ulikuwa ni ugonjwa mkubwa wa maumivu makali tumboni kiasi cha kumlaza kitandani, na kwa muda wa wiki nzima na zaidi, kila mwezi! Baada ya kuolewa na miaka kadhaa kupita bila ya kupata mimba, huku akiendelea kupata maumivu makali kila anapoingia mwezini, Bibi Kilihona alimtengenezea dawa ya kunywa kwenye uji. Alikunywa hiyo dawa kila alipoingia mwezini kwa muda wa miezi mitatu, na dawa ikampenda akapona hayo maumivu makali tumboni, na pia akaanza kuingia mwezini kwa siku tatu tu, basi, badala ya wiki na zaidi. Ilikuwa ni dawa inayoambatana na hatari ya kuweza kuponyesha maumivu ya mwezini na palepale ikafunga kizazi cha huyo mwanamke kijana moja kwa moja! Ndiyo sababu mamamkwe wake alikawia kumpatia dawa hiyo. Bibi Kilihona alitoa mara chache sana hiyo dawa, na kwa mwanamke aliyekwishasumbuliwa kweli na maumivu

208

makali ya namna hiyo hadi kufikia umri mkubwa wa zaidi ya miaka ishirini na tano. Kwa kuwa huyo alikuwa mke wa mwanae wa kuzaa, aliamua kujaribu mapema zaidi na kungoja kuona Mola atakavyoamua. Bahati nzuri Mola aliamua kumponyesha maumivu yake bila kumfungia kizazi. Na mwaka wa 1944 mkwe wa Kahana alipata mimba na kuzaa mtoto wa kiume, aliyepewa na babu yake Mzee Mihigo jina la mababu zake la Kaseza. Bali tu alibahatiwa kuzaa huyo mtoto wake mmoja peke yake.

Miaka ilipopita bila ya mke wa Kahana kupata mtoto mwingine, ndugu zake wengi wakamwambia aoe mke wa pili, apatepo haidhuru mtoto mmoja mwingine. Lakini mama yake mzazi, Bibi Kilihona, alimshauri vinginevyo: "Kama bado mnapendana na mke wako, mimi mama yako aliyekuzaa ningependa uendelee kuishi na huyo mke wako mmoja tu. Ndoa za wanawake wengi siku hizi hazifai tena. Tangiapo ukewenza huwa na matatizo mengi. Na tangu Wazungu kuja nchini na pesa kutawala kila kitu, watu tumekuwa wachoyo hata wa chakula na waroho wa mali na wa kila kitu na matatizo ya ukewenza yamezidi, kutokana na ubinafsi kutawala tabia za wakewenza na watoto wao na ndugu zao.

"Ni kweli ugumba ni mkosi mkubwa kwa binadamu. Licha ya hivyo, mwanamke na mwanamume waliooana na wanaopendana ambao hawakubahatiwa kupata mtoto wanaweza kuishi kwa furaha hadi Mungu kuwatenganisha kwa kifo cha mmoja wao. Na kuishi kwa furaha ndicho kitu kila binadamu anachotamani kuliko vyote duniani. Hata watoto maana yake ni kukamilisha furaha ya wazazi. Wazazi wasiopendana, wanaoishi kwa kugombana hutalikiana kila leo licha ya kuwa na watoto. Wewe na mke wako tayari mna mtoto, na wote wawili bado vijana, mnaweza kupata watoto wengine, Mungu akipenda. Hata msipobarikiwa kupata mtoto mwingine, ninavyoona mimi mnapendana, na kwenye ndoa hakuna kikubwa zaidi ya kupendana. Endelea tu kuishi vizuri na mke wako."

Kahana alimsikiliza mama yake na hakuoa mke mwingine, licha ya kwamba mke wake hakuzaa tena maishani mwake.

Kaseza alipoachishwa ziwa tu alihamia kwa Bibi Kilihona, na kuacha kulala kwenye nyumba ya wazazi wake. Kwenye nyumba ya Bibi Kilihona na Babu Mihigo ndimo pia walimolelewa watoto wadogo wengine chungu nzima wa mji huo mkubwa. Mzee Mihigo aliishi na watoto wake na mkewe Kilihona, watoto na wajukuu wake na mke wake wa kwanza aliyeachana naye kabla ya kuoa Kilihona na watoto na wajukuu wa kaka yake marehemu Nago. Licha ya kwamba hao watoto walikuwa na mama zao pale nyumbani, wengi wao walipoachishwa ziwa tu walihamia kwa Bibi na Babu, kwenye watoto wenzao wengi, na kulelewa na Bibi Kilihona, aliyewaona wote kama wajukuu wake hasa, kutokana na wema wake. Kaseza nae alipoachishwa ziwa aliungana na kundi la watoto wenzake waliolelewa na Bibi Kilihona hapo nyumbani kwao!

Mzee Mihigo alipofariki mwaka wa 1950 na mwaka wa 1952 Bibi Kilihona akahamishiwa kwenye mji wake Namagubo, Nansio, na mjukuu wake Bushiri wa Mwanza, Kaseza alihama na bibi yake. Alikuwa na umri wa miaka minane na alikuwa aende kuanza shule Kagunguli Misheni karibu na kwao Nansole, lakini wazazi wake waliamua ahame na bibi yake na kusoma kwenye shule ya serikali ya Bukongo karibu na Nansio, iliyofunguliwa mwaka wa 1945, Ukerewe ilipopewa hadhi ya Wilaya na kuacha kuwa sehemu ya Wilaya ya Mwanza. Mtoto wao alilelewa na bibi yao tangu alipoachishwa ziwa, na walitaka Bibi Kilihona aendelee kuwa mlezi wake. Aidha hapo kwao Nansole kwenye mji wao wa watu wengi kweli mwaka uliopita palitokea vifo mfululizo vya watoto wanne, wawili baada ya kuzaliwa na wawili wakubwa, msichana wa miaka mitano na mvulana mwenye umri sawa na wa mtoto wao Kaseza. Kahana na mkewe walihofia usalama wa mtoto wao mmoja tu kwenye hali ya vifo hivyo vya kuogopesha visivyoeleweka chanzo chake, na walitaka ahame na bibi yake na kutoka pale kwao, pamoja na kwamba hayo yalibakia ni siri yao wao wawili.

Kaseza alisoma Bukongo N. A. (*Native Authority*) *School* hadi darasa la nane, alilomaliza mwishoni mwa mwaka 1959. Hakuchaguliwa kuendelea na masomo shule ya sekondari. Badala yake alichaguliwa kwenda Chuo cha Ualimu Butimba na Chuo cha Kilimo Ukiriguru. Pamoja na kwamba alikuwa amejaza yeye mwenyewe maombi ya kwenda kwenye hivyo vyuo, alikuwa hana nia ya kuwa mwalimu au "bwana-shamba", kama wakaguzi wa kilimo waliohitimu Ukiriguru walivyoitwa. Kwa hiyo aliamua kubaki nyumbani. Hakukaa tena kwa Bibi Kilihona, bali alikwenda kwa wazazi wake Nansole na kujiunga na baba yake na ndugu zake wengine pale nyumbani kwao kwenye kazi ya jadi ya Wakerewe ya kilimo na uvuvi wa samaki.

Haukupita muda akatambua kwamba hakutaka kuwa mkulima wala mvuvi. Bibi Kilihona alipohamia Nansio aliyebaki pale kwao Nansole alikuwa ni baba yake mzazi, Kahana. Baba yake mdogo Nagabona, mtoto wa kiume wa Bibi Kilihona mwingine kwa mumewe Mihigo, naye alihamia Nansio, ili awe karibu na mama yake anamwangalia. Bushiri na Kahana ndio waliomwambia Nagabona kuhamia Nansio, na Bushiri alimpatia mtaji akafikia kufungua duka Nansio mjini. Hadi mwaka wa 1959 Nagabona alikwishakuwa mfanyabiashara mkubwa ya kutosha pale Nansio. Kaseza naye alitamani kuwa mfanyabiashara kama baba yake mdogo. Bali tu yeye hakutaka biashara ya duka; alipendelea uchuuzaji wa vyakula, wa kununua vyakula Ukerewe na kwenda kuviuza Mwanza.

Bibi Kilihona alipohamia Nansio aliacha Nansole shamba kubwa la migomba, lake yeye mwenyewe, nyuma ya mji wa marehemu mumewe, kandokando ya shamba la migomba la mumewe, ambalo lilirithiwa na mwanae mkubwa, Kahana. Kahana alikuwa pia ndiye mwenye madaraka na hiyo migomba ya mama yake. Kaseza alipoomba baba yake ruhusa ya kukata ndizi kwenye shamba la bibi yake kwa madhumuni ya kusafirisha kupeleka kuuza Mwanza, baba yake alimjibu, "Nenda ukamwombe bibi yako. Na kwa vile alikulea tangu kuzaliwa, sioni akikunyima kitu!"

Na kweli bibi yake alimkubalia: "Kama umeamua kuwa mfanyabiashara wa namna hiyo, nenda ujaribu bahati yako. Hukufanikiwa kupata kazi kutokana na shule, lakini shule yako itakusaidia kufanya biashara kwa akili," bibi yake alimwambia. Bibi yake alimshauri asisafirishe ndizi tu. Asafirishe na matunda mengine, na viazi vitamu, na samaki wakavu. Ulikuwa ni msimu wa machungwa Ukerewe, kwa hiyo alimwambia asafirishe ndizi na machungwa. Halafu msimu wa maembe ukianza asafirishe ndizi na maembe. Kwa vile viazi vitamu Ukerewe vipo wakati wote, alikuwa hawezi kukosa viazi vya kusafirisha mwaka mzima, akiwa na pesa yake. Bibi yake aliongeza, "Kwa kuwa huna pesa na mimi bibi yako sina pesa ya kufaa kwa kazi kama hiyo, kuna mambo mawili. Unaweza kumwomba baba yako Nagabona akukopeshe pesa ya kuanzishia biashara yako utakayomrudishia, au unaweza kumwomba mjiunge naye kwenye biashara yako. Unaweza pia kumwambia ni mimi bibi yako ninayependekeza hivyo. Unasemaje?"

"Bibi, Baba Nagabona biashara yake ya kuuza duka ni tofauti na hii yangu. Atakubali kujiunga nami kweli?"

"Nenda ukamwulize. Ni baba yako mdogo anayekupenda kama mwanae wa kuzaa. Hata kama yeye mwenyewe hapendi biashara hiyo, bado atakusaidia."

211

Nagabona alipenda kweli wazo la mwanae Kaseza. Na siyo hivyo tu, aliamua yeye mwenyewe kusimamia shughuli yao, ili ianze kwa nguvu. Pamoja na kwamba alikuwa sasa anaishi Nansio mjini, bado alifahamiana na watu kila mahali kwao Nansole alikozaliwa na kukulia na sehemu za jirani. Baba yake mzazi naye alimpa Kaseza ndizi za shambani kwake, na baba yake mdogo akatafuta watu wa kuwakatia ndizi zote pevu kwenye shamba la baba yake na la bibi yake pale kwao, pamoja na zile walizonunua kwenye mashamba ya migomba ya miji mingine Nansole na kwenye *gunguli* la jirani la Msozi. Viazi Kaseza na Nagabona walinunua kwa wanawake wa nyumbani kwao na wa miji ya jirani, ambao waligombania kila mtu akitaka kuuza viazi vyake na kujipatia pesa kidogo ya matumizi, kwa vile kilimo cha viazi vitamu Ukerewe wakati ule kilihesabiwa kilimo cha wanawake na wanawake ndio waliokuwa na madaraka zaidi na zao hilo kuliko waume zao. Samaki wakavu pia walipatikana kwa wingi, tangu *mbozu* na ningu hadi *satu* waliopasuliwa pamoja na *mbumbe*, waliokaushwa wazima. Machungwa hayo ndiyo acha!

Nyumbani kwao Nansole palikuwa na ndugu zao wawili wenye jahazi kubwa, na Kaseza na baba yake mdogo walikodi hilo jahazi kusafirisha bidhaa zao hadi Mwanza. Kutoka Nansio hadi Mwanza ilichukua saa tatu hivi tu kwa boti, *Tilapia*, ya Shirika la Reli la Afrika ya Mashariki la wakati huo. Kaseza na ndugu zake waling'oa nanga pwani ya Nansole, hapohapo Bibi Kilihona alipotua aliporejea Ukerewe kutoka ughaibuni, saa tisa mchana na hawakufika Mwanza, pwani ya Kirumba, hadi kesho yake jioni, kutokana na shida za upepo ziwani.

Mwanza Kaseza alikwenda peke yake; baba yake mdogo Nagabona alibaki Ukerewe. Kufika kule kijana mdogo wa miaka kumi na tano akauza bidhaa yake yote haraka kiasi cha kushangaza kila mtu, ikiwa ni pamoja na baba yake mdogo! Kabla ya wiki moja kupita alirudi kwa boti Nansio na pesa mkononi na kumkabidhi pesa baba yake mdogo na kumwambia watafute bidhaa nyingine apeleke Mwanza!

Ndugu zake wa nyumbani kwao Nansole wenye jahazi alilokodi walikuwa wanafahamiana na wafanyabiashara wengi kwenye soko la pwani ya Kirumba, walikopeleka kila wakati bidhaa za watu waliowakodi. Ni hao ndugu zake ndio waliomtafutia wanunuzi wa mali aliyopeleka na kumtambulisha kwao kama mtoto wa ndugu yao. Na aliporudi Nansio alikuja na oda ya vitu wafanyabiashara wa Kirumba, Mwanza, walivyotaka awapelekee. Na tangu hapo akawa mfanyabiashara mwenye wateja wa kutegemewa aliowatafutia mali waliyohitaji yenye oda hadi kulipiwa tayari. Kaseza alianza biashara yake mwanzoni mwa mwaka 1960. Muda si muda yeye na baba yake mdogo walisafirisha shehena na shehena za vyakula na matunda na samaki wakavu kutoka Ukerewe kwenda Mwanza kila wiki. Kwa vile jahazi lilichukua muda mrefu kufika Mwanza na usafiri wake ulitegemea upepo kuwa mzuri, sasa walisafirisha mizigo yao kwa boti *Tilapia*, licha ya gharama ya jahazi kuwa nafuu zaidi. Nagabona kazi yake ilikuwa ni kutuma wakala kununua bidhaa kwa wakulima na wavuvi Ukerewe na Ukara na kwenye visiwa vingine vya Wilaya ya Ukerewe, Bwiro, na Irugwa, na Nafuba, na Kwelu, pamoja na Mwibara, yaani Ukerewe Bara, na kwingineko, na kuleta Nansio na kupakia kwenye boti. Kaseza sasa alikaa kabisa Mwanza, kazi yake ikiwa ni kupokea mizigo yao kutoka Ukerewe na kuuza bidhaa. Ukerewe alikuja mara mojamoja tu, kusalimia wazazi wake na bibi yake na kujadiliana na baba yake mdogo mambo ya biashara yao.

Mjomba wa Kaseza tumbo moja na mama yake alikuwa ni fundi mitambo kwenye boti ya kutoka Mwanza kwenda Karumo. Alianza kazi kwenye hiyo boti mara tu alipohitimu masomo ya umakanika kwenye Chuo Cha Ufundi cha Ifunda mwaka 1953. Huyo mjomba wake alikuwa anakaa sehemu za Makongoro, Mtaa wa Sulemani. Kaka yake Bushiri wa Mtaa wa Rufiji alitaka Kaseza akae kwake lakini aliamua kukaa kwa mjomba wake, karibu sana na soko la pwani ya Kirumba kwenye biashara yake.

Alianza kuishi kwa mjomba wake Mwanza mwishoni mwa mwaka wa 1962. Huyo mjomba wake, aliyekuwa anaitwa Kagoro, alikuwa ameoa mwalimu wa shule ya msingi ya *African Inland Mission*, "Walanda Misheni", kama watu walivyowaita Wakristo wa madhehebu hiyo, ya hukohuko Makongoro. Alikuwa ni binti wa Kisukuma kutoka Nassa, Wilaya ya Mwanza. Kagoro na mkewe walikuwa wanaishi na binti ya kaka wa mke wa Kagoro, jina lake Nyamuke, aliyekuwa anasoma kwenye shule ya shangazi yake. Kaseza alipokuja kukaa hapo, Nyamuke alikuwa darasa la saba. Alipomaliza darasa la nane mwaka uliofuata, hakuchaguliwa kuendelea na shule. Shangazi yake akamtafutia kozi ya sayansi kimu Mwanza mjini ili ajitafutie kitu cha kuweza kufanya maishani. Ni wakati huo ndipo Kaseza alipomwomba shangazi yake ruhusa ya kumchumbia ili amwoe.

Nyamuke alichelewa kuanza shule na kuanza akiwa na miaka tisa badala ya miaka minane, umri wa kawaida kwa watoto kuanza shule wakati huo. Halafu alirudia darasa la nne kabla ya kuingia la tano. Kwa hiyo alimaliza darasa la nane akiwa na umri wa miaka kumi na nane. Sasa alikuwa ni msichana wa miaka kumi na tisa, mrefu, maji ya kunde, mwenye mwili wa kadiri, sura nzuri na meno yenye mwanya kama mrembo wa Kinyamwezi. Kisura wa kuvutia hasa! Na Kaseza hakuwa mvulana peke yake aliyetaka kumchumbia.

Walezi wao, Kagoro na mke wake, walipoona vijana wao wanapendana walifurahi. Kabla Kaseza hajamwambia mjomba wake kitu, Kagoro alimwita kando na kumwambia, "Kaseza, huyu binti hapa ni kama mwanangu, kwa vile mimi ni mume wa shangazi yake na ndiye mlezi wake; nimechukua nafasi ya baba yake mzazi. Wakati wote atakapokuwa nyumbani kwangu ni mimi ninayewajibika kuhusu maisha yake. Tunavyoona mimi na shangazi yake ni kwamba mnapendana. Na kama ni hivyo, huna budi kutaja wazi nia yako ya kumwoa ili na sisi tujue. Na ni sharti usichezee huyu binti. Kama kweli una nia ya kumwoa, utangoja umwoe ndipo ufanye naye mapenzi."

Kaseza alilelewa na Bibi Kilihona tangu angali mtoto mdogo kabisa, na aliyosema mjomba wake ndiyo pia uliokuwa usia wa bibi yake kwake kuhusu wasichana. Alipokaribia kubalehe bibi yake alimwambia: "Mvulana anayechezea wanawake kabla ya kuoa mara nyingi ndoa yake huwa mbaya. Hawezi kuheshimu na kuthamini mke wake kama inavyotakiwa. Ndiyo sababu ni vizuri mvulana kungoja ufikie umri wa kuoa utafute mchumba wa kuoa. Pia ukisha balehe lazima ujue ukilala na mwanamke unaweza kumpa mimba. Na kumpa mimba binti ya watu bila kumwoa ni kumharibia maisha yake na kuzaa mtoto wa nje ya ndoa, ambaye huwa na kasoro kwenye malezi yake na kwenye hadhi yake katika jamii."

Kaseza alishika usia wa bibi yake. Hapo Mwanza akili zake zote zilikuwa juu ya biashara yao na baba yake mdogo. Na alipopendana na binti wa Kisukuma aliyekuwa akiishi naye kwa mjomba wake, nia yake ilikuwa ni moja tu: kumwoa.

Kaseza na Nyamuke walioana tarehe 11 ya mwezi wa kwanza mwaka 1964. Wote wawili hawakuwa na dini za kigeni. Kaseza alikuwa mfuasi wa dini ya kabila lake la Wakerewe kama baba na mama yake. Nyamuke naye alikuwa ni muumini wa dini ya jadi ya Wasukuma wa Nassa ya baba yake,

Mzee Maganga, na mama yake mzazi, Minza. Shangazi yake tu, mke wa Kagoro, ndiye alikuwa Mkristo wa madhehebu ya *African Inland Mission*, aliyebatizwa alipokwenda kusoma kwenye shule ya wamisionari Wazungu wa dini hiyo kwao Nassa. Kwa hiyo ndoa yao ilifungwa kimila nyumbani kwa Mzee Maganga. Kaseza aliporudi Mwanza na bibi harusi wake, sherehe ya ndoa yake ilifanyikia kwa kaka yake Mwarabu Bushiri. Mzee Bushiri alikataa kata sherehe za ndoa ya mdogo wake, mjukuu wa Bibi Kilihona kama yeye, mtoto wa baba yake mdogo Kahana, kufanyiwa kwa mjomba wake. Bushiri pia ndiye aliyelipa mahari kwa wazazi wa Nyamuke, pesa sawa na bei ya ng'ombe ishirini na tano. Na ndiye pia aliyegharamia usafiri na kuongoza msafara wa watu chungu nzima kutoka Mwanza kwenda kuoa Nassa, wakiwemo wazazi wa bwana harusi na ndugu zake waliovuka kutoka Ukerewe hadi Mwanza wameandamana na wacheza ngoma za Kikerewe, zilizowatumbuiza watu kwa Mzee Bushiri Mtaa wa Rufiji Mwanza mjini kwa siku tatu mfululizo kusherehekea ndoa ya Kaseza na Nyumuke.

Kaseza alipooa tu, akaanza ujenzi wa nyumba yake. Pale Mwanza alikwishakuwa mwenyeji hasa, aliyejuana na watu wa kila aina. Rafiki yake mmoja, mfanyakazi wa ofisi ya Ardhi Mwanza, ndiye aliyemtafutia kiwanja huko Kirumba alikofanyia biashara yake. Alikuwa na akiba ya pesa ya kutosha kujenga nyumba, na baada ya miezi sita ujenzi wa nyumba yake ulikamilika na akahamia na mkewe kwenye nyumba yao. Na tangu hapo alikuwa mmoja wa Wakerewe waliojazana hapo mjini, hasa sehemu hizo za Makongoro na Kirumba, "Mkerewe mkimbizi", kama Bibi Kilihona alivyomwita.

Mwaka 1965 mwezi wa kwanza tarehe 11, siku Kaseza na Nyamuke walipofikisha mwaka mmoja kamili tangu waoane, Nyamuke alijifungua mtoto wake wa kwanza, mtoto wa kiume. Kaseza na mke wake walipompeleka mtoto wao Ukerewe kwa Bibi Kilihona ampe jina, bibi yao aliwaambia: "Mpeleke Nansole babu yake ampe jina. Baba yako mzazi yuko hai na wewe ni mtoto wa peke yake kwake. Mpelekeni mtoto wenu kwa mwanangu Kahana ampe mjukuu wake jina." Kaseza na Nyamuke walimpeleka mtoto wao Nansole, na Mzee Kahana akamwita mjukuu wake Mihigo, jina la marehemu baba yake.

Mwaka wa 1966 mwezi Januari, tarehe 17, mtoto wao Mihigo alipokuwa ndiyo anamaliza kutimiza mwaka mmoja tangu kuzaliwa, Nyamuke alijifungua mtoto wake wa pili, safari hii mtoto wa kike. Baada ya Kaseza kujadiliana na wazazi wake pamoja na Bibi Kilihona, Kaseza na Nyamuke walimpeleka mtoto wao aliyezaliwa Nassa na mama ya Nyamuke akampa jina lake, Minza, na mtoto wao akawa mwajina wa bibi yake kizaa mama. Halafu mwaka huohuo wa 1966, tarehe 15 mwezi Desemba, Nyamuke alijifungua mtoto wa tatu, mtoto wa kike mwingine.

Kabla ya Minza kuzaliwa, Nyamuke ilibidi kumwachisha ziwa mtoto wake wa kwanza, Mihigo. Alishauriwa na mama yake mzazi na hali kadhalika na bibi ya mumewe, Bibi Kilihona, kwamba mwanamke kunyonyesha mtoto akiwa na mimba kubwa ni vibaya, kwamba anaweza kumdhuru mtoto wake mchanga anayenyonyesha, kwa vile maziwa yake siyo mazuri kwenye hali hiyo, na vilevile kumdhuru yule aliyemo tumboni, kwa kumnyima chakula cha kutosha. Alipopata mimba ya tatu na ikakua ilibidi amwachishe ziwa mtoto wake wa pili pia, baada ya kumnyonyesha kwa miezi michache tu.

Safari hii mke wa Kaseza alipojifungua Mzee Kahana alimpa huyo mjukuu wake jina la mama yake, Kilihona, na huyo mtoto akawa mwajina wa Bibi Kilihona. Kaseza na mkewe walikwenda Ukerewe kupeleka mtoto wao aliyezaliwa kwa wazazi wa Kaseza wampe jina na baraka zao wakiwa na watoto wao watatu wote. Nyumuke sasa alinyonyesha kitoto chake kilichozaliwa huku analea vitoto vichanga vingine viwili, Mihigo na Minza! Aliporudi Mwanza alirudi na watoto wawili tu, anayenyonya na Minza. Mihigo walimwacha kwa Bibi Kilihona Nansio. Waliporudi Mwanza mama ya Nyamuke naye akaja kuchukua mwajina wake, Minza, na kwenda naye kwake Nassa kumsaidia mwanae kulea huyo mtoto. Mama mzazi akabakia na mtoto aliyemaliza kuzaa tu.

Licha ya kufurahia mjukuu wake Kaseza, aliyezaliwa peke yake, kupata watoto, Bibi Kilihona hakupendezewa na mke wake kuzaa kwa karibukaribu namna hiyo! Mila za Wakerewe hapo zamani hazikuruhusu mwanamume kufanya mapenzi na mke wake anapojifungua mpaka mtoto aliyezaliwa alipoachishwa ziwa, baada ya kunyonya kwa muda usiopungua mwaka mzima. Namna hiyo tumbo la mama mzazi linapona vizuri na mwili wake unakuwa na nguvu ya kuweza kubeba mimba nyingine bila madhara kwa afya yake.

Lakini Bibi Kilihona aliamua kutozungumzia hilo jambo kwa mjukuu wake na mkewe. "Nchi imebadilika. Hapo zamani wanaume wengi walikuwa na wake zaidi ya mmoja. Hata wenye mke mmoja walioshindwa kuvumilia waliweza kujiiba nje bila neno, kwani magonjwa ya zinaa yalikuwa hayajazagaa namna hii nchini. Na pia tangu Wazungu kuja nchini tunaona wanawake wakijifungulia karibukaribu kama kuku anataga mayai na bado watoto wao wanakua na mama wazazi wanabakia na afya zao nzuri! Hili ni jambo la Kaseza na mke wake kujiamulia wao wenyewe," Bibi Kilihona alionelea moyoni mwake.

Kaseza na mke wake Mungu aliyewaumba ndiye aliyewaamulia jambo hilo. Baada ya Nyamuke kuzaa watoto watatu kwa karibukaribu kama kuku anayetaga mayai, hakuzaa tena maishani mwake.

Sura ya 23

Mihigo aliletwa na wazazi wake kwa Bibi Kilihona mwanzoni mwa mwezi Februari mwaka 1967, alipokuwa ametimiza miaka miwili tangu kuzaliwa, na hakuondoka tena kwa bibi yake.

Watoto wote waliolelewa kwa Bibi Kilihona sasa ilikuwa ni lazima kusoma shule. Bibi Kilihona alikwishafikia uamuzi kwamba ni lazima mtoto kusoma hadi ashindwe kuendelea au wazazi wake washindwe kumlipia ada ya shule. Na wengi wa watoto aliolea walipomaliza shule ya msingi walishinda na kuchaguliwa kuendelea na shule ya sekondari. Na sababu kubwa ya watoto wa hapo nyumbani kufanikiwa, wakati ambapo shule nyingi Wilaya ya Ukerewe zilikuwa hazipeleki mtoto hata mmoja sekondari mwaka hadi mwaka, ilikuwa ni kufundishana nyumbani wao kwa wao. Watoto wa kwa Bibi Kilihona waliendelea kufundishana kama Paulo Mgumba alivyomfundisha ndugu yake Omari Bushiri walipokuwa shule ya msingi.

Bibi Kilihona alipohamia Nansio akiwa na mjukuu wake Kaseza, baba ya Mihigo, Kaseza alifikia kuwa mtoto mdogo peke yake nyumbani kwa bibi yake. Alipomaliza darasa la nane watoto wanaolelewa na bibi yake walikwishafika saba. Kaseza alipomleta mwanae mchanga Mihigo kwa bibi yake, watoto wa kike na wa kiume wa kila umri pale nyumbani walikuwa hawapungui kumi na watano! Wengi walikuwa ni wajukuu wa Bibi Kilihona kama Mihigo na watoto wa ndugu zake wengine wa karibu na wa wakwe zake. Karibu kila wakati palikuwa pia na watoto wawili au hata watatu wa watu baki tu Bibi Kilihona aliofahamiana nao waliomwomba watoto wao walelewe na kusomea shule kwake. Hao pia aliwalea kama watoto wake sawa na watoto wenzao wote pale nyumbani, na bila malipo ya aina yoyote kwake kutoka kwa wazazi wao.

Bibi Kilihona alikwishawawekea watoto wa nyumbani kwake mahali maalumu pa kujifunzia na kufundishana. Darasa lao hilo lilikuwa ni sebule ya nyuma ya nyumba kubwa. Chakula cha usiku kilikuwa ni saa mbili. Baada ya hapo watoto wenye zamu ya kuosha vyombo, wavulana kwa wasichana, waliosha vyombo na kuvipanga mahali pake. Wengine wote walipomaliza kula tu walitakiwa kwenda kujifunza na kufundishana kwenye sebule ya wazi nyuma ya nyumba, palipokuwa mahali pa maongezi ya Bibi Kilihona na watoto wake na wageni wao wakati wa mchana. Watoto wenye zamu ya kazi za ndani nao walipomaliza tu kazi zao walijiunga na wenzao na kujisomea na kufundishana pale ukumbini.

Mtoto wake Nagabona, mtunzaji wake aliyehamia naye Nansio na patna wa Kaseza kwenye biashara yao, alimnunulia mama yake karabai mbili. Kando ya karabai, Bibi Kilihona alikuwa na taa za chemli sita, za kutosha kuwasha kwenye nyumba kubwa na choo na bafu na kwenye nyumba ya wageni walipotembelewa na wageni wengi. Usiku giza ilipoingia mtoto mmoja mkubwa mwenye zamu ya kuwasha taa wiki hiyo aliwasha taa za chemli pamoja na karabai. Karabai moja ilikuwa ni ya kuwasha kwenye sebule ya ndani na nyingine ni ya kwenye chumba cha chakula. Taa za chemli zilitawanywa jikoni na kwenye vyumba vya kulala. Baada ya chakula cha usiku, karabai ya chumba cha chakula ilipelekwa kwenye sebule ya nyuma ya nyumba, mahali pa mafunzo ya watoto wa pale nyumbani hadi saa nne usiku. Mchana siku za Jumamosi na Jumapili na hali kadhalika wakati wa likizo watoto walijisomea na kufundishana mahali popote walipoona panawafaa na wakati wowote waliotaka, kama hawakuwa na kazi nyumbani au shambani za kufanya.

Mihigo alipoletwa na wazazi wake kwa bibi yake akiwa na umri wa miaka miwili alikuwa ndiye mtoto mdogo kuliko wote pale. Watoto wenzake wote walitaka kuwa walezi wake, kila mmoja wao akitaka kumfundisha na kumwonyesha hiki na kile. Mkubwa kabisa kwa watoto wa kiume aliyemkuta pale alikuwa ni Omari, mtoto wa mjukuu wa Bibi Kilihona wa Mwanza, Mwarabu Bushiri. Mvulana mdogo zaidi na aliyekuwa hajaanza shule alikuwa ni Jamhuri, mjukuu mwingine wa Bibi Kilihona, mtoto wa binti yake Nanzula, kitindamimba wake, aliyezaliwa siku ya kutangazwa kwa Jamhuri ya Tanganyika, tarehe 9 mwezi Desemba mwaka 1962, mwaka mmoja kamili tangu Tanganyika kujitawala. Mihigo alipokuja pale kwa bibi yao

Jamhuri alikuwa na umri wa miaka minne na anaanza wa tano. Sasa watoto walianza shule wana miaka saba, hata sita, na Bibi Kilihona alitaka watoto wake waanze mapema. Mwaka uliofuata, 1968, Jamhuri pale nyumbani alifunzwa kusoma na kuandika na hesabu na watoto wenzake waliokuwa tayari wanasoma shule wakimtayarisha kuanza shule mwakani. Mwalimu mkuu wa Jamhuri na watoto wengine wa pale nyumbani alikuwa ni Kaka Omari, aliyekuwa mwaka ule anamaliza shule ya msingi pale Nansio. Ni Omari ndiye aliyetambua kwa kustaajabu, mwaka huo wa 1968, kwamba Mihigo, mtoto mdogo mwenye umri wa miaka mitatu, alijua kusoma, tena vizuri tu, pamoja na hesabu zote za darasa la kwanza! Tangu hapo Omari alimfundisha Mihigo kila somo pamoja na Jamhuri na watoto wengine waliokaribia kuanza shule na wanaomaliza kuanza. Halafu siku moja, mwaka huohuo, Omari aligundua kwamba Mihigo aliweza kufanya hesabu kubwa na ngumu kichwani na kutoa jawabu sahihi hapohapo!

Mwanzoni mwa mwaka uliofuata, 1969, Jamhuri alipoanza shule Mihigo maskini alikosa kaka yake wa kushinda naye nyumbani. Kila siku alimngojea kwa hamu kweli arudi kutoka shuleni, amwambie na kumwonyesha mambo yote mapya aliyojifunza huko. Bibi Kilihona alijua mapema kwamba mjukuu wake Mihigo alizaliwa na kipaji cha namna ya peke yake. Sifa za Mihigo hazikuchelewa kuenea hadi Nansio Shule ya Msingi, na walimu kadhaa, akiwemo mwalimu mkuu wa shule, walikuja hadi nyumbani kwa Bibi Kilihona kumwona na kuzungumza naye na kumjaribu mjukuu wake Mihigo maswali ya mahesabu na masomo mengine. Mwalimu Mkuu alimshauri Bibi Kilihona amwandikishe shule mapema iwezekanavyo. Hata hivyo sheria ya Wizara ya Elimu wakati huo haikuruhusu mtoto kuingia darasa la kwanza kabla ya kufikisha miaka sita, na Mihigo hakuanza shule hadi Januari mwaka 1971, mwezi aliotimiza miaka sita.

Hakuna aliyeshangaa walimu walipomkuta huyo mtoto mdogo anajua kila somo kwenye darasa la kwanza. Alisoma mwaka mzima humo darasani kwa sababu walimu wake walitaka akue kidogo, vinginevyo wangeweza kumpeleka darasa la pili moja kwa moja. Mwaka 1972 alisoma kwa muda tu darasa la pili na kuhamishiwa darasa la tatu. Na mwaka 1973 aliingia darasa la nne kwa kushinda na kuwa wa kwanza kwenye mtihani wa mwisho wa mwaka darasa la tatu. Mwaka huo pia walimu wake walimwacha asome mwaka mzima darasani na kuendelea kukua zaidi. Mwaka wa 1974 katikati ya mwaka alirushwa tena kutoka darasa tano na kuingia darasa la sita; na Januari mwaka 1975 aliingia darasa la saba. Mwishoni mwa mwaka 1975 Mihigo alifanya mtihani wa mwisho wa shule ya msingi na kushinda vizuri sana, huku akiwa mtoto mdogo wa miaka kumi tu!

Mihigo alipomaliza shule ya msingi Nansio alichaguliwa kwenda Kidato cha Kwanza Shule ya Sekondari ya Kibaha. Alipokwenda Kibaha mwanzoni mwa 1976 ilikuwa haijawahi kutokea hata mara moja Tanzania nzima mtoto mdogo wa umri wa miaka kumi na moja kuingia Kidato cha Kwanza! Hapo Shule ya Sekondari ya Kibaha, Mkoa wa Pwani, alikutana na wanafunzi wenye akili sana wenzake kutoka kote nchini, lakini hapo pia alifikia kuwa wa kwanza kwenye kila mtihani aliofanya, licha ya kuwa mdogo kwa umri kuliko wanafunzi wote hapo shuleni, tena kwa mbali! Alimaliza Kidato cha Nne mwaka 1979 kwa ushindi wa juu kabisa katika kila somo kwenye mtihani wa taifa.

Wakati huo Vita Baridi ya Dunia ilikuwa imepamba moto kweli. Pamoja na kwamba Tanzania, kutokana na siasa yake ya ujamaa, ilikuwa siyo kipenzi cha nchi za kibepari za Magharibi, bado nafasi na misaada ya masomo kutoka nchi hizo kwa wanafunzi wa Tanzania wenye akili kama Mihigo ilikuwa imejaa. Mihigo sifa za akili na kipaji chake kwenye umri wake mdogo hivyo zilifikia hata kuandikwa magazetini na kutangazwa kwenye Redio Tanzania, Dar es Salaam. Matokeo yake yalikuwa ni kwamba majibu ya mtihani wa Kidato cha Nne yalipotoka tu aliandikiwa na vyuo vikuu mashuhuri kadhaa vya Ulaya na Marekani vikimpatia nafasi ya masomo na msaada wa pesa aende kusoma huko. Kati ya hivyo vyuo vikuu kilikuwa ni Chuo Kikuu cha Havard cha Marekani, na walimu wake hapo Kibaha wakamshauri achague kwenda huko.

Mihigo alikuwa likizo kwa wazazi wake Mwanza mipango ya safari yake kwenda kusoma Marekani ilipokamilika. Alipata pasipoti yake mwezi ya saba mwanzoni, baada ya kupata barua kutoka Chuo Kikuu cha Havard ikimtaka afike hapo chuoni kati ya tarehe 5 na tarehe 10 mwezi wa nane, mwaka huo wa 1980. Alikuwa apande ndege ya *Air* Tanzania Mwanza tarehe 5 mwezi wa nane kwenda Nairobi. Siku hiyohiyo alikuwa achukue ndege ya *British Airways* kutoka Nairobi kwenda hadi London, Uingereza, kuunganisha na ndege ya *PanAmerican Airways, PanAm,* hadi Boston, mji mkuu wa Jimbo la Massachusetts, Chuo Kikuu cha Havard kiliko.

Wiki mbili kabla ya safari yake Mihigo alitoka kwa wazazi wake Mwanza na kwenda kuaga Bibi Kilihona na ndugu zake wengine Ukerewe. Siku ya kuamkia kurudi Mwanza, asubuhi Bibi Kilihona alimwambia kuchukua jembe aende kumpandia mgomba kwenye "sabini" yake, shamba la ekari moja aliloachiwa nyuma ya nyumba yake baada ya vijiji vya ujamaa kuingia Ukerewe na mashamba yake kunyang'anywa na kutaifishwa na serikali na kugawiwa kwa wakazi wa kijiji kipya cha Namagubo. Kwenye sehemu kubwa ya "sabini" yake Bibi Kilihona alipanda mihogo na viazi vitamu na mboga za majani, na sehemu iliyobaki, ilyopakana na mji wake, alikuwa na shamba dogo la migomba lenye mashina ya migomba yasiyozidi ishirini. Migomba yake mingi zaidi ilikuwa ni ya ndizi za kula mbivu watoto pale nyumbani kwake. Kando ya hizo, alikuwa na mashina machache ya ndizi za kupika. Mgomba aliotaka Mihigo ampandie ulikuwa ni wa ndizi za kupika wa aina ya *entundu*, mgomba wa shina la rangi nyeusi kabisa lote, uliokuwa adimu Ukerewe. Tuta la mihogo lililopakana na migomba lilikuwa limechimbwa mihogo yake lote ili kupanua kijishamba cha migomba. Bibi Kilihona alimwelekeza mjukuu wake Mihigo kupanda hapo huo mche mchanga wa mgomba.

"Nataka mgomba huu uwe ukumbusho wangu juu yako. Mgomba wetu utachipua miche hadi migomba yake itajaa kote hapa palipolimwa. Halafu siku utakayorudi mimi na wewe tutakula ndizi za shina letu na kushukuru Mungu kwa kutuweka wazima hadi tumekutana tena!"

Sura ya 24

Marekani wanafunzi huingia chuo kikuu baada ya Kidato cha Nne, wakiwa kwa wastani na umri miaka kumi na tisa. Kwa hiyo hata Marekani mwanafunzi anayeingia chuo kikuu akiwa na miaka 15 kama Mihigo ni kitu kisicho cha kawaida. Halafu Marekani wanafunzi wanaochaguliwa kwenda kusoma Chuo Kikuu cha Havard ni wachache na wenye akili kwelikweli, walioshinda vizuri sana mtihani wa taifa wa kuingia chuo kikuu na waliofanya vizuri hivyohivyo kwenye masomo yao ya miaka minne yote ya sekondari! Kwa hiyo Mihigo alikwenda kusoma na wanafunzi wenzake wenye akili nyingi kama yeye kutoka Marekani na kote ulimwenguni, kwa vile kuna pia wanafunzi wa kimataifa kwenye vyuo mashuhuri vya Kimarekani kama Havard.

Mihigo alimaliza masomo ya digrii yake ya kwanza Chuo Kikuu cha Havard mwezi wa Mei mwaka 1984. Alichukua masomo makuu mawili badala ya moja, Historia na Falsafa, na alitunukiwa shahada ya *B.A. History and Philosophy Double Major.* Masomo yake madogo kwenye digrii yake ya "double-major" yalikuwa ni Kifaransa na Kijerumani. Alikuwa ni mmoja wa wanafunzi watatu tu mwaka huo kwenye chuo kikuu chao chote waliotunikiwa digrii zao za kwanza kwa ushindi wa juu kabisa: Summa Cum Laude.

Alipomaliza vizuri hivyo digrii yake Chuo Kikuu cha Havard, akapewa nafasi ya kuchukua digrii ya *MA* na *PhD* hapo Havard, kwa kulipiwa kila kitu na chuo kikuu. Alipewa pia nafasi za namna hiyo na vyuo vikuu vingine kadhaa mashuhuri Marekani na Ulaya. Mihigo akachagua kwenda Chuo Kikuu cha Munich, Ujerumani.

Kwenye Chuo Kikuu cha Munich Mihigo aliamua kusomea digrii ya *Masters* kwenye masomo ya Falsafa pamoja na Sayansi ya Dini. Kijerumani chake kilikuwa kizuri cha kumwezesha kuanza masomo yake moja kwa moja, lakini aliomba apewe mwaka mzima wa kuendeleza lugha yake ya Kijerumani kwanza kabla ya kuanza masomo ya digrii yake. Aliwasili Munich mwezi wa tisa mwaka 1984, na kuanza masomo yake ya lugha ya Kijerumani mwezi wa kumi. Mwaka uliofuata, 1985, mwezi Octoba, alianza masomo ya digrii ya *Masters*.

Mihigo sasa alikuwa ni mvulana wa miaka ishirini, mwenye umbile la wastani na mrefu karibu futi sita. Ngozi yake ilikuwa maji ya kunde kama mama yake, lakini kwa sura alifanana baba yake. Alikuwa na kichwa kikubwa, paji pana na uso mrefu utafikiri kipara, kopi hasa ya baba yake, Kaseza, licha ya kwamba baba yake alikuwa mfupi na mweusi.

Mihigo alimaliza masomo yake Chuo Kikuu cha Munich mwezi Machi mwaka wa 1987, na kutunukiwa digrii ya *Masters* kwenye masomo yake ya Falsafa na Sayansi ya Dini, kwa ushindi wa juu kabisa wa Summa Cum Laude kwa mara nyingine.

Alimaliza masomo yake Ujerumani amekwishapeleka kwenye vyuo vikuu mashuhuri kadhaa Ulaya maombi ya nafasi na msaada wa masomo ya *PhD*, digree ya juu kabisa. Alikubaliwa hapo kwenye Chuo Kikuu cha Munich na kwenye Chuo Kikuu cha Cologne, Ujerumani. Alikubaliwa pia kwenye Chuo Kikuu cha Paris (Sorbonne), Ufaransa, na Chuo Kikuu cha Oxford, Uingereza. Aliamua kwenda kusoma Chuo Kikuu cha Paris-Sorbonne (Paris IV). Kama alivyofanya kuhusu Kijerumani huko Munich, Ufaransa pia Mihigo aliomba nafasi ya kusoma Kifaransa kwa mwaka mzima kabla ya kuanza masomo ya digrii yake. Mfadhili wake ilikuwa ni serikali ya Ufaransa, na alipokubaliwa alipelekwa kwenye taasisi maalumu kwa kufundisha Kifaransa kwa wanafunzi wa kutoka nje iitwayo *Centre de linguistique appliquée, Center of Applied Linguistics* kwa Kiingereza, ya Chuo Kikuu cha Besançon, huko Ufaransa.

Mihigo alianza masomo ya Kifaransa kwenye hiyo taasisi mwezi Octoba mwaka 1987. Hapo Besançon Mihigo, kwa mara ya kwanza tangu atoke kwao Tanzania, alijikuta anasoma na wanafunzi ambao wote ni wageni humo nchini kama yeye. Palikuwa na wanafunzi weupe na weusi na wa kila rangi kutoka Ulaya na Marekani na Canada na Amerika ya Kusini na Asia, wakiwemo Wahindi, Waarabu, Wachina na Wasia wengine, na pia wanafunzi kutoka nchi za Afrika zilizokuwa makoloni ya Waingereza kama kwao Tanzania. Karibu na taasisi yao palikuwa na mkahawa unaoitwa *La*

Cave, "Pango", wanafunzi walikopendelea kwenda kupata kikombe cha kahawa na soda na vinywaji vingine na chakula cha haraka kwa bei nafuu na kujipumzisha walipokuwa hawana vipindi. Mihigo naye alifikia kwenda huko karibu kila siku. Na, muda si muda, alijikuta yumo kwenye kikundi cha wanafunzi kumi hivi kutoka nchi zinazozungumza Kiingereza waliokula chakula cha mchana pamoja *La Cave* karibu kila siku. Hata walipokwenda kula chakula cha usiku kwenye kafeteria ya wanafunzi wa Chuo Kikuu cha Besançon, waliketi meza moja kikundi chao chote. Muda si muda wakawa pia wanakwenda sinema pamoja na kwenda pamoja kutizama michezo na shughuli nyingine mbalimbali za wanafunzi wa chuo kikuu chao.

Kikundi chao kilikuwa na wanafunzi weupe kutoka Marekani watatu, wavulana wawili na msichana mmoja, msichana mmoja mweupe kutoka Canada, wanafunzi wa Kiafrika wawili, kando ya Mihigo, mmoja msichana kutoka Ghana na mwingine mvulana kutoka Zambia, rafiki ya huyo binti kutoka Ghana. Waliobaki wote walikuwa ni wanafunzi kutoka Uingereza, msichana mmoja na wengine wavulana. Muda ulivyokwenda huyo msichana wa Kiingereza akawa rafiki mkubwa wa Mihigo.

Msichana huyo, aliyekuwa anaitwa Elizabeth Gibbons, alikuwa anamaliza kuhitimu digrii ya BA kwenye Chuo Kikuu cha London. Wazazi wake walikuwa na uwezo kipesa na alipoamua kwenda kusomea Ufaransa digrii yake ya pili, wakamlipia asome kwenye taasisi ya lugha maarufu ya Besançon ili kuboresha Kifaransa chake kabla ya kuchukua masomo aliyotaka. Elizabeth naye alikuwa amekubaliwa kwenda Chuo Kikuu cha Paris-Sorbonne (Paris IV), Mihigo alikokuwa anajitayarisha kwenda mwakani. Jambo lingine lililounganisha Mihigo na huyo binti wa Kiingereza ni kwamba alinuia kwenda kufanya kazi Bara Afrika baada ya masomo yake. Kwa vile alikuwa ni Mwingereza, alitaka kujua vizuri Kifaransa na kusomea digrii yake ya pili Ufaransa ili kujiandaa kufanya kazi hata kwenye nchi za Kiafrika zilizokuwa makoloni ya Ufaransa na zinazozungumza Kifaransa, licha ya zile zilizokuwa makoloni ya Uingereza. Msichana huyo wa Kiingereza kwa upande wake tangu mapema alivutiwa na Mihigo, mvulana wa Kiafrika mwenye digrii kutoka vyuo vikuu mashuhuri Amerikani na Ujerumani aliyejiandaa kwenda kusoma kwenye Chuo Kikuu cha Paris kama yeye. Na Mihigo na Elizabeth wakawa mvulana na msichana wanaopendana, wanaokula pamoja, wanaojisomea pamoja, wanaokwenda sinema pamoja, na kufanya kila kitu pamoja hadi kulala pamoja.

Mihigo na Elizabeth walimaliza masomo yao kwenye taasisi ya lugha ya Kifaransa ya Chuo Kikuu cha Besançon mwezi Mei mwaka 1988. Wote wawili sasa walingojea kwenda kuanza masomo yao ya digrii za juu zaidi Paris.

Mihigo alikuwa na tabia ya kutumia vizuri pesa zake; na tangu alipokuwa Marekani aliweka kando pesa kidogo kutoka kwenye msaada wa pesa aliopata kwa ajili ya masomo yake. Alikuwa ameweka akiba ya kutosha kusafiri na kutembelea nchi kadhaa Ulaya kabla ya kwenda kuanza masomo yake Paris. Elizabeth, aliyekuwa mtoto wa peke yake kwa wazazi wake, wazazi wake walikubali kumlipia safari zake Ulaya kabla ya masomo yake kuanza Paris. Na wapenzi hao wawili walipanga kutembelea Denmark, Sweden na Urusi. Kabla hawajaanza safari zao, Bwana na Bibi Gibbons, wazazi wa Elizabeth, walitaka wawatembelee kwanza, ili wafahamiane na rafiki ya binti yao. Walikuwa wanaishi kwenye mji wa Birmingham, Uingereza, na Mihigo na rafiki yake wakaenda Uingereza kwa wazazi wa Elizabeth..

Bwana Gibbons alikuwa ni profesa wa historia kwenye Chuo Kikuu cha Birmingham, na mke wake ni daktari wa maradhi ya wanawake na watoto wadogo kwenye hospitali moja ya jiji la Birmingham. Mihigo na Elizabeth walikaa kwa wazazi wa huyo binti kwa muda wa siku kumi. Kabla ya kuondoka wazazi wa Elizabeth waliwapeleka kutembea sehemu kadhaa za Uingereza, ikiwa ni pamoja na jiji la London, vyuo vikuu mashuhuri vya Cambridge na Oxford, maziwa ya *Lake District*, na Wales na Scotland, ili Mihigo afahamu vizuri Uingereza.

Mihigo alifurahishwa kweli na alivyopokelewa na wazazi wa rafiki yake. Yeye ndiye aliyekataa kuchangia chumba na Elizabeth nyumbani kwa wazazi wake, vinginevyo wazazi wa huyo binti walikuwa wamepanga alale kwa chumba cha binti yao. Mihigo mila yake ya Kiafrika na malezi aliyopewa na Bibi Kilihona hayakumruhusu kufanya hivyo. Alikuwa radhi hata kwenda kupanga hoteli kuliko kulala na binti ya watu chumba kimoja nyumbani kwa wazazi wake na huku siyo mke wake, ni marafiki tu. Ni kukataa kulala chumba kimoja na Elizabeth ndicho kilichomfanya mama wa Elizabeth amwulize Mihigo swali juu ya dini yake: "Nasikia wewe siyo Mkristo wala Mwislamu, ambazo ninaamini ndizo dini kuu za Waafrika leo hii."

"Ni kweli, mimi sikuingia, au tuseme sikuingizwa na wazazi wangu kwenye dini hizo za kigeni. Baba yangu naye hana dini ya kigeni. Mama yangu hali kadhalika."

"Unajua, hata Elizabeth ni Mkristo kwa jina tu. Sisi wazazi wake wote ni Wakristo Waanglikana, dini ya Waingereza wengi, kwa kuchaguliwa dini na wazazi wetu tungali watoto wachanga. Sisi tulipopata mtoto wetu huyu tulimpatia jina la Kikristo la Elizabeth kwa sababu ni jina la mama yangu mzazi, bibi yake, lakini hatukumbatiza. Tulitaka akikua ajiamulie yeye mwenyewe suala la kuwa au kutokuwa na dini na dini gani afuate, akiamua kuwa na dini. Na tujuavyo sisi hadi sasa hajachagua dini ya kufuata," mama yake Elizabeth alisema.

Mihigo alitoka Uingereza amejaa sifa tupu juu ya familia ya rafiki yake; na hilo likamwongezea kumpenda.

Kutoka Uingereza Mihigo na Elizabeth walikwenda Copenhagen, mji mkuu wa Denmark. Kwenye hoteli walimofikia walikuta wengi wa wageni hotelini ni wanafunzi kama wao, kwa vile ziara yao waliipanga na kuilipia kupitia kampuni moja ya usafiri wa wanafunzi Ulaya. Walipotoka Copenhagen wakapanda treni kuelekea Stockholm, mji mkuu wa Sweden. Walipokuwa Stockholm wakatembelea mji wa jirani wa Uppsala, kuona chuo Chuo Kikuu cha Uppsala, kimoja cha vyuo vikuu mashuhuri na vya zamani sana Ulaya. Walipotoka Sweden wakapanda tena treni, safari hii kuelekea Urusi, kwa kupitia Ujerumani na Poland. Huko Urusi wakatembelea Moscow na Leningrad, kabla huo mji haujabadili jina na kurudia jina lake la zamani la Petrograd. Kutoka Urusi ndipo wakarudi Besançon.

Ilikuwa tayari mwezi wa tisa. Wakati wa kwenda Paris kwa masomo yao ulikuwa umewadia.

Wote wawili waliishi kwenye hoteli moja Mtaa wa Proudhon hapo mjini Besançon, iliyokuwa moja ya hoteli na nyumba za kupangisha zenye mkataba na Chuo Kikuu cha Besançon kwa ajili ya wanafunzi wake. Kabla ya ziara yao meneja wa hiyo hoteli aliwakubalia kuweka kwenye stoo ya hoteli mizigo yao, ili wasiendelee kulipia vyumba vyao na huku hawapo. Kabla ya kusafiri walipanga kwenye vyumba vinavyopakana, kila mtu na chumba chake. Waliporudi kutoka kwenye safari yao hapakuwa na vyumba viwili vinavyopakana, na walipewa mmoja chumba kwenye ghorofa ya pili na mwingine kwenye ghorofa ya tatu hotelini. Walifungasha mizigo yao karibu yote kabla ya ziara yao, tayari kwa kuisafirisha kwenda Paris mara tu watakaporudi. Waliporudi waliweka mizigo yao waliyokwishafungasha kwenye chumba kimoja, kile cha Elizabeth, ghorofa ya pili, na kutumia kile cha Mihigo kwa kulala wote wawili.

227

Siku ya Ijumaa usiku, kesho ya siku waliyorudi Besançon, Mihigo na Elizabeth walikwenda sinema, na kabla ya kurudi hotelini kulala wakapita kwenye mkahawa wa karibu na hoteli yao kunywa kahawa na kupumzika wakiongea. Mijini Ufaransa mkahawa, *café*, ni kama kanisa au msikiti ambako ni sharti mtu aende kusali kidogo kila siku na kila wakati! Hiyo *café* ya jirani ndipo Mihigo na Elizabeth na wanafunzi wenzao wengi wa hotelini kwao walikokula kifunguakinywa asubuhi kabla ya kwenda kwenye masomo yao, na ndipo pia walikokwenda kupumzika walipochoka kukaa hotelini. Ingekuwa chuo kikuu kimefunguliwa na wanafunzi hawakusambaa kwenda makwao, saa kama hizo wanafunzi wenzao kutoka hotelini mwao na penginepo wangekuwa wamejazana humo.

Safari hii Mihigo alihisi kwamba mpenzi wake alikuwa na kitu anataka kumwambia, kwa vile sura yake ilionyesha kama ana mawazo mengi moyoni mwake. Lakini aliamua kuacha aone mambo yatakwendaje, badala ya kumwuliza kuna nini. Hapohapo Elizabeth alimsemesha, utafikiri alikuwa anasikia ya moyoni mwake.

"Mihigo!"

"Naam!"

"Unanipenda?"

"Vipi tena? Kuna kitu nimekukosea!"

"Hukunikosea kitu, bali tu ninataka uniambie kama unanipenda."

"Elizabeth, bila shaka ninakupenda. Na ninaamini na wewe pia unanipenda. Ndiyo sababu tu marafiki. Na tumekuwa marafiki kwa muda mrefu sasa."

"Ndiyo sababu nilitaka unihakikishie kwamba unanipenda. Kwa sababu mimi ninakupenda mno. Ukishtukia unaniacha sijui kama nitaweza kuendelea kuishi!"

"Mpenzi wangu, usiseme maneno ya namna hiyo!"

"Ni kwamba ninakupenda mno. Ninataka tuoane."

"Tuoane na huku wote bado wanafunzi! Hatujui hata mwisho wa masomo yetu ni lini na tutafanya nini baada ya hapo!"

"Kuna wanafunzi chungu nzima waliooana bado wanasoma, na wanaishi na kuendelea kusoma vizuri. Kitakachotokea baada ya hapo ni jambo la kukabiliana nalo muda wake ukiwadia, kama watu wanaooana bado wanasoma wanavyofanya kila wakati. Baba na mama walioana walipokuwa ni wanafunzi Chuo Kikuu cha London, na walimaliza masomo yao na kila mmoja wao alipata kazi na wanaishi kama mtu na mke wake hadi leo hii. Na ni miaka thelathini tangu waoane. Na bado wanapendana. Na bila shaka wewe mwenyewe ulishuhudia wanavyopendana bado. Na sisi tunaweza kufuata mfano wao, na mfano wa wale wote wanaooana bado ni wanafunzi, kwa sababu wanapendena na wanataka kuthibitishiana kwamba hawataki kutengana."

Mihigo alijua jinsi wazazi wa huyo mpenzi wake walivyooana wakiwa bado wanafunzi. Ni baadhi ya mambo Elizabeth aliyomwambia juu ya familia yake hata kabla hawajaenda kuwatembelea. Ilikuwa pia ni kweli kamba wanafunzi wa chuo kikuu waliooa ni wengi tu, na alikwishaona wanafunzi chungu nzima wakioana huko Marekani na Ujerumani na hata hapo Besançon. Kwa hiyo hakuwa na la kujibu juu ya kuoana wakiwa bado wanafunzi.

Hata hivyo kuoana kilikuwa kitu ambacho Mihigo hakutarajia. Kusema kweli alikuwa hajajiuliza hatima ya urafiki wake na Elizabeth ni nini. Maisha yake yote tangu alipokuja ng'ambo kutoka kwao Tanzania aliyaelekeza kwenye masomo yake tu, basi. Alijifunza kwa bidii kadiri ya uwezo wake wote ili amalize upesi masomo yake na kuhitimu vizuri na kurudi nyumbani kutoa mchango wake kwenye ujenzi wa nchi yake. Nia yake ilikuwa ni kufundisha Chuo Kikuu cha Dar es Salaam. Aliendelea kuwa na mawasiliano na walimu wake wa zamani wa Chuo Kikuu cha Havard, Marekani, na walikuwa wakimshawishi atakapopata digrii yake ya *PhD* aende kufundisha Havard, lakini yeye alitaka kwenda kufundisha nyumbani Tanzania.

Kuhusu uhusiano wake na huyo binti wa Kiingereza, yalikuwa ni matokeo ya mvulana na msichana waliozoeana kutokana na kuishi kwenye hoteli moja na kusoma darasa moja na kuwa kwenye kikundi cha marafiki walewale. Walijikuta wamekwishakuwa wapenzi bila kujua. Elizabeth alikuwa ni msichana mzuri anayejipenda na binti wa Kizungu aliyetamani kwenda kufanya kazi Afrika, mwanamke aliyethamini zaidi kusaidia binadamu wenzake kuliko kazi kubwa na pesa na maisha ya raha, na ndiyo sababu Mihigo alielewana naye na kumpenda. Alikuwa ni rafiki yake wa kike na mwanafunzi wa chuo kikuu mwenzake anayethamini mambo Mihigo aliyoona ni muhimu kwa binadamu. Na, kama kwa bahati, walikuwa wote wanakwenda kusoma kwenye Chuo Kikuu cha Paris. Elizabeth kwa upande wake alimchagua Mihigo tangu mapema kabisa kuwa mpenzi wake miongoni mwa wavulana kwenye kikundi chao hapo Besançon kwa kumwona mwanamume mwenye akili na digrii kutoka kwenye vyuo vikuu mashuhuri ulimwenguni kote atakayefika mbali na kuwa mtu mkubwa kwao Afrika, alikotaka kwenda nae kufanya kazi.

Waliketi meza ya nyuma kabisa kwenye huo mkahawa. Elizabeth alizungumza hayo maneno ya kutaka waoane akimtazama Mihigo kwa macho ya mahaba yanayodai jibu!

Mihigo alipomjibu Elizabeth kwamba anampenda alikuwa anasema ukweli. Huyo ndiye alikuwa msichana wake wa kwanza kufanya naye mapenzi maishani mwake. Mihigo naye alipewa na Bibi Kilihona ushauri uleule aliompa baba yake, Mzee Kaseza, wakati naye alipolelewa kwa bibi yao Nansio. Kwa hiyo naye alipobalehe hakutafuta wasichana wa kuchezea. Huko Marekani na kadhalika Ujerumani muda wake wote aliutumia kujisomea na kujiandaa kwa mitihani yake. Masomo ya Kifaransa kwenye taasisi ya lugha hapo Besançon kwake yalikuwa rahisi kweli, ukilinganisha na ya Havard na Munich. Pengine ndiyo sababu alipata hata muda wa kujihusisha na Elizabeth. Bibi yake bila shaka safari hii angemsamehe. Katika ulimwengu wa Bibi Kilihona wanawake na wanaume wenye umri kama wake na Elizabeth hawalali mchanganyiko kwenye vyumba vya hoteli vinavyopakana huku wakisoma pamoja na kushinda kila siku pamoja na wakiwa ugenini kwenye jamii yenye maadili tofauti, inayotukuza mahaba kama yao badala ya kuyalaani. Hayo ndiyo Mihigo aliyojiambia rohoni mwake alipoanza kufanya mapenzi na Elizabeth.

Mara ya kwanza Mihigo kusikia suala la yeye na Elizabeth kuoana ni walipotembelea wazazi wa huyo binti Uingereza. Mama yake siku moja, baada ya chakula cha usiku, aliwauliza, "Vipi, mna nia ya kuoana?"

Binti yake ndiye aliyemjibu: "Mama! Wewe ukiona watu wanapendana tu mara ileile unataka waoane!'

"Ninauliza tu."

"Msipoangalia mke wangu atawafungisha ndoa kabla hamjarudi Ufaransa!" mume wake alisema. Na kila mtu alicheka na mambo yakaishia hapo. Elizabeth mwenyewe hakugusia tena hilo jambo, hata mara moja, walipokuwa wanatalii Ulaya.

"Hata tukiamua kuoana, bila shaka ingekuwa vyema kungojea tufike Paris kwanza na kuanza masomo yetu. Namna hiyo haidhuru tutakuwa tumekwishafahamu maisha yetu kama wanafunzi Paris yatakuwaje," hatimaye Mihigo alijibu.

"Hiyo ni sawa tu. Ninaposema tuoane sina maana ya kusema sasa hivi. Mradi tu tumekwishaamua, tutaoana wakati tutakaochagua."

Walikuwa waondoke Besançon kwenda Paris wiki inayofuata. Kesho ya siku ya maongezi yao Elizabeth alikuwa anasherehekea kufikisha miaka ishirini na tatu tangu kuzaliwa. Walitoka hapo mkahawani kwenda hotelini kwao Mihigo amekwishaamua la kufanya. "Nitakapoamka asubuhi nitatafuta kisingizio cha kwenda mahali peke yangu, ili nitorokee madukani bila ya yeye kuwapo ninunue pete ya uchumba. Halafu nitampeleka kwenye restoranti nzuri kabisa achague chakula atakachopenda na niagize mvinyo wa Champagne tusherehekee sikukuu ya kuzaliwa kwake. Nitamvisha pete ya uchumba wakati huo!"

Usiku walipokuwa wote wawili wamelala usingizi kitandani kwao Mihigo aliota dhoruba ikivuma. Dhoruba yenyewe ilikuwa ni kimbunga cha majini, *omusoke* kwa Kikerewe, hatari kubwa kwa wavuvi wa Ziwa Viktoria Nyanza, kwa vile mtumbwi unapokumbwa ziwani na *omusoke* huo ndio mwisho wa maisha ya watu waliomo! Mtumbwi wao utachukuliwa na upepo mkali ajabu juu angani na kutupwa mbali majini au nchi kavu kimbunga kitakapotua. Mihigo naye alichukuliwa angani juu ya ziwa Viktoria la kwao Ukerewe na Mwanza. Na alipotupwa chini alitua nyumbani kwa bibi yake, Bibi Kilihona. Kimbunga kilikwishakatika na alikuwa ameketi na bibi yake nyuma ya nyumba kwenye "sebule ya Bibi", kama huo ukumbi ulivyoitwa na wakazi wa hapo nyumbani. Bibi yake alifikia kuzungumza: "Enda usome na umalize masomo yako na urudi nyumbani. Masomo yako utayamalizia Uingereza. Mke wako wa kuoa utamkuta nyumbani utakaporudi. Nimekuletea zawadi. Angalia kwenye mfuko wa vitabu vyako. Sasa pumzika!"

Ndoto yake iliisha na Mihigo aliendelea kulala usingizi hadi asubuhi. Ilikuwa siyo mara yake ya kwanza kuota akiwa na bibi yake wa Nansio tangu alipotoka Tanzania kuja ng'ambo. Lakini safari hii ndoto yake ilikuwa tofauti na ndoto za kawaida. Ilikuwa ni kama mambo yanayotokea hasa! Asubuhi alipoamka tu usingizini akaenda kufungua begi lake la vitabu la kuendea masomoni kuona kama kweli kuna kitu kipya humo. Na kweli

Bibi Kilihona alikuwa amemletea zawadi!

Alipokwenda Ukerewe kuaga Bibi Kilihona kabla ya kuondoka kwenda Marekani Mihigo alipiga na bibi yake picha. Aliporudi kwa wazazi wake Mwanza akaagiza wazazi wake wasafishe hiyo picha na kutoa kubwa moja ya kuweka kwenye fremu na kumpelekea Ukerewe bibi yao; halafu ndogo yake wamtumie Marekani atakapofika na kuwaandikia kuwaletea anwani yake. Alipofungua begi lake la vitabu kitu cha kwanza kuona ilikuwa ni picha kubwa yake yeye na bibi yake iliyowekwa kwenye fremu, picha ileile ambayo ndogo yake wazazi wake walimtumia alipokuwa anamaliza kufika Marekani. Hiyo picha ilikuwa imefungwa pamoja na picha yenye fremu nyingine. Kamba iliyofunga pamoja hizo picha mbili ilikuwa ni chane ya gamba kavu la mgomba mweusi wa aina ya *entundu!* Picha ya Bibi Kilihona na Mihigo ilifungwa ikitizama juu, ndiyo sababu alifikia kuiona. Picha iliyokuwa chini yake ilikuwa ni ya binamu yake mmoja wa kike.

"Huyu siyo Ana! Ana-Hona, kama wanavyomwita hapo kwa bibi. Ni sharti ni yeye tu, mdogo wa Padri Paulo, kitindamimba wa wazee wao. Haya ni maajabu ya Bibi Kilihona, bila shaka yoyote!"

Wajukuu na watukuu wa kike wa Bibi Kilihona waliopewa jina lake walikuwa wengi kweli. Wengine waliitwa Kilihona kabisa, wengine Hona, kifupi cha Kilihona. Wengine, kama binti ya Omari bin Bushiri wa Mwanza, waliitwa Amina, jina la Kiislamu la Bibi Kilihona, na wengine Ana, jina la bibi yao la Ukristo wake. Mdogo wa Padri Paulo yeye alijulikana kama Ana-Hona. Alikuja Nansio kwa bibi yao kutoka kwao Iringa akiitwa Ana, jina la Bibi Kilihona la Ukristo. Hata hivyo bibi yao alifikia kumwita huyo mwajina wake Kilihona, Hona kwa watoto wenzake. Kati ya watoto wa kike wenzake aliokuta hapo nyumbani mmoja alikuwa anaitwa Ana. Alikuwa siyo mwajina wa Bibi Kilihona bali Ana ndilo jina wazazi wake Wakristo walilomchagulia alipobatizwa akiwa bado mtoto mchanga. Ili kuwatambulisha hao Ana wawili, watoto wa kwa Bibi Kilihona walimwita Ana mgeni Ana-Hona. Na kila mtu, hadi Bibi Kilihona mwenyewe, akapenda hilo jina na likamganda huyo mtoto. Hata alipoanza shule alijiandikisha kama Ana-Hona Mgumba. Kwa hiyo tangu hapo akawa Ana-Hona maisha yake yote.

Huyo kitukuu wa Bibi Kilihona alipokuja na wazazi wake kwenye upadrisho wa kaka yake, Padri Paulo, alikataa katakata kurudi Iringa na wazazi wake na kung'ang'ania kubaki Nansio kwa bibi yake. Bibi yao akasema wamwache mtoto abaki, kama ndivyo anavyotaka, na wazazi wake wakamkubalia alelewe kwa bibi yao, aliyewalelea mtoto wao mkubwa, Paulo, vizuri ajabu akasoma hadi kupewa upadrisho akiwa mikononi mwake. Mihigo alipotoka nyumbani kwenda Marekani alimwacha Ana-Hona ndiyo anaanza shule, yumo darasa la kwanza kwenye shule yake ya msingi ya zamani hapo Nansio. Alimkumbuka kati ya umati wa watoto wa nyumbani kwa bibi yao kwa vile, alipokwenda Nansio kumuaga bibi yake na ndugu zake wengine Ukerewe kabla ya kuondoka, Ana-Hona alikuwa haishi kumwandama kwa maswali, ikiwa ni pamoja na kutaka kujua kila kitu juu ya Marekani alipotaka kwenda! Kwenye picha alikuwa tayari ni msichana mkubwa, na amevaa unifomu ya Shule ya Wasichana ya Jangwani, jijini Dar es Salaam. Kwa hiyo ilikuwa ni picha ya hivi karibuni. "Ushahidi mwingine wa mambo ya Bibi Kilihona yasiyoelezeka!" Mihigo alikiri.

"Kumbe nimekwishakaa kweli ng'ambo! Mtoto ndogo niliyeacha anaanza shule ya msingi tayari ni msichana mkubwa anasoma sekondari!" Mihigo alishia hapo. Ila tu alijua dhahiri kwamba ujumbe aliomletea bibi yake kimiujiza ilikuwa ni amri juu ya maisha yake.

Mihigo alifanya aliyopanga kufanya siku ya Jumamosi hiyo kwa kusherehekea sikukuu ya mpenzi wake Elizabeth kufikisha miaka ishirini na tatu tangu kuzaliwa, kasoro kununua pete ya uchumba na kumvisha. Asubuhi alimpa shada la maua mazuri na kumtakia sikukuu njema ya siku ya kuzaliwa kwake. Halafu mchana alimpeleka kwenye restoranti maalumu kwa kupika samaki. Wote wawili walikuwa wapenda samaki na walikwishagundua hiyo restoranti iliyosifika kote mjini Besançon kwa mapishi yake ya samaki. Baada ya hapo walikwenda kutazama mchezo wa kuigiza, kabla ya kurudi hotelini kwao. Hakuna kati yao aliyegusia tena jambo la kutaka kuoana. Ilivyoelekea Elizabeth aliridhika na aliyosema mpenzi wake Mihigo kwenye *café* usiku uliopita.

Walikuwa waondoke kwenda Paris Jumatano. Jumanne asubuhi, walipokuwa wanajiandaa kwenda kuaga baadhi ya marafiki zao mjini Mihigo alimwambia Elizabeth: "Elizabeth, kuna jambo ninataka kukwambia kabla hatujaenda kuaga rafiki zetu."

"Sawa."

"Nimeamua kwenda kusoma Chuo Kikuu cha Oxford badala ya Paris.'

"Unasemaje!"

233

"Nimeamua kwenda Oxford badala ya Paris."

"Hivi hivi tu! Na bila kuniambia kitu!"

"Ndivyo hivi ninakwambia."

"Ni kuniambia gani kama tayari umekwishaamua! Au pengine nikuulize kwa nini umeamua kufanya hivyo na huku unajua mimi ninakwenda Chuo Kikuu cha Paris ?"

"Elizabeth, mimi na wewe tuliamua kwenda Chuo Kikuu cha Paris kabla hatujaonana, kila mmoja wetu kwa sababu zake yeye mwenyewe. Nimefikiria tena hilo suala na kutambua kwamba, kwa vile nia yangu ni kwenda kufundisha chuo kikuu kwetu Tanzania, digrii ya *PhD* kutoka Oxford, chuo mashuhuri Uingereza, itanifaa zaidi kwa kazi yangu kuliko digrii kama hiyo kutoka Paris, Ufaransa. Tanzania ni koloni la zamani la Uingereza, na mfumo wetu wa elimu, hasa elimu ya juu, bado unashabihiana na ule wa Uingereza na wa Marekani, unaofanana kwa kiasi kikubwa na wa Uingereza. Ndiyo maana nimeandika Oxford kukubali kwenda huko mwezi Octoba."

"Yaani umekwishaandika hata barua ya kwenda huko, halafu ndipo sasa unaniambia! Ni sawa kumtendea msichana wako hivyo! Mchumba wako uneyesema unataka kumwoa! Kwa hiyo Paris nako umekwishawajulisha huendi huko tena, yaani hakuna hata maana kwangu kukuomba ufikirie upya uamuzi wako na kujaribu kunifikiria na mimi pia, mchumba wako?"

"Ilikuwa ni sharti niwajulishe Chuo Kikuu cha Paris-Sorbonne kwamba sitajiunga nao. Huo ulikuwa ni wajibu wangu. La sivyo wangeniwekea nafasi ya masomo pamoja na msaada wa pesa huku mimi nina mipango yangu mingine. Na hiyo si sawa. Na, kuhusu uhusiano wetu, hakuna sababu kwa nini tusiendelee kuwa marafiki nitakapokuwa Uingereza na wewe uko Paris."

"Ngoja kidogo! Usinione mimi ni mjinga kiasi hicho. Huenda sina akili na kipaji kiasi chako, lakini hata hivyo sijawa mwanamke mjinga, hata siku moja! Hatuwezi kuendelea kuwa marafiki kwa sababu kitendo chako kinathibitisha kwamba hunithamini. Muda wote huu ulikuwa unanichezea tu. Si ajabu mama alikuuliza kama una nia ya kunioa! Bila shaka aliona wazi kwamba unanichezea tu!"

Mihigo alikuwa hajui ubishi wa kupigishana makelele na mtu. Alipendelea maongezi ya watu kusikilizana na kubadilishana mawazo na hoja zenye mantiki, ili kila mtu aeleza lake huku akifikiria asemayo mwenzake. Kwa

234

hiyo alipoona hawafiki popote, akaamua kunyamaza. Na aliponyamaza biti wa Kizungu akaona amempuuza, kwamba ameamua kumwacha aseme analotaka hadi achoke, kwamba hakujali tena alichosema!

Kuna wanawake wanaolia wanapoudhika. Kuna wanaoshikwa na hasira badala ya kulia. Wanawake wenye hasira za namna hiyo kitu chao kisipokwenda watakavyo, hasa kwa sababu ya mwanamume wampendaye, wanaweza kuvunja vyombo na vitu vingine ndani ya nyumba, na wengine wakiwa na silaha karibu wanaweza kumjeruhi na pengine kumwua kabisa mwanamume aliyewachukiza, au kujijeruhi na hata kujiua. Elizabeth alikuwa mtoto wa peke yake kwa wazazi wake waliyempenda kupindukia na kumdekeza tangu angali mtoto mdogo na hakuzoea kukataliwa na mtu kitu. Hakuweza kukubali kwamba mwanamume anayelala naye anaweza kuthubutu kutomhusudu na kufanya yeye Elizabeth anavyotaka! Kilichomsalimisha Mihigo ilikuwa tu ni kwamba mpenzi wake alikuwa pia anajiona sana na hakutaka aonekane anampenda huyo mwanamume kuliko anavyopendwa naye. Kwa hiyo Mihigo alipoendelea kunyamaza akamfokea: "Sawa. Kama ndivyo hivyo unavyotaka, na mimi urafiki na wewe basi. Enda utoe mizigo yako chumbani mwangu sasa hivi, ili ufanye unavyotaka bila kunisumbua. Na usithubutu kunisemesha neno hata moja tena!"

Mihigo aliwasili Chuo Kikuu cha Oxford, Uingereza, mwezi Octoba mwaka 1988, na kufikia kuanza masomo ya Ph.D kwenye Kitivo cha Falsafa. Alipochagua mada ya tasnifu yake, akaamua kufanya utafiti na kuandika juu ya "Dini za Kigeni Katika Ulimwengu wa Mtu Mweusi".

Alikopanga mjini Oxford ilikuwa karibu na chuo kikuu kiasi kwamba alitembea kwa miguu kwenda masomoni. Siku moja, mwaka 1989, aliporudi nyumbani jioni alikuta kwenye kisanduku chake cha barua kwenye jengo lao barua moja kubwa hivi kama kadi. Alikuwa karibu aitupe bila kuifungua, kwa kufikiria ni barua taka, *junk mail,* wasemavyo huko Marekani, barua na makaratasi ya matangazo ya biashara na kila aina ya shughuli. Lakini akaamua kuona ni wafanyabiashara gani hao na wanatangaza kitu gani. Kufungua akakuta ni kadi ya mwaliko kutoka kwa wazazi wa Elizabeth!

Prof. na Dk. William Gibbons wa Birmingham....

na

Bwana na Bibi John Waweru wa Nairobi....

Wanafurahi kumkaribisha : Bwana Mihigo Kaseza

Kwenye harusi ya watoto wao

Elizabeth na Kamau
Itakayofanyika Septemba 24, 1989
Kwenye Birmingham....

Mihigo alipokuwa mdogo alipoona jambo la kushangaza kwake na kumwambia bibi yake, mara nyingi bibi yake alisema: "Huko ndiyo kukua!" Mihigo alijikuta anasema kama bibi yake: "Huku ndiyo kukua!"

Walikuwa hawajawahi kuandikiana hata mara moja na Elizabeth tangu waachane kwa uhasama Besançon mwaka uliopita. Lakini, kwa vile aliwasiliana na baadhi ya marafiki zao kwenye kikundi chao cha Besançon, hakushangaa huyo mpenzi wake wa zamani kujua anwani yake, kwa vile bila shaka naye aliwasiliana na baadhi yao. Kilichomshangaza ni vituko vya mchumba wake!

Huyo bwana alikuwa mwanafunzi mwenzao waliyekutana naye walipokuwa kwenye ziara yao Urusi. Walifikia hoteli moja naye, akiwa kwenye kikundi cha wanafunzi kutoka Ufaransa. Alikuwa anatokea Kenya, na Mihigo alifurahi kweli kukutana ugenini mbali huko na mwanafunzi mwenzake kutoka nchi ya jirani na Tanzania ya Kenya, anayezungumza Kiswahili, na wakawa marafiki hapohapo. Huyo mwanafunzi kutoka Kenya alikuwa na rafiki yake wa kike, naye mwanafunzi kutoka Afrika ya Mashariki, Uganda. Alikwishamvika msichana wake pete ya uchumba. Mihigo aliwahi kuhisi kwamba huenda hicho ndicho kilichompa Elizabeth wazo la kutaka nao waoane bado wanafunzi. Mchumba wake, binti wa Kitoro, alikuwa nzuri kiasi kwamba Elizabeth alimsifia uzuri wake: "Huyu mwanamke wa Kiafrika ni mzuri hasa!" Ilibidi Mihigo atafute jinsi ya kukubaliana naye bila ya kueleweka anakiri kwa mpenzi wake kwamba huyo binti ni mzuri kuliko yeye! Huyo Mkenya na mchumba wake wote wawili walikuwa wanasoma Chuo Kikuu cha Paris kwa zaidi ya miaka miwili. Na kabla ya kuachana walibadilishana nao anwani, ili Mihigo na Elizabeth watakapokwenda Paris wawatafute wawe wenyeji wao humo jijini na kuwaonyesha namna ya kumudu vizuri maisha ya wanafunzi huko. Sasa mara hiyo tu alikwishamwacha mchumba wake mrembo wa kutoka kwao Afrika ya Mashariki na kumchumbia Elizabeth na wanakaribia kufunga ndoa!

"Wanafanana, watafaana!" Mihigo alijisemea moyoni mwake.

Mihigo Kaseza alimaliza masomo yake mwezi Mei mwaka 1991 na kutunukiwa digrii ya *PhD* katika somo la Falsafa na chuo kikuu mashuhuri na cha zamani kuliko vyote Uingereza cha Oxford.

Sura ya 25

Mihigo alirudi Tanzania mwezi wa saba mwaka huo wa 1991, na kufikia kuajiriwa na Chuo Kikuu cha Dar es Salaam. Alipokuwa bado Uingereza, baada ya kutunukiwa *PhD* yake, Mkuu wa Kitivo cha Falsafa cha Chuo Kikuu cha Oxford alimwita na kumwomba abakie Oxford na kufundisha hapo. Hali kadhalika walimu wake wa zamani kutoka Chuo Kikuu cha Havard, Marekani, walimtumia barua ya kumpatia kazi kwenye chuo kikuu hicho. Hata hivyo Mihigo aliwashukuru wote na kuamua kurudi kufanya kazi nyumbani Tanzania, kwa kupaona ndiko anakohitajika zaidi.

Alipomaliza masomo yake Oxford, tasnifu yake ilikubaliwa kuchapishwa kitabu na Shirika la Uchapishaji la Chuo Kikuu cha Oxford, *Oxford University Press*. Na kabla ya kuondoka Uingereza kurudi Tanzania alifanya marekebisho wachapishaji waliyotaka afanye kabla tasnifu yake, yenye kurasa 609, haijachapishwa kitabu. Alikuwa pia amekwishachapisha kwenye majarida ya vyuo vikuu Uingereza, Ujerumani na Marekani jumla ya makala kumi, nyingi zikiwa ni alizotoa kwanza kwenye makongamano ya kitaalamu alipokuwa mwanafunzi Ujerumani na Uingereza. Aidha, mwaka aliohitimu masomo yake Oxford, miezi miwili kabla ya kutunukiwa digrii yake ya Udaktari wa Falsafa, kitabu chake cha kwanza kilitolewa na shirika la uchapishaji la chuo chake kikuu cha zamani Marekani, Havard Univeristy Press. Kitabu hicho, chenye kurasa 407, kiliitwa *The Forgotten Humanity: History on Black Slaves and Colonial Subjects* (Binadamu Waliosahauliwa: Historia na Watumwa na Watawaliwa wa Kikoloni Weusi).

Aliajiriwa kama Mhadhiri, cheo cha kuanzia kwa walimu wa chuo kikuu wenye digrii ya *PhD*. Wakati huo Chuo Kikuu cha Dar es Salaam hakikuwa na idara ya Falsafa, taaluma maalumu ya Dk. Mihigo Kaseza. Kutokana na digrii zake tatu, BA ya Havard, Marekani, MA ya Munich,

Ujerumani, na *PhD* ya Oxford, Uingereza, waajiri wake walimwambia achague kufundisha Historia au Sayansi Siasa, na akaamua kufundisha masomo hayo mawili yote. Alipangiwa kufundisha Historia na Sayansi Siasa nusu kwa nusu, makao yake kikazi yakiwa kwenye Idara ya Sayansi Siasa. Alipewa pia kufundisha kipindi kimoja kwenye Elimu ya Maendeleo, *Development Studies*, kando ya vipindi atakavyokuwa anafundisha kwenye Historia na Sayansi Siasa.

Mihigo alianza kazi hapo Chuo Kikuu cha Dar es Salaam kwa namna ya pekee, kutokana na jinsi alivyopokelewa na wanafunzi hapo chuoni. Kwanza sifa zake za msomi aliyebobea kweli zilimtangulia kufika hapo kazini kwake. Halafu alisemekana, kwa wanafunzi hadi kwa walimu wenzake, kwamba alikwishaandika vitabu na makala za kitaalamu chungu nzima, kuliko hata maprofesa wakongwe wa hapo chuo kikuu. Aidha alikuwa bado ni kijana sawa tu na wanafunzi wake!

Chuo Kikuu cha Dar es Salaam kiliasisiwa mwaka 1970, kilipojitenga na Chuo Kikuu cha Afrika ya Mashariki kilichokuwa kinaunganisha vyuo vikuu vya nchi-huru za Afrika ya Mashariki: Makerere *College*, Uganda, Nairobi *College*, Kenya, na Dar es Salaam *College*, Tanzania. Lengo ya chuo kikuu kipya cha Tanzania lilikuwa ni kuhamasisha maendeleo ya taifa la Tanzania ya kijamaa kufuatia Azimio la Arusha la mwaka 1967, na masomo yake yalibadilishwa au kuundwa upya ilipobidi ili kutimiza lengo hilo.

Baadhi ya mabadiliko katika masomo yake, Chuo Kikuu cha Dar es Salaam kilipoasisiwa, ilikuwa ni kuanzishwa kwa somo la Elimu ya Maendeleo, *Development Studies*, chini ya kitengo kipya cha Taasisi ya Elimu ya Maendeleo, *Development Studies* Institute. Kila mwanafunzi wa chuo kikuu ilikuwa ni sharti achukuwe hilo somo, licha ya masomo yake mengine pale "Mlimani" na hali kadhalika katika vitengo vya chuo kikuu hicho vya wakati huo, Muhimbili, kwa wanafunzi wa udaktari, na Morogoro, kwa wanafunzi wa kilimo, misitu na taaluma za wanyama. Madhumuni ya hilo somo yalikuwa ni kumwelimisha kila mwanafunzi wa chuo kikuu nchini ajue siasa ya nchi yake na lengo lake na matatizo yanayokabili maendeleo ya taifa lake la kijamaa katika dunia ya leo.

Dk. Mihigo alifikia kupenda sana somo hilo la kujadiliana na vijana wa Kitanzania wenzake juu ya maendeleo ya nchi yao katika uchumi na siasa ya kimataifa duniani. Hata hivyo, darasani ilikuwa ni sharti afuate muhtasari

238

wa somo uliopitishwa na Taasisi ya Elimu ya Maendeleo. Hakuwa huru kuongelea kila jambo yeye au wanafunzi wake walilotaka kujadiliana. Isitoshe, kila mwisho wa vipindi vyake wanafunzi walimfuata kutaka kuendeleza majadiliano juu ya jambo hili au lile walilogusia darasani. Hatimaye Dk. Mihigo alipendekeza kwa wanafunzi wake waanzishe kikundi cha hiari cha kuelimishana juu ya mambo ya maendeleo ya nchi yao. "Mimi nilipokuwa mwanafunzi huko Ulaya na Marekani nilinufaika sana kwa kujiunga na vikundi vya hiari vya kujielimisha, *study groups*. Kila mnapokutana, kabla ya kumaliza kikao chenu, mnajipangia ya kuzungumzia mtakapokutana tena. Kuna wakati jambo la dharura linatokea na mnapangua ajenda yenu na kuzungumzia hilo jambo muhimu. Utashangaa kwa mambo mtu anayojifunza kwenye vikao kama hivyo!" Dk. Mihigo aliwaambia wanafunzi wake mwisho wa kipindi chake kimoja cha Elimu ya Maendeleo.

Mihigo na wanafunzi wake walianzisha kikundi chao cha hiari cha kujielimisha kwenye Elimu ya Maendeleo, *Development Studies Study Group*, mwezi Novemba mwaka 1991. Walimu wawili vijana wenzake kwenye Kitivo cha Uhandisi walimwombea kwa Mkuu wa Kitivo chao bwalo la kukutania kikundi chake, na wakapewa bwalo kubwa la kuweza kukaa hadi watu hamsini. Kwenye Kitivo chake cha Sanaa na Sayansi Jamii mabwalo yake ya mihadhara mengi yalikuwa ya wazi, hayafungwi, na yanatumiwa na wanafunzi kujisomea wapendavyo yanapokuwa hayana madarasa. Hilo bwalo walilopewa mlango wake ulifungwa kwa ufunguo na wenye ruhusa rasmi tu ndio walioweza kulitumia. Kwa vile somo la Elimu ya Maendeleo lilikuwa la lazima kwa kila mwanafunzi bila kujali digrii anayosomea, Mkuu wa Kitivo cha Uhandisi aliona ni sawa kumpatia Dk. Mihigo mahali pa kikundi chake kukutania, pamoja na kwamba alikuwa ni mwalimu wa kutoka kitivo kingine.

Mihigo na wanafunzi waanzilishi wa kikundi chao walikubaliana kukutana mara moja kila wiki mbili, siku ya Jumapili, kwa muda usiozidi saa moja na nusu, kuanzia saa nane mchana. Hapakuwa na ada ya uanachama wala lazima ya kujiandikisha kabla ya kujiunga. Bali, kwa kuwa ilikuwa ni sehemu ya elimu ya wanafunzi, ni wanafunzi na walimu wa chuo kikuu tu ndio walioruhusiwa kuhudhuria na kushiriki kwenye majadiliano yao. Kutokana na sharti hilo, kila aliyehudhuria alitakiwa kuandika jina lake na kitivo chake, ili Dk. Mihigo, kiongozi wa kikundi, wakati wote aweze kuthibitisha kwamba anaendesha shughuli ya chuo kikuu, akitakiwa kufanya hivyo na wakubwa wake wa kazi. Mihigo alihitaji pia hiyo orodha ya wanaohudhuria kama data ya kupima maendeleo ya kikundi chao.

Mkutano wa kwanza wa kikundi chao waliohudhuria walikuwa watu kama ishirini. Mara ya pili waliongezeka kidogo na kukaribia thelathini. Walipokutana mara ya tatu, kila kiti kwenye bwalo kilikuwa na mtu, na palikuwa na msitari wa wanafunzi wamesimama nyuma ya hicho chumba cha mihadhara. Habari zilienea juu ya kikundi chao na, ilivyoelekea, waliohudhuria walikiona ni chenye manufaa. Mihigo alipendezwa zaidi kwa kuona kwamba, alipolinganisha majina ya waliohudhuria mikutano mitatu ya kwanza, alikuta wanafunzi kumi na watano wamo kwenye kila orodha. "Tumeanza vizuri!" alijisemea moyoni.

Kando ya kufundisha na kuendesha kikundi chake cha *Study Group*, mnamo miezi yake sita ya kwanza Chuo Kikuu cha Dar es Salaam Dk. Mihigo alitoa makala mbili kwenye mikutano ya kimataifa, moja kwenye mkutano wa wataalamu wa Sayansi Jamii mjini Nairobi na nyingine kwenye kongamano la wataalamu wa Sayansi Siasa huko Johannesburg, Afrika ya Kusini. Mwaka uliopita wa 1990 kiongozi wa watu weusi wa nchi hiyo, Nelson Mandela, "Madiba", aliachiwa huru baada ya kufungwa jela na serikali ya Makaburu wabaguzi wa rangi kwa miaka 27, 18 kati yake akitumika jela ngumu kwenye kisiwa cha Robin Island. Weusi wa Afrika ya Kusini walikuwa njiani kujipatia uhuru wao, na wataalamu wa Sayansi Siasa kutoka ulimwenguni kote walikusanyika kwenye hilo jiji la Afrika ya Kusini kuadhimisha kuachiwa huru kwa Mandela na mwisho wa ubaguzi wa rangi, *apartheid*, humo nchini. Kando ya makala hizo, alikuwa pia anaandika kitabu chake cha tatu, kwa kujumlisha na kile cha tasnifu yake ya *PhD*.

Sura ya 26

Aliporudi nchini Mihigo alifikia kuzongwa na kazi kiasi kwamba alikuwa hajapata fursa ya kwenda Bara kusalimia wazazi wake na Bibi Kilihona, mlezi wake, na ndugu zake wengine hadi mwezi Desemba, kwenye mapumziko ya chuo kikuu ya mwisho wa mwaka huo wa 1991.

Alitua Mwanza kwa ndege ya *Air* Tanzania. Mji wa Mwanza ulikuwa haujabadilika, bali tu umechakaa zaidi. Barabara zilikuwa zimeharibika vibaya na ni makorongo na vumbi tupu kila mahali. Na kote njiani alimopita kutoka uwanja wa ndege majengo yalikuwa yamechakaa na kubomokabomoka! Mihigo alijisemea moyoni, "Dar es Salaam ni hivihivi! Barabara zote ni vumbi na makorongo matupu! Maji ni shida! Umeme kila leo unakatika! Majengo yamebomoka na kuchakaa na hayakarabatiwi! Nyumba za shirika la umma la *National Housing* huenda tangu kujengwa hazijawahi kupakwa rangi hata siku moja! Kwa nini? Tunataka nani aje kutujengea nchi yetu?"

Lakini alisahau yote hayo alipofika nyumbani kwa wazazi wake Kirumba. Hakumwambia mtu hata mmoja kwao kwamba anakuja, kwa hiyo hakuna aliyekuja kiwanja cha ndege kumpokea. Miaka zaidi ya kumi ilikwishapita tangu aonane na wazazi wake mara ya mwisho. Walikuwa wanaanza kuzeeka, hasa baba yake. "Kumbe nilikaa kweli ng'ambo! Baba tazama kichwa kizima tayari ni mvi tupu! Mtu akikuona atafikiri ni mzee sijui wa miaka mingapi!"

"Ni mzee, ndiyo. Tazama na wewe tayari ni mtu mzima na huku umezaliwa jana! Bali hizi mvi afadhali usiziseme, kwa sababu ni za manywele ya bibi yetu Kilihona, na ndiyo manywele yako wewe pia. Kwa hiyo na wewe jiandae kupata mvi ungali kijana."

Mihigo pia alifurahi kweli kuonana tena na dada zake, Minza na Kilihona, au Hona, kama kila mtu alivyomwita, walipokuja kumwona kesho yake. Walikuwa tayari ni wanawake watu wazima, na wote ni walimu wa shule za sekondari na wameolewa, na walikuja na waume zao na watoto wao. Minza alikuwa na mtoto mmoja wa kiume, na mdogo wake, Hona, alikuwa na watoto wawili, wa kiume mwenye umri wa miaka miwili, sawa na umri wa mtoto wa dada yake, na mwingine wa kike ananyonya. Mihigo alibeba mikononi mwake mara mpwa wake huyu mara yule, huku amejaa furaha hasa moyoni!

Wazazi wake walimfanyia karamu kubwa ya kumkaribisha nchini, na ndugu na marafiki zao hapo Mwanza wakajiunga nao kwenye sherehe yao. Baada ya hapo baba yake Bushiri naye alimkaribisha kwake Mtaa wa Rufiji kwa karamu nyingine kubwa. Kabla ya kuondoka kwenda kuonana na ndugu zake wa Ukerewe, alikwenda kwa babu na bibi yake wa Nassa, akiwa na dada zake na waume zao na watoto wao. Babu yao, Mzee Maganga, na bibi yao, Bibi Minza, waliwachinjia ng'ombe na kuwafanyia nao karamu nyingine kubwa kweli! Alivuka kwenda Ukerewe siku nne kabla ya sikukuu ya Krismasi.

Nansio, bandarini kwenye boti watu waliokuja kumpokea walikuwa hawahesabiki, wengi wao wakiwa ni wajukuu wa Bibi Kilihona na familia zao na wakwe zao na ndugu zake wengine, na wengine wakiwa ni marafiki zake yeye Mihigo aliokua nao na kusoma nao shule ya msingi hapo Nansio! Mwanza wazazi wake na dada zake walinung'unika na kumwambia hakufanya sawa kutowajulisha wakaja kumpokea na akatoka uwanja wa ndege peke yake kama kwamba hana ndugu na huku hawajamwona kwa miaka mingi hivyo! Hakutaka kurudia hilo kosa na alimtumia Bibi Kilihona na ndugu zake wengine Ukerewe habari kuwaambia anakuja lini.

Bibi yake alikuwa sasa amezeeka kweli! Mwili wake ulikwishanywea kiasi kwamba mtu aliyekuwa hamjui zamani asingeamini kusikia alikuwa pande la mwanamke! Hata hivyo, Mungu bariki, alikuwa bado akili zake ni timamu na macho yake yanaona na anasikia vizuri. Na hasa sauti yake ilikuwa bado ni ya Bibi Kilihona wa siku zote! Mihigo kusikia tu hiyo sauti ya bibi yake alifurahi kama kwamba anaishi upya utoto wake! Shangwe na vigelegele vya umati uliokusanyika nyumbani kwa bibi yake kumpokea vilipotulia, bibi yake akamsakama kwa manung'uniko: "Umekuja nchini na ninakusikia sijui tangu lini, na umekaa kwenu Mwanza sijui tangu lini, kabla ya kuja kuniona!"

"Bibi, ninakiri kabisa makosa yangu. Wala sina jinsi ya kujitetea. Bali tu kwa leo niache nifurahi kwa kuonana nawe tena, halafu ndiyo uniseme. Kwani nina furaha kubwa kweli hapa nilipo!" Na Mihigo alikuwa anasema kweli kabisa.

Wanawake walipokuwa wanaandaa chakula cha mgeni na cha umati wa watu waliokuja kumpokea na kumkaribisha nyumbani, bibi yake alimwambia waende kwenye sebule ya nyuma ya nyumba kwa mazungumzo ya faragha kidogo. Walipokuwa wanakwenda huko, Mihigo aliona kwamba, licha ya mwili kunywea, bibi yake alikuwa hali kadhalika amejipinda na anatembea kwa fimbo zake mbili ameinama kama kwamba anataka kuanguka! Lakini alikuwa havuti miguu chini. Miguu na mikono yake ilikuwa bado ina nguvu za kutosha na anapiga hatua kwa kunyanyua vizuri miguu na fimbo zake chini. "Bibi ni mtu wa ajabu kweli!" Mihigo alikiri moyoni mwake. Alisikia akiwa Marekani sifa za sherehe za wiki nzima alizofanyiwa alipofikisha miaka mia moja, na karibu miaka kumi baadaye bado bibi yake alikuwa akimwelekeza mambo ya kufanya kama alipokuwa mtoto!

Walipokaa tu nyuma ya nyumba, msichana mmoja naye akajiunga nao. Mihigo hakuwa hata na haja ya kuuliza alikuwa ni nani: "Ana-Hona! Umekwishakua hivi!"

"Mihigo, watu huamkiana kwanza ndipo wanaulizana maswali!"

"Shikamoo!"

"Marahaba, Ana-Hona!" Kidogo azungumzie juu ya picha yake iliyomtokea kimaajabu alipokuwa Ufaransa na ambayo alikuwa bado anayo kwake Dar es Salaam, lakini alikumbuka kwamba tangu angali mtoto bibi yake alimuasa kutozungumzia hata siku moja mambo yasiyo ya ulimwengu huu anayoshuhudia.

"Ndiyo, mwajina wangu ni msichana mkubwa sasa; na anasomea ubwanamganga hukohuko Dar es Salaam kwako. Lakini kuna muda wa kuzungumzia hayo. Kwa sasa nataka mwende na mwajina wangu ukate ndizi yetu. Yeye ndiye atatupikia hicho chakula. Tutakila sisi watatu peke yetu. Baada ya hapo kati yetu hakuna atakayekula au kunywa kitu kingine mpaka kesho."

Mihigo alipomwona Ana-Hona akawa kama amepata kizunguzungu na anaona vimulimuli! Mtu angemwuliza anamwonaje huyo binti angesema tu: "Anameremeta!"

243

Ana-Hona alipokuwa shule ya msingi Nansio naye alirushwa darasa, kutoka darasa la kwanza na kuingia la tatu, bila kusoma la pili. Kufundishana kwa watoto wa kwa Bibi Kilihona kuliendelea kuwasaidia. Kutokana na kurushwa darasa moja, alimaliza shule ya sekondari akiwa na umri wa miaka kumi na sita. Alipomaliza Kidato cha Nne kwenye Shule ya Sekondari ya Wasichana ya Jangwani, Dar es Salaam, hakuchaguliwa kuingia Kidato cha Tano, na alichagua kwenda kusomea unesi hapo jirani na shule yao kwenye chuo cha unesi cha Hospitali ya Rufaa ya Taifa ya Muhimbili. Mwaka huo wa 1991 ulikuwa mwaka wake wa pili huko, na alikuwa likizo kwa bibi yake aliyemlea tangu angali mtoto mdogo.

Ana-Hona alienda ndani ya nyumba ya bibi yao na kuleta panga na kumpa Mihigo, na waliongozana hadi kwenye migomba ya bibi yao. Mgomba Mihigo aliopanda kabla ya kwenda masomoni nchi za ng'ambo shina lake lilikwishachipua miche mingine na kuzagaa na hapo kulikuwa na migomba kama sita hivi, yote mieusi, entudu, ya ndizi za kupika. Mgomba mmoja ulikuwa na mkungu wa ndizi uliokomaa, na Mihigo aliukata na kuuleta kwa bibi yake. Halafu Ana-Hona alitoa ndizi za kutosha kula watu watatu na kwenda kuzipika. Umati wa watu hapo nyumbani ulipokaribishwa chakula, Bibi Kilihona akamwita mjukuu wake mtoto wa marehemu mwanae Nagabona, aliyekuwa anaitwa Makoro, jina la marehemu mjomba wa Bibi Kilihona wa Irugwa aliyemwonyesha uganga alipokuwa bado msichana mdogo. Makoro ndiye aliyerithi mji pamoja na biashara ya baba yake Nagabona, aliyefariki mwaka Mihigo aliokwenda msomoni nchi za ng'ambo. Wazee wa Mihigo wengine aliokuta wamefariki walikuwa ni babu yake Kahana na mkewe, bibi yake kizaa baba, waliofariki wote mwaka uliofuata kifo cha babu yake mdogo, Nagabona, kwanza bibi yake, katikati ya mwaka, halafu babu yake mwishoni mwa mwaka.

"Makoro, huyu mgeni wetu nitakula naye mimi. Nyie huko endeleeni. Hakikisha watu wote wanapata chakula pamoja na kila kitu tulichowaandalia," bibi yake alimwambia.

"Ndiyo, bibi," Makoro aliitikia.

Mpishi wao, Ana-Hona, ndiye aliyewaletea Bibi Kilihona na Mihigo chakula chao: ndizi walizovuna zilizopikwa kwa kuchemshwa zikiwa na maganda yake. Kitoweo chao kilikuwa ni samaki *satu* aliyepikwa vizuri kwa maji na chumvi tu, bila kiungo kingine. Ana-Hona alijiunga nao wakala watatu pamoja.

Mihigo alimaliza siku tatu kwa bibi yake kabla ya kuanza mzunguko wa kutembelea ndugu zake wengine. Licha ya kwamba babu na bibi yake walikwishafariki, ndugu zake chungu nzima walikuwa bado wanaishi Nansole, kwenye mji mkuu wa ukoo wao. Baada ya Uhuru *magunguli* yalifutwa na badala yake sasa palikuwa na kata na tarafa, zilizounganisha kata kadhaa. Kata ziligawanywa kwenye vijiji, lakini palikuwa na vijiji vikubwa ambavyo ni kata kamili yenye kijiji kimoja tu. Kijiji cha Nansole kilikuwa ni pia Kata ya Nansole.

Badiliko kubwa kwenye mji wa ukoo wa Dk. Mihigo wa zamani ilikuwa ni kuvunjwa kwa mji huo uliokuwa na watu wengi kweli na nyumba tele na kutawanya kwa wakazi wake kwenye kijiji kipya cha ujamaa cha Nansole kwenye muongo wa 1970. Bahati nzuri ndugu za Mihigo, kwa vile mji wao ulikuwa na wanaume wakubwa wengi, walipopimiwa kila mmoja "sabini" yake, kijishamba cha hatua sabini au ekari moja, miji mipya ya ndugu zake alijipanga pamoja kwenye mashamba yao ya zamani serikali ilimoamua kuweka kijiji kipya cha Nansole. Barabara mpya ya kutoka Nansole kwenda kwenye kijiji cha jirani cha Msozi ilipita katikati ya mji wao wa zamani, na miji mipya ya ndugu za Dk. Mihigo, kwa jumla wanane, ilijipanga huku na huku kwenye barabara hiyo mpya. Pamoja na kwamba mji wao ulivunjwa na ndugu zake kulazimishwa kubomoa bila fidia nyumba zao, nyingine zikiwa nyumba kubwa na nzuri za mapaa ya mabati na matofali ya bloku, na kupoteza mashamba yao yote, napo bila fidia, bado, kwa vile waliendelea kuishi sehemu moja, walikuwa na bahati kwa kulinganisha na raia wenzao ambao miji yao ilipobomolewa wakazi wake walitawanywa na kupelekwa kujenga kwa harakaharaka makazi mapya bila chembe ya msaada kutoka serikalini na kulazimika kuishi kwenye vijumba duni kokote walikopelekwa na serikali, hata kwenye vijiji vingine, watake wasitake!

Badiliko lingine lilikuwa kwamba wakazi wa miji ya ndugu za Dk. Mihigo Nansole walikuwa sio wengi kama walivyokuwa babu yake kizaa babu, mwajina wake Mihigo, mume wa Bibi Kilihona alipokuwa hai. Wengine wao walikwishahamia sehemu nyingine Ukerewe na kote Tanzania hadi nchi za ng'ambo, kama ilivyokuwa kwa wananchi wenzao wa kila wilaya na kila kijiji na kila kabila kwenye Tanzania-huru.

Dk. Mihigo alikaa na ndugu zake Nansole kwa siku mbili kabla ya kurudi kwa Bibi Kilihona na Ana-Hona Nansio. Bibi yake alimtaka Mihigo asalimie ndugu zake wengi zaidi kabla hajarudi kazini kwake. "Bila kujuana na kutembeleana ukoo na undugu hubakia jina tu bila maana," alimwambia. Makoro, mtoto wa marehemu babu yake mdogo, alikuwa na gari aina ya pikapu ya kufanyia biashara zake, iliyoendeshwa na mwanae wa kiume mkubwa. Kwa wiki nzima huyo ndugu yake alimpeleka Dk. Mihigo kwa gari kusalimia ndugu zao wengine. Walianzia Ukerewe kisiwani, halafu wakavuka kivuko cha Lugezi na kwenda Mwibara, Ukerewe-Bara ya zamani. Kutoka huko wakasonga mbele hadi Musoma na Majita, kote huko wakisalimiana na kujuana na wajukuu wa Bibi Kilihona wengine na watoto wao pamoja na ndugu wa karibu wa baba yake Kaseza na bibi yake kizaa baba yake na wa Bibi Kilihona mwenyewe wa upande wa baba na mama yake, waliokuwa wanamtembelea Bibi Kilihona kwa wingi kila wakati na wanampenda sana.

Mihigo alirudi kwa bibi yake Nansio siku za likizo yake zimekwisha na ikabidi aharakishe kurudi kazini. Kwa wazazi wake Mwanza alilala siku moja tu na kesho yake akashika ndege kuwahi masomo ya muhula mwingine Chuo Kikuu cha Da es Salaam. Walitoka Nansio na Ana-Hona na kufikia naye kwa wazazi wake Mwanza na kupanda ndege kurudi Dar es Salaam pamoja.

Sura ya 27

Dk. Mihigo alirudi kazini kwake na kuendelea na shughuli zake za kufundisha na kufanya utafiti na kuandika vitabu na kuelimishana na wanafunzi wake.

Sasa maisha yake binafsi yalichangamka zaidi. Ana-Hona alifikia kuwa mwanga mpya wa maisha yake. Tangu alipoanza kazi hapo chuoni, ndugu yake mpenzi aliyetembeleana naye kila alipopata nafasi alikuwa ni mmoja tu: Peter Jamhuri Mzungu, mjukuu mwingine wa Bibi Kilihona waliyelelewa naye kwa bibi yao Nansio. Jamhuri sasa alikuwa ni ofisa wa polisi mwenye cheo kikubwa. Mihigo aliporudi kutoka Ulaya, kabla hajapewa nyumba ya chuo kikuu "Mlimani", alifikia kukaa na huyo ndugu yake na familia yake kwa muda wa wiki tatu; na Jamhuri na mke wake na watoto wao wadogo wawili, mvulana na msichana, ndio walikuwa familia yake aliyofurahia nayo maisha hapo jijini. Aliporudi kutoka Ukerewe binamu yake Ana-Hona, aliyeingia mwaka wa tatu kwenye kozi ya unesi ya miaka minne hapo Muhimbili, alikamilisha furaha ya maisha yake pale kazini kwake kwa kumdhihirishia kwamba ndiye mwanamke aliyeumbiwa na Mungu wake!

Kwenye nyumba yake Chuo Kikuu cha Dar es Salaam, Dk. Mihigo alikuwa na mfanyakazi wa kumpikia na kusafisha nyumba na kumfulia nguo zake na kupiga pasi. Ana-Hona alipoingia kwenye maisha yake, Mihigo alimpatia ofu siku ya Jumamosi na Jumapili huyo mfanyakazi wake, mvulana mwenye umri wa miaka ishirini hivi. Alipoanza kazi, Mihigo alifikia kununua hapo jijini gari dogo la aina ya Toyota Corolla, na sasa kila Jumamosi alikwenda kwa gari lake Muhimbili kwenye hosteli ya wanafunzi wa kike wa unesi kumchukua Ana-Hona na kumleta "Mlimani". Ana-Hona alikuja na vitabu vyake vya kujisomea, ili wote wawili wasikalie kupendana na kusahau kazi zao.

Mihigo alishangaa kuona jinsi uhusiano wake na Ana-Hona ulivyokuwa tofauti na aliokuwa nao na mpenzi wake wa Kiingereza, Elizabeth. Ilikuwa ni bahati nzuri tu kwamba masomo yake Besançon yalikuwa ni ya hiari ya kuendeleza tu ujuzi wake wa lugha ya Kifaransa. La sivyo, yangekuwa ni masomo hasa ya digrii ya chuo kikuu, yasingekwenda sawa! Elizabeth alitaka Mihigo awe naye kila wakati, tangu asubuhi hadi usiku! Kutokana na hivyo, kuna wakati alimwona huyo msichana wake kama jiwe zito linalomlemea kichwani na anataka kuliangusha chini! Kuja kwa Ana-Hona kwenye flati yake Mtaa wa Sinza hapo "Mlimani" ni kitu Dk. Mihigo alichokingojea kwa hamu kweli tangu Jumatatu hadi Ijumaa! Kusema kweli kilichomzuia asiende Muhimbili kumtafuta hata katikati ya wiki ni kukumbuka uhusiano wake na mpenzi wake wa Kizungu: "Nikishtukia ninamchosha kwa kumzongazonga mno huenda nikajiharibia mambo! Ni sharti nimwache asome na aendelee kufurahia maisha yake na wanafunzi wenzake niliyomkuta nayo," Mihigo alijishauri.

Siku Ana-Hona na Mihigo waliyoamkia kutoka Nansio kurudi Dar es Salaam, Mihigo alimfuata Bibi Kilihona kumwuliza swali alilotaka jibu lake kabla ya kuondoka.

"Bibi, nataka kukuuliza kitu. Nataka kujua kama mimi na ndugu yangu Ana-Hona tunaweza kuoana."

"Ni vizuri umeuliza, vinginevyo ungeniacha na wasiwasi."

"Vipi, bibi! Kuna kizuizi?"

"Nijuavyo mimi, hakuna kizuizi, kama mnapendana. Hapa Ukerewe msichana na mvulana wasioweza kuoana ni wale wa ukoo mmoja kwa upande wa baba, kwa sababu sisi Wakerewe ukoo wa mtu ni ule wa baba yake. Upande wa baba mtu, hata huyo msichana na mvulana wakiwa ni wajukuu sijui wa mara ya ngapi wa babu mmoja, ni ndugu wasioweza kuoana. Watu kuoana kwenye ukoo mmoja upande wa baba zao inawezekana tu iwapo huo ukoo ulikwishagawanyika na kutengana na kuwa koo tofauti mbili au zaidi, pamoja na kwamba bado zinachangia jina. Ukoo wenu wa Wasilanga, watawala wa jadi wa Ukerewe, kwa mfano, ni mkubwa kiasi kwamba ulikwishatengana na kuwa koo kadhaa. Kwa hiyo nyie Wasilanga wa Bukindo, ukoo wa watawala hasa, hamna undugu tena na Wasilanga wa Nafuba, ambao asili yao ni kisiwa kidogo cha Nafuba, au wa Kibara, ambao asili yao ni Kibara, Mwibara; na hakuna mwiko kati ya Wasilanga hao tofauti kuoana, kwa sababu ni watu wa koo tofauti, pamoja na kwamba zina chimbuko moja.

"Hapa Ukerewe pia mtu haoi na haolewi na mtoto wa shangazi yake na kadhalika mtoto wa mjomba wake. Kuna makabila yanayoruhusu ndoa za namna hiyo, kama Waruri wa huko Musoma na Wakara wa kisiwa cha jirani cha Ukara. Hayo pia niliyakuta huko pwani unakofanya kazi, nilikowahi nami kuishi enzi za ujana wangu. Ndoa za ndugu wa namna hiyo kwa Waarabu, kabila la mume wangu wa kwanza, ni za kawaida kabisa. Nasikia Waarabu wao hata watoto wa ndugu tumbo moja kabisa wanaweza kuoana! Sisi hapa Ukerewe kitu kama hicho mtu wala hathubutu kukisema!

"Lakini wajukuu wa mara mbili na kuendelea wa mama mmoja, ambao baba zao ni watu wa makabila tofauti, kama wewe na huyu ndugu yako mwajina wangu, hao wanaoana bila tatizo lolote. Hata kama baba ya mwajina wangu angekuwa Mkerewe mwenzetu lakini wa ukoo tofauti na wako na baba yako, pia hapangekuwa na kuzuizi kwenu kuoana.

"Sisi Wakerewe kabla ya ndugu kama wewe na mwajina wangu kuoana kuna tambiko lake. Huyo mwanamume anayetaka kuoa binti aliye naye undugu ni sharti atoe kwa wakwe zake ng'ombe dume, anayeitwa 'ng'ombe wa kuvunja ukoo.' Halafu wazazi wa huyo binti wanachinja huyo ng'ombe na kufanya sherehe kabla ya ndoa ya binti yao na watu wa pande zote mbili, upande wa mwanamume na wa bibi harusi mtarajiwa, wanakula karamu pamoja. Tangu hapo ukoo kati ya maharusi unakwisha na wanaoana na kuwa mume na mkewe tu, basi. Lakini wengine wote waliobaki pande zote mbili kwenye undugu huo wanaendelea kuwa ndugu kama kawaida.

"Wewe na huyo mwajina wangu wote ni watukuu wangu, wa kutoka koo mbalimbali na makabila mbalimbali. Kwa sababu mimi bibi yenu Mungu amenijalia maisha marefu na niliwalea wote wawili ndiyo sababu mnajiona ndugu wa karibu mno mpaka umeniuliza kama mnaweza kuoana. Lakini ningekuwa sipo tena hapa duniani na sikuwalea wote huenda wala usingeona haja ya kuuliza. Kusema kweli kwetu sisi Wakerewe ndoa za namna hiyo watu huzifurahia na huziita ndoa za 'kurudisha ukoo karibu.' Nijuavyo mimi kwa upande wa baba na mama ya mwajina wangu, Wahehe, nao hakuna kizuizi kwa ndugu kama nyie kuoana."

"Na inatakiwa nifanye nini kujulisha wazazi wa Ana-Hona kwamba tumechumbiana?"

"Mnavyofanya mambo yenu ya Kizungu ya siku hizi mimi sijui. Humu Ukerewe mimi sijasikia sikukuu ya kuchumbiana. Kwa Wakerewe kuchumbiana ni wazazi wa binti kutoa ruhusa kwa mvulana anayetaka kuoa binti yao amchumbie. Mimi bibi yake niliyemlea nina uwezo wa kutoa idhini hiyo na kuwajulisha wazazi wake Iringa. Nimeona dhahiri mnapendana sana. Kwa hiyo nimekukubalia umchumbie mjukuu wangu Kilihona, mjukuu wa mwanangu Petro Mgumba. Ninawaombea baraka za Mungu nyote wawili muoane na muishi vizuri pamoja mpaka kifo kiwatenganishe!"

Mihigo na Ana-Hona waliporudi Dar es Salaam, siku waliyofanya mapenzi mara ya kwanza, Mihigo aliteremka chini ya kitanda na kupiga magoti sakafuni huku Ana-Hona wake amekaa kwenye kitanda. Halafu alimshika mpenzi wake mikono yake yote miwili huku wanatazama machoni na kutamka: "Tangu leo wewe Ana Kilihona Mgumba ni mke wangu na mpenzi wangu wa peke yake mpaka mwisho wa maisha yangu duniani!"

"Na mimi kitakachonitenganisha nawe ni kifo tu, mume wangu na mpenzi wangu!" Ana-Hona wake alimjibu.

Sura ya 28

Mwezi Desemba mwaka huo wa 1992 Dk. Mihigo na Ana-Hona, walioapa kupendana hadi kufa, wote wawili waliruka kwa ndege hadi Mwanza na kuvuka kwenda Nansio, Ukerewe, kuungana na mamia kwa mamia ya ndugu zao kutoka kila mahali nchini na Mombasa na Arabuni na kokote kule walikotoka kuja kusherehekea sikukuu ya Bibi Kilihona wao kufikisha miaka 110 tangu kuzaliwa.

Bibi Kilihona safari hii alitoa maagizo kwa wajukuu wake walioandaa sherehe hiyo kwamba pasiwe na ngoma au michezo ya aina yoyote. "Kabla sijaondoka humu duniani, nataka tu nione ukoo wangu umekusanyika mara nyingine. Muda wangu wa kwenda kujiunga na wazazi wangu na ndugu zangu walionitangulia ahera unakaribia. Ninataka wote mtakaoweza kufika muje tuagane."

Na ndivyo ilivyokuwa. Ukerewe watu walipoona mji wa Nansio kwa mara nyingine tena unafurika kwa wageni wa kila kabila na kila taifa na kila rangi wakielekea Namagubo kwa Bibi Kilihona, habari zikaenea kwamba hatimaye huyo kizee naye amefariki! Waliposikia bado yuko hai na kwamba palikuwa na sherehe nyingine kubwa nyumbani kwake, wengi hawakuamini masikio yao! Mpiga zeze kipofu mashuhuri kweli Ukerewe nzima, aliyekuwa anaitwa Mdono, akatunga wimbo akisema Bibi Kilihona wa Namagubo aliyeishi tangu enzi za wahenga alifariki na kufufuka! Na kweli Ukerewe watu wengi waliamini kwamba huyo bibi kizee alikuwa anakufa na kufufuka!

Sherehe ya Bibi Kilihona kutimiza miaka 110 ilipomalizika na umati wa ukoo wake ukatawanyika, wazazi wa Ana-Hona, Mzee Severini na mkewe Tekela, na ndugu zao wengine kadhaa, walibaki Nansio. Hali kadhalika wazazi wa Mihigo, Mzee Kaseza na mkewe Nyamuke na ndugu zao wengi kiasi nao walibaki. Mzee Kaseza, aliyefikia kwa ndugu zake Nansole, alitafuta ng'ombe dume mkubwa kweli na kumpelekea ndugu yake Mzee Severini na ndugu zake wengine wa Iringa waliobaki, waliokuwa Namugubo kwa Bibi Kilihona. Na huyo ng'ombe alichinjwa na ndugu hao wote wa pande mbili walikula nyama hiyo na pombe zikanyweka na kila mtu akafurahi! Mzee Severini Mgumba, kama alivyoamua mwanae Paulo apewe upadrisho Nansio kama mtoto wa bibi yake aliyemlea, aliamua pia Bibi Kilihona ndiye amwoze binti yake, kitindamimba wao aliyekulia kwa huyo bibi yao. Ndiyo sababu Bibi Kilihona aliagiza ifanywe ibada ya Kikerewe ya "kuvunja ukoo" kati ya Mihigo na Ana-Hona kabla hawajaona, pamoja na kwamba mjukuu wake Ana-Hona alikuwa Mhehe na siyo Mkerewe.

Mihigo na Ana-Hona Mgumba walifunga ndoa ya kiserikali kwa Mkuu wa Wilaya, Bomani Bukongo, Nansio, mara tu baada ya kufunga ndoa yao kimila. Kwenye ndoa yao ya kimila bibi harusi alitokea kwa Bibi Kilihona, Namagubo, na sherehe za harusi zilifanyika kwenye mji wa mkubwa wa wakati huo wa ndugu za Dk. Mihigo Nansole.

Waliporudi Dar es Salaam, Dk. Mihigo na mkewe Ana-Hona waliendelea kuishi kila mtu kwake, kama walivyokuwa wanaishi kabla ya kuoana. Waliamua kwamba hiyo itamfaa zaidi Ana-Hona kwa upande wa masomo yake Muhimbili, kwa vile yaliambatana na kufanya kazi kwenye wodi hapo hospitalini. Ilikuwa ni rahisi zaidi kwake kufanya hivyo akiishi kwenye hosteli hapohapo Muhimbili.

Mihigo aliendelea kukaa kwenye flati ya chumba kimoja cha kulala Chuo Kikuu cha Dar es Salaam. Baada ya kuoa angeweza kupewa haidhuru flati ya vyumba viwili vya kulala, lakini aliona alipokuwa anakaa panamtosha kabisa. Mke wake aliendelea kumtembelea wikiendi na siku za sikukuu, kama ilivyokuwa kabla hawajaoana. Aliendelea kuwa mwalimu anayependwa sana na wanafunzi wake, na mtafiti hodari anayechapisha makala kila wakati na kuandika kitabu kipya kila anapomaliza kingine.

Kwa mujibu wa sheria za Chuo Kikuu cha Dar es Salaam za wakati huo, ilibidi Dk. Mihigo amalize muda usiopungua miaka mitatu kabla ya kufikiriwa kupandishwa cheo, na alitimiza muda huo mwaka wa 1994. Kufikia hapo alikwishachapisha vitabu vinne tangu kuajiriwa kazi hapo chuo kikuu mwaka wa 1991 kama Mhadhiri, *Lecturer* kwa Kiingereza. Aidha alikwishachapisha makala ishirini na moja, bila kuhesabu makala alizozitoa kwenye makongamano ya kitaalamu bila ya kuzichapisha. Kutokana na wingi wa vitabu na maandishi yake mengine aliyochapisha na sifa za machapisho yake, pamoja na barua nzuri sana alizoandikiwa na maprofesa mashuhuri kutoka Ulaya na Marekani na Afrika kama marefa wake, alipopandishwa cheo Baraza Kuu la Chuo Kikuu cha Dar es Salaam liliamua kumpatia moja kwa moja cheo cha Profesa kamili, kwa kumrusha cheo cha Mhadhiri Mwandamizi, *Senior Lecturer*, na Profesa Mshiriki, *Associate Professor!* Ilikuwa haijawahi kutokea mhadhiri wa Chuo Kikuu Cha Dar es Salaamu kupanda cheo hadi Profesa kamili moja kwa moja! Pia ni kitu cha nadra sana kwenye vyuo vikuu duniani kote!

Mkewe Ana-Hona Mgumba alihitimu masomo yake Muhimbili mwishoni mwa mwaka huo wa 1994 na kuwa Nesi Aliyesajiliwa, *Registered Nurse*. Alikuwa aje waishi na mumewe chuo kikuu, kama asingeamua kwenda kufanya kazi Nansio, Ukerewe. Ulikuwa ni uamuzi wa rahisi kwa Mihigo na mke wake. Aliyependekeza hivyo ni Ana-Hona mwenyewe alipokaribia kumaliza masomo yake Muhimbili: "Unaonaje nitakapomaliza masomo yangu nikienda kufanya kazi hospitali ya Nansio, ili nikae Namagubo kwa bibi nikimwangalia afya yake?" Ana-Hona alimwuliza mumewe.

"Mbona itakuwa vizuri kweli ukifanya hivyo! Sidhani kama bibi ana siku nyingi tena za kuishi. Atakufa na furaha moyoni kuona tuko radhi kutengana kwa muda ili mmoja wetu awe naye akimwangalia mpaka Mungu atakapomtoa duniani!

Haikuwa vigumu kwa Ana-Hona kupata kazi kwenye Hospitali ya Wilaya ya Nansio. Manesi wengi, na kadhalika walimu na vijana wanaomaliza masomo au kozi mbalimbali nchini, kwa kawaida hupendelea kufanya kazi jijini Dar es Salaam, la sivyo angalau wapelekwe kwenye miji mikubwa ya mikoa. Nesi anayehitimu Muhimbili na kuomba yeye mwenyewe apelekwe wilayani, kwa maneno mengine "vijijini", huyo anakubaliwa harakaharaka!

Ana-Hona alikuwa anamaliza kuanza kazi ya unesi kwenye Hospitali ya Nansio, Ukerewe, akiishi Namagubo kwa Bibi Kilihona na kumtunza, baba yake mzazi, Mzee Severini Mgumba, alipofariki mwezi Desemba mwaka huo wa 1994. Ana-Hona alikwenda Mwanza na kupanda ndege na ndugu zake wa hapo mjini hadi Dar es Salaam. Dar es Salaam walijiunga na Dk. Mihigo pamoja na ndugu zao wengine wa humo jijini na kwenda Iringa kwenye kilio cha mzee wao kwa mabasi mawili.

Hapo Chuo Kikuu cha Dar es Salaam sifa za Profesa Mihigo ziliendelea kuvuma. Kila mtu alikiri kwamba alistahili uprofesa kamili baada ya kufanya kazi kwa miaka mitatu tu kama mhadhiri! Mara tu baada ya kupandishwa cheo, Mkuu wa Utawala wa chuo kikuu alimwandikia barua ya kumpatia nyumba kubwa Mtaa wa Kilimahewa hapo "Mlimani", nyumba aliyostahili kulingana na cheo chake cha Profesa kamili, lakini Mihigo alikataa hiyo nyumba. Katika barua aliyomwandikia Mkuu wa Utawala alisema: "Ninakushukuru sana wewe binafsi pamoja na Chuo Kikuu cha Dar es Salaam kwa mema yote mnayonitendea. Lakini kuna watu wenye familia kubwa wanaohitaji nyumba kama hiyo mnayotaka kunipatia. Mimi flati niliyo nayo kwa sasa bado inanitosha kabisa."

Kikundi chake cha kujielimisha kufikia hapo kilikwishakuwa kama taasisi nyingine hapo "Mlimani". Vikao vyake sasa vilikuwa ni kila Jumapili, na siyo tena mara moja kila wiki mbili. Wanachama makini, wale ambao walikuwa hawakosi vikao mara nyingi, Mihigo aliwakadiria kuwa thelathini. Na majadiliano yao yalikuwa ni changamoto kweli!

Uchaguzi wa taifa wa mwaka 1990 ndio ulioingiza siasa ya vyama vingi Tanzania. Kwa hiyo Mihigo alipoanza kazi Chuo Kikuu cha Dar es Salaam mwaka 1991 hiyo ilikuwa ni Tanzania mpya, tofauti sana na Tanzania ya chama kimoja aliyoiacha alipokwenda kusoma nchi za ng'ambo mwaka wa 1980. Na, kusema kweli, hiyo ndiyo sababu alianzisha hicho kikundi cha hiari cha somo la Elimu ya Maendeleo. Kubadilishana mawazo juu ya maendeleo ya nchi yao yenye vyama vingi vya siasa kwake ilikuwa ni kukamilisha elimu ya wanafunzi wake na kuwaandaa kuwa raia viongozi.

Siasa ya vyama vingi nchini ilikuja na matatizo yaliyohatarisha kugawa Watanzania kwa mara ya kwanza tangu nchi yao kujitawala. Ukabila ulianza kujitokeza kwenye siasa ya taifa na hali kadhalika hapo chuo kikuu. Lakini zaidi udini ulionyesha dalili za kuwa hatari kubwa ya kijamii. Dk. Mihigo alikaribisha majadiliano kwenye maswali magumu kama hayo yaliyokabili jamii yao nchini na pale "Mlimani". Aliamini kwamba watu wenye elimu kama wanafunzi wa chuo kikuu ni sharti waweze kujadiliana juu ya tofauti zao na za wananchi wote kwa jumla, hata ziwe kubwa namna gani, na kutafuta ukweli na jinsi watu wanavyoweza kuishi vizuri pamoja licha ya kutofautiana kwao. Aliamini pia kwamba kuyakinisha ukweli kunaweza kubadili watu mawazo, kwamba hakuna mtu anayejua kila kitu, na kwamba watu wenye elimu kama wanafunzi wa chuo kikuu lazima watambue hayo. Ndiyo sababu kwenye kikundi chake cha hiari cha Elimu ya Maendeleo hata yeye alijihesabu kama mwanafunzi sawa na wanafunzi wake. Huo pia ndio uliokuwa msimamo wake kwenye madarasa yake yote kuhusu hoja za wanafunzi wake zilizotofautiana na zake.

Kitabu kipya cha Profesa Mihigo, alichoandika kwa Kiswahili na kilichotolewa mwanzoni mwa mwaka 1995, kiliitwa *Mamluki Juha: Mwafrika Kwenye Vita Isiyo Yake*. Kwenye kitabu hicho Profesa Mihigo alidai kwamba mtu mweusi anaposhiriki kwenye migogoro ya kidini kati ya Waislamu na Wakristo inayohatarisha kutenganisha jamii ya Mwafrika na kuiteketeza kwa vita vya wenyewe kwa wenyewe, siyo tu kwamba ni juha mkubwa, bali ni msaliti mkuu wa watu wake, sawa na mababu zetu walioshika watu wao na kuwauza utumwani kwa Waarabu na Wazungu.

Badiliko lingine kubwa Dk. Mihigo alilokuta Tanzania aliporudi nchini na kuanza kufundisha Chuo Kikuu cha Dar es Salaam lilikuwa ni uhuru wa vyombo vya habari, tangu magazeti na redio hadi televisheni, ulioingia nchini na vyama vingi vya siasa. Vyombo vya habari vilivyozagaa kwenye Tanzania ya vyama vingi vya siasa tangu uchaguzi wa 1990 vilikuwa ni pamoja na magazeti ya kidini yenye kuwakilisha siasa kali za dini za wasomaji wake.

Kitabu chake hicho kilipotoka tu kilishambuliwa vikali kwenye gazeti moja la Kiislamu lenye siasa kali. Kwenye makala ndefu kweli ya mhariri wa gazeti hilo, Dk. Mihigo aliitwa msomi mpagani anayetukana dini za watu. Mhariri huyo alidai kwamba, licha ya kukana kuwepo kwa Mungu, huyo msomi, anayefikiri ana akili kuliko watu wengine wote ulimwenguni, anasema Mwafrika ambaye ni Mwislamu au Mkristo ni juha na msaliti mkuu wa watu weusi!

Hapo Chuo Kikuu cha Dar es Salaam palikuwa na maprofesa wawili Waislamu wenye siasa kali ya dini yao. Mmoja alianzisha kikundi chake kilichoitwa Baraza la Uislamu Safi na mwingine alikuwa ni mwenyekiti wa Kitengo cha Tanzania cha Haki za Waislamu Duniani. Wote wawili walikuwa ni viongozi wa Waislamu waliodai kwamba tangu ukoloni wa Wazungu Wakristo hadi Uhuru na enzi yote ya utawala wa Mwalimu Nyerere, Rais Mkristo, Waislamu walinyanyaswa na kunyimwa haki zao za kijamii na kiuchumi, ikiwa ni pamoja na elimu na vyeo kazini. Kwa hiyo sasa ilikuwa ni wajibu wa kila Mwislamu kudai kurekebishwa kwa kasoro hiyo na Waislamu kufidiwa kutokana na kudhulumiwa haki zao kwa vizazi vyote hivyo!

Siku iliyofuata makala iliyokishambulia kitabu cha Profesa Mihigo kwenye gazeti la Kiislamu, mmoja wa hao maprofesa, Profesa Halisi Musa

Halisi, naye aliandika makala ndefu kwenye gazeti hilohilo akidai kwamba huyo profesa mwenzake alitumia fursa ya kazi yake kueneza kwa wanafunzi wa Chuo Kikuu cha Dar es Salaam upagani na ushetani! Dk. Mihigo alikuwa hasomi magazeti kama hayo, bali alipoambiwa jinsi alivyoshambuliwa alizitafuta makala hizo zote mbili na kuzisoma. Hata hivyo hakujibu hayo mashambulio yasiyo msingi dhidi yake. Aliamini kwamba kujibu mashambulio kama hayo kwenye gazeti hilohilo ni kupoteza muda wako bure. Halitachapisha majibu yako. Na likiyachapisha litayavuruga litakavyo na kukuponda zaidi! Na kujibu kwa kuandika kwenye gazeti lingine tu shida ni kwamba wasomaji wako huenda siyo wasomaji wa hilo lililokushambulia, kwa hiyo hawatajua msingi wa hoja zako na maana yake. Badala ya kujibu aliamini kwamba mashambulio hayo huenda yakawashawishi watu wengi zaidi kusoma kitabu chake na kuona jinsi ukweli anaousemea ulivyo tofauti na hayo madai ya upuuzi wa uwongo ya wanaomshambulia.

Kwenye kikao cha *study group* yake cha Jumapili iliyofuata, Mihigo alijikuta amewekwa kwenye "kitimoto"! Kwa kawaida kwenye vikao vyao maswali yalijibiwa na kila mtu, yeye akiwa ni mmoja tu wa washiriki kwenye majadiliano, licha ya kuwa mwendashaji wa kikao. Safari hii kila aliyenyanyua mkono alitaka jibu la moja kwa moja kutoka kwake. Na Mihigo hakushangaa kuona hivyo, kutokana na aliyosoma kwenye makala yaliyomshambulia.

Swali la kwanza lilikuwa: "Profesa Mihigo, je, ni kweli huamini dini ya Kiislamu ni dini ya kweli?"

Aliyeuliza alikuwa mmoja wa wanachama makini wa kikundi chake, mwanafunzi wa kike, jina lake Mwanaidi, aliyekuwa anachukua masomo ya Sheria hapo chuo kikuu.

"Mwanaidi, asante kwa swali lako. Bali tu ninaomba, kabla ya kulijibu, na miye nikuulize swali dogo moja. Kama sikosei wewe ni Mwislamu. Je, unaamini Ukristo ni dini ya kweli?"

"Kwangu mimi Mwislamu bila shaka Ukristo siyo dini ya kweli."

"Asante sana kwa kusema ukweli wako."

"Ngoja niulize swali lingine tena. Naomba Wakristo hapa wanyooshe juu mikono."

Karibu robo tatu ya wanafunzi kwenye chumba wakanyoosha mikono. Watu walikuwa wamejaa chumba hicho kikubwa cha mihadhara hadi kusimama kila mahali.

"James, ninavyojua wewe ni Mkristo. Kwa hiyo ngoja nikuulize swali nililouliza Mwanaidi: "Je, unaamini dini ya Kislamu ni dini ya kweli?" Huyo aliyeita alikuwa ni mwanafunzi kwenye darasa lake la Historia, na Mihigo alikuwa anafahamu hata wazazi wake na alijua wote ni Wakristo Katoliki.

"Profesa, mimi binafsi siamini dini ya Kiislamu, au dini nyingine yoyote, isipokuwa dini yangu ya Kikristo tu, ambayo ninaamini ndiyo dini ya kweli peke yake."

"Nawashukuru wote wawili, Mwanaidi na James. Sasa ngoja nijibu swali la Mwanaidi. Mimi, tofauti na wewe pamoja na James, ninaamini kwamba dini ya Kiislamu na ya Kikristo zote ni dini za kweli. Bali tu ni dini za kweli kwa waumini wake peke yake. Na, kwa mantiki hiyo, dini zote ni dini za kweli kwa waumini wake, na kwa waumini wake tu. Ni sharti iwe hivyo, kwa sababu kama mtu haamini kwamba dini yake ni dini ya kweli, na ni mtu anayeamini Mungu, bila shaka ataingia kwenye dini anayoiona ndiyo ya kweli kwake. Mtu ambaye hatafanya hivyo ni yule tu ambaye hayuko huru kufanya hivyo. Kuna bado nchi fulani hapa duniani ambako raia hawezi kuchagua dini apendayo; ni sharti kila mwananchi awe mfuasi wa dini rasmi ya nchi hiyo. Lakini hata mtu kama huyo ukweli ni kwamba dini yake hasa rohoni mwake ni ile anayoiamini kuwa ndiyo dini ya kweli, na siyo hiyo anayolazimishwa kufuata."

"Profesa Mihigo, tunasikia wewe ni mpagani. Je, una maana ya kusema hata dini yako ya kipagani nayo ni dini ya kweli kama Ukristo na Uislamu ?"

"Nani jina lako, ndugu yangu?"

"John Makaranga."

"Bwana Makaranga, mimi ninavyojua mpagani ni mtu asiye na dini. Sasa unaposema "dini yako ya kipagani" huoni kwamba unajipinga? Lakini hata hivyo nitajibu swali lako. Safari hii pia ninaomba kwanza niulize nyie wasikilizaji wangu swali. Na sababu ya kufanya hivyo ni kutaka jibu langu lieleweke vizuri. Kwanza ninaomba wanafunzi wanaotoka Tanzania-Bara waliozaliwa na kulelewa vijijini wanyooshe juu mikono."

Zaidi ya robo tatu ya watu waliokuwa humo chumbani walinyoosha mikono.

"Naomba uliyeniuliza swali uendelee kunivumilia. Nafikiri ninakadiria sawa nikisema zaidi ya robo tatu ya watu tuliomo humu chumbani wamenyoosha mikono. Nimetaka watu tunaotoka Bara vijijini na tumekulia huko kwa sababu Tanzania Visiwani, Zanzibar, wananchi wengi huko hawana tena mizizi ya kikabila. Na kadhalika watu wa mjini, tangu hapa Dar es Salaam hadi huko Bara kwenyewe, waliozaliwa na kulia mijini mara nyingi mizizi yao ya kikabila imekwishafifia.

"Sasa, mlionyoosha mikono naomba kati yenu wale ambao wazazi wao wote au mmoja kati yao siyo Mwislamu au Mkristo bali ni mfuasi wa dini ya kabila lake ndio tu wabaki wamenyoosha juu mikono."

Watu kama nusu ya waliokuwa wamenyoosha mikono walibakia mikono juu.

"Naomba tena tukubaliane na makadirio yangu. Nafikiri ni sawa nikisema kwamba nusu yetu sisi tunaotoka Tanzania-Bara vijijini tuliomo humu tuna angalau mzazi wetu mmoja ambaye ni mfuasi wa dini ya kabila lake na siyo Mwislamu wala Mkristo". Na wasikilizaji wake walikubaliana naye kwa "Ndiyo!", "Sawa!" "Ya!", "Naam!" "Yes!", na kadhalika.

"Sasa, kati ya wale waliobaki wamenyoosha mikono ninaomba wale ambao wazazi au mzazi wao, awe mama au baba, wajuavyo wao haamini kuna Mungu na Mungu mmoja tu, wote hao washushe mikono yao."

Hapakuwa na hata mmoja wa wanafunzi walionyoosha mikono juu aliyeshusha mkono.

"Nina swali moja tu zaidi katika kujiandaa kujibu swali nililoulizwa mara ya mwisho. Naomba tena kati yetu tunaotoka Bara vijijini tunyoshe mikono juu tena."

Zaidi ya robo tatu ya watu chumbani walinyoosha juu mikono tena.

"Ninaomba wote mlionyoosha mikono mnisikilize kwa makini na mnijibu ukweli wenu kwenye swali langu la mwisho. Kati yenu ni wangapi ambao wazazi wao kamwe hawafuati kabisakabisa kanuni za dini za makabila yao kama kutambikia wafu na mizimu ya mababu na mabibi zao, kupiga ramli na kutafuta waaguzi na waganga wa kienyeji wenye uwezo unaoaminika si wa dunia hii wa kuwamalizia shida yao hii au ile, kufanikisha jambo lao hili au lile, kutibu ugonjwa alioshindikana kutibiwa, au kujikinga na maovu ya wabaya wao wasiwadhuru? Ninaamini wote mnaelewa ninayosema. Wale ambao wazazi wao kamwe hawafanyi mambo kama hayo ya imani za dini za makabila yao, ambazo mnavyojua zinapingana na inami za Wakristo na Waislamu, wateremshe chini mikono yao."

Hapakuwa na mtu aliyeteremsha mkono. Hata mmoja!

258

"Ndivyo na mimi ninavyojua. Yaani, tukichukulia watu tuliomo humu kama kiwakilishi cha jamii ya Tanzania, kilichojidhihirisha hapa kwanza ni kwamba watu wote, au karibu wote, kwa vile kwenye kundi kubwa la watu ni sharti pawe na walio tofauti, wanoishi vijijini bado wanafuata haidhuru baadhi ya mambo ya imani za dini za makabila yao. Na kwamba hiyo ni kweli hata kwa wale ambao ni pia Wakristo au Waislamu. Pili, kwa kufuatana na kauli ya wenzetu wenye wazazi ambao ni wafuasi wa dini za makabila yao tu, siyo Waislamu wala Wakristo, wananchi kama hao wote nao wanaamini kuna Mungu, na kwamba Mungu ni mmoja tu. Kwa sababu maana ya mpagani ni mtu asiye na dini, mtu anayesadiki Mungu mmoja na anafikishia Mungu maombi yake kwa kanuni za dini ya kabila lake ni mtu mwenye dini, sawa kabisa na Mkristo au Mwislamu au mfuasi wa dini nyingine yoyote ile duniani.

"Kwa hiyo jibu langu kwa swali la Ndugu John Makaranga ni ndiyo, mimi ambaye ni mfuasi wa dini ya kabila langu la Wakerewe nina dini ya kweli sawa na dini nyingine duniani, zikiwemo Ukristo na Uislamu. Aidha, kama ilivyodhihirika hapa, Wakristo na Waislamu wengi nchini ni hali kadhalika waumini wa dini za makabila yao, licha ya watu wenye mawazo kama yako kuziona ni upagani. Ile kwamba wanaamini na kufuata hizo dini zao za Kiafrika kwa kiasi na jinsi tofautitofauti, hakuna cha ajabu hapo, kwa vile huo ndio pia ukweli wa waumini wa dini zote kabisa duniani.

"Ninaomba kuongeza kwamba ukweli juu ya imani za wananchi wa vijijini ndio pia ule wa wakazi wa mijini, kwa sababu kubwa mbili. Kwanza, tukichukulia Dar es Salaam kama mfano, nusu hadi robo tatu, na pengine hata zaidi, ya wakazi wa mijini nchini ni wahamiaji wa kutoka vijijini wa hivi karibuni sana, kuanzia baada ya Uhuru! Watu kama hao ni sharti bado wanachangia kwa kiasi kikubwa mila na desturi, ikiwa ni pamoja na imani zao za jadi, na watu wa makabila yao walikotoka. Pili, Waafrika kwa jumla hawaachani kabisakabisa na imani zao za jadi hata baada ya kuwa wafuasi wa dini za kigeni kwa muda mrefu sana. Kwa mfano, wenyeji wa baadhi ya nchi za Afrika ya Magharibi walisilimu karne na karne kabla ya enzi ya ukoloni wa Wazungu lakini hawajaacha kuamini mambo mengi ya dini za makabila yao! Huo ndio pia ukweli kuhusu Wakristo, wafuasi wa dini iliyoletwa kwenye jamii ya mtu mweusi hasa na wamisionari Wazungu wa enzi ya ukoloni, kuanzia kama miaka mia tu iliyopita. Ninakubaliana na mteolojia Mwafrika kutoka Ghana, Profesa Kofi Asare Opoku, anayeita

259

dini za makabila yetu "urithi wa kudumu" wenye maana kubwa katika maisha ya Waafrika wa kila dini hadi leo. Katika makala yake iitwayo '*African Traditional Religion: An Enduring Heritage*,' ('Dini za Jadi za Kiafrika: Urithi wa Kudumu'), huyo Mkristo mtaalamu wa mambo ya dini anaandika:

'Dini za jadi za Kiafrika, zilizokuwa hapo awali chimbuko la maana ya maisha na uhai na taasisi muhimu kuliko zote kwenye jamii, zinaendelea hadi leo kuthibitisha umuhimu wake mkubwa kwa miundo ya kale na ya kisasa. Miundo yake mipya mizizi yake imemea kwenye mila na desturi za kidini za kurithi na inajidhihirisha kwa kujihusisha na matukio na mambo muhimu yenye asili za Kiafrika mahususi. Urithi huu wa kidini unawakilisha ukweli wenye mazuri ya kiroho ya kudumu ambayo ni muhimu kabisa kwa maisha ya mcha Mungu na hayabadiliki licha ya kuongezeka kwa uwezo wa binadamu kuthibiti mazingira yake'.[1]

"Ni muhimu sana kwa Waafrika wasomi kama sisi, viongozi wa watu wetu, kuelewa ukweli huu juu ya imani zetu za asili."

"Samahani, Profesa. Pamoja na kwamba wewe si Mkristo wala Mwislamu, ninavyoona mimi ni kwamba wewe pia unatetea mambo ya dini na unaamini kuna Mungu. Mimi ni mmoja wa watu wasioamini kuna Mungu, na kwa hiyo kwangu mimi dini yoyote ile ni chombo cha watawala wanachotumia kudhibiti mawazo ya watu na kuweka jamii chini ya enzi yao. Je, unaweza kuniambia kwa nini unaamini kuna Mungu?"

Aliyeuliza swali safari hii alikuwa ni profesa mweupe wa Kimarekani, Profesa Edmonds. Mara kwa mara walimu wengine wa chuo kikuu nao walikuja kushiriki kwenye vikao vya kikundi cha Profesa Mihigo na wanafunzi wake. Na Profesa Edmonds alikuwa mmoja wa wale waliofika mara nyingi. Mmarekani huyo alikuja kwanza Tanzania kufundisha hapo chuo kikuu kwa mkataba wa miaka mitatu, mwanzoni mwa muongo wa 1970, Chuo Kikuu cha Dar Salaam cha Tanzania ya Azimio la Arusha la 1967 kilipokuwa kinavutia wasomi wa kimapinduzi kutoka kote duniani. Mkataba wake wa kwanza ulipokwisha akawa amependezwa na Tanzania na akaongeza mkataba mwingine. Halafu akaoa binti wa Kitanzania, aliyekuwa mwanafunzi wake, na kuamua kuchukua uraia wa Tanzania. Mihigo alikuwa anamfahamu kama mmoja wa walimu wa hapo chuoni wenye itikadi ya

---

1 Opoku, Kofi Asare. "*African Traditional Religion: An Enduring Heritage.*" Katika *Religious Plurality in Africa: Essays in Honour of John S. Mbiti*. Ed. Jacob K. Olupona and Sulayman S. Nyang. Berlin and New York: Mouton de Gruyter, 1993.

kikomunisti, *Marxist-Leninist.* Baadhi ya walimu waliodai kushikilia itikadi hiyo hapo chuo kikuu siasa ya vyama vingi ilipoingia nchini walikuwa miongoni mwa viongozi wa vyama vipya, licha ya kwamba kufanya hivyo ni kusaliti itikadi ya kikomunisti inayopingana na siasa ya kibwanyenye na kikabaila ya nchi za Magharibi ya demokrasia ya vyama vya siasa vingi nchini! Profesa Edmonds alikuwa ni baadhi ya wanamapinduzi wasomi waliobaki na msimamo mkali wa kijamaa na kikomunisti hata baada ya kuanguka kwa ukomunisti huko Urusi na Ulaya ya Mashariki. Kwake dini ilikuwa ni kasumba watawala wanayotumia kupumbaza umma wa wananchi ili wawakandamize na kuwanyonya, kama Lenin, mwanzilishi wa himaya ya ukomunisti Urusi, alivyosema. Alikuja Tanzania akiwa kijana na sasa alikuwa kichwa ni kipara na palipobaki nywele ni mvi tupu.

"Nafikiri wote hapa mnafahamu Profesa Edmonds. Asante kwa swali lako, Profesa. Jibu la swali lako kwa jumla umekwishalisikia. Kilichojitokeza kwenye maswali niliyouliza hapa ni kwamba Watanzania kwa ujumla ni wacha Mungu, na mimi ni mmoja wao. Hata hivyo nitajibu swali lako kikamilifu zaidi.

"Mimi binafsi ninaamini kuna Mungu kwa sababu mbili. Sababu ya kwanza ni hiyo ya malezi yangu kama Mtanzania na Mkerewe. Tangu ningali mtoto nililelewa kuamini kwamba kuna Mungu, mwanzo wa yote yaliyopo na mema yote. Ndiyo sababu kila binadamu analazimika kumtendea binadamu mwenzake mema ili kumfurahisha Mungu wake aliyemuumba na anayemuweka hai yeye na ukoo wake pamoja na watu wake wote. Ninaamini kwamba hayo malezi yangu ndiyo chanzo cha imani yangu. Na siko peke yangu kwa hili. Watu wengi duniani kote huo ndio ukweli wa imani zao.

"Sababu ya pili inatokana na niliyojifunza kwa kusoma na uwezo wangu wa kufikiri. Kila kielelezo kingine cha mwanzo wa uhai wangu na wa yote yaliyomo ulimwenguni nilichowahi kujua na kukipima kwa akili zangu hakiniridhishi kama kile cha kuwepo kwa Mungu ambaye hana mwanzo wala mwisho na ni mweza wa yote. Aidha, kila kielelezo cha kisayansi cha aina yoyote ile, kilichokwishatolewa na kinachoweza kufikiriwa, hakipingani na Mungu muweza wa yote. Badala yake vielelezo vyote hivyo bado vinadai kuwepo kwa Mungu kama kielelezo cha mwisho.

"Profesa Edmonds, kwa kifupi hilo ndilo jibu langu kwa swali lako.

Na hata kwa kirefu bado hilo ndilo litakuwa hitimisho la hoja zangu."

"Asante kwa maelezo yako, Profesa Mihigo. Lakini, kama usemavyo, hizo ni sababu zako wewe binafsi. Yaani wasio na sababu kama zako wanaweza kutoamini kuwepo Mungu. Na, kwa sababu hawasadiki Mungu, wana pia haki ya kutaka dini ziondolewe kwenye jamii ya binadamu."

"Ninakubaliana nawe kuhusu hoja yako kwamba mtu anaweza kutoamini Mungu na kutoona haja ya kuwepo kwa dini kwenye jamii ya binadamu. Hata leo hii duniani kuna tawala zisizoamini Mungu na zinazozuia, kwa kiasi ziwezacho, wananchi kuwa na dini. Historia ya nchi za kikomunisti inaonyesha kwamba jaribio la kuondoa dini kwenye jamii na kutaka watu wasisadiki Mungu halikufanikiwa. Baada ya miaka zaidi ya sabini ya kupiga vita dini Urusi, serikali ya kikomunisti ilipoanguka tu dini ya jadi ya nchi hiyo, Ukristo wa *Orthodox*, ilijitokeza tena, na kwa nguvu. Uchina, ngome ya ukomunisti iliyobakia duniani, tayari imelazimika kuruhusu watu wanaotaka kufuata dini ya jadi ya Wachina, *Bhuddism*, waabudu wanavyotaka. Huko Cuba, nchini nyingine ya kikomunisti iliyobakia, pia dini Katoliki imekataa kufutika na bado ni hai kabisa na ina wafuasi wengi, licha ya kupigwa vita na serikali ya kikomunisti ya nchi hiyo tangu itwae madaraka zaidi ya miaka thelathini iliyopita. Dini nyingine aliyobaki hai Cuba ni Santeria, dini ya watu weusi wa humo kisiwani, ambayo misingi yake ni dini za Kiafrika za watumwa weusi wa zamani wa huko, hasa dini ya Kiyoruba. Kubaki hai kwa dini hiyo, iliyoko pia, kwa majina tofautitofauti, kwenye visiwa vingine vya Caribbean na kwenye baadhi ya jamii za watu weusi wa nchi za Amerika ya Kati, ya Kaskazini na ya Kusini, hasa Brazil, inakoitwa *Candomblé*, kwanza kunadhihirisha ukweli anaousemea Profesa Opoku anapoziita dini za Kiafrika "urithi wa kudumu" kwa mtu mweusi, wenye maana kubwa kwenye maisha yake licha ya maendeleo yake na mabadiliko ya mazingira. Pili, kuliko hata mashambuliza ya serikali za kikomunisti dhidi ya dini za wananchi wake ya hizi karibuni, dini hizo za watu weusi wa huko zilishambuliwa tangu enzi za utumwa wa mababi na mababu zao na kwa karne na karne na mabwana wao weupe na serikali za nchi hizo za Kikristo kwa kuziona ni upagani na ushetani wa watu weusi, "washenzi", *savages* kwa Kiingereza, na kupigwa marufuku. Kwa hiyo ile kwamba bado ni dini hai hadi leo ni kithibitisho kingine cha kihistoria cha jinsi dini ilivyo muhimu mno kwa jamii ya waumini kiasi kwamba ni vigumu kweli kuiua.

"Na kuhusu umuhimu wa dini kwenye jamii, tunaweza pia kuudhihirisha ukweli huo kwa kusema kwamba kwenye nchi za kikabaila za Magharibi, Ulaya na Marekani, dini imebakia jina tu. Dini kubwa kwa tabaka tawala na kwa watu wengi katika nchi hizo ni pesa na mali ya mtu binafsi. Na matokeo yake siyo ya kuridhisha. Dhuluma na upotovu wa maadili umezidi na kusababisha uhalifu uliokithiri, binadamu kutojali utu, umaskini kwa umma na maisha kuwa magumu kweli kwa wananchi wa kawaida, licha ya utajiri na maendeleo ya jamii makubwa ajabu ya nchi hizo kwa kulinganisha na ufukara wa kupindukia na maisha duni ya nchi maskini kama zetu za Kiafrika.

"Mimi, kama Mwafrika, kwenye hayo yote jambo muhimu ni kujiuliza: Je, sisi Waafrika tunataka nini kuhusu dini?

"Tumeona wazi hapa kwamba wananchi wa Tanzania, na kote Afrika, ninavyojua, kimsingi karibu wote wanasadiki Mungu. Tumeona wazi pia kwamba dini Afrika siyo tu za kigeni, Uislamu na Ukristo, bali kuna pia dini za makabila yetu, na kwamba hata wafuasi wa dini za kigeni wengi wao bado wanaamini pia, haidhuru kwa kiasi fulani, dini za Kiafrika za jadi. Funzo moja la kihistoria ni kushindwa kwa jaribio la kuua dini kwenye nchi zilizojaribu kufanya hivyo. Funzo lingine ni dhuluma, upotovu wa maadili na machafuko ya kijamii yanayojitokeza kwenye nchi zinazoacha kujali dini, linalodhihirisha kwamba dini ni nguzo na msingi muhimu kwa jamii ya binadamu. Kinachotakiwa ni kwamba dini ni sharti kazi yake kubwa iwe ni kuongoza wananchi kiroho ili watendeane mema. Ndiyo maana kwenye nchi za Kiafrika hatuna budi kukataa dini za siasa na biashara. Na dini za kigeni Afrika, Uislamu na Ukristo, tangu huko zilikotokea na hali kadhalika zilivyoingizwa kwenye jamii ya mtu mweusi, ni dini za kisiasa na kibiashara.

"Haya ndiyo mambo ninayozungumzia kwenye kitabu changu, ambacho wengine wenu bila shaka mna habari kimeelezwa vinginevyo kabisa kwenye baadhi ya magazeti yetu nchini."

"Profesa, tutafanya nini sisi Waafrika ili dini hizi za kigeni za duniani kote huku kwetu ziwe hazina siasa na haziambatani na utawala kwenye jamii?" Aliyeuliza hilo swali alikuwa ni mwanafunzi wake mwingine, aliyekuwa anaitwa Yusufu, kutoka kwenye darasa lake la Historia alimokuwa James. Siku hiyo Yusufu alikuwa amevalia kanzu nyeupe na kibandiko cheupe kichwani, bila shaka ili kujitambulisha kwamba yeye ni Mwislamu, kwani Mihigo alikuwa hajawahi kumwona amevaa hivyo hata siku moja.

263

"Asante sana kwa swali lako, Yusufu. Kwangu mimi hili ni swali muhimu sana, na ambalo viongozi wa nchi za Kiafrika wanapaswa kulipa kipaumbele mkubwa hasa! Ninasema hivyo kwa sababu mimi ninaposoma Biblia na Kurani ujumbe wake mkuu ni sawa na ule niliopewa na bibi yangu pamoja na wazazi wangu walionilea, ambao wote ni wafuasi wa dini za makabila yao, ambao ni mtu kuwa mwema kwa kutendea binadamu wenzake mema. Binadamu waliingiza siasa kwenye Uislamu na Ukristo kwa kutaka dini hizo zienee na kuwa na wafuasi wengi kiasi iwezekanavyo, ili wajenge dola za kidini. Kwa hiyo, jibu langu kwako ni kwamba ni sharti turudi kwenye misingi ya maandishi matakatifu ya Kikristo na Kiislamu kama mwongozo wa kiroho.

"Katika kitabu cha mwandishi mashuhuri wa Kiafrika Chinua Achebe *Things Fall Apart*, kilichotafsiriwa kwa Kiswahili kama Shujaa Okwonkwo, mhusika mkuu wa riwaya hiyo, Okwonkwo, anataka watu wao wapigane vita na wamisionari Wazungu walioleta Ukristo nchini mwao pamoja na wafuasi wao, na mtu mmoja kati ya wasikilizaji wake anamjibu: 'Siyo mila yetu kupigania miungu wetu?' Na ndivyo hivyo ilivyokuwa kote kwenye makabila ya Kiafrika. Watu hawakupigania dini, kwa sababu hakuna mtu aliyetaka kueneza dini yake kwa watu wa makabila mengine. Dini ya kabila la watu ilikuwa ni ya kuongoza hao watu kwenye mambo yao ya kiroho. Mtu wa kabila lingine hakuweza kuwa mfuasi wa dini ya kabila tofauti, na kadhalika watu wa kabila lake hawakuwa na sababu ya kutaka watu wa makabila mengine wafuate dini yao. Na ndivyo pia ilivyokuwa na dini za watu wote ambao hawakulenga kutawala watu wengine kupitia dini zao. Hata dini ya Kiyahudi, chimbuko la Ukristo na Uislamu, ndivyo pia ilivyokuwa. Mtu hakuweza kuwa mfuasi wa dini ya Kiyahudi kama siyo Myahudi na Wayahudi hawakutaka mtu asiye Myahudi aache dini ya kabila lake na kuwa mfuasi wa dini yao. Mfano huo wa dini ilivyokuwa kwa Waafrika na Wayahudi ndipo mahali pa kuanzia kujenga upya dini zetu ili ziache kuwa vyombo vya kisiasa na kiuchumi."

"Una maana unataka kulinganisha dini ya Mtume Muhammad, *sallallahu alayhi wa sallam*, na ukafiri wa washenzi wanaoabudu miungu na makafara?" Yusufu alisema, kwa sauti ya juu huku amehamaki kama anagombana na mtu.

Kila mtu alishtuka. Chumba kizima watu waliguna na kunong'ona kwa kushangaa! Mihigo alimjibu mwanafunzi wake ametulizana kama kwamba aliyosema yalikuwa ni kitu cha kawaida kabisa: "Ninakubalina na wewe kwamba dini za makabila yetu zimejaa makafara. Kwa upande huo ni lazima kutoa makafara kwenye dini zetu zote, ikiwa ni pamoja na dini zetu za kigeni, Uislamu na Ukristo. Mapadri na wachungaji na maaskofu na mashehe wa dini zetu hizo za kigeni mara nyingi hawatofautiani na waganga wa kienyeji na wachawi kwa yale wanayodai kuweza kuwatendea waumini wa dini zao. Sala, badala ya kuwakilisha maombi na shukrani za mtu kwa Mola, zimegeuzwa kuwa ndumba za uchawi unaoweza kumpatia binadamu kila anachotaka kwa miujiza, kwa kupitia hao viongozi wa dini, wanaojitajirisha na kujinufaisha watakavyo huku wakinyonya na kugandamiza waumini kwa kukufuru jina la Mungu! Kwa mfano, hata tukiacha hirizi mashehe wanazowapatia watu kuvaa, kitu ambacho ni kufuru kubwa kwa mcha Mungu wa dini yoyote, Mwislamu anapotamka maneno ya Kiarabu kutoka kwenye Kurani huku hajui Kiarabu na maana ya hayo maneno na bado anaamini kwamba Mola atapokea hayo maneno asiyoelewa maana yake na kusikiliza maombi yake na kumtimizia matakwa yake, kwa sababu ndivyo alivyofundishwa na wakubwa wa dini yake, hiyo ni kugeuza maandishi ya Kurani kuwa dumba za uchawi!"

Watu walishtuka tena, wengine wakaguna huku wakati huohuo wengine wakicheka kichinichini! Yusufu akabadilika sura na shingo likamshupaa kama amekwamwa na tonge la ugali kooni! Mihigo alipomtupia macho akakuta ametoka jasho hadi kanzu yake kifuani imeloa!

"Mfano mwingine", Profesa Mihigo aliendelea, "padri anapotamka maneno fulani na kufanya hewani ishara ya msalaba na kudai amemfutia binadamu dhambi, halafu huyo Mkristo naye anaamini kwamba huyo padri amemwondolea dhambi zake, kwa upande wa padri kitendo chake ni binadamu kujipa uwezo wa Mungu, ambayo ni kufuru kubwa hasa! Na kwa upande wa muumini ni kufananisha wema na baraka za Mungu na mazingaombwe ya kichawi! Mungu peke yake ndiye anayeweza kusamehe binadamu dhambi zake, huyo mtu anapotubu kwa dhati rohoni mwake na kuomba msamaha kwa Mungu. Binadamu kudai kuwa na uwezo wa kushiriki kwenye uhusiano wa mtu rohoni mwake na Muumba wake ni uwongo na kitu kisichowezekana."

Zogo likazuka upya kwenye bwalo, wengine wakiguna, wengine wakifyonza na wengine wakicheka, na wengine wakinong'ona yao!

"Kuhusu ushenzi na ukafiri wa wananchi, sote hapa tumeshuhudia kwamba wafuasi wa dini za jadi za makabila yetu, haidhuru kwa kiasi fulani, wameenea kote nchini, na ni pamoja na Wakristo na Waislamu wengi. Mtu mweusi anayemwita Mwafrika mwenzake mshenzi na kafiri kwa sababu haamini dini za kigeni au anaziamini lakini bado pia anaona kuna la kufaa kwenye dini ya kabila lake huyo kwangu ni *Mamluki Juha*, kama jina la kitabu changu linavyosema."

Safari hii karibu kila mtu kwenye bwalo aliangua kicheko hasa na ikawa ni zogo moja kwa moja, huyu anasema hili na yule anamwambia mwenzake hiki!

"Sina nia ya kukebehi mtu yeyote yule," Mihigo alikatisha hilo zogo. "Ninazungumzia tu ukweli unaokabili Mwafrika katika dunia ya leo. Ujumbe wangu ni hasa kwa Waafrika wenye elimu ya kutosha, wanaojua historia ya dunia ya leo. Nasema hivyo kwa sababu Wazungu na Waarabu hawaiti Mzungu na Mwarabu mwenzao kafiri na mshenzi hata akiwa mfuasi wa dini tofauti. Na si hivyo tu. Waarabu na Wazungu wanajivunia sana historia na mila za mababu zao wa kabla ya kuzaliwa kwa Yesu Kristo na Mtume Muhammad. Kwa upande wa Wazungu, Wayunani na Warumi walikuwa wanaabudu miungu chungu mzima. Hizo ndizo zilikuwa dini zao. Lakini Wazungu na Wamarekani hata siku moja hawajawahi kuita Wayunani na Warumi wa kale washenzi na makafiri. Badala yake wanajivunia Warumi na Wayunani kama chanzo cha historia yao pamoja na ustaarabu wao wa leo hii. Na kuna mengi sana kutoka kwenye hizo dini za mababu zao za kuabudu miungu yaliyoingizwa kwenye Ukristo kama ulivyo leo. Hata majina ya miezi fulani kwenye baadhi ya lugha za Wazungu, ikiwa ni pamoja na Kiingereza, ni ya miungu wa mababu zao wa enzi za kabla ya kuzaliwa Yesu Kristo. Fasihi na falsafa hadi theolojia ya Ulaya ya leo msingi wake mkubwa ni fasihi na taaluma za hao mababu zao wa kale. Siyo hivyo tu, bali miungu wa mababu zao na imani za watu wao wa kale mpaka leo hii ni sehemu muhimu ya elimu shuleni hadi vyuo vikuu katika nchi zao, licha ya kwamba Wazungu ni Wakristo tangu karne na karne.

"Ngoja nimalize kwa kuomba Profesa Edmonds anisahihishe, kama nimekosea. Mimi nimetembea nchi nyingi duniani, na nimesoma sana mambo ya jamii za watu wengine. Lakini sijaona wala kusikia Mzungu au Mwarabu akimwona mtu mweusi ni binadamu kama yeye kwa sababu ni Mkristo au ni Mwislamu mwenzake. Wazungu na Waarabu wanaobagua watu weusi, ambao bahati mbaya bado ni wengi kweli, hawaoni Mwafrika Mwislamu au Mkristo kuwa ni binadamu sawa na wao kwa sababu anachangia nao dini. Bado wanamwona na kumwita huyo Mkristo au Mwislamu mweusi mshenzi na kafiri kama wanavyowaita watu weusi wenzake wengine. Profesa Edmonds, najua wewe ni Mtanzania mwenzangu, lakini pia bado ni mtu mweupe uliyezaliwa na kukulia Marekani, na ni mpenda ukweli kama mimi. Je, maoni yangu ni sawa au vipi?"

"Profesa Mihigo anayosema ni kweli tupu. Ni kweli mimi ni raia wa Tanzania, lakini pia ni Mmarekani mweupe kutoka kusini mwa nchi hiyo. Mmarekani mweupe na Mzungu yeyote mbaguzi wa rangi hathamini mtu mweusi kwa sababu ni Mkristo kama yeye. Ingekuwa hivyo basi pasingekuwa na utumwa, kwa vile watumwa wote weusi walipofika tu Marekani ilikuwa ni lazima wabatizwe. Na dini hiyo ya mabwana zao waliyoshurutishwa kufuata, badala ya kuwaokoa utumwani mwa Wakristo wenzao, ilitumiwa kuwalaghai na kuwapumbaza wavumilie mateso ya utumwa wao kwa kuamini kwamba watakapofariki Mungu atawapa mema zaidi na watakwenda mbinguni kutokana na jinsi walivyoteseka hapa duniani! Mpaka leo hii, Marekani siyo tu kwamba ubaguzi wa rangi bado upo, bali makanisa mengi ya Wakristo weupe wa madhehebu karibu yote yanabagua Wakristo weusi. Na Waarabu hali kadhalika, kote duniani wanakoishi na watu weusi. Mtu mweusi kuwa Mwislamu hakumfanyi Mwarabu mbaguzi wa rangi amwone kuwa ni binadamu sawa na yeye kwa kuwa ni mfuasi wa dini yake. Na ninafikiri kila mtu aliyepo hapa anajua kwamba huo ndio ukweli hata leo hapa Tanzania pia."

Profesa Edmonds alikuwa siyo Mtanzania kwa jina tu. Aliamua kuwa raia kamili wa taifa lake jipya, na alijifunza Kiswahili na alikuwa anazungumza Kiswahili vizuri kabisa, ukiacha kando lafudhi yake ya Kizungu. Lakini lafudhi hata Watanzania wazawa walio wengi wanazungumza Kiswahili na lafudhi ya makabila yao, na Mihigo alikuwa ni mmoja wao. Moja la masharti ya kikundi cha Mihigo na wanafunzi wake lilikuwa ni kutumia Kiswahili tu kwenye majadiliano yao. Kwa Mihigo kutumia Kiswahili katika shughuli zote za kikundi chake ilikuwa ni sehemu muhimu ya kujielimisha kwao kama wasomi wa Kitanzania. Aliamini kwamba kabla Mwafrika hajafundisha wanafunzi wake kwa lugha ya Kiafrika kwenye viwango vyote vya elimu hadi chuo kikuu, ataendelea kutawaliwa na kasumba ya kuabudu

Uzungu na lugha za Kizungu. Kwa hiyo bado atakuwa hajajitawala kamili, na maendeleo yake kiuchumi na kijamii hali kadhalika yatabaki ni ya mtu aliyetawaliwa bado.

"Profesa Mihigo, naomba kuuliza swali la nyongeza. Kwa hiyo Mwafrika anatakiwa aache hizo dini, Ukristo na Uislamu, kwa sababu ni dini za watu waliotufuga utumwa hapo zamani na wabaguzi wa rangi, na kufuata dini za makabila yetu, ambazo wengine wetu hatuzijui? Ni kweli kwamba wazazi wetu bado wengi wanafuata mambo fulani ya kimila, na mimi ni mmoja wa wale walionyoosha mikono juu kusema wazazi wangu bado ni wafuasi wa dini ya kabila lao. Lakini hata hivyo, hawakunifundisha hiyo dini, kwa hiyo siijui. Na siyo hivyo tu, hata vijana wenzangu niliokua nao kijijini kwetu ambao hawakuendelea na shule na bado wanaishi kijijini nao hakuna cha zaidi wanachojua juu ya dini ya kabila letu kuliko mimi. Unatushaurije vijana wa Kitanzania kama mimi?" Aliyeuliza hilo swali alikuwa ni mwanafunzi wa kike wa uhandisi. Mihigo alikuwa hajashika jina lake, kwa vile alikuwa hahudhurii mikutano yao mara nyingi; bali kila alipohudhuria alitoa mchango wa maana kwenye majadiliano yao.

"Asante sana kwa swali lako. Dini kwa muumini ni sehemu muhimu sana ya maisha yake. Mimi mwenyewe nimekiri hapa kwamba sababu yangu kubwa ya kusadiki Mungu ni kuwa ndivyo nilivyolelewa. Na ndiyo sababu ninaamini kwamba lingekuwa kosa kubwa sana kuwataka Waafrika Waislamu na Wakristo waache dini zao. Na pia ni jambo lisilowezekana, kama nilivyoonyesha kwa mifano niliyotoa.

"Ninaomba kurudia kwamba fundisho kuu la dini zote ni lilelile: mtu kumtendea binadamu mwenzake mema. Hiyo ndiyo amri ya Mungu kwa binadamu wote. Mwafrika lazima atambue kwamba dini yake ya Kiislamu na ya Kikristo ni yake kama ilivyo kwa Wazungu na Waarabu wenyeji wa kule ilikoanzia au ilikotokea kuja Afrika. Biblia na Kurani ndivyo zinavyofundisha, kwamba ujumbe wake ni kwa binadamu wote. Hilo jambo bado halijatambuliwa sawasawa, tukiangalia matendo ya waumini wa Kiafrika wa dini hizo. Wangetambua hivyo wangeona kwamba wakati umewadia wa Waafrika kutakasa hizo dini kwa vuguvugu sawa na la Mageuzi ya *Reformation*, yaliyotokea Ulaya mwanzoni mwa karne ya kumi na sita, na kusababisha Waprotestanti kujitenga na Kanisa Katoliki la Roma. Na kufanikisha tukio kama hilo leo hii Afrika itamaanisha kutoa kwenye dini za Kiislamu na Kikristo mambo yote yanayofanya dini hizo vyombo vya siasa na biashara.

"Wafuasi wa dini za makabila yetu, kama nilivyokwishasema, wana jadi ya kuishi vizuri na wafuasi wa dini nyingine kwenye jamii moja. Ni sharti Waafrika Wakristo na Waislamu waige na kuendeleza mfano huo wa jadi ya watu wetu. Waafrika tukitakasa dini zetu za kigeni kwa kuzirudisha kwenye misingi yake ya kweli ya kuongoza maadili na mambo ya kiroho ya binadamu tutajenga jamii za wacha Mungu wanaopendana bila kujali tofauti za dini zao. Vinginevyo tumo hatarini kujiteketeza wenyewe kwa wenyewe kwa vita isiyo yetu. Hayo ndiyo ninayozungumzia kwenye kitabu changu *Mamluki Juha: Mwafrika Kwenye Vita Isiyo Yake*."

Majadiliano yaliendelea mpaka ikabidi Mihigo akatishe kikao. Walianza saa nane mchana, kama kawaida yao. Sasa kwa kawaida walikutana kwa muda wa saa mbili, badala ya saa moja na nusu waliyojipangia walipoanza. Kwa hiyo ilitakiwa wavunje kikao saa kumi. Lakini saa kumi ilipofika pakatolewa ombi la kuendeleza kikao na likapitiswa. Hakuna aliyetoka nje; badala yake watu waliongezeka hadi pakakosa hata nafasi ya kusimama! Kila Profesa Mihigo alipojibu swali hili jibu lake lilizua swali lingine. Ilipofika saa kumi na mbili ikabidi aombe kufunga kikao kwa siku hiyo.

Kesho yake Profesa Mihigo alipokwenda kazini hakuweza kuamini alipoambiwa kwamba mwanafunzi wake James ameuawa na mwanafunzi mwenzake, Yusufu!

Kikao cha kikundi chao kilipokwisha, Yusufu na James hawakuonana tena mpaka baada ya chakula cha usiku, kiasi cha saa mbili na nusu, kwenye baa ya wanafunzi ya hapo "Mlimani". James alikuwa ameketi na kundi la wanafunzi wenzake kama sita hivi, wote wavulana, nje mbele ya baa. Baa ilipakana na kafeteria, na saa za baada ya chakula cha usiku nafasi yote ya mbele ya baa ilikuwa inajaa wanafunzi wanaojipatia kinywaji au kupiga tu gumzo na wenzao kabla ya kutawanyika kwenda kujisomea au kurudi kwenye mabweni yao au kwenda zao popote pale walipotaka kuelekea. Kwenye meza ya James kila mtu alikuwa na chupa ya bia, isipokuwa James na mwenzao mmoja, waliokuwa wanakunywa soda. Yusufu, aliyekwishavua kanzu na kibandiko na kuvaa suruali na shati, alitokea ndani ya baa ameshikilia mkononi chupa ya bia, *Safari*, na kujiunga na James na wenzake kwenye meza

269

yao, alipokuta wanabishana juu ya mambo ya siku hiyo kwenye *Study Group* yao na Profesa Mihigo. Licha ya James, wanafunzi wengine wanne hapo mezani nao walihudhuria kikao cha siku hiyo. Yusufu alimkuta mwenzao mmoja anasema, "Mtu ukitumia akili yako huwezi kuamini unasali kwa Mungu kwa kurudia maneno ya lugha usiyoijua!"

"Martin Luther alianzisha *Reformation* kwa kukataa hilo jambo. Hakuna cha zaidi alichokifanya bali kuandika mambo ya dini na kutafsiri maandishi ya dini ya Kikristo kwa lugha ya watu wake, Kijerumani, kutoka Kilatini, lugha ya Papa wa Kanisa Katoliki la Roma na maaskofu na mapadri wake, ambayo waumini kwa jumla hawakuijua."

"Hata hivyo ni kutukana dini ya Kiislamu kuita Msahafu makafara!"

"Hapana, Yusufu! Mimi na wewe wote tulikuwepo. Profesa Mihigo alichomaanisha ni kwamba mtu kuamini kwamba maneno usiyoyajua maana yake yatasikilizwa na Mungu na atakusaidia ni sawa na kuyapa hayo maneno nguvu za makafara na ndumba za wachawi," James alisema. Licha ya kuchukua masomo yaleyale, James na Yusufu walikuwa ni marafiki wakubwa.

"Hivyo ndivyo Waislamu tunavyosali," Yusufu alijibu kwa mkato.

"Ndivyo pia Wakristo wote walivyosali kabla ya mageuzi ya *Reformation*. Walisali kwa Kilatini, lugha ambayo wengi wao walikuwa hawaijui," yule kijana aliyesemea mapinduzi ya kidini ya Martin Luther alimdaka Yusufu.

"Na si hivyo tu, hata baada ya *Reformation* na Waprotestanti kujitenga, Wakristo wa Kanisa Katoliki la Roma la Papa waliendelea kusali misa kwa Kilatini mpaka baada ya Mtaguso wa Pili wa Kanisa hilo kwenye miaka ya 1960, juzi juzi hapa," mwenzao mwingine aliongeza.

"Sala kuwa na maana lazima mtu amwambie Mungu yaliyomo moyoni mwake," James aliongeza. Nafikiri hilo ndilo Profesa Mihigo alilosemea. Hivi kweli mwadhini Mswahili anapopiga kelele kwa nguvu zake zote '*Allahu Akbar, Allahu Akbar...*' na kufuatisha maneno mengine ya Kiarabu asiyoyajua maana yake, akitaka yawafikie Waislamu Waswahili wenzake ambo nao hawayajui maana yake anatarajia nini!"

James alisema hivyo amedziba masikio yake yote mawili kwa vidole vyake vya shahada na amesimama wima, kama mwadhini kwenye msikiti akiwaita waumini wenzake kwenye sala ya alfajiri! Wasikilizaji wake wakaangua kicheko kweli, kama kawaida ya wanafunzi wanaopeana porojo! Wote isipokuwa Yusufu, ambaye alichukizwa hasa! Hapohapo Yusufu aliondoka kama anakwenda msalani, ili asiendelee kusikiliza maongezi ya wenzake yaliyomkera vibaya kweli.

Baada ya muda James na wenzake waliachana na Waislamu na kuanza kushambulia Wakristo. "Yesu Kristo kwenye Biblia anaitwa 'Mwanakondoo wa Mungu', kuashiria unyenyekevu wake, na ujumbe wake mkuu ni mtu kumpenda binadamu mwenzake kama anavyojipenda yeye mwenyewe. Lakini yuko wapi askofu mnyenyekevu hapa duniani! Hivi kuna hapa aliyewahi kuona askofu Katoliki akiendesha misa? Basi ngoja niwaonyeshe! Anaendesha ibada ya misa amevalia majoho yaliyopambwa kwa dhahabu na amevaa pete ya dhahabu kidoleni na mkononi ameshikilia fimbo la kifalme, nalo la dhahabu. Halafu ananyanyua juu mikono ati kubariki watu, walioinamisha vichwa chini na kuunganishia vifuani mikono yao huku wamefumba macho, ati wakipokea baraka za Mungu kutoka kwa askofu! Utafikiri ni sultani wa Arabuni anaangukiwa miguuni na watumwa wake! Kama hayo si makafara ya kichawi kwenye dini ni kitu gani?" Huyo alikuwa ni James tena; na safari hii pia aliigiza vizuri kweli askofu wa kanisa lake la Katoliki akisalisha misa. Na wasikilizaji wake wakaangua tena kicheko!

Yusufu wakati huo alikuwa njiani anarudi hapo mezani. Serikali ya wanafunzi iliyokuwa inaendesha baa hiyo ilikuwa imekodi mchoma nyama wa Kichaga kuwahudumia wanafunzi. Hapo nje palikuwa ni kelele tupu za umati wa wanafunzi pamoja na muziki wa baa uliopeperushwa hewani kila upande kwa vipaza sauti. Yusufu alichosikia kwenye hayo makelele kati ya maneno aliyosema James ilikuwa ni "sultani wa Arabuni" na "watumwa wake" tu, basi. Halafu aliona wenzake wote kwenye meza yao wanaangua kicheko huku James anaketi chini, baada ya kuigiza askofu wa kanisa lake.

Meza ya James na wenzake ilikuwa karibu na meza ya mchoma nyama. Hapo ndipo Yusufu alipokuwa amefika akiwa njiani kurudi kwa wenzake aliposikia maneno ya James na kicheko cha wasikilizaji wake. Mchoma nyama alikuwa amepelekea wateja wake oda ya kuku. Jisu alilokatakatia kuku lilikuwa juu ya meza yake. Yusufu alishika hilo jisu na kukimbia nalo hadi kwenye meza ya wenzake. James alikuwa anamaliza kukaa chini ametega mgongo upande Yusufu alikotokea na Yusufu alifikia kumchoma rafiki yake kwa jisu hilo shingoni na James akaanguka chini pamoja na kiti chake kwa nyuma. Yusufu aling'oa jisu lake na kumchoma tena, safari hii kifuani, na kuendelea kumchoma mwanafunzi mwenzake na rafiki yake mkubwa kifuani tena na tena!

Hapo mezani, James alipochomwa kisu na kuanguka chini wenzake wote wakakimbia, kila mtu akitafuta kuokoa maisha yake, huku wanapiga mayowe! Kusikia mayowe, watu waliokuwa meza za karibu wakagutuka na mwanafunzi mmoja akamrukia Yusufu kwa nyuma na kumshika mikono na kusaidiwa na wanafunzi wengine kumshika na kumnyang'anya hilo jisu na kumdhibiti. Yusufu hakujikakamua wala kujaribu kujitoa mikononi mwao. Badala yake alipiga kelele kama mwenda wazimu: "Hakuna wajibu mkubwa kwa Mwislamu kuliko kupigania dini yake! Hakuna wajibu mkubwa kwa Mwislamu kuliko kupigania dini yake! Hata nikinyongwa kwangu ni baraka ya Mwenyezi Mungu! Hakuna wajibu mkubwa kwa Mwislamu kuliko kupigania dini yake! Hata nikinyongwa kwangu ni baraka ya Mwenyezi Mungu!..."

James alikwishakata roho.

Kifo cha mwanafunzi wake kilimwathiri Profesa Mihigo kwa namna ambayo hakutegemea! Alisikia uchungu na masikitiko makubwa ajabu! Kwa mara ya kwanza alijiuliza maswali kuhusu maana ya kazi yake hapo chuo kikuu. Alipomuwaza mwanafunzi wake James na kifo chake cha kikatili na cha kutisha alishindwa hata kufanya kazi yoyote. "Ninawafundisha kitu gani hawa vijana wa Tanzania yetu?" alijiuliza. Mwuaji Yusufu pia alimpa huzuni mkubwa! Wote wawili walikuwa ni wanafunzi wake wenye akili kweli na wanachama makini wa *Study Group* yao. "Maovu yaliyotokea hayahusiani na dini. Dini ya kweli haiwezi kumfanya binadamu awe roboti inayotenda maovu ya kinyama akiamini anapigania dini yake!"

Wiki nzima ilipita Profesa Mihigo hajaweza kwenda darasani na hatoki nje ya flati yake na anashindwa hata kula chakula na huku haumwi. Hatimaye dhamiri yake ilimwambia: "Hakuna la maana ninaloweza kutimiza hapa chuo kikuu. Kazi yangu hapa haina maana, kwa sababu nitakachofanya ni kuchokoza tu upotovu sugu wa mitazamo ya wanafunzi wangu na kusababisha wapotee zaidi. Siwezi kuendelea kutumia uwezo niliopewa na Mungu kufanya kazi isiyo na maana kwangu na kwa wale ninaojitahidi kuhudumia."

Siku hiyohiyo Profesa Mihigo aliandika barua ya kujiuzulu kwa Makamu wa Mkuu wa Chuo Kikuu cha Dar es Salaam.

Sura ya 29

Mihigo alipotoka Dar es Salaam baada ya kujiuzulu kazi Chuo Kikuu cha Dar es Salaam alikwenda moja kwa moja Nansio, Namagubo, kwa Bibi Kilihona. Wazazi wake Mwanza walipomwuliza kwa kushangaa kwa nini aliacha kazi aliwajibu: "Nimekuja kumtunza bibi. Ananihitaji." Na hilo pia ndilo jibu alilowapa ndugu na marafiki zake na yeyote yule aliyetaka kujua aliwezaje kuacha kazi yake kubwa ya profesa wa chuo kikuu na kurudi kukaa tu nyumbani kwa bibi yake kama mtu ambaye hakwenda shule!

Bibi Kilihona hakumwuliza hilo swali. Badala yake, siku aliyowasili nyumbani kwake na mizigo yake alimkaribisha kwa kusema: "Umeishakuja!" Mtu mwingine ambaye hakumwuliza kitu ni mke wake Ana-Hona. Kwake, mume wake alikuwa mtu asiyeweza kufanya kitu kama hicho bila sababu kubwa. Ni sharti alikuwa na sababu zake, na hiyo kwake ilitosha. Lolote lile atakaloamua kufanya atakuwa pamoja naye na kumsaidia kulitimiza.

Jijini Dar es Salaam alikotoka na hapo Chuo Kikuu cha Dar es Salaam uvumi ulioenea ni kwamba alipata kazi kubwa kama profesa kwenye chuo kikuu mashuhuri Marekani au Ulaya na alijiuzulu ili kwenda kushika hiyo kazi kubwa ya kimataifa yenye mshahara mkubwa ajabu! Na huo uvumi ndio ulioandikwa kwenye magazeti nchini, mengine yakiongeza kwa kusema kwamba ndiyo sababu alitukana dini za watu, kwamba hiyo kazi ilikuwa ni zawadi kutoka kwa Wazungu maadui wa wananchi, mabwana zake aliowafanyia kazi kwa madhumuni ya kuvuruga amani ya Watanzania ili mabepari wa Kizungu na Kimarekani waendeleze ukoloni-mamboleo nchini!

Bibi yao mwaka huo alikuwa anatimiza miaka mia moja na kumi na tatu. Hata hivyo alikuwa bado anajikongoja kwa fimbo zake mbili na kuendelea na maisha yake hapo nyumbani kwake kama kawaida. Hali kadhalika alikuwa bado ana akili zake timamu na kumbukumbu za kila kitu. Alikuwa pia bado anaona na kusikia vizuri. Ila alikuwa anaendelea kujipinda zaidi.

Asubuhi mmoja, mwezi wa sita mwaka huo wa 1995, Bibi Kilihona alimwita huyo kitukuu chake na kumwambia: "Mihigo, nitolee humu sandukuni nguo zangu na kwenye kasha hili vitu vyangu." Halafu alimwonyesha nguo na vitu alivyotaka na Mihigo alivitoa nje na kuvipanga vizuri juu ya kasha kubwa la chuma bibi yake alimoweka vyombo vya uganga wake.

Bibi Kilihona alikuwa hafanyi tena kazi yoyote. Wakazi wa hapo kwake walimsaidia Ana-Hona, mtunzaji wake mkubwa, kulima na kupalilia na kuvuna mazao kwenye kijishamba cha "sabini" yake na kufanya kila kazi hapo nyumbani. Licha ya hivyo, hakuna hata siku moja jua lilipokucha likamkuta bado amelala kitandani. Yeye ndiye aliyeamsha watoto wa hapo kwake watoke kitandani kila siku, watoto ambao waliendelea kulelewa hapo kwa wingi. Hali kadhalika alikuwa hakoshwi wala kuvikwa nguo na mtu mwengine.

Siku hiyo Mihigo alipomaliza kumtolea vitu vyake kwenye masanduku, Bibi Kilihona alikwenda kuzungukazunguka kwenye kishamba cha nyuma ya nyumba yake akiwa ameambatana na vijukuu vyake vya kiume na vya kike kadhaa. Pamoja na kwamba alikuwa hafanyi tena kazi yoyote huko, bado alitembelea kijishamba chake mara kwa mara akiwa na vijukuu vyake na kuangalia kilichokuwemo na kuwaambia hao watoto kung'oa magugu hapa na pale alipoyaona. Baada ya kuzunguka kidogo huko, alirudi nyumbani na kushinda anaongea na walezi wake na wajukuu wake na wageni wao wa siku hiyo kwenye "sebule ya Bibi" nyuma ya nyumba, kama kawaida yake. Hatimaye jua lilikuchwa na watu wakala chakula cha usiku na kwenda kulala.

Kesho yake kulipokucha na kundi la watoto wa hapo nyumbani wakacheza na kupiga makelele nje bila Mihigo kusikia sauti ya Bibi Kilihona akisemeshana nao, Mihigo alimgongea bibi yake kwenye mlango wa chumba chake kuona kwa nini siku hiyo alichelewa kuamka, ambayo ilikuwa siyo kawaida yake. Hakujibu! Ikabidi afungue mlango. Alipofungua mlango na kuingia ndani akakuta bibi yake amekwishaaga dunia. Alikuwa amelala chali kitandani ameunganishia katikati ya kifua chake mikono kama Mkristo anayesali, na ameshikilia mikononi rosari ya Wakristo Katoliki pamoja na tasbihi ya Waislamu. Ndani alikuwa amevaa gauni yake ya hariri nyeupe aliyovaa kwenye Kanisa la Tosamaganga siku aliyobatizwa na kuwa Mkristo Mkatoliki, dini ya mume wake wa pili Luka Nguvumali Mgumba, ambayo ndiyo pia nguo aliyovaa siku aliyoolewa na mume wake wa tatu na wa mwisho Mihigo, aliporudi kwao Ukerewe kutoka ughaibuni alikopotelea angali mtoto mdogo. Halafu juu ya hiyo gauni nyeupe ya hariri alikuwa amevaa baibui ya hariri nyeusi safi aliyovaa siku aliyofunga ndoa msikitini na mume wake wa kwanza, Mwarabu Bushiri bin Hamed wa Mombasa, alipokuwa anaishi Kayenze karibu na mji wa Mwanza. Kando ya rosari na tasbihi alizozishikilia mkononi, ubavuni mwake upande wa kushoto palikuwa na Kurani pamoja na Biblia, vitabu vitakatifu vya dini zake za kigeni, Uislamu na Ukristo, halafu upande wa kulia palikuwa na *kanabuhotola*, kimkuki cha chuma tupu Wakerewe walichoshika mkononi wakati walipotoa sadaka, pamoja na manyanga ndogo moja na pembe ya kongoni iliyojaa dawa za aina mbalimbali, vyombo vyake vya mganga wa Kikerewe.

Siku chache kabla ya kifo chake Bibi Kilihona alimwelekeza mjukuu wake Mihigo jinsi alivyotaka kuzikwa atakapofariki: "Maiti yangu ni sharti izungushwe kwanza kwenye ngozi ya ng'ombe jike ya rangi nyekundu bila doa hata moja. Ni kazi yako kutafuta huyo ng'ombe. Hilo ndilo sanda langu la kwenda nalo kwa baba na mama na watoto wao waliouawa na Wazungu kwa kuchomwa moto wakiwa hai. Baraka Mungu alizonijalia kwenye maisha yangu marefu zilifunika hayo maafa ya kutisha yaliyonipata ningali mtoto mdogo na kuniwezesha kuishi kwa furaha nikimshukuru Mungu, lakini sikuyasahau hata siku moja. Halafu ninataka nizikwe kwa ibada za dini zangu zote nilizofuata duniani. Kwanza nitazikwa kama mfu wa kike wa Kikerewe na mganga wa jadi wa humu nchini mwetu. Watu hawaziki tena waganga wetu kama zamani, na ni kazi yako nyingine kutafuta wazee wa Kikerewe watakaokuelekeza jinsi Wakerewe walivyokuwa wanazika waganga wao. Halafu nitazikwa kama Mwislamu, dini yangu ya kigeni ya mume wangu wa kwanza Bushiri bin Hamed, aliyefarikia kwao Mombasa. Nitazikwa pia kama Mkristo, dini yangu ya kigeni ya pili na ya mume wangu wa pili, tuliyefunga naye ndoa ya Kikristo kanisani, Luka Nguvumali Mgumba, Mungu amrehemu. Wewe ni mjukuu wangu niliyekuteua kati ya wazawa wa tumbo langu wote walio hai unitimizie matakwa yangu ya mwisho hapa duniani. Mengine yote yako mikononi mwa Muumba wetu Mungu."

275

Siku Bibi Kilihona alipozikwa Mihigo alitimiza yote aliyoagizwa kufanya na marehemu. Maiti ya marehemu, ikiwa na vitu vyote alivyokuwa navyo kitandani alipofariki, ilizungushwa kwanza kwenye ngozi ya ng'ombe jike ya rangi nyekundu bila doa, ndipo ikawekwa kwenye sanda nyeupe kama maiti ya Mwislamu. Halafu iliwekwa kwenye sanduku la maiti zuri kweli. Baada ya maiti kuteremshwa kaburini tu, kikundi cha vizee vya kike viliimba nyimbo za ngoma ya wanawake ya *manselelya*, baadhi yao wakichezesha manyanga mikononi na wengine wakipiga ngoma kwenye ngozi kavu za ng'ombe, *enkanda*, na wote wakicheza na kuimba na kupiga vigelegele utafikiri wanasindikiza bibi harusi anakwenda kuolewa!

Umati wa watu kwenye mazishi walishangaa kweli! Hapakuwa na mtu aliyekwishaona hilo! Baadhi ya watu wazima wakajulisha wenzao kwamba hivyo ndivyo waganga mashuhuri wa kike zamani walivyozikwa! Watu waliendelea kushangaa mjukuu wa marehemu mmoja, Omari, aliyelelewa na marehemu hapo kwake, aliposali sala za mazishi ya Kiislamu, na siyo kwa Kiarabu kama kawaida ya Waislamu bali kwa Kiswahili! Hapakuwa na aliyekwishaona maiti inazikwa kipagani na baada ya hapo anazikwa Kiislamu! Halafu huyo mjukuu wa marehemu alipomaliza hitima ya Kiislamu, mjukuu wake mwingine, naye aliyelelewa kwake na kupewa upadrisho kwenye Kanisa Katoliki la Nansio, Padri Paulo, akaanza ibada ya mazishi ya Wakristo Katoliki! Maajabu ya maajabu!

Bibi Kilihona wa Nansio, Ukerewe, kifo chake kilitangazwa kwenye magazeti, redio na televisheni kote Tanzania kwa kuwa mtu aliyeishi kuliko watu wote nchini na huenda ulimwenguni kote!

Siku arubaini zilipopita umati mkubwa wa watu ulikusanyika tena nyumbani kwa marehemu Bibi Kilihona. Arubaini Tanzania siyo tena ibada ya Waislamu tu. Wakristo na wafuasi wa dini za kikabila nao wengi sasa wanakusanyika kukumbuka ndugu zao waliofariki dunia baada ya siku arubaini kupita. Na nyumbani kwa marehemu Bibi Kilihona palifurika tena kwa wingi wa watu waliokuja kwenye arubaini yake.

Mihigo alikuwa sasa ndiye mkubwa wa huo mji na ndiye aliyeandalia arubaini ya bibi yake. Usiku wa kuamkia arubaini ya marehemu, Mihigo alichelewa kulala kutokana na maandalizi ya shughuli za kesho yake. Hatimaye alipokwenda kulala mkewe Ana-Hona alikwishalala usingizi zamani. Alikwenda kulala amechoka kweli kwa mizunguko ya hapa na pale ya siku mzima, na alipojitupa kitandani tu akachukuliwa na usingizi wa *fofofo!* Ghafla aliota upepo mkali wa kimbunga cha majini Wakerewe wanachoita *omusoke* unavuma chumbani, kama ulivyovuma alipokuwa bado anasoma Ulaya. Safari hii pia hicho kimbunga cha majini kilimbeba angani juu ya ziwa Viktoria Nyanza. Alipotua chini akajikuta kwenye kaburi la bibi yake. Baadhi ya maagizo ya bibi yake kwake kabla hajafariki ilikuwa ni kutaka azikwe kwenye "sabini" yake ilipokuwa migomba ya *entundu* ya mche waliopanda na Mihigo. Alipofariki, hiyo migomba iilkatwa yote na kaburi la marehemu likachimbwa hapo. Sanduku ulimowekwa mwili wa Bibi Kilihona kabla ya kuzikwa lilikuwa ni sanduku la maiti ghali sana lililoletwa kwa ndege kutoka Dar es Salaam na mjukuu wa marehemu mwingine aliyemlea, Naibu Kamanda wa Polisi Peter Jamhuri Mzungu.

Umaskini mkubwa kote nchini ulikwishasababisha kuzidi kwa kila aina ya uhalifu, na Mihigo na ndugu zake walihofia watu wanaweza kuchimbua kaburi la bibi yao wakitafuta kuiba hilo sanduku. Zaidi ya hapo, walihofia kwamba watu wanaoamini uchawi na ushirikina nao wanaweza kuchimbua kaburi la bibi yao kwa kuamini kwamba vitu alivyozikwa navyo vinaweza kuwapatia uganga na uchawi, kwa vile marehemu alikuwa mganga mashuhuri na aliyesadikiwa na watu kuwa *mhike*[2], binadamu mwenye uwezo wa kutenda maajabu. Kwa hiyo sanduku la mwili wa marehemu lilipoteremshwa kaburini na kufukiwa na udongo kidogo tu, shimo la kaburi lilifukiwa kwa mawe na zege. Halafu kaburi la nje kubwa lenye umbo la mstatili lilijengwa kwa matofali ya bloku na mawe na zege na kupigwa lipu kwa sementi na kumalizika hapohapo, mbele ya umati mkubwa ajabu wa watu waliohudhuria mazishi ya huyo bibi mashuhuri. Mihigo alimwagiza ndugu yake Omari Mwanza atengeneze jiwe la kuweka kwenye kaburi la bibi yao, na Wahindi wachonga mawe wa Mwanza walimtengenezea Omari ubapa mstatili wa matale, futi tatu kwa futi mbili, ulioandikwa juu yake:

Bibi Kilihona Amepumzika Hapa
1882-1995

Mihigo alipotua chini upepo wa *omusoke* ukakatika, na akajikuta amesimama mbele ya kaburi la marehemu bibi yake. Mke wake Ana-Hona alikuwa amesimama kando yake, mkono wake wa kulia. Marehemu Bibi Kilihona alikuwa ameketi juu ya kaburi lake, kwenye "Kiti cha Bibi", kiti

---

2 *Mhike*, Kikerewe : Mtu mwenye uwezo wa kutenda maajabu na asiyeweza kudhuriwa na uchawi wa watu wengine.

cha kienyeji Bibi Kilihona alichokalia siku zote nyumbani kwake alipokuwa hai, kilichokuwa juu ya jiwe lenye maandishi katikati ya kaburi. Alikuwa amevaa gauni ya hariri nyeupe na baibui ya hariri nyeusi, mavazi aliyozikwa nayo. Hapohapo marehemu aliwaambia wote wawili: "Mihigo na wewe mwajina wangu, ninawakabidhi wajibu wenu mtakaotimiza hapa duniani. Mtajua la kufanya." Alipomaliza kusema hayo akatoweka.

Bibi Kilihona alipotoweka Mihigo na mkewe wakaamka usingizini. Hawakuwa wamelala bali walikuwa wameketi bega kwa bega upande wa juu wa kitanda chao na wamenyoosha miguu kitandani, Ana-Hona akiwa upande wa kulia wa mumewe. Mikononi walikuwa wameshikilia Biblia na Kurani na kimkuki cha chuma, *kanabuhotola*, vitu walivyomzika navyo Bibi Kilihona kwenye kaburi lililofukiwa kwa mawe na zege na sementi mbele yao pamoja na umati mkubwa wa watu!

Kesho yake Mihigo na mkewe Ana-Hona walisimamia shughuli za arubaini ya bibi yao na kuhudumia umati wa watu uliokusanyika hapo nyumbani kwao na kila kitu kikaenda sawa. Waliotaka kusali wakasali, waliotaka kuimba nyimbo za Kikristo za misiba wakaimba, na waliotaka kusema yao machache juu ya marehemu bibi yao mpenzi aliyewaacha wakasema ya moyoni mwao na watu wakawasikiliza. Walipomaliza kula chakula cha mchana na yote yaliyopangwa kwa shughuli za siku hiyo yakamalizika na watu wakajitayarisha kuanza kusambaa, Mihigo akaomba kusema maneno machache aliyokuwa nayo.

"Ndugu zangu wote na marafiki zetu na mabibi na mabwana wote mliopo hapa. Wakubwa wangu kwenye ukoo wa marehemu Bibi yetu Kilihona wamekwishatoa shukrani zao kwenu nyote mliokusanyika hapa kwa ajili ya arubaini ya bibi yetu. Mimi ninalotaka kuwaambia kabla hatujatawanyika ni hili: "Mimi, Mihigo bin Kaseza, mjukuu wa marehemu Bibi Kilihona, na mke wangu Ana Kilihona Mgumba, mjukuu mwingine wa marehemu bibi yetu, tumetumwa kuanzisha dini mpya na marehemu Bibi Kilhona aliyetutokea jana usiku.

"Tunawaomba mfikishe kote mnakokwenda ujumbe huu wa kutoka kwa bibi yetu ahera."

VI

Kamanda Peter
Jamhuri Mzungu

Sura ya 30

Kama kati ya wajukuu wote wa Bibi Kilihona wa kila kizazi waliolelewa nyumbani kwake palikuwa na mtoto bibi yao aliyempenda kuliko wote, alikuwa ni mjukuu wake Peter Jamhuri Mzungu. Peter bin Alex Mzungu aliyezaliwa tarehe 9 mwezi Desemba mwaka wa 1962, siku ya kutangazwa kwa Jamhuri ya Tanganyika na kupewa hilo jina Jamhuri, alikuwa mtoto aliyekuja humu duniani kwa msiba mkubwa kweli! Mama yake mzazi alipomzaa alifariki akijifungua. Na huyo mama aliyefariki akijifungua alikuwa ni binti ya Bibi Kilihona wa kuzaa tumboni mwake, kitindamimba wake Paskazia Nanzula binti Mihigo, mume wa Bibi Kilihona wa mwisho. Na ni Bibi Kilihona ndiye aliyelea hicho kijukuu chake tangu siku ya kuzaliwa kwake.

Mzungu wa Kijerumani alipombaka Kilihona akiwa bado msichana mdogo wa miaka kumi na tatu anayemaliza kuvunja ungo na kumpa mimba na akajifungua mtoto wa kiume mwaka 1896, huyo mtoto hakupelekwa Ulaya kama watu walivyofikiri. Kwenye enzi ya ukoloni wa Wajerumani, wanaume Wazungu walipozaa na wanawake wa Kiafrika hao watoto chotara walipelekwa kwa amri ya serikali kwenye vituo maalumu vya malezi ya watoto yatima vya masista wamisionari wa Kizungu. Kwa kanda yote ya Ziwa Nyanza, tangu Mwanza na Musoma na Bukoba hadi Shinyanga na Tabora, kituo maalumu cha malezi ya watoto machotara wa Kizungu kilikuwa kwenye Misheni ya Kanisa Katoliki la Korandoto, Shinyanga. Huko ndiko mtoto wa kwanza wa Bibi Kilihona alikopelekwa.

Kilihona hakumwona tena huyo mtoto baada ya kumzaa. Na wala asingependa kumwona tena. Bahati nzuri Mola alimjalia neema teletele zilizofunika maovu na machungu yote yaliyomsibu maishani mwake alipokuwa mdogo. Mwanzoni kila alipokumbuka huyo mtoto mwili wake ulitetemeka na alitamani kujiua! Alipozaa watoto wengine akasikia tena uzuri wa maisha. Na tangu hapo aliishi kwa furaha akimshukuru Mungu kwa baraka zake, akilea wanae na wajukuu wake na kujitahidi kuwatendea mema binadamu wenzake.

Masista Wazungu walioendesha kituo cha malezi ya watoto chotara cha Korandoto walitenga mabweni ya watoto wa kike na wa kiume kufuatana na umri: watoto ambao hawajaanza shule walikuwa na mabweni yao na waliokwishaanza shule walikuwa na yao. Baada ya shule ya msingi, watoto ambao hawakuendelea na shule walitafutiwa mahali pa kwenda kujifunza ufundi na kazi nyingine za kuwafaa maishani.

Watoto wote, mara tu walipopelekwa hapo kituoni, walibatizwa na kupewa jina la Kikristo. Mtoto wa Kilihona alipobatizwa aliitwa Tito. Pia watoto hao walipobatizwa walipewa mama au baba wa ubatizo, aliyekuwa ndiye pia mlezi wa nje ya misheni wa huyo mtoto. Kwa wavulana jina la Kikristo la baba wa ubatizo wa huyo mtoto ndilo lilitumika kama jina la ubini wake. Kwa wasichana jina lililotumika kama jina la baba ya huyo mtoto lilikuwa ni jina la Kikristo la mume wa mama wa ubatizo wa huyo binti chotara. Mtoto wa Bibi Kilihona mzazi wake wa ubatizo alikuwa anaitwa Benedikto. Kwa hiyo jina lake alikuwa Tito Benedikto.

Tito alikuwa mtoto mwenye mwili mkubwa na chotara ambaye alifanana Mzungu kabisa! Alikuwa mweupe sana mwenye nywele za singa za rangi ya shaba na sura yake ni ya Kizungu tangu macho hadi pua na midomo! Uchotara wake ulijitokeza kidogo sana kiasi kwamba kwa mbali alionekana ni Mzungu halisi! Pamoja na kwamba watoto wote kwenye kituo hicho walikuwa ni machotara wa Kizungu, hapakuwa na mtoto mwingine hata mmoja aliyefanana Mzungu kama Tito. Tito alishtukia tu kila mtu anamwita Mzungu, au Tito Mzungu. Hatimaye Tito Benedikto ilipotea kabisa! Hata masista na mapadri wa hapo Karandoto Misheni wote walimwita kwa hilo jina la Uzungu wake; na alikua anaitwa Tito Mzungu!

Tito Mzungu hakuendelea na shule baada ya kumaliza darasa la nne la shule ya msingi. Hapo Korandoto Misheni palikuwa na chuo cha ufundi useremala na uashi, kilichoendeshwa na bruda Mzungu. Benedikto, baba wa ubatizo wa Tito, alikuwa ni mmoja wa walimu wasaidizi wa huyo bruda, na alimwandikisha mwanae wa ubatizo hapo chuoni ajifunze useremala, mara tu alipoacha kuendelea na shule.

Tito alimaliza darasa la nne akiwa na umri wa miaka kuni na miwili, lakini, kutokana na mwili wake mkubwa, alifanana mvulana wa miaka kumi na tano au zaidi. Bruda mkuu wa chuo alikuwa ni fundi stadi wa ufundi wa kila aina: uashi, useremala, umakanika, umeme, hadi kilimo, na kadhalika wanafunzi wa chuo chake wenye bidii walitoka hapo ni mafundi wa kazi zaidi ya moja. Benedikto alijifunza useremala pale shuleni, lakini alikuwa pia ni fundi mwashi hodari sana na mjenzi wa majumba anayechora ramani ya nyumba na kuchimba msingi na kujenga nyumba na kuiezeka na kuweka madirisha na milango na kila kitu hadi mwisho!

Chuo cha ufundi cha Misheni ya Korandoto kilikuwa ni cha kozi za miaka minne. Wanafunzi wake walikaa mabwenini hapo shuleni, lakini Tito alisoma akikaa kwa baba yake wa ubatizo. Benedikto na mkewe watoto wao walikuwa tayari ni watu wazima, wameoa na kuolewa na wanaishi kwenye miji yao, na walimkaribisha Tito akae nao kwao. Tangu hapo Benedikto na mke wake walimlea kama mtoto wao mwingine wa kuzaa hasa!

Kama ilivyo kwa mafundi wengi, Benedikto, licha ya kufundisha kwenye chuo cha ufundi Korandoto Misheni, nyumbani kwake alikuwa na karakana ya kutengeneza kila aina ya vitu vya mbao: viti, meza, kabati, madirisha na milango ya nyumba, na kadhalika. Alikuwa pia mara kwa mara anakodishwa na watu kuwajengea nyumba au kuwatengenezea nyumba zao zinazohitaji kukarabatiwa. Tito, tangu alipohamia kwa baba yake wa ubatizo, alikuwa msaidizi wake mkubwa kwenye kazi zake zote hizo. Alipohitimu masomo yake, bruda mkuu wa chuo alitaka naye awe mwalimu hapo chuoni kama baba yake wa ubatizo, lakini, baada ya kushauriana na Mzee Benedikto, Tito alimshukuru huyo mmisionari Mzungu lakini alikataa. Badala yake Mzee Benedikto alistaafu kazi na Tito alijiunga nae wakafanya kazi zao binafsi muda wote.

Mke wa fundi seremala Benedikto alikuwa ni shangazi ya mtemi mmoja wa Shinyanga. Na mwaka wa 1918 Tito Mzungu alipooa, akiwa na umri wa miaka ishirini na miwili, huyo mama yake mlezi alimwoza binti ya marehemu kaka yake, dada wa huyo mtemi.

Tito Mzungu alianza kukaa kwa hao wazazi walezi wake akiwa mtoto mdogo wa miaka kumi na mbili. Hakuwa na ndugu mwingine aliyemjua hapa duniani isipokuwa hao wazee wake. Hata alipokuwa bado anaishi misheni kwenye kituo cha masista, watu aliowajua maishani mwake nje ya misheni ni Mzee Benedikto na mkewe na watoto wao na ndugu zao aliowakuta nyumbani kwao alipowatembelea au aliowatembelea akiwa na hao wazazi wake wa ubatizo, waliompenda na kumjali kama mtoto wao wa kuzaa. Hao wazee wa Kisukuma kwake walikuwa baba na mama hasa! Mwaka wa 1919, Tito Mzungu na mkewe, aliyekuwa anaitwa Justina, walipata mtoto wao wa kwanza, mtoto wa kiume. Mzee wake, Benedikto, alimchagulia huyo mjukuu wake alipobatizwa jina la Alex. Miaka mitatu baada ya kuzaliwa Alex, Tito na Justina walipata mtoto wa pili, safari hii mtoto wa kike; na mwaka mmoja na nusu baada ya kujifungua mtoto wake wa pili Justina alijifungua mtoto wa kike mwingine. Hakuzaa tena baada ya hapo.

Mwaka wa 1926 serikali ya Waingereza iliamrisha watawala wote wa Kiafrika nchini kila mmoja kupeleka kwenye shule ya serikali iliyokwishafunguliwa Tabora mtoto wao mmoja wa kiume mwenye umri wa kuanzia miaka minane hadi kumi na mbili. Hiyo shule ilianzishwa mahususi kwa ajili ya watoto wa watawala wa Kiafrika, viongozi wa kesho wa watu wao na watumishi watarajiwa muhimu wa serikali ya hao Wazungu wakoloni. Kaka yake Justina aliitisha baraza la wazee wa Ikulu yake kuzungumzia hiyo amri ya serikali ya Wazungu. "Mimi hofu yangu ni kwamba, hawa Wazungu kutaka kila mtawala wa Kiafrika apeleke kwenye shule yao mwanae wa kiume maana yake ni nini? Wana nia gani? Wanataka kutunyang'anya warithi wetu watumalize kabisa au vipi? Wanataka kuchukua watoto wetu na kuwapeleka Ulaya kuwa watumwa? Wajerumani ndio waliokuja hapa kwanza na ndio walioteka nchi zetu, na mpaka walipoondoka tulikuwa hatujawahi kusikia shule kama hiyo. Hii ndiyo sababu nimeitisha hiki kikao. Ninataka nisikie ushauri wenu," mtemi aliwaambia wajumbe wa baraza lake.

Karibu kila mtu aliyezungumza baada ya hapo alimshauri mtemi wao kupeleka mtoto wa mtu baki tu, hadi watakapojua shabaha hasa ya hao Wazungu wakoloni.

"Mimi ushauri wangu ni tofauti kidogo", mmoja wa wazee wa Ikulu yake alimwambia mtemi. "Kudanganya Wazungu siyo jambo dogo. Unaweza kushikwa na kupelekwa jela, kama ikigundulika. Na watemi siku zote mna maadui kila mahali; kwa hiyo hatari ya kugundulika ipo hasa! Pia kuna hatari ya kupoteza utemi wako. Wazungu wakimsomesha mtoto wa mtu baki uliyewapelekea kwa kumwandika kama mtoto wako wa kuzaa, utakapofariki huyo ndiye watakayempa kurithi utawala wako. Na hakuna mtu atakayethubutu kufichua ukweli bila ya kututakia kifungo jela sisi sote tulioshiriki kwenye udanganyifu huo."

Na wazee wa Ikulu wote wakaona wazi huo ukweli. Mtoto mkubwa wa kiume wa mtemi na mrithi wake mtarajiwa alikuwa na umri wa miaka kumi na nne, lakini wakaamua kusema ana miaka kumi na mbili ili aende kusoma kwenye hiyo shule ya Wazungu Tabora. Kuhakikisha mtoto wa mtemi wao hatapata shida huko shuleni mbali na kwao, wazee wa Kisukuma wakapendekeza aende na mtu mzima, kama mpishi, lakini ambaye kazi yake hasa ni kulinda usalama wake. Halafu aende pia na mtoto mdogo wa kiume wa kumfulia nguo na kumfanyia kazi mtoto wa mtemi asizostahili kufanya, kama vile kufagia na kufyeka majani na kusomba udongo. Na wakapendekeza mtoto wa dada yake Justina, aliyeolewa Korandoto, ndiye asindikize ndugu yake shuleni.

"Kweli, huyo mtoto ana umri wa kufaa kumfanyia kazi za namna hiyo ndugu yake. Halafu ni ndugu yake mara mbili. Ni mpwa wangu na pia mjukuu wa shangazi yangu, kwani huyo Msukuma Mzungu (watu wakacheka!) aliyeoa dada yangu ni mtoto yatima aliyelelewa na shangazi yangu tangu angali mtoto mdogo na anamwita shangazi Mama."

Justina alikubali kwa shukrani mwanae kumsindikiza shuleni mtoto wa mtemi wao na kaka yake. Tito tu ndiye alisita, kwa vile mtoto wao pia alikaribia kufikisha umri wa miaka minane wa kwenda shule, na alitaka naye asome. Lakini mwishowe alimkubalia mke wake: "Mwache aende huko kwa mwaka mmoja. Halafu mwakani atakapofikisha umri wa naye kwenda shule tutajililia kwa mtemi amruhusu mtoto wetu, mpwa wake, naye aanze shule hapa Korandoto," Tito alimwambia mkwewe.

"Mtemi hawezi kukosa mvulana wa kumsindikiza shule mwanae, kama bado anahitajika," Justina alikubaliana na mumewe.

Mtoto wa mtemi alipofika shuleni Tabora na wasindikizaji wake, Mzungu aliyekuwa mkuu wa shule hiyo mpya ya serikali akacheka na kufurahishwa kweli na wazo la mwanafunzi kuja shuleni na mpishi wake! Huyo mzee wa Kisukuma ikabidi arudi kwao Shinyanga. Kuhusu mvulana aliyekuja kumfulia nguo na kumfanyia kazi nyingine mtoto wa mtemi shuleni, mkuu wa shule aliamua kumwandikisha naye shule badala ya kumrudisha kwao. Kwa hiyo Alex bin Tito Mzungu, pamoja na kwamba alikuwa hajafikisha umri wa miaka minane uliotakiwa, naye akasoma shule na watoto wa watemi na kuwa miongoni mwa wanafunzi wa kwanzakwanza wa Tabora *Boys School*, shule maarufu sana Tanganyika kwenye enzi ya ukoloni wa Wingereza.

Alex hakuwa chotara anayefanana na Mzungu kama baba yake. Kati ya watoto wa Tito Mzungu ni mtoto wake wa kike wa mwisho tu aliyechukua uchotara wa Kizungu kama yeye. Alex na dada yake aliyemfuata kuzaliwa walikuwa machotara wa kawaida. Wanafunzi wenzake Tabora *Boys School* hawakujua hilo jina Mzungu la Alex lilikuwa ni la utani kwa sababu ya uchotara wake au la ubini wake, kwa vile kuna Waafrika wanaoitwa Mzungu nchini. Walipomwuliza aliwajibu ukweli alioujua, kwamba baba yake ni chotara wa Kizungu na jina lake pia ni Mzungu.

Mtoto wa mtemi wa Shinyanga aliyekwenda Tabora na Alex alishindwa shule. Alipomaliza darasa la pili na bado hajajua kusoma na kuandika mkuu wa shule akamwambia kurudia darasa. Alipokwenda nyumbani likizo ya katikati ya huo mwaka aliorudia darasa, akakataa kurudi shuleni. Mkuu wa shule alishukuru kwa kutolazimika kumfukuza, kwani ilikuwa ni dhahiri hataki shule na angeshindwa tena. Kwa hiyo akabaki nyumbani na kupewa *uanangwa* kwenye utemi wa baba yake. Alikuwa sasa ni mvulana mkubwa wa miaka kumi na sita anayesumbuliwa na kubalehe na akaingilia kunywa pombe za kienyeji za *mapuya* na *kangara* na kupigana mieleka na wasichana maporini usiku kwenye ngoma za *mbina* na kuchakaa! Badala yake msindikizwaji wake, Alex, ndiye aliyesoma.

Wadogo wa Alex wote wawili hawakuendelea na shule baada ya kumaliza darasa la nne hapo Korandoto. Wote wawili walipovunja ungo tu waliolewa na Waarabu matajiri wa Shinyanga mjini. Kwa upande wake, kaka yao Alex alisoma kwa bidii kweli alipopata fursa ya kusoma kwenye hiyo shule ya watoto wa watemi. Aliendelea na shule hadi darasa la 10, mwisho wa shule ya sekondari wakati huo. Alipomaliza darasa la kumi Tabora, mwishoni mwa mwaka wa 1935, alichaguliwa kwenda kusomea kozi ya utibabu, *Medical Assistant*, kwenye Hospitali ya Sewa Haji, Dar es Salaam.

Alex alikwenda Dar es Salaam kuanza kozi yake mwezi Januari mwaka 1936. Ilikuwa ni kozi ya miaka mitatu, lakini alirudia mwaka wake wa tatu na ikamchukua miaka minne kabla hajamaliza. Alihitimu masomo yake Sewa Haji na kupewa cheti cha *Medical Assistant* mwishoni mwa mwaka 1939.

Huo mwaka ndio Vita Kuu ya Dunia ya Pili ilipoanza. Wavulana na wanaume wote nchini wenye umri wa kuweza kuwa askari waliandikishwa kwenda vitani. Alex Mzungu aliandikishwa alipokuwa anamalizia masomo yake Sewa Haji. Alipomaliza tu masomo akaarifiwa tarehe ya kujiunga na KAR, *King's African Riffles*, au Keya, kama Waswahili walivyoiita, na mahali pa kwenda kupiga ripoti hapo Dar es Salaam.

Siku mbili kabla ya kwenda kujiunga na KAR alipata barua kutoka Idara ya Afya ikimwarifu kwamba anatakiwa kwenda kuanza kazi mara moja Hospitali ya Mwanza. Licha ya kuhitajika kwa askari, serikali ilitaka hospitali zote nchini ziwe na mabwana mganga na watibabu wasaidizi wa kutosha, kwa kujiandaa kukabiliana na maradhi pamoja na matibabu ya askari wakati wa vita. Kwa hiyo Alex Mzungu, badala ya kwenda vitani, alifunga safari kuelekea Mwanza. Alipita nyumbani kwao Korandoto, Shinyanga, kusalimia wazazi wake na kukaa nao kwa siku mbili tu, kabla ya kushika tena treni kwenda kuanza kazi Hospitali ya Mwanza kama *Medical Assistant*, kazi kubwa kweli kwa Mwafrika enzi hizo.

Alex alipofanya kazi Hospitali ya Mwanza kwa muda wa miaka miwili akaoa. Mke wake alikuwa ni Paskazia Nanzula binti Mihigo, kitindamimba wa Bibi Kilihona.

Watoto wa Bibi Kilihona na mume wake wa Ukerewe Mihigo wa kiume wawili wa kwanza, Kahana na Nagabona, hawakwenda shule. Kilihona na mumewe kumbukumbu zao za jinsi Wazungu walivyoingia nchini ziliwasitisha kupokea mambo mengi ya Kizungu, ikiwa ni pamoja na kupeleka watoto wao shule na kuwaruhusu kuingia kwenye dini ya Wazungu ya Kikristo. Aliyekwenda shule na kubatizwa alikuwa ni yule wa mwisho tu, mtoto wao wa kike na kitindamimba wao, Nanzula, aliyezaliwa mwaka wa 1922.

Pamoja na kutotaka kukimbilia mambo ya Wazungu, Kilihona, kama mganga wa kienyeji mashuhuri, alitambua mapema kwamba dawa za Kizungu zilitibu magonjwa mengi haraka na kwa uhakika kuliko dawa za miti shamba. Kwa hiyo hata watu walipokuja kutafuta matibabu kwake, alipojaribu dawa zake zikashindwa au mgonjwa alipokawia kupata nafuu, alimshauri huyo mgonjwa na ndugu zake kwenda hospitali. Wakati huo Ukerewe hospitali zilikuwa mbili tu, ya bure ya serikali ya Bukongo, karibu na mji wa Nansio, iliyokuwa chini ya muuguzi wa Kiafrika, na ya kulipia ya Wazungu wa Misheni ya Kanisa Katoliki la Kagunguli, hospitali ya kwanza kujengwa Ukerewe na iliyokuwa inaaminika zaidi na inaendeshwa na masista wa Kizungu. Nanzula, binti ya Kilihona, alipokuwa ana umri wa miaka kumi na moja alishikwa na ugonjwa usioeleweka. Mtoto alikuwa hana homa na anakula vizuri, lakini anakonda na muda wote ni mdhoofudhoofu! Kilihona akaamua kumpeleka hospitali Kagunguli. Licha ya dawa za sindano, kitu kingine ambacho Kilihona na watu wengine waliona kikubwa kwenye matibabu ya Kizungu ni kwamba hospitali walikuwa na vitu vya kupimia ugonjwa na kujua mtu anaugua kitu gani kabla ya kumpa dawa. Hospitali walipompima Nanzula wakakuta anaugua minyoo. Ni minyoo iliyojaa tumboni mwake ndiyo iliyompa kukonda na mwili wake kukosa nguvu. Mwanamke mtawa wa Kizungu aliyempima mwanae alimweleza hayo Kilihona kabla ya kumpa dawa ya mtoto wake kunywa na maelekezo ya jinsi ya kuitumia. Kilihona alirudi kwake Nansole na kumpa mwanae dawa hiyo na Nanzula akanywa dawa na kuharisha na kutoa minyoo yote tumboni mwake na kupona kabisa!

Siku chache baada ya Nanzula kupona, siku ya Jumapili kama saa kumi hivi mchana Kilihona na mumewe Mihigo walishangaa kuona wanawake wawili wa Kizungu, watawa wa Misheni ya Kagunguli, wanakuja nyumbani kwao. Kilihona alimtambua mmoja wao kuwa ni sista wa hospitali aliyempa dawa mwanae Nanzula. Hao wanawake wa Kizungu walikuja kumwona Kilihona na mume wake ili wampeleke binti yao Nanzula kusoma kwenye shule ya wasichana ya Kagunguli Misheni. Sista mwingine alikuwa ni mkuu wa hiyo shule, na ndiye aliyewaambia wazazi wa Nanzula: "Sista mwenzangu huyu alizungumza na mtoto wenu mlipomleta hospitali na ananiambia anaonekana kuwa mtoto mwenye akili sana na anapeyenda kusoma. Mkimleta shule anaweza kupata elimu ya kumsaidia maishani mwake, na pengine kuwasaidia hata nyie wazazi wake."

Masista Wazungu walipoondoka tu Nanzula akawajia juu wazazi wake: "Mama na baba, ninataka kwenda kusoma shule. Rafiki zangu wote hapa jirani kwetu wanasoma, kwa nini mimi nisisome?"

Nanzula alipokuwa hospitalini, sista aliyempima alimwuliza kwanza jina, halafu akamwuliza anakaa wapi na kama wazazi wake ni Wakristo au la. Baada ya hapo alimwuliza kama anasoma shule. Nanzula aliposema hasomi, huyo mama wa Kizungu akamwuliza kama angependa kusoma. Na Nanzula akajibu kwa kurukaruka kama kwamba alikwishaandikishwa shule: "Ndiyo, Mama, ninapenda kweli kusoma. Tena sana!"

Wazazi wake, kwa kutaka kumkatisha tamaa, walimwambia amekwishapita umri wa kuanza shule, lakini Nanzula akawatajia wasichana kadhaa kutoka kwenye *gunguli* lao la Nansole walioanza shule wakiwa wakubwa kama yeye. Mwishowe mama yake alikiri kushindwa na kumwambia mumewe: "Mwache aende kusoma. Shule imekwishakuwa mahali wazazi wanakogombania kupeleka watoto wao. Hata watoto wa Wakristo waliojengewa hiyo shule siku hizi wanaopokelewa ni wenye bahati yao tu, kutokana na shule kutokuwa na nafasi za kutosha. Sisi si Wakristo na bado hawa mama wa Kizungu wenye shule wamekuja wao wenyewe kutuomba binti yetu aende kusoma kwenye shule yao. Huenda kweli wameona ana akili za mambo yao ya shuleni. Na isitoshe unamjua binti yako. Mradi amekwishasema anataka kwenda shule, tusipompeleka kusoma hatutakuwa na usalama tena hapa nyumbani!"

Mwaka wa shule ulikwishaanza, lakini Mihigo kesho yake alipompeleka binti yake Nanzula Kagunguli Misheni aliandikishwa na kuanza shule siku hiyohiyo. Ulikuwa mwaka wa 1933.

Na kweli Nanzula alikuwa na akili. Mwisho wa mwaka alishinda na kwenda darasa la pili, pamoja na kwamba alianza darasa la kwanza amechelewa. Alisoma Shule ya Wasichana ya Kagunguli Misheni hadi alipomaliza darasa la nne, na kufanya mtihani wa kwenda Sumve *Girls School* na kushinda. Mwanzoni mwa mwaka 1937 Nanzula alivuka hadi Mwanza na kupanda treni kwenda Sumve, Wilaya ya Kwimba, Usukumani.

Kwenye shule ya wasichana ya Sumve Nanzula alisoma masomo ya kawaida kwa miaka miwili na kumaliza darasa la sita, halafu alichukua kozi ya uuguzi kwa miaka miwili zaidi hapohapo Sumve. Alihitimu na kupewa cheti cha *Nursing Medical Aid*, Nesi Msaidizi, mwezi Novemba mwaka 1940.

Vita Kuu ya Pili sasa ilikwishapamba moto duniani kote. Bwana PC, *Provincial Commissioner*, wa Mwanza, makao makuu ya Jimbo la Ziwa la wakati huo, alikwishaagiza mkuu wa chuo cha uuguzi cha Misheni Katoliki ya Sumve kupeleka kwenye hospitali na zahanati za serikali wauguzi wote watakaohitimu chuoni kwake mwaka huo, kwa mujibu wa sheria ya serikali ya wakati huo wa vita.

Siku hizo kwenda kusoma kwenye shule za misheni Katoliki kama hiyo, iwe ya wasichana au ya wavulana, mwanafunzi ambaye hakubatizwa ilikuwa lazima abatizwe na kuwa Mkristo Mkatoliki kwanza. Na kabla ya kwenda Sumve Nanzula alibatizwa kwenye Kanisa Katoliki la Kagunguli na kupewa jina la ubatizo la Paskazia, alilochaguliwa na mama yake Kilihona, lililokuwa jina la sista wa Kizungu aliyemtibu minyoo ya tumboni na kumfuata nyumbani kwao aende kuandikishwa shule. Paskazia Nanzula binti Mihigo alitoka Sumve *Girls Nursing School* na kwenda moja kwa moja kuanza kazi Hospitali ya Mwanza, alikopangiwa kazi na mkuu wa Idara ya Afya wa jimbo.

Kati ya watoto wake wa kike wote Bibi Kilihona aliozaa, wale wawili aliozaa na mume wake wa kwanza Mwarabu Bushiri, Fatma na mdogo wake Aisha, na Maria, aliyezaa na mume wake wa pili, Nguvumali Mgumba, ni huyo kitindamimba wake, Paskazia Nanzula, ndiye aliyemlanda zaidi mama yao na kuchukua uzuri wake wote! Nanzula alipoanza kazi Hospitali ya Mwanza alikuwa anafanana na mama yake Kilihona alipokuwa na umri huo kama pacha kopi! Alex Mzungu alipomtia machoni mwake mara ya kwanza tu akasema moyoni mwake: "Mungu nisaidie nimwoe huyu msichana!"

Alex alipooa Nanzula, mwaka wa 1942, baba yake mzazi, Mzee Tito Mzungu, alikwishafariki. Alifariki mwaka wa 1940, mwanae hajamaliza hata mwaka mmoja kazini kwake Mwanza. Alex alikwenda kwao Korandoto, Shinyanga, na kuzika mzee wake. Miezi miwili baada ya hapo alirudi tena Korandoto, kwenye msiba mwingine. Bibi yake, mke wa Mzee Benedikto, mama mlezi wa baba yake, naye alifariki. Wazee wake waliobaki waliokwenda Ukerewe kumtolea mahari kwa Mzee Mihigo na mkewe Kilihona walikuwa ni babu yake mlezi wa marehemu baba yake, Mzee Benedikto, na mama yake mzazi, Justina, pamoja na wajomba zake, ndugu za mama yake, wakiongozwa na mtoto wa mjomba wake mtemi wa Shinyanga waliyekwenda nae kuanza shule Tabora *Boys*, aliyekwishaoa wanawake wanne na kuzaa nao jumla ya watoto ishirini na wawili na amekwishachakaa na kufanana mzee na huku ni mwanamume kijana mwenye umri wa miaka thelathini tu!

Mzee Mihigo na mkewe Kilihona na ndugu zao walimwoza binti yao kimila. Waliporudi kwao Mwanza ndipo Alex Mzungu na Paskazia Nanzula walipofunga ndoa ya Kikristo, kwenye kanisa la Mwanza Misheni, kanisa la peke yake la Wakristo Katoliki mjini Mwanza wakati huo, Kathedrali Katoliki ya Mwanza ya leo.

Alex Mzungu na mkewe Paskazia Nanzula Mungu aliwajalia na Nanzula hakukawia kupata mimba. Alijifungua mtoto wao wa kwanza mwaka uliofuata wa 1943. Baada ya hapo Nanzula alizaa watoto mfululizo, akinyonyesha huyu na kumwachisha ziwa tu anapata mimba ya mtoto mwingine.

Mwaka wa 1946, baada ya Vita Kuu ya Pili kumalizika na Waingereza kushinda, serikali ilichagua wafanyakazi wake wa Kiafrika wenye alimu ya kutosha na kuwapeleka Ulaya kwa mwaka mmoja kusomea kazi ya *Welfare Officer*, Bwana Maendeleo. Alex Mzungu alikuwa ni mmoja wa Watanganyika hao waliopata bahati ya kwenda kusoma Uingereza.

Alex alirejea Tanganyika mwezi Juni mwaka 1947. Alipofika tu Mwanza, akaenda Korandoto, Shinyanga, kumhamisha mama yake, Justina, aje kukaa naye kwake. Alipotoka Ulaya alikuta babu yake, Mzee Benedikto, baba mlezi wa marehemu baba yake, naye amekwishafariki. Mama yake alikuwa sasa amebaki peke yake pale nyumbani kwao Korandoto, na Alex na mkewe walikubaliana kumchukua aishi nao, wamtunze huku akiwasaidia kulea watoto.

Mabwana Maendeleo wenzake waliopata naye hicho cheo kipya waliporudi kutoka Uingereza walipelekwa wilayani kote nchini kufanya kazi za maendeleo vijijini, kama vile kuchimbisha visima na vyoo, kuonyesha wanavijiji sinema za maendeleo kwa magari ya sinema, na kuanzisha magazeti ya wilaya ya kueneza habari za utawala na mipango ya serikali. Alex bahati nzuri alipangiwa kusaidia kazi Ofisa Maendeleo wa Jimbo, Mzungu, na kubaki pale Mwanza, ambako mke wake aliendelea kufanya kazi ya uuguzi kweye Hospitali ya Mwanza.

Alex Mzungu alifanya kazi ya Bwana Maendeleo Mwanza Bomani hadi mwaka wa 1950, alipoteuliwa na serikali kuwa miongoni mwa Waafrika wa kwanza nchini kupewa cheo cha *AADO, African Assistant District Officer,* Mwafrika Msaidizi wa Ofisa Wilaya, DO, Bwana Shauri kwa Kiswahili. Hicho cheo kipya ndicho kilikuwa cheo cha juu kabisa kwa mtu mweusi serikalini.

Safari hii kazi yake mpya ilimtoa Alex Mzungu Mwanza, kwenda kuwa *AADO* wa Wilaya ya Kisarawe. Pale Kisarawe Bomani alifikia kukaa kwenye nyumba ambayo mpaka hapo ilikuwa ni ya maofisa Wazungu tu. Mambo yake yalikuwa yanamwendea vizuri!

Alikaa Kisarawe kama *AADO* kwa muda wa miaka minane. Ni wakati huo ndipo alipofahamiana na Julius Kambarage Nyerere, alipokuja kufundisha kwenye shule ya sekondari ya *St. Francis College* Pugu, Mwakanga, Wilaya ya Kisarawe. Walifikia kuwa marafiki wanaotembeleana, na walikuwa wanatembeleana na kushauriana wakati Nyerere alipoanzisha chama cha TANU, *Tanganyika African Union*, cha kupigania uhuru wa Mwafrika nchini. Waliendelea kutembeleana hata hatimaye ilipobidi Nyerere ajiuzulu kazi ya kufundisha Pugu na kuhamia Dar es Salaam mjini kufanya kazi ya chama chake muda wote.

Mwaka wa 1958 wananchi wa Tanganyika walifanya uchaguzi mkuu kwa mara ya kwanza. Ulikuwa ni uchaguzi wenye makundi matatu ya wapiga kura, *Tripartite Vote* kwa Kiingereza, kufuatana na rangi ya ngozi ya mtu: Waafrika, Waasia na Wazungu, hizo zikiwa ni njama za mkoloni wa Kiingereza za kutaka kuchelewesha uhuru wa wananchi! Kwenye huo uchaguzi TANU, chama cha Julius Kambarage Nyerere, kwenye kura ya Waafrika kilipata ushindi wa karibu asilimia mia moja! Uhuru wa Tanganyika ulinukia. Matokeo yake Serikali ya kikoloni ya Mwingereza ilitangaza vyeo vipya vya juu zaidi kwa wafanyakazi wa Kiafrika serikalini kuandaa utawala wa serikali ya wanachi baada ya uhuru.

Alex Mzungu alikuwa ni miongoni mwa Waafrika waliopandishwa vyeo serikalini, kwa kuteuliwa kuwa mmoja wa ma DC, *District Commissioner*, weusi wa kwanza nchini. Alifanyia kazi yake ya DC palepale Kisarawe. Mwaka uliofuata, 1959, Waingereza walitangaza kuipatia Tanganyika Serikali ya Madaraka ya Ndani, hatua iliyoambatana na kutangazwa kwa vyeo vingine vya juu zaidi kwa maofisa wa Kiafrika serikalini. Kufuatia mabadiliko hayo, Alex Mzungu alihamishiwa kwenye makao makuu ya serikali Dar es Salaam na kupewa kazi ya Assistant *Permanent Secretary*, Katibu Mkuu Msaidizi, kwenye Idara ya Mambo ya Nchi za Nje.

Hiyo ndiyo kazi Alex Mzungu aliyokuwa nayo Tanganyika ilipojitawala tarehe 9 mwezi Desemba, mwaka 1961, chini ya uongozi wa chama cha wananchi wa Tanganyika cha TANU na mwenyekiti wake Julius Kambarage Nyerere, rafiki yake mkubwa.

Alex Mzungu alikuwa ni mmoja wa mabalozi wa kwanza wa Tanganyika katika nchi za nje, waliochaguliwa na Waziri Mkuu Mheshimiwa sana sana Julius Kambarage Nyerere mara tu baada ya Tanganyika kujipatia uhuru wake.

Alex alipata hizo habari nzuri za kuchaguliwa kuwa balozi wa nchi yake changa akiwa na msiba mkubwa nyumbani kwake. Mama yake

292

mzazi, aliyekuwa anaendelea kuishi naye tangu alipomleta Mwanza kutoka Korandoto, Shinyanga, mwaka wa 1947, alifariki dunia siku chache kabla ya siku wananchi wa Tanganyika waliyosherehekea Uhuru wao. Alikuwa anasumbuliwa na kansa ya tumbo la uzazi kwa muda wa zaidi ya mwaka.

Kando ya pigo hilo, Mungu aliendelea kuwajalia mema Alex Mzungu na mkewe Paskazia Nanzula, ambaye msiba wa mama yao ulimkuta ananyonyesha mtoto wao wa kumi, mtoto wa kike mwenye umri wa mwaka mmoja tangu kuzaliwa, waliyemwita jina la mama yao Justina.

Alex Mzungu alikwenda kuwa balozi wa Tanganyika-huru India. Lakini alikwenda huko amechelewa, kwa sababu Waziri Mkuu Julius Nyerere alitaka kwanza amsaidie kazi Katibu Mkuu mpya wa Wizara ya Mambo ya Nchi za Nje, Mtanganyika wa kwanza aliyemteua kushika hiyo kazi baada ya uhuru, kwa vile alikuwa msaidizi wa Katibu Mkuu Mzungu aliyeondoka na mwananchi peke yake aliyejua mambo ya wizara hiyo muhimu. Aliondoka Dar es Salaam kwenda India mwezi wa tisa mwaka wa 1962. Bali ilibidi aende bila mke wake. Mke wake alikuwa ana mimba kubwa na inampatia matatizotatizo tumboni. Madaktari walishauri asipande ndege kwa safari ndefu hivyo kwenye hali hiyo; angoje ajifungue kwanza. Kabla hajaondoka, mke wake alimwambia, "Kama ninabaki, ningependa unipeleke Mwanza, karibu na nyumbani kwa mama na ndugu zangu. Mamamkwe angekuwa bado hai ningeona sawa. Lakini peke yangu Dar es Salaam na wafanya kazi wa nyumbani tu na mimba yenye usumbufu usiokwisha hii, ninaogopa!" Alex alimsindikiza mke wake hadi Mwanza ndipo akaondoka.

Tangu mwaka wa 1948, Mwarabu Bushiri wa Mtaa wa Rufiji, mtoto wa kaka yake Salim wa Mombasa, mtoto mkubwa kabisa wa mama yao Kilihona, alipohamia Mwanza, Nanzula na mume wake na watoto wao walipokuwa bado hapo mjini kwa Bushiri ulikuwa ni mji wao wa pili. Safari hii pia Alex alimwacha mkewe kwa Bushiri.

Siku za Nanzula kujifungua zilipokaribia, Bushiri alikwenda Nansio kumchukua bibi yake aje Mwanza mwanae ajifungue akiwepo. Ndivyo shangazi yake Nanzula alivyomwagiza. Bibi Kilihona mwaka huo alifikisha umri wa miaka themanini, lakini alikuwa bado ana nguvu zake za kumtosha; hajawa mzee wa kujikongoja kwa fimbo.

Nanzula alipofika Mwanza kutoka Dar es Salaam mimba yake

haikumsumbua tena. Uchungu ulipoanza kumwuma, Bushiri akamwambia dereva wake, Mzee Isa, ampeleke Hospitali ya Mwanza. Mama yake, Bibi Kilihona, pamoja na mke wa Bushiri, Pili, Mama Omari, waliingia ndani ya gari na kumsindikiza kwenda hospitali.

Bibi Kilihona na Mama Omari walikuwa kwenye sebule ya wodi ya wazazi wakiongea na kungojea Nanzula ajifungue, daktari wa Kihindi aliyekuwa anamzalisha alipokuja kumwambia Bibi Kilihona kwamba binti yake amefariki akijifungua! Bibi Kilihona alisikia kama mtu amemchoma kisu moyoni katikati! Alitetemeka mwili wote! Hakufahamu tena yuko wapi na nini kimetokea! Lakini aliposhika mikononi mwake kijukuu chake kilichozaliwa kikapona na mama yake akafariki, hapohapo aliacha kutetemeka na kizunguzungu kilichokuwa kimemshika kilitoweka. Alinyanyuka ameshikilia hicho kitoto na kushika njia kuelekea kwenye gari lililowaleta akifuatana na Mama Omari. Walijipakia kwenye gari na kurudi nyumbani kwa mjukuu wake mwingine, Bushiri.

Ilikuwa ni mwaka mmoja kamili tangu wanachi wa Tanganyika kujitawala na siku nchi yao iliyotangazwa kuwa Jamhuri ya Tanganyika. Tangu siku hiyo kitoto hicho, kilichopewa na ndugu yake Bushiri jina la "Jamhuri", mama yake alikuwa ni bibi yake Kilihona.

Baba wa mtoto, Balozi Alex Mzungu, alitoka India na kuja Mwanza kuzika mke wake mpenzi. Alimzika kwenye makaburi ya Wakristo ya Kanisa Katoliki la Mwanza. Kabla ya kuondoka alibatiza mwanae kwenye hilo kanisa, alikokuwa akisali na marehemu mke wake na familia yao alipokuwa anafanya kazi Mwanza. Bibi Kilihona alimchagulia huyo mjukuu wake jina la Petro, jina la mwanae Mkristo Petro Mgumba wa Iringa, aliyekuwa bado hai na ametoka Nansio kumwona wiki moja tu iliyopita. Padri kijana Mtanzania aliyembatiza akambatiza kwa *Peter*, Kiingereza cha Petro.

Balozi Alex Mzungu hakuoa tena maishani mwake!

Bibi Kilihona alirudi kwake Ukerewe na kijukuu chake yatima. Na tangu hapo huyo bibi mzee alikuwa kama mwanamke aliyezaa mtoto wake wa kwanza! Watu walipomkuta amekazana kuzungumza na hicho kijukuu chake wakati anakinywesha maziwa ya ng'ombe kwa chupa au anakituliza kwa wimbo na maneno ili kiache kulia walimwuliza kwa kushangaa, "Vipi, Bibi Kilhona, unamsemesha mtoto mchanga hivyo kwani anakusikia!" "Ah! Mbona tunaongea vizuri kabisa. Anasikia yangu yote na mimi ninasikia kila kitu anachosema," aliwajibu kwa kicheko. Na kila mtu naye alicheka!

Peter Jamhuri Mzungu alilelewa Ukerewe kwa bibi yake hadi alipomaliza shule ya msingi. Halafu, mwisho wa mwaka wa 1975, baba yake, Balozi Alex Mzungu, alikuja kumchukua na kumpeleka kusoma shule ya sekondari nchi za ng'ambo alikokuwa.

Ilikuwa ni vigumu kwa Bibi Kilihona kutengana na mjukuu wake Jamhuri. Ni huyo mjukuu wake ndiye alimpa nguvu za kuendelea kuishi baada ya binti yake na kitindamimba wake Nanzula, mwanamke kijana wa miaka arubaini tu, kufariki akijifungua na kuacha yatima watoto wake kumi na mmoja, ikiwa ni pamoja na hicho kijukuu chake kisichojua mama, na yeye kizee kikongwe bado anaishi!

Hata hivyo, Bibi Kilihona ilibidi akubaliane na mkwewe, aliyemweleza kwamba mtoto wao akisoma shule ya sekondari huko Ulaya alikokuwa atapata elimu nzuri, na kwamba akiendelea kuwa balozi nchi za ng'ambo anaweza kusoma hadi kwenye vyuo vikuu vya huko kwa kulipiwa na serikali. "Pamoja na kwamba Tanzania ni nchi huru, bado kila kitu tunaangalia Ulaya na Marekani, na elimu yetu nayo bado hatujaiona kuwa ni bora sawa na ya huko Ulaya. Cheti cha mtu aliyesoma chuo kikuu Ulaya au Marekani bado kinathaminiwa zaidi nchini. Bila hivyo, Mama, kamwe nisingemtoa Jamhuri kwako," Balozi Alex Mzungu alimwambia mamamkwe wake.

Bibi Kilihona ilibidi akubali hayo. Aidha alikuwa na sababu nyingine ya kutaka mkwewe amchukue mwanae. Alitaka mjukuu wake yatima akue akijuana vizuri na baba yake na ndugu zake wa tumbo moja na yeye, ambao mpaka hapo alikuwa hawajui. "Mimi ni mzee wa kuondoka hapa duniani siku yoyote. Ni sharti huyu mtoto aende kwa baba yake aanze kujuana na kaka zake na dada zake. Vinginevyo atakuwa yatima mara mbili. Atakuwa ni pia kama mwanagumba aliyezaliwa peke yake hapa duniani na huku ana ndugu zake wa tumbo moja wengi."

Balozi Alex Mzungu alikuwa sasa ni balozi wa Tanzania Sweden, alikokwenda baada ya kuwa balozi kwenye nchi nyingine mbili Ulaya alikohamia alipotoka India. Aliendelea kukaa Sweden hadi mwaka wa 1981, mwaka mwanae Peter Jamhuri alipomaliza masomo ya shule ya sekondari huko, akiwa pamoja na dada yake Justina, waliyekuwa naye darasa moja, pamoja na kwamba Justina alikuwa mkubwa kwake kwa miaka miwili. Kutokana na baba yake kuhamishwahamishwa nchi, kuna wakati Justina ilibidi arudie madarasa. Justina pia ndiye ndugu yake peke yake Jamhuri aliyemkuta nyumbani kwa baba yao alipowasili Sweden. Kaka zake na dada zake wengine wote walikwishamaliza shule na hawaishi na baba yao tena. Jamhuri na dada yake walipomaliza tu shule ya sekondari baba yao akahamishiwa Canada. Huko Canada wote wawili walifikia kukubaliwa kusoma kwenye Chuo Kikuu Cha Carleton, Ottawa, mji mkuu wa nchi hiyo.

Mwaka 1984, Peter Jamhuri na dada yake walipokuwa mwaka wa nne na wa mwisho wa masomo yao ya digrii ya BA, baba yao mpenzi, Alex Mzungu, balozi wa Tanzania nchi za ng'ambo tangu Uhuru wa nchi yake, alifariki dunia ghafla kwa ugonjwa wa moyo akiwa kazini ofisini kwake!

Jamhuri na ndugu zake wakawa watoto yatima hasa!

Serikali ya Tanzania iliendelea kuwalipia Jamhuri na Justina ada ya chuo kikuu na kuwapatia pesa za mahitaji mengine hadi walipomaliza masomo yao mwaka 1985. Walipomaliza masomo, dada yake akaomba na kukubaliwa kubakia kwenye chuo kikuu chao kuchukua digrii ya MA kwa kulipiwa na chuo kikuu. Jamhuri, angeomba, naye angeweza kubakia na kuchukua MA hapo chuo kikuu kwa kulipiwa kila kitu kama dada yake, lakini aliamua kurudi nyumbani Tanzania.

Peter Jamhuri Mzungu aliporudi Tanzania kutoka Canada, mwaka wa 1985, aliingia moja kwa moja kwenye Chuo Cha Polisi cha Moshi. Alihitimu kwenye chuo hicho cha askari polisi mwaka uliofuata, 1986, na kuanza kazi kama ofisa wa polisi Dar es Salaam. Kazi ya polisi ndiyo moyo wake uliyomchagulia tangu angali mtoto mdogo wa shule ya msingi Nansio anakaa kwa Bibi Kilihona. Siku moja alimwona askari polisi anapita barabarani hapo kwa bibi yake akiwa na mhalifu mwenye pingu mikononi na akamwambia bibi yake kwamba yeye atakapokua hiyo kazi ya kushika watu wabaya ndiyo itakuwa kazi yake. Na Bibi Kilihona akamjibu, "Ni vizuri kuwa na watu wenye moyo kama wako duniani." Na kweli alikua akitamani kuwa polisi. Hata alipokwenda kusoma sekondari Ulaya na hatimaye chuo kikuu Canada uaskari polisi ndiyo tu kazi aliyotamani, kazi ya kulinda usalama wa raia kwa kushika na kutia mbaroni watu wabaya.

Peter Jamhuri Mzungu alifanya kazi yake vizuri na kwa bidii yake yote na kupanda vyeo haraka. Kufikia mwaka 1995, bibi yake na mamamlezi wake mpenzi Bibi Kilihona alipofariki, alikuwa ni Naibu Kamanda wa Polisi Tanzania.

VII

Ulimwengu na Wacha Mungu wa Bibi Kilihona

Sura ya 31

Omari alikuwa ana nia ya kufungua msikiti wake Mwanza hata kabla ya kupokea ujumbe kutoka ahera kwa Bibi yake Kilihona akimthibitishia wito wake. Aliona ni wajibu wake kueneza kwa Watanzania dini ya Kiislamu inayofuata Kurani Tukufu bila kupotoshwa na hila na tamaa za binadamu wabaya.

Alijiandaa kwa kazi yake hiyo muhimu kwanza kwa kuchapisha nakala elfu moja za tafsiri ya Kurani kwa Kiswahili aliyokuta kitandani kwake siku ya ndoto yake ya kutokewa na marehemu Bibi Kilihona. Kama watoto wengine waliolelewa kwa bibi yao, bibi yake alimwambia tangu angali mtoto kutosema kitu anapoona maajabu yake. Kwa hiyo alipokuwa mdogo alishuhudia matukio ya ajabu mengi akiwa na bibi yake bila kusema kitu kwa mtu. Ndoto yake na Kurani hiyo ilimthibitishia kwamba Mwenyezi Mungu aliendelea kumpatia bibi yake uwezo wa kutenda maajabu duniani hata baada ya kufariki kwake, na kumdhihirishia kwamba kuanzisha msikiti wa kufundisha Uislamu wa kweli kwa Watanzania wenzake ni wajibu wake kutoka kwa Mungu.

Alichapisha hiyo tafsiri ya Kurani kwa Kiswahili na kampuni ya kuchapisha vitabu ya hapo Mwanza kama tafsiri yake:

Kurani Tukufu
Iliyotafsiriwa kwa Kiswahili
na
Shehe Omari Bushiri

Kando ya hiyo tafsiri ya Kurani kwa Kiswahili, Omari alichapisha pia kijitabu kidogo mithili ya katekisimu ya Wakristo Katoliki chenye muhtasari wa mafundisho muhimu ya dini kwa ajili ya waumini wapya na watoto wa Waislamu wanaochukua madarasa ya dini yao. Kijitabu hicho alikiita:

Imani ya Kiislamu: Misingi yake Mikuu
Kimetolewa
na
Misikiti ya Kurani ya Imani
Tanzania

Zaidi ya hapo, alianzisha kigazeti kwa ajili ya msikiti wake alichokiita *Sauti ya Kurani ya Imani*. Kilikuwa ni kigazeti cha kurasa nne kilichochapishwa vizuri, na kwenye ukurasa wa mbele, juu mkono wa kulia, kina picha ya tafsiri yake ya Kiswahili ya Msahafu na kichwa cha maneno: **Kurani Tukufu kwa Kiswahili.**

Alitangaza kufunguliwa kwa msikiti wake mpya hapo Mwanza kwenye hilo gazeti lake. Palikuwa na ujumbe maalumu kwenye kila ukurasa wa toleo la kwanza la hilo gazeti: umuhimu wa kufundisha Waislamu wa Tanzania Kurani na dini yao kwa Kiswahili, lugha wanayoielewa; jinsi ya kuimarisha misikiti ya Uislamu wa kweli nchini; jinsi ya kuwezesha Waislamu kusaidiana; na jinsi ya kuwezesha Waislamu kuishi vyema na watu wengine nchini. Kila kitu kwenye toleo la kwanza kiliandikwa na Omari mwenyewe, lakini kwenye ukurasa wa mwisho alikaribisha Waislamu wenye kupenda dini yao walete mawazo yao kwenye hilo gazeti lao jipya.

Alitoa nakala elfu moja za toleo hilo la kwanza la gazeti lake na kuzisambaza bure kwenye sehemu mbalimbali za mji wa Mwanza siku ya Alhamisi ya kuamkia Ijumaa aliyopanga kufungua msikiti wake. Magari ya kukodisha yenye vipaza sauti yalisambaza vijigazeti vyake mjini huku yakitangazia watu kufunguliwa kwa msikiti mpya wa Kurani ya Imani kesho yake Kirumba, Mwanza.

Omari sasa alikuwa mfanyabiashara na mwanasheria mashuhuri anayejulikana kila mahali hapo mjini. Alikuwa na habari za bwalo lililokuwa likitafuta mnunuzi kule Kirumba. Hilo ndilo jego alilonunua na kulikarabati na kulifanya msikiti.

Watu walikuja wengi wa kutosha kwenye msikiti mpya wa Omari siku uliyofunguliwa. Kila mtu alitaka kujionea ni kipi kipya kwenye msikiti wa huyo mwanasheria mashuhuri na mtoto wa tajiri Mwarabu Bushiri wa Rufiji pale mjini kwao!

300

Imamu Shehe Omari Bushiri aliomba Waislamu wenzake waliohudhuria ufunguzi wa msikiti wake atoe hotuba yake kabla ya swala, kwa vile msikiti wake ulitaka kuanzisha mambo mapya kadhaa katika dini yao.

"Waislamu wenzangu, kwanza ninaona wazi mmeshangaa kukuta viti msikitini. Na bila shaka mnajiuliza 'Tunakaa vitini tukimaliza ndiyo viti vinatolewa ili tuanze swala ya Ijumaa?' Hilo ni moja ya masuala nitakayozungumzia.

"Ninataka kwanza kueleza kwa nini ni sharti Waislamu wa Tanzania tusali kwa Kiswahili, tutumie Msahafu wa Kiswahili, na tufundishe watoto wetu na waumini wote dini yetu ya Kiislamu kwa Kiswahili. Ni kwa sababu ndivyo tunavyoagizwa na Mtume Muhammad (Mwenyezi Mungu amdumishie amani) katika Kurani Tukufu. Tafsiri hii ya Kiswahili ni yangu. Mimi nimesomea Kurani kwa Kiarabu chuoni Mombasa nikiishi kwa babu yangu Salim bin Bushiri, baba ya baba yangu Mwarabu Bushiri wa Rufiji, ambaye bila shaka wengine wenu hapa mnamfahamu. Na tangu hapo nimeendelea kujifunza Kiarabu na kadhalika mambo ya dini yangu ya Kiislamu maisha yangu yote. Nimelinganisha tafsiri yangu na tafsiri za Kiswahili zilizopo nchini na ninaridhika kwamba nimefanya kazi nzuri. Tafsiri yangu uzuri wake wa zaidi ni kwamba haitumii neno hata moja la Kiarabu bila kulitafsiri, tofauti na hizo nyingine. Pia tafsiri yangu imetumia Kiswahili kinachoeleweka kwa kila mtu. Walio na tafsiri nyingine za Kurani kwa Kiswahili wanaotaka kuthibitisha kama kweli tafsiri yangu ni sahihi wailinganishe na ile ya marehemu Sheikh Abdullah Saleh Al-Farsy, aliyekuwa Kadhi Mkuu wa Kenya, pamoja na ya marehemu Sheikh Ali Muhsin Al Barwani wa Zanzibar. Wote wawili walikuwa wataalamu wakubwa wa Kurani na wa lugha ya Kiarabu, na mtaona dhahiri kwamba tafsiri yangu ni sahihi na pia inaeleweka vizuri zaidi.

"Nimewagawia bure nakala mojamoja ya tafsiri yangu ya Kurani, kila aliyekuja kwenye ufunguzi wa msikiti wetu leo. Kuna nakala zaidi nilizochapisha. Nazo nitazitoa bure kwa wale watakaowahi, mpaka ziishe zote. Baada ya hapo, nyie Waislamu wenzangu wa Mwanza na Tanzania mkiona tafsiri yangu ya Kurani Tukufu inafaa, nitajitahidi kuutoa Msahafu huu kwa bei nafuu kiasi iwezekanavyo, ili Waislamu Watanzania wanaotaka kusoma Kurani kwa lugha wanayoielewa waweze kuinunua na kuisoma.

"Hali kadhalika nimewapatia kijitabu cha muhtasari wa mafundisho makuu ya dini yetu, na ninataka kueleza jinsi ya kutumia kitabu hicho.

Kwenye kijitabu hiki, miongoni mwa yaliyomo, nimenukuu aya za Kurani ambazo ni msingi wa mabadiliko niliyofanya kwenye dini yetu ya Kiislamu, ili kuthibitisha kwamba kila nilichofanya msingi wake ni Kurani Tukufu. Yafuatayo ni mifano:

Sura ya 14, aya ya 4:

'Na hatujaleta Mtume bali kwa lugha ya wenyeji, ili aweze kuwabainishia ujumbe wangu. Mungu humwacha apotee atakaye na kumwonyesha njia apendaye. Ni Mweza wa yote na Mwenye hekima.'

"Kurani tukufu hapa inasema wazi kwamba Mungu anataka ujumbe wake uwafikie binadamu kwenye lugha zao ili waweze kuuelewa vizuri. Kurani inasisitiza tena na tena umuhimu wa ujumbe wa Mungu kuwa kwenye lugha inayoeleweka kwa waumini walengwa:

Sura ya 41, aya ya 44:

'Na kama ningewaletea Kurani kwa lugha ya kigeni wangesema: Angalau hizi aya zingefafanuliwa! Mambo gani haya! Mtume Mwarabu mwenzetu anatuletea ujumbe kwa lugha ya kigeni! Wambie, ewe Muhammad: Kwa waumini Kurani ni mwanga na faraja; na wasioamini masikio yao yamezeba na kwao ni giza. Hivyo ndivyo niwaitavyo kwa mbali.'

"Kurani inarudia ujumbe huo wa Mtume wa kutaka neno la Mungu liwafikie watu kwa lugha yao kila inapoonya Waarabu wasioamini kwa kisingizio cha kutoelewa ujumbe wa Kurani Tukufu. Rejea Kurani Sura ya 13, aya ya 37; Sura ya 16, aya ya 103; Sura 39 aya ya 28; Sura ya 41, aya ya 3; Sura ya 42, aya ya 7; Sura 43, aya ya 3.

"Mwenyezi Mungu, aliyeumba binadamu wote, Mwenye haki tupu, asiye na upendeleo, hawezi kutaka Kurani iwafikie Waarabu kwa lugha yao ya Kiarabu ili waielewe vizuri halafu atake ipelekwe kwa binadamu wengine duniani kwa lugha ya kigeni ya Kiarabu wasiyoijua.

"Kwa hiyo swali la kujiuliza ni: Kwa nini mpaka leo hii karibu kote duniani Waislamu wanasoma na kufundishwa Kurani kwa Kiarabu tu?

Jibu ni: Kwa sababu za kihistoria na kimapokezi zisizo na msingi kwenye Kurani Tukufu.

"Hata Mtume Muhammad (Mola amzidishie baraka na amani) alipokuwa bado hai, viongozi wa wafuasi wake walianza kugombania vyeo na kutaka wao na ndugu zao wanufaike zaidi kwa dini ya Mtume. Na Mtume alipofariki tu ugomvi kati ya viongozi wa Waislamu ulizidi na hatimaye uligawa waumini kwenye vikundi. Viongozi wa Kiislamu walitaka kutumia dini kujinufaisha kisiasa na kiuchumi wao binafsi na familia na koo zao na mataifa yao. Na hali hiyo iliendelea kadiri dini ya Kiislamu ilivyoenea duniani. Ndiyo sababu kuna madhehebu za Kiislamu nyingi, ambazo waumini wake baadhi yao yanachukiana kiasi cha kusababisha vita vya Waislamu kwa Waislamu! Na kila jumuia tofauti ya Waislamu hudai kwamba ni wao tu ndio Waislamu "wa kweli", wafuasi wa kweli wa mafundisho ya Mtume Muhammad (awe na amani milele) na Kurani yake Tukufu, kama yanavyofafanuliwa na wakuu wa madhehebu yao. Kutokana na madai hayo, imekuwa ni sharti kila madhehebu kuonyesha kwamba wanatumia Msahafu "wa kweli", Kurani Tukufu kama ilivyoandikwa kwa mara ya kwanza kabisa, kwa Kiarabu cha enzi za kale za mwanzoni mwa karne ya saba, Mtume alipofariki dunia, licha ya kwamba ni tofauti na Kiarabu cha leo na licha ya kwamba Waislamu walio wengi duniani leo siyo Waarabu na hawajui Kiarabu.

"Lazima pia kukumbuka kwamba dini ya Kiislamu mwanzoni ilienezwa kwa ushindi wa kivita. Kwenye hali hiyo, katika nchi zilizotekwa na majeshi ya Kiislamu ya Waarabu, watawala wa Kiarabu walitaka taifa lao na lugha yao ihusudiwe kama lugha teule na ya kipekee, nzuri kuliko zote, kama ilivyo kwa watawala wote wa kikoloni. Wengi wenu hapa mnajua jinsi lugha ya Kiswahili na lugha nyingine za mtu mweusi kote Afrika zilivyokuwa zinadharauliwa, siyo tu na Waingereza, mabwana zetu wa kikoloni, bali hata na baadhi ya watu weusi wenyewe, "wateule" wa Kiafrika. Mpaka leo hii kuna wasomi weusi wanaoabudu Kiingereza au Kifaransa na lugha nyingine za Wazungu mabwana wa mtu mweusi wa enzi za ukoloni na kudharau lugha zao. Licha ya ukoloni wao, Waarabu Waislamu pia walitaka Kiarabu, lugha ya taifa lao, kiabudiwe kwa kuwa ndiyo lugha ya Mtume. Mtume Muhammad (adumu na amani), licha ya kwamba alikuwa ni Mwarabu, ni Mtume wa Mungu kwa binadamu wote, na kwa Mungu, Muumba wetu sote, binadamu wote na hali kadhalika lugha zao zote ni sawa. Waislamu wa kweli ambao siyo Waarabu hatuna budi kuondoa kwenye dini yetu kasumba na upotovu wa kuabudu Kiarabu na Uarabu.

"Waislamu wa Tanzania katika kutumia Kurani ya Kiswahili na kusali kwa lugha ya taifa letu mfano wetu wa kihistoria ni Waislamu wa Uturuki. Baba wa Taifa la sasa la Uturuki, Mustafa Kemal Ataturk, kati ya hatua alizochukua ili kutafutia nchi yao maendeleo ya kisasa katika miaka ya

303

1920, iilikuwa ni kukomesha mila na desturi za Kiislamu na za Kituruki alizoona zinarudisha watu wao nyuma na ambazo siyo sehemu muhimu ya dini ya Kiislamu. Baadhi ya mambo aliyozuia nchini mwao ni utumiaji wa Sheria ya Kiislamu pamoja na wanawake kuvaa hijabu na wanaume kuvaa tarbushi au kitunga na mavazi ya kijadi ya Kituruki mengine. Aidha, ili wananchi wa Uturuki waelewe dini yao ya Kiislamu barabara, aliagiza Kurani kutafsiriwa kwa Kituruki na waumini nchini kutumia Kurani iliyoandikwa kwa lugha yao pamoja na kusali swala zote kwa Kituruki hadi waadhini kuita waumini kwenda kwenye swala miskitini kwa Kituruki.

"Waislamu wa Tanzania tunahitaji mabadiliko kama hayo kuliko waumini wenzetu wa Uturuki, ambayo ni nchi nyigine ya Mashariki ya Kati inayochangia mila na desturi nyingi na majirani zao Waarabu. Zaidi ya hapo, Uturuki ni taifa ambalo kwa kipindi cha miaka yapata 500, wakati wa Enzi Kuu ya Uturuki, *Ottoman Empire* kwa Kiingereza, lilikuwa ndilo ngome ya Uislamu duniani kote na mlinzi na mtetezi mkuu wa Kurani Tukufu kwa Kiarabu na utumiaji wa Kiarabu peke yake kwa swala na mambo yote ya dini ya Kiislamu. Kwa Watanzania walio wengi, na huenda karibu wote mliopo hapa, mila na desturi za Kiarabu ni mambo mageni na Kiarabu ni lugha mpya na maandishi yake ni magumu kujifunza. Aidha, kama nilivyokwishasema, Kiarabu cha Kurani Tukufu ni Kiarabu cha kale na imeandikwa kwa mtindo wa kifasihi na kishairi wa enzi hizo; kwa hiyo ni ngumu kuelewa hata kwa Waarabu wenyewe wa kawaida wa leo hii, acha Mswahili anayejuajua Kiarabu, hata akiwa shehe.

"Na haitoshi kutafsiri tu Kurani kwa lugha ya wananchi ya Kiswahili. Mashehe na wakuu wengine wa dini yetu watataka waendelee kuwa wao tu ndio wenye uwezo wa kueleza Kurani, hata ikiwa imeandikwa kwa Kiswahili rahisi namna gani. Kurani tukufu inasema kwa kurudia kwamba lugha ya Kurani ni lugha ya wazi, isiyo fumbo. Kwa sababu Mungu hawezi kuwaletea binadamu ujumbe uliojaa mafumbo, usioeleweka kwa urahisi, na wakati uleule akataka uwe mwongozo wa maisha yao duniani. Rejea Kurani Tukufu Sura ya 16, aya ya 103:

'Na tunajua watasema: Kuna mtu anamfundisha anayosema! Huyo mtu wanayemsingizia kumfundisha Mtume lugha yake imekorogeka, na lugha ya Kurani ni Kiarabu kinachoeleweka wazi.'

"Na Sura ya 41, aya ya 3:

'Hiki ni kitabu ambacho aya zake maana yake imewekwa wazi; ni masimulizi ya Kiarabu kwa watu wote wenye busara.'

"Na kwenye Sura ya 39, aya ya 28, Mtume anasema tena kwamba Kurani ni 'Kitabu kwa Kiarabu wazi kabisa, ili wenye nia waweze kuepukana na maovu.'

"Waislamu wa kweli lazima tukatae matendo ya watu wenye nia mbaya wanaogeuza Kurani Tukufu, Kitabu Kitakatifu cha Neno la Mungu kwa binadamu wote, kuwa maandishi ya siri yanayoweza kutafsiriwa na kufafanuliwa sahihi na wataalamu wateule wachache tu!

"Ovu kubwa zaidi ya yote hayo ni kwamba Kurani ya Mtume Muhammad (azidishiwe amani) imekwishageuzwa kitabu cha uchawi. Maneno yake na aya zake zimekwishageuzwa ndumba zenye uwezo wa kuwaponyesha magonjwa na kuwaletea watu utajiri na kuwaadhibu maadui wao. Hirizi zinatengenezwa na mashehe kwa kuwekewa aya za Kurani ndani yake! Maneno ya Kurani yanaandikwa kwa choki kwenye ubao na kufutwa kwa maji na hayo maji yanakuwa ndumba ya kumpatia chochote atakacho mtu anayeyanywa yakiwa yamechanganywa na asali au kitu kingine cha kuyatia ladha! Hata sala zimegeuzwa ndumba zenye uwezo wa kutenda maajabu kwa amri ya wakuu na wataalamu wa dini! Ombi na tuzo kwa Mungu limegeuzwa chombo cha kutumiwa na binadamu kujinufaisha wao binafsi na taasisi zao!

"Msikiti wetu unataka kukomesha maovu yote hayo kwenye dini yetu. Waislamu tunawajibika kurejesha Kurani kwenye utukufu wake wa neno la Mungu, lisilo na uchawi wa aina yoyote bali tu ujumbe wa mtu kumtendea mema binadamu mwenzake.

"Asanteni sana kwa kunisikiliza.

"Naomba tusali. Tutasali swala ya Ijumaa kama kawaida, bali tu tutasali tumeketi kwenye viti vyetu. Wakati wa kusujudu, tutainamisha tu vichwa, hivi, kukiri tu viumbe vya Mola wetu, huku tumeketi. Tungekuwa tuko kwenye msikiti usio na viti, tungeinamisha vichwa tumeketi sakafuni. Mengine yote tutafanya kama kawaida, kwa kutumia Kiswahili kama ilivyo kwenye kitabu kidogo nilichowapatia. Wakati wa mtu kukariri aya za Kurani apendazo, naomba mtumie tafsiri ya Kiswahili ya Kurani Tukufu mliyopewa kwa kusoma kimoyomoyo aya mpendazo. Kwa wale msiojua kusoma, kwa sasa naomba mkariri kwa Kiarabu aya mjuazo kama siku zote. Jambo la kujifunza kusoma na kuandika kwa wasiojua kusoma na wanataka kujifunza ni baadhi ya mambo tutakayofanyia kazi kwenye jumuia yetu mpya ya Waislamu wa msikiti wetu. Tutakapomaliza swala, wanaotaka kwenda wanaweza kwenda. Watakaoweza kubaki, ninataka kuendelea kueleza mambo mapya kwenye huu msikiti wetu. Ninataka hasa kueleza kwa nini tumebadili jinsi ya kusali msikitini na kwa nini kufanya hivyo hakupingani na Kurani.

Baada ya swala watu wengi zaidi walibaki msikitini kuliko walioondoka, na jambo hilo lilimtia moyo sana Omari.

Kabla ya swala kuna watu walioguna Omari alipowaambia kusali wameketi vitini na kutosujudu bali kuinamisha vichwa tu. Lakini wakati wa kusali kila mtu alifanya walivyoambiwa kufanya. Kwenye mazungumzo baada ya swala, mabadiliko katika jinsi ya kusali kwenye msikiti wake mapya ndilo jambo alilozungumzia kwanza. Alianza kwa kunukuu aya mbili za Kurani kutoka kwenye tafsiri yake:

"'Kutenda mema siyo kusali kwa kugeukia Mashariki na Magharibi; bali mtu mwema ni yule anayeamini Mungu na Kiama na malaika na Maandishi matakatifu na Mitume; na ambaye, kwa mapenzi yake kwa Mungu, anatoa mali yake kwa jamii na watoto yatima na wenye shida na mpita-njia na wanaomwomba, na kuacha huru watumwa wake; na anayeabudu Mungu na kusaidia maskini. Na wale wanaotimiza ahadi zao na wenye subira wakati wa shida na masumbuko na mateso. Hao ndio waumini wa kweli. Hao ndio wacha Mungu.' Kurani Tukufu Sura ya 2, aya 177.

"'Tumewapatia kila taifa taratibu tofauti za kutimiza kwenye ibada; kwa hiyo wasikubishie kuhusu hilo jambo, bali wote elekezeni ibada yenu kwa Mungu wenu. Ama kweli unafuata njia njema!' Kurani Tukufu Sura ya 22, aya ya 67.

"Waislamu wenzangu, tunayojifunza kutoka kwenye hilo neno la Mungu ni kwamba imani ya mtu imo rohoni mwake na mcha Mungu humthibitishia Mungu mapenzi yake kwake kwa matendo yake mema kwa binadamu wenzake. Aya niliyonukuu kwanza inasema pia kwamba jinsi ya kusali siyo jambo la msingi kwenye sala yetu kwa Mungu. Sala yetu inayomfurahisha Mola ni matendo yetu mema. Aya ya pili niliyonukuu inaongeza kwa kusema kwamba watu wa mataifa mbalimbali wanaweza kumwabudu Mungu kwa ibada au jinsi ya kusali tofautitofauti.

"Binadamu walipogeuza Kurani ya Mtume Muhammad (adumu na amani) kuwa ndumba, vitendo vya ibada za Kiislamu navyo vikawa ndumba nyingine. Na ndumba siku zote ni kitu cha siri, kisichoweza kubadilishwa bila kupoteza nguvu za uchawi wake! Kutokana na kuchukulia sala kama ndumba, watu wanaamini kwamba wanapotimiza matendo ya ibada au wanapotamka tu sala fulani wanatimiza wajibu wao kwa Mungu na wanapata thawabu! Sala ya kweli ni kumcha Mungu kwa dhati moyoni mwetu na kumwomba atupatie nguvu za kutenda mema, na siyo taratibu au jinsi ya kusali kwa muumini. Ndiyo sababu Waislamu wa Tanzania kwenye misikiti yetu mipya tumeamua kujiwekea jinsi yetu tofauti ya kusali inayolingana zaidi na mila za watu wetu. 'Tumewapatia kila taifa taratibu tofauti za kutimiza kwenye ibada; kwa hiyo wasikubishie kuhusu hilo jambo, bali wote elekezeni ibada yenu kwa Mungu wenu.' Hilo ndilo neno la Mungu.

"Ndiyo maana nimependekeza kwenye msikiti wetu kusali tumeketi vitini na kuacha kusujudu kwa kupiga paja la uso chini, na badala yake kuinamisha kichwa tu kukiri Mungu kama Bwana wetu.

"Jambo lingine, ambalo wote bila shaka mmeliona, ni kwamba hatukusali kwa kuelekea Kaskazini-Kashariki. Mungu yuko kote ulimwenguni na mioyoni mwetu. Hayuko zaidi Arabuni, Maka, kuliko Tanzania na kwingineko duniani. Waislamu kwanza walisali kwa kuelekea Yerusalemu, kama walivyowakuta Wakristo wakisali, na ambavyo bado baadhi ya Wakristo wa *Orthodox* wanasali hadi leo. Baadaye ndipo Mtume Muhammad (Mungu amzidishie neema) alipobadili na kuwaambia wafuasi wake kusali wakielekea Maka, kwenye Kaaba, jengo mraba la mawe meusi lililokuwa linaabudiwa na Waarabu kwenye dini zao za kabla ya Uislamu na Waarabu walikokwenda kuhiji tangu enzi za kabla ya kuzaliwa Mtume. Kwa hiyo kusali kwa kuelekea Maka ni jinsi ya kusali yenye maana maalum ya kihistoria na kimila kwa Waarabu na kwao peke yao. Ndiyo sababu Waislamu Watanzania hatutakuwa tena na "kibla" kwenye misikiti yetu mipya au wakati wa kusali swala zetu za Kiislamu za kila siku.

"Pia kuingia msikitini kwa kuvua viatu ni jambo linalofaa kubadili. Msikiti siyo jengo takatifu, ni mahali tu pa kukusanyikia Waislamu kusali. Kwa sababu watu wamekwishabadili msikiti kuwa kama nyumba ya ndumba, ni vizuri kufuta hiyo dhana potofu ya msikiti kwa kuwaelemisha waumini kwamba hakuna sababu ya mtu kuvua viatu kabla ya kukusanyika pamoja na waumini wenzako kusali.

"Waarabu ni mila yao kuvua viatu kabla ya kuingia kwenye nyumba ya mtu. Wengine wetu nasi tumekwishaiga utamaduni huo wa kigeni. Hata kama tunavua viatu tunapoingia nyumbani kwetu au kwenye nyumba za watu wengine, kwenye misikiti yetu waliovaa viatu wataingia wamevaa viatu vyao, ili kusisitiza kwamba ni mahali tu pa watu kukusanyikia kwa ajili ya sala za pamoja na kwa mikutano yao mingine. Hiyo ndiyo maana ya misikiti yetu mipya.

"Kwa leo ngoja niishie hapa. Kesho, kwenye gazeti letu, *Sauti ya Kurani ya Imani*, nitaandika muhtasari wa mambo yote ninayopendekeza kubadili katika juhudi yetu ya kujenga upya Uislamu nchini Tanzania. Naomba mtakaopata hilo gazeti, tutakalotoa bure kwa mara nyingine, mlisome na mkimaliza muwape Waislamu wenzetu wengine ili nao walisome. Naomba tutakapokutana kwa swala ya Ijumaa wiki kesho mnipatie maoni yenu juu ya mapendekezo yangu na yote niliyosema hapa leo.

"Asanteni sana. Mungu atubariki sote tukae salama!"

Kesho yake gazeti la msikiti mpya wa Omari bin Bushiri Kirumba, Mwanza, lilikuwa na kurasa nane badala ya nne. Ukurasa wa mbele ulirudia maneno Omari aliyozungumzia Waislamu wenzake msikitini siku ya Ijumaa. Kwenye ukurasa wa pili *Sauti ya Kurani ya Imani* ilitangaza mabadiliko mengine kwenye taratibu za Kiislamu kwa waumini wa msikiti wake. Kila badiliko liliambatana na maana yake pamoja na nukuu ya neno la Kurani Tukufu inayohalalisha badiliko hilo.

Kwanza gazeti lilitaja mabadiliko kwenye Nguzo Tano za Uislamu. Kwenye madhehebu yao mpya Nguzo Tano za Uislamu zilibadilishwa ili zote ziwe ni zenye maana ya kiroho, zinazolenga utendaji mema. Nguzo tano mpya kwa Waislamu wa msikiti wake zilikuwa ni kama ifuatavyo:

Shahada ya Uislamu ilibakia ileile.

Badala ya kusali kutwa mara tano, muumini aliombwa asali haidhuru mara moja kila siku, akiwa msikitini na Waislamu wenzake wakati wa swala ya pamoja au peke yake popote alipo na wakati wowote, na kujitahidi kwenda kwenye swala ya pamoja msikitini siku ya Ijumaa, kama hana sababu kubwa inayomzuia kwenda. Kwenye nguzo hiyo jinsi ya kusali nayo ilibadilishwa kama ilivyoelezwa gazetini na kwenye mazungumzo ya Imamu Shehe Omari Bushiri kwenye Ijumaa ya ufunguzi wa msikiti wao.

Badala ya Saumu, kwenye mwezi mtukufu wa Ramadhani Mwislamu sasa alitakiwa kujiwekea malengo ya matendo mema maalumu ya kutimiza.

Kufunga kula na kunywa sasa kilikuwa ni kitu cha hiari na cha nyongeza; lakini siyo tena sharti la kutimiza. Saumu ni nguzo yenye msingi wa kihistoria na kimila maalumu kwa Waarabu, waliofunga kwa mwezi mmoja kila mwaka tangu enzi za wahenga wao kabla ya kuzaliwa Mtume na Uislamu kuingia Arabuni. Gazeti la Omari lilieleza kwamba kwa Waislamu wasio Waarabu hilo haliwezi kuwa sharti kuu kwenye dini yao. Cha kuzingatia ni maana ya kiroho ya nguzo hiyo, ambayo ni muumini kila mwaka kujiwekea kipindi cha kujitahidi kuwa mcha Mungu zaidi kwa matendo mema maalumu. Na kwenye misikiti yao mipya walitaka hayo matendo yawe ni aliyojipangia muumini mwenyewe.

Zaka ilikuwa sasa ni pamoja na matendo yote ya muumini ya kujitolea yanoyoleta maendelo kwa jamii na kusaidia watu.

Hija ilikuwa siyo tena nguzo kuu ya imani kwa Mwislamu wa Tanzania. Badala yake muumini alitakiwa kujitahidi siku zote kuishi vyema na watu wa dini nyingine nchini mwake na kote duniani. Gazeti la Omari lilieleza wasomaji wake kwamba hija ya kwenda Maka pia ni kitendo cha kihistoria na kimila cha Waarabu cha tangu enzi za kabla ya kuzaliwa Mtume Muhammad (Mungu ampe amani milele), na siyo lazima liwe sharti kuu la dini kwa Waislamu wote. Mwislamu anayetaka kuhiji kwa kwenda Maka kujiunga na Waislamu wenzake kutoka kote duniani atakuwa anatenda jambo zuri, sawa na kwenda msikitini kuomba Mola pamoja na waumini wenzake. Lakini hija ya kweli inayompendeza Mungu katika dunia ya leo inayohatarishwa na migongano ya kidini ni Mwislamu kujitahidi kila siku kuishi vyema na watu wa dini nyingine katika jamii yake.

Sauti ya Kurani ya Imani liliandika pia kwamba hakuna chakula kinacholiwa na watu wengine kwenye jamii ya mtu ambacho ni mwiko kwa Mwislamu. Miko ya vyakula inayotajwa kwenye Kurani pia inatokana na mila na desturi za Waarabu wakati wa Mtume, hilo gazeti lilieleza. Na kueleza pia kwamba Kurani inasema, kwenye Sura ya 2, aya ya 173: "Lakini yule alaye hivyo vyakula nilivyozuia kwa kulazimika, na siyo kwa tamaa au kwa kuvunja mwiko makusudi, huyo hakutenda dhambi. Sikieni! Mungu ni Mwenye-msamaha na Mwenye-huruma." Wasomaji wake waliombwa kurejea pia: Sura ya 5, aya ya 3; Sura ya 6, aya ya 146; Sura ya 16, aya ya 115.

"Ukweli ni kwamba, hata kama miko ya chakula inayotajwa kwenye Kurani isingekuwa ni ya kimila na maalumu kwa Waarabu tu na watu wanaochangia nao mila, kama Wayahudi, kwenye nchi ya watu wa dini mchanganyiko kama Tanzania, kuitimiza ni kitu kisichowezekana, kwa vile kila mahali na kila siku Mwislamu anakula chakula kisicho halali bila kujua." Gazeti likanukuu tena tamko la Kurani Tukufu juu ya waumini wa mataifa tofauti kuweza kufuata taratibu na jinsi tofauti ya kumwabudu Mungu, Sura ya 22, aya ya 67: "Tumewapatia kila taifa taratibu tofauti za kutimiza kwenye ibada; kwa hiyo wasikubishie kuhusu hilo jambo, bali wote elekezeni ibada yenu kwa Mungu wenu."

Mabadiliko mengine Omari aliyoeleza kwenye gazeti lake ni waumini wa msikiti wao kuacha kutawadha kabla ya kuingia msikitini na kabla ya kusali. Alieleza kwamba kutawadha kabla ya kusali nalo ni jambo la jadi ya Kiarabu na maalumu kwa Waarabu na watu wanaochangia mila na Waarabu tu. Mtu hastahili zaidi thawabu za Mungu kwa kutawadha! "Kutakasika kunakomfurahisha Mungu kumo rohoni mwa mtu," gazeti lake liliandika.

Kurasa mbili kati ya nane za gazeti zilikuwa ni juu ya mambo ya kimaendeleo ya jumuia ya msikiti wao mpya Imamu Omari Bushiri aliyokuwa anapendekeza, ikiwa ni pamoja na kufundisha watu wazima wasiojua kusoma na kuandika kusoma na kuandika, na kuunda kamati za kudumu za kuendesha msikiti kama kituo cha maendeleo ya jamii, licha ya kuwa mahali pa swala na shughuli nyingine za dini yao.

Ijumaa iliyofuata msikiti ulijaa watu hadi kufurika. Baadhi ya Waislamu watu wazima waliohudhuria mara ya kwanza walipinga vikali mabadiliko Omari aliyofanya kwenye dini yao na hawakuja tena kwenye msikiti wake. Lakini waumini wengi walirudi, wakifuatana na waumini wenzao wengine waliotaka kujiunga na huo msikiti mpya. Kikubwa kabisa kilichowavutia watu kilikuwa ni kusali kwa Kiswahili. Pamoja na kwamba wengi wao walisoma madarasa na ilitakiwa wawe wanajua maana ya sala za Kiarabu, waumini waliohudhuria Ijumaa ya kwanza walijisikia, kwa mara ya kwanza kabisa maishani mwao, wanasali kwa Mungu kwa maneno yenye maana hasa kwao! Zaidi ya hapo, hawakuona jambo hata moja katika mabadiliko Imamu Omari aliyopendekeza ambalo lingewafanya wawe Waislamu tofauti na walivyokuwa!

Kati ya watu waliojazana msikitini humo safari hii walikuwa ni pamoja na waandishi wa habari kutoka hapo Mwanza na pia Dar es Salaam. Nakala za kigazeti cha Omari zilifika hadi kwenye vyombo vya habari Dar es Salaam na baadhi yake viliamua kutuma waandishi wake kuja kusikiliza

310

huyo shehe wa msikiti mpya aliyethubutu kusemea kimapinduzi hivyo mambo "nyeti" ya Uislamu katika Tanzania ya mwaka 1995!

Wakati wa mazungumzo ya baada ya swala kwenye Ijumaa ya pili, mtu mmoja aliuliza Shehe Omari mbona hapakuwa na alilosemea juu ya jinsi Waislamu wanavyopaswa kujikinga na kulinda masilahi yao dhidi ya mashambulizi ya Wakristo nchini na duniani kote!

"Naamini nimelisemea," Omari alijibu, "lakini kwa njia nyingine. Ngoja nirudie tena. Uislamu wa mtu umo rohoni mwake na dini ya Kiislamu amri yake kuu ni mtu kutendea binadamu wenzake mema. Na ili kurudisha dini ya Kiislamu kwenye misingi hiyo ya Kurani Tukufu, ni lazima kuitakasa kwa kuitenganisha na siasa na tamaa za binadamu waovu. Sikilizeni ukweli wa dini ya Mtume juu ya hili jambo, kwenye Sura ya 31, aya ya 17 mpaka ya 19:

'Ewe mwanangu: Anzisha ibada na amrisha mema na kataza mabaya, na uwe mvumilivu katika yote yakatayokusibu. Kweli hivyo ndiyo kutenda mambo yanayostahili.

Usitazame watu kwa dharau, au kutembea ukijiona nchini. Kweli Mwenyezi Mungu kamwe hapendi mtu mwenye majivuno na anayejitapa.

Uwe mtu anayejirudi na zungumza kwa sauti iliyotulia; sauti yako isiwe ya kuudhi kama kipenga cha pundamilia.'

"Kwangu mimi na kwa Mwislamu anayetii neno la Mungu la Kurani ya Mtume wake, jinsi ya Mwislamu kujilinda na kulinda masilahi yake hapa Tanzania na kote kwenye ulimwengu wa leo ni kuwa msitari wa mbele katika kupigania kuleta amani kwa watu wote. Na hiyo ni kwa sababu Uislamu ni dini ya amani na utendaji mema inayotaka waumini wake wawe na uhusiano mzuri na watu wengine kwenye jamii, kama Mwenyezi Mungu anavyomwagiza Mtume kwenye aya hizo za Kurani Tukufu.

"Neno tunalosikia kila mara Waislamu wanapozungumzia haki zao ni 'jihadi'. Licha ya kwamba Mtume alikabiliana na majukumu ya mfalme na amiri jeshi mkuu aliyemo vitani huku anaendelea kupokea ufunuo wa Kurani, ujumbe wa msingi wa Kurani Tukufu kuhusu Jihadi ni huu, Sura ya 4, aya ya 74 na 75: 'Wanaopigana vita kwa ajili ya Mungu ni wale walio radhi kupoteza maisha ya dunia hii kwa ajili ya maisha mengine. Yoyote apiganaye kwa ajili ya Mungu, auawe au ashinde Mwenyezi Mungu atampa zawadi kubwa ajabu.

311

'Utaachaje kupigana kwa ajili ya Mungu na wanaume wanyonge na wanawake na watoto wanaolia: Mola wetu, tuokoe kwenye mji huu wa watu wakatili! Wewe uliye nasi, tutunukie rafiki wa kutulinda! Wewe uliye nasi, tutunukie mtu wa kutusalimisha!'

"Ninatilia mkazo mwanzo wa aya ya mwisho. Jihadi, vita kwa ajili ya Mungu, kwa Mwislamu anayefuata mafundisho ya Kurani Tukufu ni kupigania *'wanaume wanyonge na wanawake na watoto wanaolia.'* Ndiyo sababu dini ya Kiislamu ni kweli dini ya amani," Omari aliwaambia wasikilizaji wake.

"Zaidi ya hapo, ninawakumbusha tena kwamba Waislamu nchini na penginepo duniani inatupasa kutambua kwamba Mtume Muhammad (awe na amani milele) alikuwa pia ni Jemadari Mkuu na Mkuu wa Nchi, na Kurani ina mengi ambayo yanahusu wajibu wa Mtume kama mfalme na amiri jeshi mkuu aliyemo vitani. Ni sharti Waislamu tuweze kutenganisha hayo na ujumbe wa dini ya Mtume wa amani na mema kwa binadamu wote.

"Dini ya Kiislamu pia ni dini isiyoweza kuenezwa kwa nguvu. Baba hawezi kumshurutisha mwanae wa kike au wa kiume mtu mzima kuwa Mwislamu, na mume hawezi kumshurutisha mkewe kuwa Mwislamu au mke kumshurutisha mumewe kuwa Mwislamu. Kwa sababu kuwa Mwislamu ni mtu kusadiki Shahada rohoni mwake. Kurani Tukufu inasema Mtume hakutakiwa kueneza Uislamu kwa nguvu. Sura ya 10, aya ya 100:

'Na kama Mungu wako angetaka, watu wote waliomo duniani wangekuwa waumini kwa pamoja. Ewe Muhammad, utashurutisha watu wote kuwa waumini?'

"Kama nilivyokwisasema na nilivyoandika kwenye gazeti letu, kuna pia mambo mengi kwenye Kurani ambayo ni maalumu kwa Waarabu na kwa wakati Mtume alipoishi duniani. Kwa mfano, siku hizo watu walikuwa na haki ya kuwa na watumwa na wajakazi na kuwatendea watakavyo, kwa vile hao watu walihesabiwa ni mali zao. Kwenye dunia ya leo hilo haliwezekani, licha ya kwamba Kurani Tukufu inasemea haki za bwana kwa watumwa na wajakazi wake. Pia jamii ya Kiarabu ya wakati huo ilikuwa na dhana tofauti ya uvunjaji na utunzaji sheria, jinsi ya kuvaa kwa heshima kwa wanawake na wanaume, jinsi ya kuhusiana kwa wazazi na watoto wao, wanaume na wanawake, mume na mkewe, na kadhalika. Ndiyo sababu nchi nyingi za Kiislamu leo hii hazifuati Sheria ya Kiislamu ya wakati wa Mtume, na zinatofautiana katika kuelewa hijabu, yaani kuvaa kwa heshima, hasa kwa wanawake, na kadhalika. Sisi, kwa mfano, katika msikiti wetu tunawataka waumini kuvaa kama Watanzania wenzao wanavyovaa. Tunaamini kwamba jambo kama hilo ni la jamii nzima na haifai Waislamu kuliwekea masharti tofauti. Ni sharti Waislamu kutambua kwamba mambo kama hayo, ambayo ni maalumu kwa Waarabu tu au kwa Waarabu wa wakati alioishi Mtume tu, siyo na hayawezi kuwa ujumbe wa Mungu kwa binadamu wa kila nchi na kila wakati. Kwa hiyo ni sharti kuyatenganisha na neno la Kurani Tukufu kwa binadamu wote.

"Nimesema yote hayo kwa sababu ni masuala ya kueneza Uislamu na kuwepo kwa Waislamu wengi au wachache hapa au pale pamoja na mila na desturi za Kiislamu, ambazo kusema kweli ni za Kiarabu, ndiyo mambo waumini wanaodai kupigania haki na masilahi ya Waislamu kwa kawaida wanayogombania. Kwenye msikiti wetu mpya hatuamini kwamba kugombania mambo kama hayo ni kupigania dini ya Kiislamu, bali ni kuingiza katika dini ya Mtume siasa na kutaka mila na desturi za Kiarabu nazo ziwe ni masharti ya dini kwa Waislamu wote duniani. Hata kama Wakristo na wafuasi wa dini nyingine yoyote ile wanagombea mambo kama hayo, kwa Waislamu safi jinsi ya kuwapiga vita ni kuwaonyesha mfano mwema kwa kufuata Neno la Kurani Tukufu: kutendea mema binadamu wenzetu. Hiyo ndiyo jihadi ya kweli ya Mwislamu safi, kwa vile ni mfano wa kuigwa na watu wote wenye nia njema wa kila dini.

"Aidha Mtume Muhammad (Mola amdumishie baraka na amani) hakujua kusoma wala kuandika: 'Wale wanaofuata mjumbe wangu, Mtume asiyejua kusoma wala kuandika... atawaamrisha mema na kuwakataza mabaya'; 'Basi muamini Mungu na mjumbe wake, Mtume asiyejua kusoma wala kuandika, anayeamini Mungu na maneno yake, na kumfuata ili mpate kuokoka.' Kurani Tukufu, Sura ya 7, aya ya 157 na 158. Na kinachodhihirishwa na ufunuo huo wa Mungu ni kwamba Kurani Tukufu kama kitabu haikuandikwa na Mtume.

"Aya za Kurani ziliandikwa na wafuasi wa Mtume wanaojua kusoma na kuandika baada ya kumsikiliza akinena ufunuo wa Mungu. Kila sura na kila aya iliandikwa kwa mkono na watu kadhaa wa kadha, kadiri kila mmoja wao alivyokumbuka na kuelewa aliyosikia Mtume akisema. Halafu, baada ya Mtume kufariki, maandishi hayo yalikusanywa na viongozi wa dini ya Kiislamu kila yalipopatikana na kuchambuliwa na kuhaririwa na kuwekwa pamoja kama kitabu.

313

"Kwenye hali kama hiyo ni sharti palikuwa na mengi yaliyoachwa au kuongezwa au kusemwa vinginevyo kwenye ujumbe wa Mtume, kwa upande wa waandishi wake wa kwanza chungu nzima na pia kwa upande wa waliohusika na kutoa kitabu kwenye maandishi hayo mengimengi, ambao walikuwa binadamu wa kawaida wenye jinsi yao ya kuelewa waliyosikia au waliyosoma na sababu zao za kufanya uchambuzi na uhariri waliofanya hadi kutoa Kurani Tukufu rasmi.

"Huo ndio ukweli wa kihistoria juu ya Kurani. Ni jinsi hiyo ya kuelewa Kurani ndiyo inatuwezesha kutenga na kudhihirisha neno la Mungu kwa binadamu wote kwenye Msahafu. Jinsi hiyo ya kuelewa Kurani Tukufu ndiyo pia inayowawezesha Waislamu kunufaika na Hadithi, yaani maandishi juu ya maisha na matendo ya Mtume, na Suna, yaani mfano wa maisha ya Mtume kwa binadamu."

Maongezi baada ya swala ya Ijumaa ya pili kwenye msikiti wa Imamu Omari Bushiri yaliendelea hadi saa kumi na mbili jioni, na ni waumini wachache sana walioondoka kabla ya Shehe Omari kufunga kikao chao. Alifunga kikao kwa nukuu tatu kutoka kwenye Kurani Tukufu.

"Sura ya 2, aya ya 112: Kweli, wale wote wanaoelekeza maisha yao kwa Mungu na wanatenda mema, zawadi yao iko kwa Mwenyezi Mungu; na hawatakuwa na hofu wala kuhuzunika."

"Sura ya 16, aya ya 124:Jumamosi kama siku ya Mungu iliwekwa tu kwa waliotofautiana juu yake. Kweli Mungu wako siku ya Kiama atawaamua pale walipotofautiana.

"Sura 62, aya ya 6: Waambie: Enyi Wayahudi! Kama mnadai kwamba nyie ni wateule wa Mungu mnaopendwa na Mungu kuliko binadamu wengine, basi mtamani kifo kama mnayosema ni kweli."

Halafu alisema: "Tunachojifunza hapo kwanza ni kwamba kitu muhimu kuliko vyote kwa binadamu ni kusadiki Mungu na kutendeana mema. Hili halina haja ya kulieleza zaidi. Pili ni kwamba pale waumini tunapotofautiana katika jinsi ya kumwabudu Mungu, Mwenyezi Mungu peke yake ndiye atakayetuamua siku ya Kiama. Kuhusu ukweli huu rejea pia Kurani Tukufu Sura ya 22 aya ya 69, na Sura ya 42 aya ya 15. Na mwisho ni kwamba Mungu hana upendeleo kwa binadamu wa taifa lolote, liwe la Wayahudi au Waarabu, ikiwa ni pamoja na lugha zao. Binadamu wote na lugha zao zote ni sawa kwa Mungu."

Kufuatia toleo la gazeti la Omari baada ya Ijumaa ya kwanza, magazeti ya Kiislamu yenye siasa kali jijini Dar es Salaam na kote nchini hayakuandika juu ya jambo lingine tena isipokuwa kushambulia kila kitu kwenye *Sauti ya Kurani ya Imani.* Lakini magazeti mawili ya Kiislamu yalikaribisha msikiti huo mpya wa Mwanza kama kitu ambacho muda wake umewadia kwenye jumuia ya Waislamu wa Tanzania. Halafu magazeti ya serikali na chama tawala pamoja na yale yasiyo ya kidini nayo yalieneza zaidi habari za msikiti wa Omari kwa kurudia kwa kirefu yaliyokuwa kwenye gazeti lake. Habari za msikiti wa Shehe Omari wa Mwanza zikaenezwa haraka kote nchini kuliko Omari mwenyewe alivyotarajia!

Tangu hapo kila Ijumaa msikiti mpya wa Kurani ya Imani Kirumba, Mwanza, ulijaa watu mpaka wengine wakasimama kwenye uwanja wa nje wa hilo jumba lililojengwa kwa madhumuni ya kuwa bwalo la kuchezea disko na dansi. Waislamu wa Mwanza chungu nzima walijitolea bila kuchelewa na kuanzisha shughuli za kimaendeleo za jamii yao. Kamati ya maendeleo ya msikiti ilipendekeza kukaribisha hata wasio Waislamu kujiunga na shughuli hizo, kwa vile zilikuwa ni za maendeleo ya kila mtu, lakini Omari akawashauri vinginevyo: "Lazima shughuli zetu zibakie mikononi mwetu, ili tuweze kuzisimamia vyema. Pia tutafanikiwa kuwaletea watu maendeleo ya kuwafaa iwapo kila msikiti mpya tutakaoanzisha na misikiti iliyopo itakayopenda kuiga mfano wetu itakuwa ni pia vituo vya maendeleo vya kujitegemea. Tutatekeleza mambo ya maana zaidi tukiwa na vituo vingi kama hivyo. Parokia za makanisa ya Wakristo nazo zikiamua kufuata mfano wetu itakuwa vizuri zaidi. Tukishatimiza hayo ndipo tunaweza kuzungumzia jinsi ya kushirikiana na Wakristo na Waislamu wasiofuata itikadi yetu mpya pamoja na raia wote kwa jumla kwenye mipango yetu ya maendeleo.

Mwezi uliofuata mashehe vijana sita walikuja Mwanza kwa Imamu Shehe Omari Bushiri kujifunza mabadiliko aliyoanzisha kwenye dini ya Kiislamu na mambo yote waliyokuwa wanafanya kwenye msikiti wake wa Kirumba ili nao waende kuanzisha misikiti ya Kurani ya Imani makwao. Watatu kati yao walitoka Dar es Salaam, wawili Tanga na mmoja Tabora.

315

Sura ya 32

Mjukuu wa Bibi Kilihona wa kwanza kabisa kutokewa ndotoni na marehemu bibi yake na kupewa ujumbe wa kuanzisha dini mpya alikuwa ni Padri Paulo, alipokuwa kwenye mazishi ya marehemu. Kama kawaida yake kila alipokuja Ukerewe tangu alipokuwa padri, safari hiyo pia alifikia kwa mapadri wa Kanisa Katoliki la Nansio, kanisa lake alikopewa upadrisho, badala kufikia nyumbani kwa Bibi Kilihona alikokulia, pamoja na kwamba alikwishazuiwa na wakuu wa kanisa lake kufanya kazi za kipadri.

Baada ya mazishi ya bibi yake, siku aliyoamkia kurudi kwake Mwanza, usiku wa manane, alipokuwa amelala usingizi mzito kweli, aliota akiwa kwenye mtumbwi katikati ya ziwa Viktoria Nyanza. Ndani ya mtumbwi alikuwa ameketi anatazamana na marehemu Bibi Kilihona, kwenye viti vya katikati ya mtumbwi. Ulikuwa ni usiku wa giza kweli lakini mtumbwi uliwaka kwa mwanga mkali kama wa karabai. Bibi yake alimpa Biblia na kusema: "Enda utimize kazi uliyokwishaanza!" Halafu alitoweka, bila kumsemesha kitu kingine.

Padri Paulo hakuamka usingizini mpaka asubuhi. Kulipokucha alipoamka alishangaa kweli! Alikuwa ameshikilia mikononi mwake Biblia yake aliyoacha chumbani kwake Mwanza! Hiyo Biblia ilikuwa kila mahali imejaa maandishi yake na alama kwa kalamu za wino mweusi na mwekundu na penseli kwa ajili ya marejeo yake alipoitumia kuandika makala au kutayarisha mihadhara na mahubiri ya dini. Ndiyo sababu alikuwa kila wakati anaifungia kwenye mtoto wa meza chumbani kwake, mahali penye usalama. Safari hii pia aliacha ameifungia humo alipotoka Mwanza. Kwenye kazi zake za kipadri pamoja na kusali alikuwa anatumia Biblia nyingine, ambayo ndiyo aliyokuja nayo Ukerewe na ilikuwa alikoiweka humo chumbani alimofikia!

316

Padri Paulo alitambua hapohapo kwamba ndoto yake ilikuwa ni ujumbe kutoka kwa Mungu alioletewa na marehemu bibi yake: "Enda utimize kazi uliyokwishaanza!" Mpaka hapo hakujua afanye nini! Alichojua tu ni kwamba bado alitaka kuhudumia waumini. Kwenye hayo matatizo yake na wakuu wa Kanisa lake, tangu Seminari Kuu ya Kipalapala alikofukuzwa ualimu hadi hapo Mwanza alikofungiwa kufanya kazi za upadri wake, nia yake ya kuendelea kuwa kasisi haikutetereka, licha ya kuamini kwamba Kanisa lake halifuati tena njia ya Kristo. Sasa alijua kwamba Mungu alitaka aanzishe Kanisa jipya la Kikristo.

Padri Paulo alipoitwa kwenda Dar es Salaam kujieleza kwa mkuu wa Kanisa lake, Mwadhamu Kardinali wa Kanisa Katoliki la Roma Tanzania, kardinali alikuwa na shughuli nyingine muhimu zaidi kwa muda huo na alipangiwa aende kumwona tarehe 15 mwezi wa kumi. Kwa hiyo alikuwa na muda wa kutosha kutayarisha ufunguzi wa kanisa lake jipya kabla hajatakiwa kwenda kukabiliana na kardinali wake, hasa kwa vile alikwishafungiwa kufanya kazi yoyote kama padri na alikaa tu hapo Mwanza akingojea kwenda kujibu mashtaka dhidi yake.

Paulo Mgumba, pamoja na kwamba alilelewa na kukulia Ukerewe kwa Bibi Kilihona tangu alipokuwa mtoto mdogo wa darasa la kwanza la shule ya msingi, tangu mwaka wa 1967, alipoingia Seminari ya Nyegezi, hakukosa tena kwenda mara kwa mara kupumzikia kwa baba na mama yake Iringa wakati wa likizo, kama Bibi Kilihona alivyomwelekeza. Tangu hapo alijuana na ndugu za wazazi wake wengi, ikiwa ni pamoja na watoto na wajukuu wa babu yake Yohane Mgumba, kaka ya babu yake kizaa babu Luka Nguvumali Mgumba, waliokuwa wanaishi Dar es Salaam. Mjukuu mmoja wa babu yake Yohane, aliyepewa jina la babu yake mdogo Luka Nguvumali, aliyekuwa na umri wa miaka hamsini na tano hivi, alikuwa ni tajiri mkubwa. Hakusoma sana, lakini alianza biashara mapema na kufanikiwa na alikuwa ni mmoja wa matajiri wananchi wakubwa kweli pale jijini. Kati ya biashara zake nyingi alikuwa na kituo cha redio pamoja na magazeti mawili, moja la Kiswahili na lingine la Kiingereza. Hivyo vyombo vya habari viliendeshwa na wanae wa kike na wa kiume saba, ambao wote walisoma hadi chuo kikuu, wengine Tanzania na wengine nchi za ng'ambo.

Paulo alitoka Mwanza kimyakimya na kwenda kumwona baba yake mdogo Luka Mgumba Dar es Salaam na kumwomba amfungulie kituo cha redio kwa ajili ya kanisa lake jipya. "Baba Luka, kituo cha redio ya mambo ya dini ya Kikristo Tanzania ya leo ni sharti kitarudisha mara moja gharama za kukianzisha. Na kitaleta faida. Tutajua jinsi ya kugawana hiyo faida mtaji wako ukisharudi, mradi tu uendeshaji wake uwe mikononi mwangu ili niendeleze mambo ya kanisa langu."

Luka Mgumba alipowauliza ushauri wanae wasomi, hao ndugu za Paulo wakapenda kweli ombi lake, kutokana na kujua jinsi vituo vya redio za kidini vilivyokuwa motomoto tangu viliporuhusiwa nchini sambamba na kuanzishwa kwa vyama vingi vya siasa. Kituo cha redio ndugu zake walichomfungulia jijini Dar es Salaam Paulo alikiita "*Sauti ya Ukristo Hai.*" Ndugu zake wakamwanzishia pia gazeti la Kiswahili, aliloliita *Mwanga wa Ukristo Hai*, kwa makubaliano kama yale waliyofanya naye juu ya kituo cha redio.

Baba yake mdogo Luka Mgumba ndiye aliyemtafutia jengo la kuanzishia kanisa lake, na nyumba ya kuishi, kule Sinza, Luka mwenyewe alikokuwa akiishi. Walikodi majengo yote mawili kwa muda wa miaka mitatu. Paulo aliamini kwamba, kanisa lake likifanikiwa, kufikia hapo watakuwa wamekwishajenga kanisa la kudumu, na Mungu akipenda, huenda watakuwa wamekwishaanzisha makanisa yao mengine kadhaa jijini.

Kanisa jipya la Kikristo Paulo Mgumba alilofungua jijini Dar es Salaam aliliita *Kanisa la Ukristo Hai.*

Redio mpya ya *Sauti ya Ukristo Hai* ilianza kupeperusha hewani matangazo yake siku ya Alhamisi iliyotangulia Jumapili ya kufungua kwa kanisa jipya Sinza, jijini Dar es Salaam. Mtangazaji alikuwa Paulo Mgumba, Kiongozi Mkuu wa *Kanisa la Ukristo Hai.*

"Wakristo wapenzi wa kila madhehebu, mnakaribishwa kwenye ufunguzi wa kanisa lenu jipya la Ukristo Hai, Sinza, hapa jijini Dar es Salaam. Mimi, Kiongozi Mkuu na mwanzilishi wa kanisa hili jipya la Kikristo, ninataka kuzungumzia Ukristo Hai na maana yake.

"Kwanza kabisa kila kinachotenganisha Wakristo duniani, tangu mwanzo wa dini ya Kikristo hadi leo, hakihusiani hata kidogo na Mkombozi Yesu Kristo na mafundisho ya Injili yake, yaani Neno Jema la Biblia Takatifu.

"Pili, dini ya Ukristo Hai haitambui kuweko kwa Shetani wala nguvu za kishetani, iwe ni uchawi, majini au kurogwa kwa aina yoyote ile. Mfuasi wa Ukristo Hai kamwe hawezi kudhuriwa na yote hayo. Miujiza na maajabu yote duniani ni uwezo wa Mwenyezi Mungu, kwa hiyo ni mema tupu. Binadamu anayeweza kutenda miujiza na maajabu duniani ni mcha Mungu peke yake, kwa baraka za Mola Mweza wa yote.

"Mafundisho ya Yesu Kristo yalikwishapotoshwa na wakuu wa dini za Kikristo kwa manufaa yao na jumuia zao. *Kanisa la Ukristo Hai* nia yake ni kufundisha waumini Mkombozi Yesu Kristo wa kweli ni nani.'

Baada ya tangazo hilo la ujumbe wa Kiongozi Mkuu wa kanisa zilifuata nyimbo za kwaya za dini mfululizo kwa saa nzima. Mwisho wa nyimbo hizo palifuatia tangazo lililokaribisha kwaya za madhehebu ya Kikristo yote jijini zenye nyimbo nzuri zije kwenye kituo cha redio hiyo kurekodi nyimbo zao ili, zikichaguliwa, wazipige kwenye redio yao kwa kuwalipa kidogo wanakwaya. Nyimbo zitakazochaguliwa kwa uzuri wake zitatengenezwa rekodi na wanakwaya watapewa haki za umiliki za nyimbo zao. Halafu tangazo la Kiongozi Mkuu wa kanisa juu ya malengo ya kanisa lao jipya lilirudiwa tena; halafu kipindi cha nyimbo, na kuendelea tena kama hapo kwanza.

Siku ya Jumapili ya ufunguzi wa kanisa lake Paulo hakuweza kuamini macho yake! Walitangaza kufungua kanisa lao jipya saa tano asubuhi. Kufika saa nne kanisa tayari lilikwishakaribia kujaa!

Jengo la kanisa lake lilikuwa liwe kanisa la Wakristo wa Kilutheri wa Sinza na Mwenge. Lilipomalizika kujengwa kuta na kuezekwa, pakawa na upungufu wa pesa na viongozi wa kanisa wakashukiana wizi na kutishiana kupelekana kortini, na kila kitu kikasimama. Luka Mgumba alikuwa anafahamiana na baadhi ya hao viongozi wa kanisa na alijua hawakuwa na pesa za kumalizia ujenzi wake ili wafungue kanisa lao. Alipowaendea na kuahidi kumalizia ujenzi uliobaki, wakakubali bila kusita kumkodishia kwa miaka mitatu hilo jengo pamoja na nyumba ya mchungaji iliyokuwa nyuma ya kanisa. Paulo na ndugu zake walichofanya ni kumalizia ujenzi wa ndani na nje na kuweka viti kanisani na vitu vya ndani kwenye nyumba ya Paulo kuishi. Lilikuwa ni kanisa kubwa la kuweza kukaa hadi watu mia tano; na lilikuwa linakaribia kujaa saa moja kabla ya ufunguzi!

Hatimaye saa tano ilifika, huku watu wakiendelea kujaa kanisani na wengine tayari wakiwa wamesimama mlangoni. Padri Paulo alipanda juu ya jukwaa la mbele ya kanisa na kuanza kuzungumza.

"Wakristo wenzangu, karibuni kwenye kanisa lenu jipya la Ukristo Hai. Maana ya jina hili ni kwamba ni sharti Wakristo turudi kwenye misingi ya dini ya Yesu Kristo, kwa kufuata Injili Takatifu ya Agano Jipya.

"Kwanza mimi kiongozi wa kanisa lenu hili jipya ninaomba kujitambulisha. Kabla ya kuanzisha kanisa hili nilikuwa Padri Paulo Mgumba. Sasa nimekwishaoa na siyo padri tena. Mke wangu ni huyo hapo: Naomba usimame! Jina lake ni Magdalena. Naye alikuwa mi mtawa kama miye kwenye madhehebu yetu ya zamani ya Wakristo Wakatoliki wa Roma. Kanisa letu jipya halitambui sakramenti ya upadrisho au sakramenti nyingine yoyote. Vitendo vya ibada za dini kwenye nyakati na matukio maalumu kama mtu mzima au mtoto mchanga kubatizwa anapojiunga na jamii ya Kikristo, Mkristo kufunga ndoa kanisani, muumini kuwa padri, na kadhalika, havina maana nyingine isipokuwa kuadhimisha tukio hilo muhimu katika maisha ya muumini, kama ilivyo kwenye jamii zote za binadamu. Vitendo hivyo havina na haviwezi kuwa na maana ya kidini na kiroho, kwani siyo maadili ya mtu kuweza kudhamiria. Na ni dhamiri ya mtu ndiyo njia na kipimo peke yake cha uhusiano wa binadamu na Muumba wake. Kuvipatia maana za kiroho na uokovu kwa kudai kutumia Biblia Takatifu kama msingi na kuviita sakramenti, zenye neema na thawabu za Mungu kwa mtu, ni kufuru kubwa na upotoshaji wa Neno la Mungu.

"Hiyo ndiyo sababu wakuu wote wa kanisa letu tutakuwa viongozi wa kanisa tu. Napendekeza 'Kiongozi Mkuu' ndicho kiwe cheo cha mkuu wa kanisa kwenye dini yetu mpya ya Kikristo. Wakuu wengine wa kanisa, wa kike na wa kiume, napendekeza waitwe Viongozi. Pia napendekeza kila kanisa jipya la madhehebu yetu liwe ni jumuia ya kujitegemea, chini ya Kiongozi Mkuu wake. Ni matumaini yangu kwamba, tukifanikiwa kuanzisha makanisa mengi, viongozi wakuu wa makanisa ya madhehebu yetu wataunda muungano wa kidemokrasia wa makanisa yao na kuchagua mkuu wa muungano wa *Kanisa la Ukristo Hai* nchini.

"Sasa naomba mnisikilize nitaje misingi ya kanisa letu jipya. Naomba kunukuu kitabu cha Mtanzania msomi mkuu wa taaluma ya dini ya Kikristo kiitwacho *Christian Religion on Trial* (Mashtaka Dhidi ya Dini ya Kikristo). Msomi huyo bado yumo kwenye kanisa lake, kwa hiyo maandishi yake ni sauti ya muumini Mkristo Katoliki wa kweli yanayolenga kutakasa dini yake, na siyo mashambulizi ya adui wa kanisa. Kwenye ukarasa wa 78 wa kitabu chake, mwandishi anasema:

---

1 Tirumanywa, Fr. Cyprian. *Christian Religion on Trial.* Dar es Salaam: Dar es Salaam University Press,1991.

'Ni jambo la kusikitisha kweli kuona kwamba ugomvi kati ya Wakristo *haujawahi hata mara moja kuwa juu ya jambo alilosema Yesu Kristo*, wala mitume na mashahidi wake wa kwanza kabisa. *Papa kutoweza kukosea kitu, sakramenti, upadrisho wa viongozi wa kanisa, matabaka kwenye muundo wa kanisa*, zote hizo ni dhana ambazo *hatukuti popote* katika maandishi ya Agano Jipya.

'Kama Wakristo wanaona ni usumbufu mkubwa mno kuchambua "Habari Njema" ya Yesu ili kugundua uwezo wake wa kuunganisha watu, wanaweza kuanza kwa kujiuliza ni kitu gani huunganisha watu? Ni haki na kuheshimu utu. Je, huo siyo mwangwi wa Neno Jema la Yesu?'

"Mimi ninakubaliana kabisa na huyo mteolojia Mtanzania. Ilikuwaje Wakristo wakaacha kufuata njia aliyotuachia Mkombozi wetu Yesu Kristo? Nitajibu kwa kutoa muhtasari wa historia ya dini ya Kikristo.

"Kwa kipindi cha miaka karibu mia tatu baada ya kifo cha Yesu Kristo, dini ya Kikristo alienea polepole kwenye nchi za Enzi Kuu ya Kirumi, ilimokuwa Israeli, chimbuko la Ukristo. Ukristo ulibakia moja tu ya dini ndogondogo nyingi kwenye enzi hiyo kando ya dini ya Warumi. Kadiri dini ya Kikristo ilvyoenea ndivyo ilivyopigwa vita na watawala wa Kirumi, kwa kuwa dini inayopingana na dini yao. Kipindi hicho cha Ukristo kama dini ndogo iliyopigwa vita na watawala wa Kirumi kilidumu hadi mwaka wa 325, Mfalme Mkuu wa Enzi Kuu ya Roma, Konstantini, alipoitisha Mtaguso wa kwanza wa Wakristo wote, uliokutania kwenye mji wa Nicea, Uturuki ya leo.

"Mfalme Mkuu Konstantini hakuwa Mkristo. Alichotaka ni kutumia Kanisa la Kikristo kama chombo cha kuimarisha dola yake. Kwa kuahidi kulinda masilahi ya Kanisa, Kanisa lilikubali kumtukuza Mfalme Mkuu pamoja na wafalme wengine wote kwenye nchi za enzi kuu yake kwa kuwaita wateule wa Mungu, wanaotawala kwa baraka maalumu za Mungu. Kwa upande wake Kanisa la Wakristo tangu hapo lilikuwa sehemu ya utawala wa Enzi Kuu ya Warumi. Papa na makardinali na maaskofu wake waligeuka watawala wengine, Wafalme wa Kanisa.

"Ni kwenye Mtaguso huo wa Nicea ndipo Kanisa Katoliki lilipotangaza Imani Kuu za Nicea, ambazo ndio msingi wa Ukristo wa leo. Baadhi ya Imani Kuu zilizoanzishwa na Mtaguso wa Nicea, zaidi ya miaka mia tatu baada ya kufariki Yesu Kristo, na zilizoongezwa na mitaguso aliyofuatia pamoja na wateolojia wa Kanisa, ni kusadiki Yesu Kristo kama Mungu,

Mungu Mwana, na Utatu Mtakatifu, na Kanisa Takatifu, na Dhambi ya Asili, ambayo kila binadamu huzaliwa nayo na kujikomboa ni sharti abatizwe na kuwa Mkristo, na Papa kama Mtume wa Mungu Roho Mtakatifu, asiyeweza kukosea kitu juu ya mambo ya Kanisa, na sakramenti kama vyombo vya uokovu na neema za Mungu, zilizoasisiwa na Yesu Kristo, Mwana wa Mungu, aliye sawa na Mwenyezi Mungu, kwenye dini inayodai kusadiki Mungu mmoja tu!

"Tangu hapo Papa na makardinali na maaskofu wake wakawa siyo watawala tu bali ni pia binadamu wenye uwezo wa kimungu, tangu kusamehe watu dhambi hadi kuwapa utakatifu Wakristo marehemu! Wakuu hao wa dini ya Yesu Kristo sasa waliabudiwa na waumini: kuwasalimia ilibidi Wakristo wapige magoti na kubusu pete zao za dhahabu na za kifalme, na waliitwa 'Mfalme wangu', *My Lord*, kwa Kiingereza. Viongozi wa dini ya 'Mwanakondoo wa Mungu', Mkombozi mnyenyekevu aliyetaka wafuasi wake wawe wanyenyekevu kama yeye, waligeuka mabwana: 'wateule' wa Mungu duniani! Mapadri wao nao sasa walidai kuwa na uwezo wa kimungu, tangu kusamehe dhambi binadamu, kuwapatia waumini neema na thawabu za Mungu kwa sakramenti zinazotolewa na wao tu, hadi kufukuza Shetani kwenye watu waliopagawa! Papa na makardinali na maaskofu wake walijipatia hata uwezo wa kufukuza mtu kwenye dini ya Yesu Kristo, *excommunication* kwa Kiingereza, kama kwamba wao ni Mungu! Na Kanisa likatajirika kwa kumiliki ardhi na kila aina ya mali na kwa kutoza Wakristo kila aina ya ushuru, licha ya zaka, na kwa kudhulumu na kunyang'anya mali za watu kwa kushirikiana na wafalme Wakristo wabaya na waonevu!

"Kilichofuatia njama ya Mfalme Mkuu Konstantini na Kanisa Katoliki kwenye Mtaguso wa Nicea ni Ukristo kugeuka dini rasmi ya Himaya Kuu ya Warumi. Tangu hapo, wafalme wakuu na wafalme wengine wote Ulaya na sehemu zote za utawala wa Warumi ilikuwa ni sharti wawe Wakristo, na watawazwe na Papa au makardinali na maaskofu wake kama watawala wateule wa Mungu! Matokeo yake Papa na viongozi wa dini ya Kikristo walikuwa na madaraka kuliko mtawala yoyote yule Ulaya nzima na kote kwenye himaya ya Warumi.

"Kati ya mambo yaliyopotoshwa na viongozi wa dini ya Yesu Kristo kufuatia Mtaguso wa Nicea kwa madhumuni ya kujenga enzi ya Kanisa na utawala wa kidini, kubwa kabisa ni kuingiza kwenye dini dhana ya

Shetani na maskani yake, Moto wa Milele, atakakokwenda muumini asiyetii Kanuni Kuu za dini na amri za Kanisa. Tangu hapo hadi leo tishio la Moto wa Milele ndiyo silaha kuu ya makanisa yote ya Kikristo na dini zote zilizochimbukia kwenye Ukristo, zikiwa ni pamoja na Uislamu, silaha inayotumiwa na wakuu wa taasisi hizo kudhibiti waumini wa dini zao na kuwatawala.

"Tangu Mtaguso wa Nicea na kuingizwa kwa Shetani na Moto wa Milele kwenye dini ya Kikristo, Wakristo walitawaliwa na hofu ya mtu kwenda Motoni, na wakuu wa Kanisa walitumia hiyo hofu ya waumini kuwagandamiza na kuwanyonya. Na kwa kuwa sasa kila binadamu alizaliwa na Dhambi ya Asili ya Shetani, anamoweza kuokolewa na Ukristo tu, kila mtu ilibidi abatizwe na kila Mkristo alihitaji msaada wa mapadri na wakuu wengine wa Kanisa na sakramenti zao na kutii amri za Kanisa ili kuokoka! La sivyo atakwenda Motoni!

"Kando ya silaha hiyo ya kiroho ya kutisha, mahakama za Kanisa ziliadhibu aliyepinga au kutotii Kanisa kwa kumfunga jela, au kumwamuru afungwe kama mtumwa, kabla ya utumwa kupigwa marufuku, au kwa kumtesa vikali hadi kumwua kwa kumnyonga au kwa kumchoma moto akiwa hai, na hadharani, ili kutisha watu waogope Kanisa zaidi! Na kama alikuwa na mali, Kanisa lilimnyang'anya na kuchukua mali yake!

"Hiyo ndiyo dini ya Kikristo iliyodumu hadi Enzi Kuu ya Warumi ilipovunjika, na iliyoenea kwenye mataifa ya Ulaya ya baada ya hapo, na kuendelea kushamiri hata baada ya Mageuzi ya Kiprotestanti, *Reformation* kwa Kiingereza, ya Ulaya mwanzoni mwa karne ya kumi na sita. Na ndiyo dini ya Kikristo tuliyoletewa na Wazungu walipovamia na kutwaa nchi za Kiafrika kwa mtutu wa bunduki na kuzifanya makoloni yao.

"Ninawaeleza yote haya ili kuweka wazi ukweli wa Ukristo tulioletewa hapa Afrika. Ni sharti Mkristo kuelewa ukweli huo ili aelewe vizuri malengo ya kanisa letu jipya. Kwa hiyo nawaomba subira niendelee kupitia historia ya Kanisa tuliloletewa na Wazungu wa kikoloni Afrika.

"Juu ya yote hayo, Afrika dini ya Kikristo ililetwa na Wazungu wa kikoloni wenye dharau kubwa dhidi ya Mwafrika. Na dharau ya Wakristo weupe dhidi ya watu wa rangi tofauti na mataifa tofauti nayo ni ya tangu karne nyingi.

"Idhini ya Papa, *Papal Bull* kwa Kiingereza, ya Papa Nicholas V ya mwaka wa 1454, iliruhusu Mfalme Afonso V wa Ureno na wafalme Wakristo wa Ulaya wote kwa jumla kuwapiga vita, kuwateka na kuwamiliki 'washenzi' wote, yaani watu wote ambao siyo Wazungu na Wakristo duniani kote. Ninanukuu: 'Miye Papa wa Roma, mrithi wa mweka-ufunguo (Mtakatifu Petro) wa lango la ufalme wa mbinguni na naibu wa Yesu Kristo, kwa kufikiria kwa busara yangu kama baba wenu mambo ya binadamu wa pande zote za dunia hii na mataifa yote ya pande za mbali na tabia za watu wake, na kwa kuwania kwa dhati kuokoa watu hao, baada ya kutafakari kwa kirefu mambo ninayoona ni ya kupendeza kwa Mwenyezi Mungu na yataniwezesha kuleta kwenye zizi moja tukufu kondoo niliokabidhiwa na Mungu kuwachunga na kuwawezesha kupata raha ya milele na roho zao kusamehewa, ninawabariki na kuwapa madaraka na kuwaidhinisha...siyo tu kuyadhibiti matendo ya kinyama ya washenzi wa Kiislamu na makafiri wengine wote, maadui wa dini ya Kikristo, bali pia, ili kuilinda dini yetu na kuieneza, kujitahidi kwa uwezo wenu wote wa hali na mali kuwashambulia, hata wawe mbali gani duniani tusipojua bado, na kuziteka falme zao na watu wao na kila kilichomo nchini mwao na kuwafanya miliki ya himaya zenu.'

"Kihistoria, hiyo 'Idhini ya Papa' ya mwaka wa 1454, kwa Wakristo wote, kwani ilikuwa kabla ya mageuzi ya Kiprotestanti, ndiyo iliruhusu Wazungu Wakristo kuwafanya Waafrika watumwa wao na kutwaa na kutawala nchi za watu wengine duniani kote. Biashara haramu ya kufuga mtu mweusi katika utumwa, iliyoshamiri hasa baada ya mageuzi hayo ya kidini ya *Reformation* Ulaya, iliendeshwa na Wazungu Wakristo wa kila madhehebu, wakiongozwa na Waprotestanti wa Uingereza na Wakatoliki wa Uhispania na Ureno. Tunakuta pia kwamba Amerika ya Kaskazini, ya Kati, na ya Kusini, na kwenye visiwa vya Caribbean, kote huko watumwa weusi walikopelekwa, Wakristo weupe wa kila madhehebu waliwatumikisha na kuwatendea unyama Waafrika hao licha ya kwamba walifikia kubatizwa na kuwa Wakristo wenzao. Na Watanzania wengi wetu tunajua kwamba Wazungu Wakristo wakoloni waliotawala nchi za Kiafrika kwao Waafrika walikuwa washenzi na makafiri na waliwanyanyasa na kuwaonea na kuwafanyia ukatili bila ya kujali kuwa ni Wakristo wenzao au la! Na hivyo ndivyo ilivyokuwa kote kule Wazungu Wakristo walipotawala watu wa rangi na mataifa tofauti.

"Hiyo ndiyo dini ya Kikristo iliyoletwa na Wazungu wa kikoloni hapa nchini na kote Afrika. Na ndiyo dini ya Kikristo viongozi wa Kiafrika wa madhehebu mbalimbali za Kikristo tuliyorithi na tunayoendeleza, hata baada ya nchi zetu kujitawala. Na ushahidi mkubwa ni kwamba bado karibu kila mahali Afrika makanisa yetu yana "makanisa mama" Ulaya na Marekani. Kwa upande wa Kanisa Katoliki la Roma, bado kila kitu kwenye mambo yote muhimu ya dini kinatawaliwa na Papa kutoka Roma.

"Kanisa letu jipya linataka kubadili hali hiyo kwa kurudisha dini ya Kikristo kwenye misingi yake ya mafundisho ya Yesu Kristo, kama yalivyoandikwa kwenye Agano Jipya la Biblia Takatifu. Tutafanya hivyo kwanza kwa kutoa kwenye dini yetu uwongo na upotoshaji wa Neno la Mungu wa tangu Mtaguso wa Nicea na unaoendelea hadi leo hii. Halafu tumeazimia kufanya Neno la Mungu la Biblia Takatifu la binadamu kutendeana mema liwe mwongozo wa muumini katika maisha yake yote. Kama Biblia Takatifu inavyotufundisha, imani bila matendo mema siyo imani ya kweli:'Je, wewe unaamini kwamba yuko Mungu mmoja? Sawa. Lakini hata shetani (mtenda maovu) huamini hilo na hutetemeka kwa hofu...

'Mnaona, basi, kwamba mtu hukubaliwa na Mungu kuwa mwadilifu kwa matendo yake, na siyo kwa imani peke yake ...

'Basi, kama vile mwili bila roho umekufa, vivyo hivyo imani bila matendo imekufa,' Yakobo 2: 19, 24 na 26.

"Bila shaka, baada ya kunisikiliza mpaka hapa, kila mmoja wenu anajiuliza: 'Je, huamini Yesu Kristo ni Mungu? Na kama huamini Yesu Kristo ni Mungu, tutakuwa Wakristo wa namna gani? Yesu Kristo atakuwa ni nani kwetu?'

"Napenda kujibu hilo swali muhimu sana kwa kila Mkristo kwa kunukuu tena maandishi ya msomi Mtanzania Mkristo mwenzetu, ambaye ninakubaliana naye kwenye jambo hilo pia. Kwenye ukurasa wa 67, mwandishi wa *Christian Religion on Trial* anasema: 'Kristo (Mkombozi) ni Neno la Mungu kama amri kubwa kabisa ya haki kwa binadamu wenzetu.' Hiyo pekee ndiyo maana ya Yesu Kristo kuwa Mungu na Mwana wa Mungu. Naomba ninukuu kwa kirefu zaidi huyu mwandishi kwenye huo ukurasa wa kitabu chake: 'Kuamini Biblia ni kutumaini ufalme wa haki wa Mwenyezi Mungu kuja kudumishwa kwa hakika duniani na Mkombozi, Kristo, Mwana wa Mungu, Mteule wa Mungu, Mtumishi wa Mola, Mtume, Yule atakayekuja, Yule Musa na mitume waliyeandika juu yake, Neno la Mungu. Lakini Kristo ni Neno la Mungu kama amri kubwa kabisa ya haki kwa binadamu wenzetu. Ni neno la mema Mungu aliloumbia ulimwengu huu. Mwanzo 1:3; 31; Yohane 1:3-4.

'Ni neno hili ndilo aambiwalo kila binadamu anayezaliwa ulimwenguni humu, ili kumwangazia njia na kumpa uhai, Yohane 1: 4, 9. Maudhui yake ni "haki kwa jirani yako:

"Mungu aliumba binadamu kwa kifani chake…
Akawawekea mbele yao ujuzi,
akawatunukia Sheria ya Uhai…
Akawaambia:
'Epukeni kila kitendo cha kudhulumu',
akampa kila mtu amri
kuhusu jirani yake!" (Sira 17: 3, 11, 14).

'Hii ndiyo amri, waliyopewa watu tangu mwanzo wa historia ya binadamu, 1 Yohane 1: 1-3; 2:7, 3:11-12. Ndilo neno/amri lililotokea duniani kwenye enzi ya mwisho ya historia ya binadamu kwa Yesu wa Nazareti kama Kristo (Mkombozi), Masiya.'

"Kwenye Biblia Takatifu maana ya Yesu kuwa Mkombozi na Mwana wa Mungu ni 'Neno' lake la 'mema Mungu aliloumbia ulimwengu huu', amri ya Mungu kwa binadamu wote. Na ni Neno Jema la Yesu Kristo ndiyo pia maana ya Agano Jipya na Biblia kuwa Kitabu Kitakatifu. Ni muhimu Mkristo kuelewa ukweli huo juu ya Biblia na Agano Jipya.

"Kwanza Biblia ni nini? Biblia ni neno la Kilatini lenye maana ya 'kitabu', Kitabu Kitakatifu kwetu sisi Wakristo. Na Biblia ina sehumu mbili: Agano la Kale na Agano Jipya. Agano la Kale ni maandishi juu ya historia ya Wayahudi na dini yao na mila na desturi zao na utamaduni wao wote kwa jumla, tangu mwanzo wa binadamu kuishi duniani, kwa kufuatana na waandishi wake. Kama yalivyo maandishi au masimulizi ya watu wengine juu ya kuumbwa kwa dunia na binadamu na asili ya makabila au mataifa yao,[2] kwenye Agano la Kale Wayahudi au Waebrania ni taifa teule

---

2 Kuhusu historia simulizi na ngano juu ya mwanzo wa dunia na binadamu na asili ya makabila na mataifa kadhaa ya Kiafrika, rejea: African Genesis: Folk Tales and Mythis of Africa (Mwanzo wa Ulimwengu na Binadamu wa Kiifrika: Hadithi za Jadi na Ngano juu ya Wahenga wa Afrika) na Leo Frobenius. Maandishi mengine ya aina ya Agano la Kale, yanayosemekana kuwa ya kale zaidi, ni Veda (Vedic Scriptures kwa Kiingereza) ya Wahindi wa dini ya Hindu, ambayo nayo yanaaminiwa kuwa ni ufunuo wa Mungu na wafuasi wa dini hiyo. Kuna pia maandishi juu ya mwanzo wa dunia na historia ya wahenga wa Wamisri wa kale na wa mataifa mengine ya Asia ya Kati ya kale, ambayo pia kati yake kuna yanayosemekana kuwa ya kale zaidi kuliko Agano la Kale la Wayahudi, na kuna ndani yake mambo kadha wa kadha yanayoshabihiana na yaliyomo katika Agano la Kale: rejea "Notes to the Old Testament (Maelezo juu ya Agano la Kale)" na Robert Carroll, katika The Bible: Authorized King James Version with Apocrypha (Biblia: Toleo Rasmi kwa Idhini ya Mfalme James wa Uingereza pamoja na Apokrifa [Deuterokanoni]) - ya vitabu 14, Oxford World Classics. New York: Oxford Univeristy Press, 1997, "Explanatory Notes (Maelezo)", uk 323 – 332.

la Mungu, linalolindwa na kuongozwa na Mungu na malaika wake wakati wote kupitia mitume wa Mungu pamoja na watawala wao na wakuu wao wengine. Kiungo kati ya Agano la Kale na Agano Jipya ni Yesu Kristo, ambaye kihistoria ni mhubiri wa dini ya Kiyahudi aliyetaka dini yao iwe ya wacha Mungu wa kweli, waumini wanaotii amri za Mungu, kuu kati yake ikiwa ni mtu kutendea mema binadamu wenzake. Na kwa sababu hiyo alisulubiwa msalabani na kuuawa na makuhani wa Kiyahudi.[3]

"Je, Agano Jipya ni nini? Agano Jipya ni kitabu cha mafundisho ya Yesu Kristo, yanayosadikiwa yaliandikwa na baadhi ya mitume wake pamoja na wafuasi wake wengine, na yaliyokusanywa na wakuu wa dini ya Kikristo baada ya mitume wa Yesu Kristo kufariki, katika kujitahidi kujua ni yapi ya kuaminika kadiri dini yao ilivyoenea na wafuasi wake kuwa wanatumia maandishi tofautitofauti. Maandishi hayo, yaliyokuwa yamesambaa huku na huko Ulaya na Asia na Afrika ya Kaskazini kwenye Enzi Kuu ya Warumi dini ya Kikristo ilikokwishafika, ndiyo yaliyokusanywa na wakuu wa Kanisa na kutolewa vitabu vya Agano Jipya la Biblia Takatifu tuliyonayo leo. Mtaguso wa Nicea na mitaguso iliyofuatia ndiyo ilitoa maamuzi makuu na ya mwisho juu ya maandishi yaliyomo kwenye Agano Jipya na Biblia Takatifu ya Kanisa la Kikristo, ikiwa ni pamoja na kuacha kuingiza kwenye maandishi matakatifu baadhi ya injili zilizokuwepo.[4]

"Ukweli kwamba yaliyomo kwenye Biblia yalichaguliwa na wakuu wa Kanisa kwa kuacha wasiyotaka na kuweka yaliyotaka, ambayo waliyaandika na kuyafafanua kwa kuzingatia manufaa yao wao binafsi na ya makanisa yao, unadhihirishwa kwanza kabisa na kuacha kuingiza kwenye maandishi matakatifu injili kadhaa zilizokuwa zinatumiwa na Wakristo wakati huo. Halafu ukweli huo unadhihirishwa pia na tofauti zilizopo kati ya Biblia ya Wakristo Katoliki na za Waprotestanti za baada ya mageuzi ya Kiprotestanti ya *Reformation* Ulaya kwenye karne ya kumi na sita. Na kwa kuwa dini ya Kikristo ilikuwa haitenganishwi tena na masilahi ya wafalme na watawala wengine, mageuzi hayo ya kidini yalisababisha vita kubwa nyingi Ulaya za Wakristo kwa Wakristo! Na mpaka leo hii Wakristo Wakatoliki na

---

3 Rejea: *"The Historical Jesus* (Yesu wa Kihistoria)" na Robert Carroll, kama hapo juu, "Explanatory Notes (Maelezo)", uk 401 – 403..

4 Kati ya Injili ambazo hazikuwekwa kwenye Agano Jipya, licha ya kwamba zilikuwa nazo pia ni maandishi matakatifu, ni Injili ya Toma, Injili ya Ukweli, Injili ya Petro, Injili ya Wamisri, Injili ya Waebrania, na Injili ya Milele: Rejea – "The Four Gospels (Injili Nne)" na Robert Carroll kama hapo juu, "Explanatory Notes (Maelezo)", uk 400..

Waprotestanti kwa jumla hawapendani, na kila upande unadai kwamba wao tu ndio Wakristo wa kweli! Kadhalika, kuna Waprotestanti wa madhehebu nyingi na zinazoendelea kuongezeka, na kila moja inadai kuwa wao ni Wakristo wa kweli zaidi ili kuvutia wafuasi na kupanua himaya yake! Na kwa Wakatoliki, mpaka leo, muumini anayethubutu kukosoa Kanisa Katoliki la Roma adhabu yake ni kufukuzwa kwenye dini ya Yesu Kristo!

"Hapa Afrika upotoshaji wa Biblia Takatifu na wakuu wa dini ya Kikristo kwa manufaa yao na ya makanisa yao unadhihirishwa hasa na Biblia ya dini ya Makaburu wa Afrika ya Kusini, *Dutch Reformed Church* (Kanisa la Mageuzi la Kidachi), ambayo hadi mwaka wa 1990 ilitumiwa na Wazungu wachache kama msingi wa *apartheid*, ubaguzi wa weupe dhidi ya mtu mweusi nchini humo. Ni kwenye maandishi ya Biblia yao ndimo weupe wabaguzi wa rangi wa Afrika ya Kusini walimotoa "amri ya Mungu" inayomfanya mtu mweusi kiumbe duni kilicholaaniwa cha "kumtekea maji na kumchanjia kuni" na kumtumikia mtu mweupe, ambaye ndiye binadamu halisi pekee! Jambo la kutisha na kusikitisha zaidi ni kwamba hadi leo hii Wakristo weusi wengi sana wa Afrika ya Kusini na nchi kadhaa za jirani ya nchi hiyo ni wafuasi wa madhehebu ya *Dutch Reformed Church*!

"Kwa kutambua ukweli huo wa kihistoria, ni kosa kuchukulia kila kitu kwenye Biblia na Agano Jipya kama 'Maandishi Matakatifu', Neno la Mungu! Neno la Mungu ni amri ya Mola kwa binadamu wote ya kutendeana haki na mema. Kutaka kila kilichoandikwa kwenye Biblia kiabudiwe kama 'Neno la Mungu' ni upotoshaji wa dini ya Kristo. Na kwa mtu mweusi huo mfano wa Biblia ya weupe wabaguzi wa rangi wa Afrika ya Kusini unaonyesha wazi kwamba ni sharti Wakristo wa kweli tupige vita kila aina ya upotoshaji wa Injili Takatifu.

"Kutokana na amri hiyo kuu ya Mungu kwa binadamu wote kutendeana mema na kutodhulumiana, Mkombozi Yesu anataka pia Wakristo tusibague wale wasiofuata dini yetu, 'wapagani'. Ninanukuu tena kitabu cha mtiolojia Mtanzania, ukurasa wa 101:

'Ni wajibu huu wa binadamu kwa binadamu wenzake ndio unaowezesha *mawasiliano ya kiutu halisi* na kutufanya binadamu wote wana wa jamii moja:

"Kwenu nyote,

Mliobatizwa na kwenda kwa Kristo (Mkombozi), (mnaoamini haki na amani)

Mmetwaa Kristo (Mkombozi)
Hakuna 'kubaguana'
kati ya 'walio na dini na wapagani',
kati ya 'watumwa na watu-huru',
kati ya 'wanaume na wanawake'
Kwani nyie nyote mu **Wamoja**
katika Kristo (Mkombozi) Yesu!" (usawa wa binadamu, utu
na kuheshimiana ndiyo misingi ya jamii ya binadamu) Wagalatia 3: 27-28.'

"Hii ndiyo sababu kanisa letu jipya linakaribisha Wakristo wa kila
madhehebu kujiunga nasi na halibagui wasio Wakristo, wawe ni Waislamu
au wafuasi wa dini za makabila ya watu wetu na wa dini nyingine yoyote
ile, ambao nao wanakaribishwa kujiunga nasi. Na hata kama hawatajiunga
nasi, tunatambua dini zao kama dini za kweli kwao, kama zinawaongoza
kutendea binadamu wenzao mema. Kama Biblia Takatifu inavyosema:

'Kwa sababu watu wa mataifa ya wapagani ambao hawana sheria ya
ufunuo wa Mungu wanapotimiza matakwa ya sheria (amri za Mungu) kwa
vitendo vyao vya kawaida wao wenyewe wanakuwa kipimo cha sheria.
Matendo yao yanathibitisha kwamba matakwa ya sheria yameandikwa
mioyoni mwao, kwani dhamiri zao huwaonyesha mema ya kufanya na
kuwakataza kutenda mabaya,' Waroma 2: 14 na 15.

"Haya niliyosema hapa leo na mengine zaidi yataandikwa kwenye gazeti
letu linalotoka mara moja kwa wiki. Kwa kuanzia litatoka kesho, Jumatatu.
Baada ya hapo litatoka kila siku ya Jumapili. Namna hiyo waumini mtapata
nafasi ya kulisoma siku za katikati ya wiki, na wenye mawazo ya kuchangia
watayapeleka kwa mhariri wetu na, kadiri tutakavyoweza, tutayaandika
kwenye toleo lifuatalo au baada ya hapo.

"Kwa leo naomba mazungumzo yangu yakomee hapa. Na mke
wangu Magdalena ataendesha ibada ya Jumapili kwanza kwa kusoma
sala ya Wakristo wote, wote tukifuatisha. Tumebadili hiyo sala na sasa ni
'Muumba wetu aliye Kote' badala ya "Baba yetu aliye Mbinguni.' Hii ni kwa
sababu dhana ya Mola katika dunia ya leo haina jinsia na neno 'Mbinguni"
haliwasilishi sawa tena dhana ya mahali Muumba wa Yote alipo. Baada
ya hapo atasoma Neno la Mungu fupi kutoka kwenye Injili Takatifu, na
tutafunga ibada kwa kusikiliza nyimbo mbili za kwaya.

"Naomba mke wangu naye aitwe Kiongozi wa Kanisa, kwani kanisa letu litachagua viongozi wake kufuatana na uwezo wao wa kuhudumia kanisa bila kubagua jinsia. Wanawake na wanaume wote watakuwa viongozi na viongozi wakuu wa kanisa. Matarajio yetu ni kuunda kamati ya utendaji ya kuendesha kanisa upesi iwezekanavyo; na tutawahusisha waumini wote katika maamuzi ya mambo muhimu ya kanisa.

Magdalena alipanda kwenye jukwaa la mbele ya kanisa alipokuwa Kiongozi Mkuu Paulo Mgumba na kusali: "Muumba wetu aliye Kote, Jina lako litukuke...", waumini wote kanisani wakisali nae.

Magdalena alikuwa ni sista wa Kanisa Katoliki kutoka Musoma aliyefahamiana na Paulo Mgumba alipokuwa anasoma Marekani. Paulo alipokwenda Marekani safari ya pili, kuchukua masomo ya *Doctor of Divinity*, Sista Magdalena alikuwa anachukua masomo ya MA kwenye chuo kikuu kimoja katika jiji la Chicago. Nyumbani Tanzania alikuwa ni mwalimu kwenye shule ya sekondari kwenye Jimbo la Musoma la Kanisa Katoliki. Walikutana na Paulo alipokwenda kutembea Chicago wakati wa likizo yake moja. Katika maongezi yao, Sista Magdalena alimsimulia Padri Paulo juu ya ubaguzi wa masista weupe aliokuwa anaishi nao hapo Chicago. Tangu hapo wakawa marafiki na kuendelea kuwasiliana wote wawili waliporudi Tanzania.

Waliamua kuoana kabla Paulo hajaanzisha kanisa lake, kwa vile Paulo alitaka kila kiongozi mwanamume wa kanisa awe ameoa na anaishi na mke wake. Ndoa na familia ndiyo msingi wa jamii, na kwa Watanzania, na Waafrika kwa jumla, mwanamume mtu mzima bila mke ana kasoro kwenye jamii na siyo kiongozi anayetoa mfano mzuri. Aidha Paulo na Magdalena kwao utawa wa kushurutishwa kwenye Kanisa Katoliki ulikuwa ni baadhi ya maovu ya kanisa hilo yanayostahili kukomeshwa. Kuhusu viongozi wa kike wa kanisa, Paulo alitambua kwamba kwa mwanamke kuolewa au kutoolewa si kitu kilichomo mikononi mwake kwa kiasi sawa na mwanaume. Na pia mwanamke asiyeolewa, mradi ana tabia nzuri na uwezo, anakubalika zaidi kuwa kiongozi kwenye jamii ya Mwafrika, tofauti na mwanamume asiye na mke.

Kabla ya Jumapili hiyo, Paulo alirekodi kwenye studio ya redio yake mahubiri aliyotayarisha kwa ajili ya ufunguzi wa kanisa lake. Na Jumapili hiyo baada ya misa yote aliyosema kanisani yalitangazwa kwa kurudiwarudiwa kwenye *Sauti ya Ukristo Hai*, yakifuatiwa na muziki wa kwaya mzuri kweli! Kesho yake gazeti la *Mwanga wa Ukristo Hai* nalo lilichapisha hayo mazungumzo, pamoja na muhtasari wa mambo mengine mapya kwenye kanisa hilo. Gazeti la *Mwanga wa Ukristo Hai* liliandika:

"Hakuna mafumbo yasiyoeleweka kwa mtu wa kawaida kwenye Biblia Takatifu, Neno Jema la Mungu.

"Dhambi ya Asili, ambayo inasemekana kila mtu huzaliwa nayo tangu Adamu na Eva kumkosea Mungu, Utatu Mtakatifu, Shetani na Moto wa Milele, yote hayo hayana msingi kwenye Biblia Takatifu.

"Tumekwishaonyesha wazi kwa nini Yesu anaitwa Kristo, Mkombozi na Mwana wa Mungu kwenye Biblia Takatifu: kwa sababu ya Neno Jema, Neno la Mungu, la haki na upendo, fundisho kuu la Yesu wa Nazareti kwa binadamu wote.

"Je, Utatu Mtakatifu ni nini? Tunaomba kunukuu tena kutoka kwenye kitabu cha mteolojia Mkristo wa Tanzania. Kwenye sura yenye kichwa cha maneno: 'Kupotosha Habari Njema ya Haki na Amani: 1 Wakorintho 1: 17; Wagalatia 1: 6-10', mwandishi anasema, kwenye ukurasa wa 98:

'Habari Njema inamweleza Mungu kama Baba wa binadamu wote; Mungu anamaanisha uhai, haki na amani, Zaburi 36: 8-9; Matendo 17: 28. Mwana ni Neno kwenye dhamiri ya binadamu, Mkombozi Yesu, awafanyae binadamu wote kuwa wana wa Mungu, Yohane 1: 14, 9, 12-13; Waefeso 2: 10. Roho Mtakatifu ni kitambulisho cha dhati cha Mungu kama haki, kuheshimiana, na amani, anayefunuliwa kwa binadamu na Neno lililoko kwenye dhamiri yake, 1 Yohane 4: 12-13.

'**Upotoshaji wake**: imani ni kusadiki mafumbo yasiyoeleweka; fumbo la Utatu Mtakatifu ndilo fumbo lililotopea kuliko yote, kwa sababu Mungu mmoja ana nafsi tatu. Teolojia inageuka sayansi ya kutesa akili, Yuda 15.'"

"Na shetani je? Shetani katika Biblia Takatifu ni neno linalowakilisha maovu yote ya binadamu. Tunanukuu tena mwandishi huyo, ukurasa wa 68:

'Yesu Kristo alikuja kuteketeza matendo ya Shetani (tamathali ya kunafsisha maovu kwa binadamu mwenzetu), 1 Yohane 3: 5, 8.'"

Gazeti la Kiongozi Mkuu Paulo Mgumba liliendelea kuandika: "Mwenye uwezo wa kutenda muujiza ni Mungu peke yake. *Kanisa la Ukristo Hai* linawatangazia waumini wote kwamba hakuna shetani mwenye uwezo wa kimungu wa kudhuru binadamu. Kwa hiyo, hakuna pia mchawi anayeweza kudhuru binadamu. Vilevile, mtu yeyote anayedai kutibu watu magonjwa na ulemavu kwa nguvu za kimungu ni mwongo na msaliti wa jina la Mola.

Ole wake kwake pia mtu anayedai kuweza kuwapatia watu masilahi yao au kuwatimizia mahitaji yao yoyote yale kwa sala zake! Huyo naye ni mwongo na mtenda dhambi anayemsaliti Mungu Muumba wake. Mwenyezi Mungu kwa uamuzi wake yeye mwenyewe ndiye anayeweza kumpatia binadamu uwezo wa kutenda maajabu, madogo na makubwa. Na mtu anayetunukiwa kipaji hicho na Mungu hatangazii watu. Ni mtakatifu anayeshukuru Mungu kwa unyenyekevu kwa neema zake na hawezi kamwe kutangaza hicho kipaji kitakatifu au kukitumia kujinufaisha. Biblia Takatifu inatufundisha hilo kwa kuonyesha Yesu Kristo akikataza watu kutangaza miujiza aliyoitenda: Mathayo 8: 3 na 4; 9: 29 na 30; 12: 15 na 16".

Mwanga wa Ukristo Hai liliendelea: "Kwenye *Kanisa la Ukristo Hai* hapatakuwa na sakramenti, ambazo ni mambo ya kuzua na upotoshaji wa Injili kwa ajili ya kunufaisha masilahi ya wakuu wa dini kwa kuwapatia nguvu za kimungu wasizonazo na wasizoweza kuwa nazo binadamu. Hiyo pia ndiyo sababu viongozi wa kanisa letu hawatakuwa mapadri na masista, watawa wa kushurutishwa. Kushurutisha mtu kuwa mtawa ni kutenda dhambi kubwa kwa Mungu."

Gazeti likanukuu tena *Christian Religion on Trial*, ukarasa wa 72, kuonyesha jinsi muundo wa Kanisa Katoliki unavyopotosha Neno la Mungu:

'Imani kwenye muundo huu (wa Ukristo wa teolojia potovu) inamaanisha mtu kukubali kuweka akili zake na hiari yake chini ya akili na utashi wa mtu mwingine. Na hii inathibitishwa hasa katika kutukuza nadhiri na viapo. Lakini ukweli ni kwamba kushurutisha binadamu wenzako kula kiapo cha utiifu, umaskini na utawa/ubikira ni kuwanyang'anya kwa nguvu hao watu haki zao za msingi kama binadamu pamoja na heshima ya utu wao. Kwa vile wadhifa huo umeambataniswa na sharti la kula kiapo, anayeuomba hana budi kutii. Pamoja na kwamba Yesu anazuia nadhiri na viapo, Mathayo 5:33-37; Yakobo 5:12, taratibu za Kanisa ni kuvunja hayo yote ati kwa kufuata desturi. Kwa hiyo imani imekuwa kutii binadamu na siyo kutii Mungu. Hebu angalia tofauti ya hayo na Matendo 4:19, 5: 29; 1 Timotheo 4: 1-5.'

Jumapili iliyofuata Paulo na mkewe Magdalena walipofika hapo kanisani, kama sasa nne hivi asubuhi, kujiandaa kwa ibada ya misa ya saa tano, walikuta kanisa limekwishajaa na uwanja mkubwa wa mbele ya kanisa nao tayari umejaa na kufurika kwa wingi wa watu! Bahati nzuri palikuwa bado kuna muda kabla ya ibada kuanza na walituma watu wakaleta vipaza sauti vya kutumia wakati wa kuhutubia waumini. Magdalena alikuwa ameandaa kwaya mbili nzuri alizofanya nazo mazoezi wiki nzima; na ibada ilipendeza kweli. Tangu siku hiyo Paulo na Magdalena walikabiliwa na kazi kubwa ya kueneza dini yao mpya jijini Dar es Salaam na nchini kote. Bahati nzuri Paulo alikuwa na mawasiliano ya muda mrefu na mapadri kadhaa nchini juu ya wajibu wa kutakasa kimapinduzi Kanisa Katoliki kwa kulitoa kwenye upotovu wa kurithi na kulijenga upya kwa ajili ya Wakristo wa Kiafrika. Mmoja wa hao mapadri alikuwa Musoma na wawili hapo Dar es Salaam. Wote watatu walijiunga na kanisa lake mara moja. Padri mmoja mwingine, kutoka Peramiho, Songea, naye alikuja kujiunga na kanisa la Kiongozi Mkuu Paulo Mgumba. Magdalena naye alikuwa na masista wenzake wawili Dar es Salaam waliokwishaomba kupokelewa kwenye kanisa lake na mume wake.

Kabla ya miezi miwili kupita tangu Paulo na mkewe Magdalena walipofungua kanisa lao la Ukristo Hai Sinza, walikuwa tayari wamekwishafungua makanisa mengine matatu jijini, moja Ilala, lingine Mtoni na la tatu Magomeni. Kufuatana na masharti ya mtu kuwa kiongozi wa kanisa lao, mapadri wa zamani wawili kutoka Dar es Salaam walikwishaoa. Mmoja alioa sista mmoja kati ya wawili waliojiunga na kanisa, na mwingine alioa mwalimu wa shule moja ya sekondari jijini. Mmoja wa hao mapadri waliooa, mume wa mwalimu wa shule ya sekondari, alikuwa Kiongozi Mkuu wa Kanisa jipya la Ukristo Hai la Ilala, na sista aliyeolewa na padri wa zamani mwingine alikuwa Kiongozi Mkuu wa *Kanisa la Ukristo Hai* lililofunguliwa Mtoni, mumewe akiwa kiongozi msaidizi wake. Kanisa la Magomeni lilikuwa chini ya uongozi wa sista wa pili kutoka pale jijini. Alikuwa mtu mzima mwenye akili na tabia nzuri, anayeheshimu na kupenda watu, na muumini msomi aliyejua vizuri dini yake ya Kikristo. Hizo ndizo sifa Kiongozi Mkuu Paulo Mgumba, mwanzilishi wa kanisa lao, alizotaka kiongozi wa kanisa awe nazo. Padri wa zamani kutoka Musoma naye alikwishaoa na kufungua *Kanisa la Ukristo Hai* Musoma mjini. Padri wa zamani kutoka Peramiho naye alikwishaanzisha kanisa la dini yao mpya Songea mjini, baada ya kuoa.

Kando ya kufungua hayo makanisa mapya, Paulo na Magdalena, wakisaidiana na viongozi wa makanisa yao mengine ya Dar es Salaam, walikuwa wanafundisha na kutayarisha viongozi wa makanisa kumi, watano wanawake na watano wanaume, kwa ajili ya kufungua makanisa yao mengine hapo jijini na mikoani.

333

Sura ya 33

Mihigo alipouambia umati wa watu kwenye arubaini ya Bibi Kilihona kwamba marehemu bibi yake alikuwa amemtuma yeye na mke wake kuanzisha dini mpya, alialika waliotaka kujiunga na dini yake mpya kukusanyika pale nyumbani kwa marehemu Bibi Kilihona siku ya Jumapili iliyofuata. Kwa kuwa tayari Jumapili ni siku ya mapunziko nchini, aliona ni sawa dini yao mpya pia kuchukua siku hiyo kama siku maalumu ya jamii ya waumini wao kusali pamoja kwa Mwenyezi Mungu. Ila kwenye dini yao aliamua wawe wanasali Jumapili moja tu kila mwezi. Katika dini yao mpya sala na ibada kuu ilikuwa ni mtu kutenda mema kwa binadamu wenzake na kuwasiliana na Mungu moyoni mwake. Jumapili moja kwa mwezi, licha ya waumini kusali pamoja, ilikuwa iwe siku ya kukusanyika kwa jumuia yao kwa ajili ya kujuliana hali na shida na matumaini yao na kujadili mambo yao ya kijamii mengine. Kwa Mihigo kwenye jamii dini ilikuwa ni ukoo wa wumini wa Mungu, kama Bibi Kilihona alivyokuwa akisema. Na kama bibi yake alivyomwusia, ndugu bila kujuana na kutembeleana ukoo na undugu hubakia jina tu, bila ya watu wake kuweza kujaliana na kupendana na kusaidiana itakiwavyo.

Jumapili iliyofuata watu wengi wa kutosha walikusanyika pale nyumbani kwa marehemu Bibi Kilihona. Wengi wao waliletwa na udadisi wa kawaida wa mtu kutaka kujua na kujionea mwenyewe jambo jipya, hasa linalohusu maajabu ya wafu kama hilo! Hapakuwa na aliyewahi kusikia kitu kama hicho cha mfu kufufuka na kuja kumwambia mtu kitu cha kufanya! Kwa hiyo watu walihisi pengine patatokea muujiza, na walitaka nao waushuhudie. Kati yao wengi pia hawakuamini kwamba kweli marehemu kizee aliyeishi maisha marefu ajabu alimtokea huyo mjukuu wake na mkewe. Hata hivyo, hao nao bado walitaka kujua huyo msomi aliyebobea aliyeacha kazi yake kubwa sana Dar es Salaam na kuja kukaa tu nyumbani kwa bibi yake kizee kikongwe alitaka kufanya nini kwa kutangaza mambo yasiyowezekana kama hayo!

Hapakutokea muujiza, na wala hapakuwa na jambo la ajabu Mihigo alilofanya, isipokuwa tu kuwaeleza watu maana ya dini yao mpya na jinsi itakavyokuwa.

"Msingi wa dini yetu ya Ibada ya Wacha Mungu ni imani za jadi za watu wa Ukerewe. Kando ya dini za makabila yetu, Watanzania wengi leo pia ni Waislamu au Wakristo. Dini yetu lengo lake ni kuoanisha dini za makabila yetu na Uislamu na Ukristo. Tutafanya hivyo kila mahali wafuasi wa dini yetu watakapoanzisha kanisa.

"Tumeamua kuita vituo vya dini yetu 'makanisa', lakini ni sawa pia vituo vya dini yetu vingine vikifunguliwa kwa kuitwa 'msikiti' au 'hekalu', au jina lingine linalowasilisha vizuri zaidi dhana ya nyumba ya shughuli za dini kwa watu wa sehemu hizo. Bali kote kule tutaendelea kuitambulisha dini yetu mpya kwa jina lake la Ibada ya Wacha Mungu.

"Katika dini za makabila yetu watu humfikishia maombi yao Mola kwa kutoa sadaka za mifugo na vitu vinginevyo. Kumfikishia Mola maombi ndilo pia lengo la sala za Waislamu na Wakristo. Kwa vile mtu anaweza kusali wakati wowote lakini hawezi kutoa sadaka ya mifugo au vitu vingine kila wakati na kila alipo, waumini wetu wataacha kutoa sadaka za namna hiyo na badala yake nao watawasilisha maombi yao kwa Mungu kwa sala tu, kama Wakristo na Waislamu. Katika dini yetu waumini watasali kwa mizimu ya mabibi na mababu zao wawafikishie sala zao kwa Mungu mmoja Muumba wa binadamu wote. Mungu anayefurahishwa na sala za Waislamu na Wakristo ni sharti afurahishwe vilevile na sala za waumini wake wa dini yetu na wa dini nyingine yoyote ile.

"Kwenye kisiwa cha Ukerewe peke yake kuna makabila yasiyopungua matano: Wakerewe, Wajita, Waruri, Walegi au Wakara, na hata Wasukuma. Na kila kabila katika makabila yote hayo lina dini yake. Lakini miaka yote, tangu jadi na jadi, tumeishi salama pamoja, huku watu wa kila kabila wakifuata dini yao tofauti, na wengi kati yao wakioana makabila mchanganyiko. Tunataka waumini wetu wote, kokote kule tutakapofungua makanisa yetu, waishi vyema hivyo na wafuasi wa dini nyingine nchini. Kupendana na binadamu wenzetu ndicho kitambulisho kikuu na uthibitisho wa wacha Mungu wa kweli, wanaosadiki Muumba wa binadamu wote, mwenye haki tupu.

"Kutokana na msingi huo wa imani ya dini yetu, tunakaribisha watu wa dini zote. Tofauti na ilivyo kwenye Ukristo na Uislamu na hata kwenye dini za makabila yetu, muumini wa dini yetu anaweza pia, wakati uleule, kuwa mfuasi wa dini nyingine, ikiwa ni pamoja na Uislamu na Ukristo, kama anaona kwa kufanya hivyo atakuwa karibu zaidi na Mungu wake. Dini yetu haipingani na dini nyingine ya kweli, inayofundisha waumini kutenda mema, na hakuna binadamu anayeweza kumwabudu Mwenyezi Mungu kuzidi kiasi, au kumchukiza kwa kumwabudu kwa dini zaidi ya moja. Maana na fundisho kuu la dini yetu ni mtu kumuenzi na kumtumikia Mungu kwa kuishi vyema na binadamu wenzake.

"Sala yetu ya pamoja waumini tunapokusanyika ni moja tu. Wengine wenu hapa mnajua kwamba nilisoma kwenye vyuo vikuu Marekani na Ulaya na nilikuwa profesa Chuo Kikuu cha Dar es Salaam. Kati ya mambo niliyosomea ni dini za dunia nzima. Na sala niliyochagua ni ya wacha Mungu wa kila dini ya waumini wa dini ya Sufi ya Kimataifa, iliyoanzishwa na Mfalsafa Hazrat Inayat Khan mwanzoni mwa karne hii. Tumepatanisha hiyo sala na imani za Watanzania wa hapa kwetu Ukerewe kama ifuatavyo:

'Mungu mwema, Muumba, Mkombozi wa binadamu, tunakwamkia kwa unyenyekevu mkubwa. Wewe ndiye Mwanzo na Mwisho wa yote yaliyoko, Mwanga na Roho Kiongozi. Mwanga wako ni wa kila aina, Mapenzi yako yamo kwenye viumbe vyote: ni mapenzi ya mama, ni mapenzi ya baba, ni mapenzi ya mtoto mchanga asiye na kosa, ni mapenzi ya rafiki mwenye msaada, ni mapenzi ya mwalimu anayetia moyo mwanafunzi. Turuhusu tukutambue kwa hadhi zako zote na kwa majina yako matukufu na matakatifu yote: Namuhanga, Muumba, Mungu, Mola, Mwenyezi Mungu, Manani, Allah, God, na mengine yote yanayotumiwa na binadamu kote duniani kukuenzi. Tunaomba tukujue na kukufikishia sala zetu kupitia kwa mizimu ya mababu na mabibi na ndugu zetu na watakatifu wako wote waliotutangulia kutoka humu duniani, na Yesu Kristo, Mtume Muhammad, Buddha na Mitume wote wa dini za watu wote duniani, na kupitia kwa viumbe vyako vyote vinavyodhihirisha Uwezo wako: jua, dunia, bahari, nyota, sayari, mwezi, mbingu, misitu, mito, milima, radi, na vingine vyote tunavyojua na tusivyojua. Tunaabudu Zamani yako, Sasa yako ni mwanga wa maisha yetu, na tunatarajia kupata baraka zako kwa Baadaye yako. Tunaomba Ujumbe wa Amri Kuu yako, we Mungu wetu, ya kutenda mema kwa binadamu wenzetu uenee kote ulimwenguni na kuwa nuru inayomulika na kuunganisha binadamu na kuwafanya wote kabisa Familia moja ya wana wa Mungu.'

"Na wote tunaitikia: 'Amina!,'"

Halafu Mihigo aligawia watu vikaratasi vyenye sala hiyo alivyokuwa tayari amekwishachapisha.

"Baada ya sala hiyo ya pamoja, kiongozi wa ibada, au muumini yeyote mwenye ombi analoona ni la waumini wengine pia, anaweza kutoa maombi kwa niaba ya waumini wote. Na mwisho wa maombi kama hayo waumini wanaitikia: 'Amina!'

"Kuhusu sala za kila siku, kabla ya kula chakula muumini ataomba kimoyomoyo kwa maneno machache kwa mababu na mabibi zake walioko kuzimu wamwombee kwa Mungu abariki chakula chake hicho. Wakristo wana sala kama hiyo kabla ya chakula na ni mfano mzuri wa kuiga. Tutaiga pia mfano wa waumini wa dini nyingine, kama Waislamu, waliojiwekea kusali mara kadhaa kwa siku. Sisi waumini wetu wataomba Mungu, kwa kupitia mizimu ya wafu wao wakipenda, wanapoamka kitandani asubuhi na usiku kabla ya kwenda kulala. Sala ya asubuhi itakuwa ni fupi: 'Ninakuomba Mungu wangu unibariki siku hii nikutii na kukuenzi kwa kutenda mema kwa binadamu wenzangu. Amina.' Baada ya hapo muumini anaweza kuzungumza na Mwenyezi Mungu moyoni mwake kwa kifupi juu ya anayotaka Muumba wake amjalie siku hiyo. Na sala yetu fupi ya usiku kabla ya kulala itakuwa: 'Ninakushukuru Mungu wangu kwa mema yote uliyonijalia kwa siku ya leo. Ninakuomba uendelee kunilinda kwa baraka zako. Amina.' Halafu mtu unazungumza, kwa kifupi, na Mungu wako machache uliyo nayo moyoni siku hiyo, kama yapo. Kwetu mtu kusali siyo lazima kupiga magoti au kusimama au kufanya kitendo chochote maalumu. Unachotakiwa kufanya ni kusali kimoyomoyo hivyo kwa heshima na ukimaanisha kila kitu, kwa sababu unawasiliana na Mungu.

"Kwa sala hizo muumini anajiweka mikononi mwa Mwenyezi Mungu siku nzima na wakati wote maishani mwake. Hakuna dini zaidi ya hapo. Kukutana kwa jumuia ya waumini ni kitendo cha kijamii kinachotuweka karibu na wenzetu, kwa madhumuni ya kuimarisha dini yetu na kusaidiana katika maisha yetu, ili tuweze kuishi vyema na kwa furaha na binadamu wenzetu na kumuenzi Mungu vizuri zaidi.

"Kabla hatujatawanyika, naomba nisali kwa niaba ya wote mliokusanyika hapa kwa kuomba Mungu atusaidie kukomesha maovu yanayotendwa na watu wanaojiita wachawi na wanaosingizia wenzao uchawi na asaidie kuokoa raia wenzetu walioharibiwa na pombe. Tuombe:

"Mungu wetu, wewe peke yake ndiye mwenye miujiza. Tunaomba utuonyeshe njia ya kukomesha maovu watu wabaya wanayotendea binadamu wenzao kwa kujidai ni wachawi au kwa kusingizia watu wako uchawi na kuwadhuru. Wapatie watu wako nguvu za kutoogopa watu wabaya hao ili waweze kuwafichua waadhibiwe na kuacha uhalifu wao, na binadamu wako wema waishi na kukuenzi kwa usalama. Tunaomba pia uonyeshe watu wetu wanaoharibiwa na kunywa pombe kuzidi kiasi, hasa pombe haramu ya gongo, jinsi ya kuokoa maisha yao, ili warudie utu na wakuenzi kwa kutimiza wajibu wao kwa familia zao na jamii yao. Ee Muumba na Mweza wa yote, tuonyeshe njia! Amina!"

Wasikilizaji wake wakaitikia: "Amina."

Licha ya kwamba waumini wa dini yake walikuwa wasali pamoja mara moja tu kwa mwezi, kwenye kipindi cha mwanzo, watakapokuwa bado wanaimarisha dini yao, Mihigo aliamua wakutane mara mbili kwa Mwezi, na ikibidi hata kila wiki. Kabla ya watu kutawanyika Mihigo aliwaambia wakutane tena hapo nyumbani kwake Jumapili baada ya wiki moja.

Jumapili waliyokutana tena ilibidi wahamishie ibada yao kwenye uwanja wa mpira wa Nansio. Watu walianza kumiminika nyumbani kwa marehemu Bibi Kilihona tangu alfajiri na mapema! Kufikia saa tatu asubuhi uwanja wa hapo nyumbani ukawa tayari umefurika kwa wingi wa watu! Watu walikuja kutoka kila sehemu ya kisiwa cha Ukerewe, na wengine kutoka visiwa vidogo vya Ukara na Irungwa na Kweru na Sizu, na hata Mwibara, Ukerewe Bara ya zamani!

Kwenye mkusanyiko wa kwanza alikuwepo bwana mmoja na mke wake, wenyeji wa kijiji cha Nampisi, umbali wa maili kama nane hivi kutoka Nansio. Huyo bwana alikuwa ni mganga wa kienyeji anayejulikana kama mchawi mkubwa na kuogopwa Ukerewe kote. Kilichomleta kilikuwa ni kuona ni maajabu gani huyo mjukuu wa mganga kizee aliyekuwa *mhike*, mtenda maajabu, aliyotaka kuonyesha watu. Alikuwa na hakika ni ndumba za kutenda maajabu ndizo huyo mchawi mkubwa aliyeishi mithili ya milele alizomwachia mjukuu wake aliyejidai anataka kuanzisha dini mpya. Alikuwa amenuia kumwomba Mihigo ampatie naye ndumba ya kweli, kwa vile mpaka hapo alikuwa amepoteza mali yake nyingi bure kwa watu waliomdanganya wanampatia uchawi hasa huku ni waongo wakubwa! Mpaka hapo alikuwa anatisha watu bure bila kuwa na uwezo wowote wa *mhike*. Alikuwa radhi kabisa kumpatia chochote atakacho na kutenda lolote atakalomwamrisha kutenda, hata kama ni kuua mke wake na mtoto wao mmoja tu wa kiume na mrithi mtarajiwa wa mji wake! Alijua wachawi wakuu huomba sadaka kama hiyo kabla hawajamwingiza mtu kwenye ushirikina wao. Alitaka apate ndumba za kweli kutoka kwa huyo mrithi wa mchawi mkuu kuliko wote Ukerewe halafu dunia yote imtambue!

Asubuhi kulipokucha, siku iliyofuata Jumapili ya mahutubio ya Mihigo ya kuanzisha dini yake, mke wa huyo bwana alipoamka usingizini alikuta kitandani mwao mume wake amekwishakata roho na amekaukiana kama mti! Huyo mama alipiga makelele na watu wakaja na kujaa hapo nyumbani kwake, ikiwa ni pamoja na Mkuu wa Kijiji. Alipotulizana ya kutosha akamwambia kila mtu hapo kwamba mume wake ameuawa na sala za Mtume wa dini mpya huko Nansio, alizomsalia aadhibiwe kwa kifo kwa sababu ya kufanya mambo ya uchawi! Alipomaliza kusema hayo akampeleka Mkuu wa Kijiji, akiongozana na wajumbe wa kamati ya serikali ya kijiji, kwenye chumba kimoja kwenye nyumba yao na kweli wakakuta humo mambo ya kutisha: sehemu za miili ya binadamu zilizokaushwa, ikiwa ni pamoja na kiganja cha mkono wa kulia na fuu la kichwa cha mwanamume na sehemu za siri za mwanamume na mwanamke! Polisi waliitwa na huyo mama alikamatwa na kupelekwa kituo cha polisi Nansio. Kufika huko aliwaambia polisi jinsi mume wake alivyokwishaua watu wawili kwa ajili ya kutengeneza dawa za uchawi!

Hakuna aliyejua kilichomwua huyo bwana, kwani hakuna mtu hata mmoja anayejua siku au jinsi atakavyoiaga hii dunia. Kama Wakerewe wasemavyo, binadamu wote ni "Ntulanalwo," jina la kiume la Kikerewe lenye maana ya "Ninatembea (ninaishi) na kifo!" Lakini Ukerewe watu waliposikia kifo cha ghafla cha mtu aliyeaminiwa kuwa mchawi mashuhuri na maneno aliyosema mke wake, habari zikaenea kila mahali kwamba Mtume Mihigo aliyeanzisha dini yake mpya Nansio akijua mahali fulani kuna mchawi anayedhuru watu akimsalia sala zake huyo mchawi anakufa siku ileile! Na hizo habari zilienea kasi Ukerewe pote hadi Mwanza na Musoma na sijui wapi zaidi! Kusikia hivyo, Ukerewe watu wakajitokeza na kwenda polisi kushitaki washirikina wengine waovu waliojua waliua watu lakini wakaacha kuwafichua kwa kuogopa watawaua kwa uchawi. Pamoja na kwamba habari watu walizokimbia nazo kwenda polisi karibu zote zilikuwa uzushi usio na ushahidi wowote, hata hivyo, kutokana na ripoti hizo watu

339

wengine wawili walikutwa na ushahidi kwamba waliua watu na kushikwa na kupelekwa rumande Nansio kungoja kufikishwa mahakamani. Mmoja alikutwa ameficha sehemu za miili ya binadamu nyumbani kwake, kama huyo bwana aliyekutwa na mkewe amekufa ghafla, na mwingine alikuwa ameua mama mzee kijijini kwao mbele ya mashahidi kadhaa, kwa kudai ni mchawi aliyemwulia mwanae. Mpaka hapo Ukerewe palikuwa hapajawahi kutokea mtu aliyethubutu kwenda kutoa habari polisi au kwa mkuu wa serikali ya kijijini juu ya kitendo chochote cha ushirikina na uchawi cha kuua au kudhuru mtu. Na watu kuona hivyo wakaamini kabisa kwamba ni Mtume Mihigo wa dini mpya ndiye aliyewezesha hayo, na kwamba ndiye anayekinga kwa uwezo wake watu wanaofichua maovu ya wachawi wasidhuriwe na hao wachawi!

Kwenye mkusanyiko wa watu waliomsikiliza Mihigo akihutubu siku ya Jumapili ya kwanza palikuwa na walevi wa gongo wa kuchukiza wapata sita. Kati yao walevi watatu wa kiume wake zao walikwishawakimbia, na walikuwa wanafanana na wendawazimu! Mmoja wao alikuwa anatembea kwa kujikongoja na fimbo utafikiri ni kizee sijui wa miaka mingapi, na huku ni kijana wa miaka ishirini na tano, kutokana na madhara ya gongo! Mlevi mwingine, mama mtu mzima, alikwishaharibiwa na pombe kiasi cha kutia aibu kweli watoto wake na wajukuu wake na ndugu zake wote! Halafu wavulana wawili waliokuwepo walifukuzwa shule kwa sababu ya gongo na sasa ulipowaona mtu ulitamani kulia, jinsi walivyoharibika sura na afya zoa kwa hiyo pombe haramu! Habari zilizoenea Ukerewe zilikuwa ni kwamba wote hao baada ya kumsikiliza Mtume Mihigo akiwaombea hakuna hata mmoja kati yao aliyegusa pombe ya aina yoyote tena! Kama hizo habari zilikuwa za kweli au la, haijulikani. Lakini habari zilizovuma na kuenea Ukerewe kote na wilaya za jirani zilikuwa ni kwamba Mtume Mihigo wa dini mpya ya Ibada ya Wacha Mungu sala zake zinaua wachawi wabaya na zinakomesha kunywa pombe hata walevi wa kutupa!

Kwenye jukwaa lililojengwa harakaharaka pale kwenye uwanja wa mpira wa miguu wa Nansio siku ya mkutano wake wa pili, Mtume Mihigo alifundisha tena sala za dini yao mpya kwa huo umati wa watu na kurudia kueleza aliyosema kwenye mahutubio yake ya kwanza juu ya dini yao. Alikuwa amechapisha nakala mia tano za sala kuu ya dini yao na sala zao tatu za kila siku, wakati wa kula na wakati wa kuamka asubuhi na kwenda kulala usiku, na alizigawa zote. Hata hivyo ni wasikilizaji wake wachache tu ndio waliopata nakala, kwa jinsi watu walivyokuwa wengi. Palikuwa na waliokuja kusaliwa waache pombe. Palikuwa na waliokuja kusaliwa watibiwe magonjwa mbalimbali! Palikuwa hata na waliokuja wamebeba kwa machela wagonjwa wao ili huyo Mtume mpya awasalie wapone!

Alipoona hivyo, Mihigo akatambua umuhimu wa kueleza vizuri dini yake na maana ya dini zote kwa jumla. "Ninawaambia tena nyote mlio hapa kwamba Mungu peke yake ndiye Mwenye miujiza na uwezo wa kutenda maajabu. Na kwa sababu hiyo hakuna Shetani au mchawi mwenye uwezo wa kudhuru mtu kimaajabu. Ni binadamu waovu ndio wanaodhuru binadamu wenzao kwa vitendo vya uhalifu wa kawaida, kama vile kuua watu au kudhuru afya zao kwa kuwanywesha sumu, kuua na kujehuri watu kwa kutumia silaha, au kuharibu na kuteketeza mali zao kwa njia nyingine za kawaida. Hakuna mchawi na hakuna mganga wa kukinga watu uchawi. Kama yupo hapa hata mmoja ajitokeze mbele yangu niwaonyeshe nyote jinsi alivyo tapeli na mhalifu anayestahili kwenda jela leo hiihii!"

Kila mtu kwenye umati huo wa watu akawa kimyaa!

"Kama mnavyoona, hakuna mchawi au mganga mwenye uwezo wa kudhibiti wachawi hata mmoja kwenye umati wa watu wote huu. Kwa hiyo tujiunge pamoja na kuomba Mungu atusaidie kuwafichua wahalifu wote wanaojidai ni wachawi na waganga wa kichawi ili waadhibiwe inavyostahili.

"Kadhalika hakuna binadamu mwenye uwezo wa kutibu ugonjwa wowote ule kwa muujiza. Ni Mungu peke ndiye mwenye uwezo kama huo. Na Mwenyezi Mungu akiamua kutenda muujiza wa namna yoyote kupitia kwa binadamu, huyo binadamu analoweza na analojua ni kutenda tu alilowezeshwa na Mungu kwa baraka zake. Mungu mwenye haki tupu vilevile anapokea sawa sala za waumini wake wote. Ndiyo maana hakuna mkuu wa kanisa na dini yoyote anayeweza kumwombea mtu mwingine kupona au kupata neema na thawabu kutoka kwa Mungu. Sala inayomfurahisha na anayoisikiliza Mungu ni ile ya muumini mwenyewe. Binadamu yeyote anayedai kuwa wakala wa Mungu kutokana na cheo chake kwenye dini ni mwongo na anakufuru jina la Muumba wetu."

Halafu Mihigo alieleza kwamba makanisa yao yatakuwa ni pia vituo vya huduma kwa jamii. "Lengo la dini zote ni binadamu kutendeana mema ili waishi kwa furaha duniani," alisema. "Na kuishi kwa furaha ni sharti mtu aweze kukidhi mahitaji yake ya kila siku, licha ya kujitahidi kushirikiana na

341

kusaidiana na wenzake ili jamii yao yote iishi vyema."

Alimaliza kwa kuomba vijana wa kike na wa kiume, waliomaliza kidato cha nne na kuendelea, kutoka kila tarafa Ukerewe wanaotaka kujitolea kuwa watumishi wa makanisa ya dini yao waje kwake kesho yake ili wazungumzie jinsi ya kueneza dini yao wilayani mwao. Alisisitiza tena kwamba dini yao ilikaribisha watu wa dini zote, hasa Wakristo na Waislamu, dini kuu za watu waliosoma nchini, kujiunga nao bila ya kuwataka waache kuwa wafuasi wa dini zao hizo. "Dini yetu ni ukoo mmoja wa waumini wa Mungu kwenye jamii yetu, kama zilizyo hizo dini nyingine. Kwa hiyo sisi sote ni watu wa jumuia moja ya wacha Mungu," aliwaambia wasikilizaji wake, akikumbuka aliyofundishwa na Bibi Kilihona tangu angali mtoto mdogo.

Pamoja na kwamba Mtume Mihigo alitamka kwa kurudiarudia kwamba hana uwezo wa kuponyesha mtu kwa sala, lakini sifa ziliendelea kuvuma kwamba kila anayemwombea anapona palepale, na kama ni mlevi au mvuta bangi balaa yake hiyo anaachana nayo siku hiyohiyo! Na kama ni mchawi anayetendea watu maovu, huyo mtu hiyo ndiyo siku yake ya mwisho duniani! Na kila aliyesikia hayo aliamini huyo alikuwa kweli ni Mtume wa Mungu na kutaka kujiunga na dini yake!

Mihigo na Ana-Hona walichagua vijana wanne kati ya watu mia na zaidi waliojitokeza wakitaka kuwa viongozi wa dini yao mpya. Wawili kati yao walikuwa wanawake na wawili wanaume, na wote walikuwa ni walimu wa shule za msingi Ukerewe kisiwani. Hao ndio Mihigo aliowafundisha kuwa viongozi wa makanisa yao wilayani. Na mara moja Mihigo na mke wake na hao wasaidizi wao walifungua makanisa mapya manne Ukerewe. Wasaidizi wake walimwomba kwa kuanzia Mtume Mihigo mwenyewe ndiye awe anahutubia kwenye makanisa yanayofunguliwa. Ili aweze kufanya hivyo, walipanga Jumapili moja ahutubu kwenye kanisa hili na ifuatayo kwenye kanisa lingine na kuendelea kwa kuzunguka hadi kumaliza makanisa yao manne yote na kuanza tena. Makanisa yao mapya yalikuwa kwenye miji ya watu waliojitolea kusaidia kuanzisha hiyo dini mpya. Na bila kuchelewa wafuasi wa dini ya Mtume Mihigo walijenga makanisa ya dini yao kwenye sehemu hizo, vilevile kwa kujitolea.

Kwenye dini yao ya Ibada ya Wacha Mungu viongozi wa kanisa walikuwa hawalipwi, wanafanya hiyo kazi kama wajibu wao kwa waumini. Kwa kuwa walipanga kukutana mara moja tu kwa mwezi, Mihigo alikuwa na hakika atapata viongozi wa kujitolea wa kutosha na wanaofaa. Mke wake aliendelea kufanya kazi ya unesi Hospitali ya Nansio. Yeye alikuwa ana akiba ya pesa kidogo kutokana na mauzo ya vitabu vyake na kutoka kwenye mshahara wake alipokuwa anafundisha Chuo Kikuu cha Dar es Salaam, na waliishi kwa kutegemea hiyo akiba yake na mshahara wa mkewe. Kuhusu baadaye, alikuwa ana nia ya kuanzisha shule ya kusaidia wanafunzi wa shule za msingi na za sekondari Ukerewe kujitayarisha vyema kwa ajili ya mtihani wa darasa la saba na wa mwisho wa Kidato cha Nne. Ujira kidogo kutoka kwa ada ya wanafunzi wake pamoja na mshahara wa mke wake waliona utatosha kwao wawili kuishi. Mkuu wa dini yao alitakiwa aishi kwa kujitegemea kama watu wengine kwenye jamii na siyo aneemeke na kunufaishwa na cheo chake kwenye dini. Mihigo alipokuwa bado anafundisha Chuo Kikuu cha Dar es Salaam, mke wake alipomaliza masomo yake ya unesi Hospitali ya Muhimbili na kuamua kwenda kufanya kazi Nansio ili asaidie kutunza bibi yao, Mihigo alimpa gari lake la Toyota Corolla la kwendea kazini na kutembelea. Yeye alinunua gari kubwa zaidi la Toyota *Land Cruiser*. Mzungu mmoja rafiki yake alikuwa anauza hilo gari kwa bei rahisi kweli kabla ya kurudi kwao Marekani baada ya kumaliza mkataba wake wa kazi kwenye mradi wa misaada ya kimataifa nchini. Hayo magari yao ndiyo Mihigo na Ana-Hona waliyokuwa wanatumia katika shughuli za dini yao mpya.

Nje ya Ukerewe makanisa ya dini mpya ya Mtume Mihigo aliyofungua kwanza yalikuwa Geita, Shinyanga na Mwanza mjini. Usukuma ni moja ya sehemu za Tanzania zilizokuwa zinasumbuliwa sana na mambo ya uchawi. Mama wazee chungu mzima walikuwa wanauawa kwa kusingiziwa uchawi. Watu walikuwa wanafanya uhalifu wa kutisha wa kila aina kwa kusadiki makafara na uchawi ili wapate utajiri, wajikinge na wachawi, wadhuru maadui wao, au wapate lolote lile walilotamani! Wasukuma ndio walikuwa watu wa kwanza kumfuata Mtume Mihigo waliposikia sifa za dini yake, na huko ndiko alipoanzia kufungua makanisa yake nje ya Ukerewe. Kote kule aliendelea kupewa uwezo wa kutenda miujiza, licha ya kusisitiza kwamba hakuwa na uwezo huo na kwamba haamini kwamba binadamu anaweza kumwomba Mungu ampe uwezo kama huo autakavyo na autakapo.

Magazeti ya kila aina nchini, na hasa Dar es Salaam, yalikuwa kila siku yanaandika habari za profesa wa zamani wa Chuo Kikuu cha Dar es Salaam aliyeshambulia dini za Kiislamu na Kikristo ambaye sasa anajiita Mtume "mpagani" wa dini mpya ya watu wote wa kila dini na kila madhehebu!

Yaliandika hasa, na kwa kukebehi, juu ya yale ambayo wafuasi wake waliamini ni miujiza aliyokwishatenda, kwani kadiri Mihigo alivyokana kuwa na uwezo wa kutenda miujiza ndivyo wafuasi wake walivyozidi kuamini kwamba anao, na ndivyo pia watu waliodai walisaidiwa na miujiza yake walivyoendelea kujitokeza. Kwa hiyo magazeti yaliandika juu ya madai ya walevi wa kutupa walioacha kunywa pombe mara tu Mtume Mihigo alipowasalia, juu ya watu waliopona magonjwa yaliyokwishashindikana, hadi ulemavu wa kila aina! Lakini zaidi ya yote hayo, yalikazania kuandika, na kwa kukebehi kwelikweli, juu ya uwezo wake wa kukomesha uchawi! Jinsi watu wanavyofichuana na kushtakiana kuhusu mauaji ya kishirikina waliyojua lakini walikuwa hawajasema kwa kuhofia usalama wao, mpaka walipojiunga na dini ya Mtume Mihigo. Na baada ya kujiunga na hiyo dini mpya waliweza kufichua washirikina na waganga wachawi waliokwishatenda uhalifu wa kila aina na kubakia salama salimini! Redio zote nchini nazo hayo ndiyo yaliyokuwa habari zake za kusisimua! Magazeti na vituo vya televisheni kutoka Dar es Salaam vilituma watu hadi Ukerewe na waandishi wake walipiga picha mkutano wa Jumapili wa Kanisa la Ibada ya Wacha Mungu siku Mihigo na mkewe Ana-Hona walipohutubia tena wafuasi wao kwenye uwanja wa mpira wa Nansio, na kuonyesha Tanzania nzima umati mkubwa ajabu wa waumini waliohudhuria ibada ya hiyo dini mpya!

Wafuasi wake watarajiwa waliokuja Ukerewe kutoka Dar es Salaam kumwomba Mtume Mihigo aende kuanzisha dini yake huko jijini walikuwa ni wanafunzi wake wa zamani, wanaume wawili na mwanamke mmoja. "Profesa Mihigo, kama kweli unanuia kutoa mchango wa kiroho nchini unaoweza kutuepusha kwenye vita za kidini zisizotuhusu, kama ulivyokuwa unatufundisha kwenye *Study Group* yetu, ni sharti uwe na vituo vya dini yako mpya Dar es Salaam. La sivyo dini yako itabakia habari za mikoani, ambazo hatimaye watu watazisahau au kuzipuuza na utakuwa hukufanya kitu," hao vijana walimwambia mwalimu wao wa zamani.

Ilibidi Mihigo akubaliane nao. Kwenye nchi changa kama Tanzania jiji kuu la nchi ndiyo kama nchi yenyewe: jambo lolote la maana liko huko. Na Mihigo alikuwa na nia ya kutoa mchango wa kidini wenye manufaa hasa kwa nchi yake. Pia marehemu Bibi Kilihona kuwatokea yeye na mkewe kwao kulimaanisha kwamba kueneza hiyo dini nchini ni wajibu wao kwa Mungu.

Mihigo na mkewe Ana-Hona walifunga safari ya kwenda Dar es Salaam kufungua makanisa ya dini yao huko miezi mitano baada ya kuanzisha dini yao Ukerewe kisiwani. Walianza kwa kufungua kanisa la Ibada ya Wacha Mungu Mbezi Tangi-Bovu pale jijini. Magazeti na redio yalikuwa yamemfanyia Mtume Mihigo kampeni bila kujua wala kukusudia, na Jumapili waliyofungua kanisa lao watu walijaa utafikiri ni kanisa la Wainjilisti na wanamaombi wenye tiba za miujiza! Jumapili iliyofuata walifungua kanisa lao la pili, safari hii Chang'ombe. Walipanga kufungua makanisa matatu, na walipofungua huko Mbagala kanisa lao la tatu na la mwisho ndipo watu walipofurika kanisani wengi ajabu! Kote hapo jijini walianzishia dini yao kwenye majengo ya kukodi, huku wakiwa na mpango wa kujenga makanisa yao mara tu itakapowezekana, kutegemeana na uwezo wa wafuasi wao.

Kesho yake, Jumatatu, Mihigo alikubali kuwa mgeni mwalikwa kwenye kipindi cha televisheni mashuhuri kweli kwa watazamaji kote nchini cha "Msemakweli", kabla ya kurudi Ukerewe kujiandaa kufungua makanisa mengine mikoani. Mwendeshaji wa kipindi hicho, mvulana wa miaka kama ishirini na tano hivi, msomi machachari mithili ya mbunge "mkali" wa upinzani bungeni, alikuwa na sifa ya kuwatoa jasho wakubwa aliowakalisha kwenye "kiti-jahanamu" chake, kama washabiki wake walivyokiita.

Huyo kijana alianza kwa kumwuliza Mihigo swali juu ya waendeshaji wa makanisa ya dini yake hapo jijini:

"Profesa Mihigo, au Mtume Mihigo, sijui ni lipi sahihi zaidi?..."

"Sahihi ni Mihigo Kaseza. Mengine ni ya kupewa, ambayo hata hivyo siwezi kuyakataa, hata kama siyataki."

Studio ilikuwa imejaa wasikilizaji, na kila mtu alicheka! Ikabidi mwendeshaji wa kipindi naye acheke. Kwa kawaida aliwachachamalia tangu mwanzo wageni wa kipindi chake!

"Sawa. Basi mimi, kwa heshima, nitakuita Profesa Mihigo, kwa vile nilikuwa mwanafunzi wako. Nilikuwa ninasoma Chuo Kikuu cha Dar es Salaam ulipokuwa unafundisha hapo, hata kama hukunifundisha.

"Ni vyema kabisa,' Mihigo alimkubalia.

"Profesa, nilitaka kujua kwa nini wafuasi wako watatu watakaoendesha makanisa ya dini yako mpya hapa Dar es Salaam mmoja, mwanamke, ni Mkristo Mkatoliki, madhehebu ya Wakristo kubwa kuliko zote nchini na isiyoruhusu mwanamke kuwa padri au kiongozi mwingine wa kanisa, na wawili waliobaki ni wanaume Waislamu, mmoja kutoka Pemba, ambako karibu wenyeji wake wote ni Waislamu, na mwingine Bagamoyo, ambako pia wenyeji wake wengi ni Waislamu?"

345

"Kwanza sikuwachagua mimi. Wao ndio waliokuja kuniona na kupendekeza nifungue makanisa Dar es Salaam na nikakubaliana nao. Pili dini yetu ni ya wacha Mungu wote. Na kwangu, na ninatumaini kwako pia, Waislamu na Wakristo wanamwamini Mungu. Aidha binadamu wote, wanaume na wanawake, ni sawa mbele ya Mungu. Kwa hiyo hao wanaume wawili na mwanamke mmoja hawana kizuizi cha kuwa viongozi kwenye dini yetu. Na tatu ninawaamini na wana sifa za kufaa kwa kazi hiyo. Kwenye dini yetu viongozi wote hawalipwi mshahara au aina yoyote ya ujira. Kwa hiyo sina budi kuamini kwamba hawa wasomi watatu wenye kazi zao kubwa na familia zao na maisha mazuri wamejitolea kuwa viongozi wa makanisa yetu kwa sababu wanaona hiyo kazi ni muhimu na ni wajibu wao kwa Mungu na kwa jamii yetu ya Watanzania."

"Samahani, Profesa, naona sikuuliza swali langu vizuri. Je, ni kweli kwamba kwako Wakristo na Waislamu ni sawa na wapagani wanaoabudu miungu kama vile jua?"

"Asante kwa kufafanua swali lako.

"Kwanza kwenye dunia ya leo Wakristo na Waislamu wanaoheshimu binadamu wenzao hawaiti tena wafuasi wa dini tofauti na zao wapagani. Pili, kwa Mwafrika mwenye elimu kama wewe kuita dini za makabila yetu upagani na wafuasi wake wapagani, yaani watu wasio na dini, ni kumtukana mtu mweusi, kwa kudai kwamba Mwafrika, binadamu kama binadamu wengine, kiumbe mwenye akili, alikuwa hamjui Mungu kabla ya kuja kwa watawala wetu weupe wa kigeni nchini, Waarabu na Wazungu."

Kwenye studio kila mahali watu waliguna na kunong'onanong'ona. Waliponyamaza tena Mihigo aliendelea.

"Jibu la swali lako kwa ufupi ni kwamba mtu kumwomba Mungu kwa kupitia vitu alivyoumba vinavyomdhihirisha binadamu uwezao wa Mola usio kikomo, siyo kuabudu hivyo vitu vyenyewe. Kama sala ya dini yetu mpya isemavyo, watu wanaabudu Mungu yuleyule mmoja wanapomjua na kumtambua kupitia maajabu ya ulimwenguni yanayothibitisha kwamba ni Mweza wa yote, kama vile jua na bahari na sayari na milima na misitu, na kadhalika. Kumjua Mwenyezi Mungu namna hiyo siyo tofauti na kumjua kupitia maandishi matakatifu ya Mitume wake, kama vile Kurani na Biblia, yanayosadikiwa na waumini wa dini hizo kuwa ni ufunuo wa kutoka kwa

Mungu. Kwa kuwa hili suala limekwishajadiliwa na wataalamu wengi, ngoja nipendekeze maandishi ya kusoma kwa wale wanaotaka ufafanuzi zaidi. Kwa upande wa Wakristo Waprotestanti, kati ya maandishi mengi yanayoonyesha jinsi dini za Kiafrika zinavyosadiki Mungu mmoja tu licha ya kuabudu miungu wengi, naomba wasome maandishi ya Profesa Bolaji Idowu, mteolojia na kiongozi mkuu wa Kanisa la *Methodist* la Nigeria. Napendekeza hasa kitabu chake kiitwacho *Oludumare: God in Yoruba Belief* (*Oludumare*: Mungu katika Imani ya Wayoruba). Hapa kwetu Afrika ya Mashariki, kwa upande wa Wakristo Waprotestanti napendekeza maandishi ya padri Mkenya John Mbiti wa Kanisa la Kianglikana, hasa kitabu chake kiitwacho *Concepts of God in Africa* (Dhana za Mungu Afrika). Na kwa upande wa Wakristo Wakatoliki, napendekeza maandishi ya Mtanzania mwenzetu Padri Laurenti Magesa, hasa kitabu chake *African Religion: The Moral Tradition of Abundant Life* (Dini ya Kiafrika: Jadi ya Maadili yenye Uhai Tele). Kwa upande wa Waislamu, napendekeza makala ya Profesa Sulayman S. Nyang wa Gambia, katika kitabu *Religious Plurality in Afrika: Essays in Honour of John Mbiti* (Dini za Aina Nyingi Afrika: Insha za Kuadhimisha John Mbiti), kitabu kilichohaririwa na huyo mteolojia wa Kiislamu kwa kushirikiana na mteolojia Mkristo wa Nigeria Jacob K. Olupona. Kwa upande wa Wakristo Wazungu wanaonisikiliza popote pale walipo, ninapendekeza *The Missionary and the Diviner* (Mmisionari na Mwaguzi), kitabu cha padri Mmarekani Michael C. Kirwin, aliyekuwa mmisionari mweupe wa Kanisa Katoliki Afrika.

"Kando ya maandishi kama hayo, msimamo wa sasa wa Wakristo na Waislamu wenye nia njema, wanaotaka kuishi kwa usalama na watu wa dini tofauti duniani, *ecumenism* kwa Kiingereza, unapingana na kuona dini za watu wengine kama ni 'upagani'. Kutokana na msimamo huo, Kanisa Katoliki sasa linakubalia Wakatoliki weusi wa Brazil ambao pia ni waumini wa dini ya *Candomblé*, ambayo wafuasi wake wanaabudu Mungu kupitia miungu wa dini za Kiafrika za watumwa weusi wa zamani nchini humo, hasa dini ya Wayoruba wa Nigeria ya leo, zilizobakia kwenye jamii ya watu weusi wa nchi hiyo hadi leo, waendelee kufuata hiyo dini yao nyingine. Baada ya kuipiga marufuku hiyo dini yenye asili ya Kiafrika kwa karne nyingi, sasa Kanisa Katoliki linakiri kwamba Mkristo kuabudu miungu namna hiyo hakupingani na dini ya Kikristo na kusadiki Mungu mmoja.

347

Hapa kwetu Afrika, ili kudhihirisha msimamo huo wa sasa wa Kanisa Katoliki, mmisionari mweupe wa zamani Afrika, Padri John Baur, katika kitabu chake kiitwacho *2000 Years of Christianity in Africa* (Miaka 2000 za Ukristo Afrika) kwenye ukarasa wa 276, anakozungumzia Wakristo wa Togo wanaoabudu mizimu ya wafu wao, anatuarifu: 'Ni wazi kwamba Papa John Paul II alikwisharidhika kwamba hiyo imani ya kuabudu mizimu ya mababu na mabibi zao inapatana na Ukristo, kwa sababu wakati wa ziara yake huko mwaka wa 1985 naye alitoa sadaka ya kinywaji kutambikia mizimu ya watu wa Togo.'

"Mmoja wa wateolojia wakuu kabisa wa Kanisa la Kikristo, waitwao Madaktari wa Kanisa, waliochangia sana kujenga imani ya Kikristo kama ilivyo leo, Mtakatifu Thomas Aquinas, katika kitabu chake mashuhuri kiitwacho *Summa Theologica* (Mhutasari wa Teolojia), Juzuu la Kwanza, Sura ya 7, Swali la 108, anaita watakatifu wa Kanisa la Kikristo 'miungu', kwa sababu 'wanashiriki' kwenye utakatifu wa Mungu. Na mpaka leo hii Wakristo Wakatoliki wengi huomba Mungu kupitia kwa watakatifu wa Kanisa lao; na ndiyo sababu Wakristo wengi wanapobatizwa, wawe watoto wadogo au watu wazima, hupewa jina la mtakatifu wa Kanisa, ili awe mlinzi wao maishani anayewaombea kwa Mungu. Na sisi Waafrika imani hiyo tunayo, bali sisi watakatifu wetu ni mababu na mabibi zetu na ndugu zetu wengine waliotutangulia kufariki. Kitendo cha Papa John Paul II cha kutambikia mizimu ya wananchi wa Togo kinadhihirisha kutambua kwake kwamba marehemu wote ni 'watakatifu', kwa vile hawaishi tena duniani na hawawezi kutenda dhambi tena: wako tu kwa Mungu mwema aliye Kote. Kama Biblia Takatifu isemavyo, 'Kwani mtu aliyekufa amenusuliwa kutoka kwenye dhambi', Waroma 6: 7.

"Nafikiri hayo yanatosha kuonyesha kwamba leo hii Mwafrika ni sharti aheshimu dini za jadi ya makabila yetu, hata kama yeye ni muumini wa dini za kigeni. Ni sharti pia aheshimu dini za Kikristo za madhehebu ya Kiafrika zinazoongoza maadili ya waumini wake na kutaka watu wote watendeane mema kwenye jamii zao, ambacho ndicho kigezo cha kweli cha kusadiki Mungu. Au mnasemaje, wananchi?"

Watu wote waliokuwa wamejaa kwenye studio hiyo kubwa, wengi wao wakiwa vijana, wa kike na wa kiume, pamoja na mwendeshaji kipindi

mwenyewe, walijibu: "Ni kweli!", "Kweli kabisa!" "Sawasawa! "Ndiyo!"
"Yes!" "True!" "Sawa kabisa!"...

"Mwandishi wa Kiafrika mashuhuri na wa kimapinduzi Mungo Beti,
katika riwaya yake ya enzi ya ukoloni wa Wazungu Afrika iitwayo kwa
Kiingereza *The Poor Christ of Bomba* (Maskini Kristo wa Bomba), mhusika
wake mkuu, Padri Drumont, baada ya kukaa Afrika kama mmisionari kwa
kipindi cha miaka ishirini, hatimae anakiri kwamba dini ya Kikristo haikuwa
na jipya la kuwafundisha Waafrika! Katika mahojiano yake na Mzungu
mwenzake, mkuu wa wilaya kwenye utawala wa kikoloni, mmisionari
huyo mweupe anasema:

'Hata hivyo, rafiki yangu Vidal, dini yoyote ile, hata kama haina kitabu
kama Biblia au Kurani, hata kama haijawahi kuwa chanzo cha itikadi ya
kupiga vita na kushinda na kutwaa nchi za watu wengine, bado inaweza
kuwa dini ya kweli kwa wafuasi wake ... Tuliwakuta hawa watu wanaabudu
Mungu bila msaada wetu. Kuna ubaya gani kama walikuwa wanamwabudu
kwa jinsi yao tofauti... Kwa nini tunang'ang'ania kuwashurutisha wafuate
desturi zetu?'

"Mimi ninakubaliana na huyo mwandishi wa riwaya inayoonyesha
jinsi Ukristo ulivyokuwa sehemu ya ukoloni wa Wazungu Afrika. Mungu,
Muumba wetu sote, Mwenye haki tupu, kamwe hawezi kuwa na ubaguzi
na upendeleo kati ya jinsi viumbe wake wanavyomwabudu. Ni binadamu
wenye nia ya kuwatawala wenzao ndio wanaotaka kila mtu aingie kwenye
dini zao, ili wapanue na kuimarisha himaya zao, kwa kudai kwamba ni
wafuasi wa dini zao tu ndio wacha Mungu wa kweli.

"Kwa hiyo..."

Mwendeshaji wa kipindi alimkatisha Mihigo kwa ishara ya mkono
kuonyesha kwamba hayo yanatosha. Sifa kubwa ya kipindi chake cha
"Msemakweli" ilikuwa ni yeye kutoa jasho wageni wahojiwa, ambao wote
walikuwa ni vizito wa kitaifa. Safari hii huyo "kiboko yao" alijikuta naye
anamsikiliza mhojiwa wake kama anamhusudu, mithili ya wasikilizaji
wengine kwenye studio, waliokuwa wanamwangali Mtume Mihigo kwa
kumshangalia na wametega masikio kwa makini kweli ili neno hata moja
alilosema lisiwapite! Ilikuwa ni sharti huyo mwananchi "mkali" akomeshe
hali hiyo. Ndiyo sababu alimkatisha Mihigo. Na hapohapo alimwuliza swali
aliloona litamtoa jasho:

"Naamini wasikilizaji wetu wote popote pale mlipo mmesikia hilo jibu refu kweli la Profesa Mtume Mihigo kwa swali langu fupi! Twende kwenye swali lingine. Profesa Mihigo, inasemekana umekomesha uchawi pamoja na watu kuuana kwa kusingiziana uchawi kote ulikoanzisha makanisa ya dini yako. Je, ni kweli?"

Kufuatana na yaliyoandikwa kwenye magazeti na kutangazwa kwenye redio na televisheni, Jumapili Mtume Mihigo aliyofungua kanisa lao Chang'ombe pale jijini, Mwinjilisti mmoja aliyejulikana Dar es Salaam na nchini kote kuwa anawaposalia wagonjwa na wenye ulemavu wanapona, na aliyekwishatajirika kweli kutokana na waumini kumpatia pesa na mali zao nyingine awaombee wasaidike kwa miujiza yake, alimshambulia vikali Mtume Mihigo na dini yake ya Ibada ya Wacha Mungu kwa kuthubutu kusema kwamba Mungu hana wateule wake wenye uwezo kama yeye wa kuwasalia watu wakashukiwa na miujiza duniani. Mwinjilisti huyo alinukuu Biblia Tukufu kuonyesha kwamba Mihigo alikuwa ni adui wa Yesu Kristo na dini yake na ni shetani mkuu, mpagani atakayeadhibiwa vikali na Mungu kwa kujiita Mtume na kuthubutu kukana kuwepo kwa Shetani, adui wa Mungu, na wachawi, wajumbe wa Shetani miongoni mwa binadamu. Alikuwa ni mhubiri motomoto mwenye tabia ya kuhutubu hadi kutoka jasho, na siku hiyo alihubiri hadi nguo zake zikalowa kama kwamba amemwagiwa maji! Halafu alinyamaza ghafla mbele ya umati wa waumini wake na kujishika kifuani na kuanguka chini na kukata roho! Watu walikimbia na kutoka nje ya kanisa na kuisha wote! Na kila mtu alikuwa na hakika kwamba aliyemwadhibu na kumwua Mchungaji Mwinjilisti wao ni Mtume Mihigo, kwa kuthubutu kumpinga na kumshambulia. Hizo ndizo habari zilizowafikia waandishi wa habari jijini, akiwemo na mwendeshaji wa kipindi cha "Msemakweli". Mhoji wa Mtume Mihigo, kwa kuzingatia sifa za Mihigo za kudhibiti uchawi zilizokwishaenezwa nchini na vyombo vya habari tangu alipoanzisha dini yake, aliona kwa swali hilo amefuma habari za kusisimua zitakazozidishia sifa kipindi chake na kutangazwa hata kwenye vyombo vya habari vya nchi za ng'ambo.

Mihigo alichukua muda kabla ya kujibu. Aliweza kujibu hilo swali namna mbili, kutegemea analijibu kwa nani: kwa juujuu na kwa kifupi au kikamilifu na kwa undani. Kwa kuwa wasikilizaji wake walikuwa siyo tu watu waliomo kwenye hiyo studio bali ni watazamaji wote wa kipindi hicho wa kila kiwango cha elimu na kila dini popote walipo, wakiwemo bila shaka na wapinzani wa dini yake wengi tu, aliamua kulijibu kikamilifu kiasi alichoweza kwenye muda aliokuwa nao.

"Mwendeshaji wa kipindi, siwezi kukomesha kitu kisichokuwepo. Wachawi hawapo, hawajawahi kuwepo, na hawatakuwepo. Uwezo wa kukomesha uchawi ni sifa nisiyostahili na ni lazima niikatae.

"Kurani na Biblia mafundisho yake ni kwamba hakuna Mweza wa Yote mwingine bali Mungu mmoja peke yake. Lakini wakuu wa dini ya Kikristo, na ya Kiislamu iliyofuatia Ukristo na yenye chimbuko moja na Ukristo, ambalo ni dini ya Wayahudi, kwa tamaa ya kutawala na kuwa mabwana wa waumini, waliingiza kwenye dini zao dhana ya Shetani, Mweza wa Yote mwingine, adui wa Mungu na mweza wa mabaya tu, na kufanya wachawi, viumbe wa kuzua wanaoogopwa na watu wenye imani potovu ulimwenguni kote, mawakala wa Shetani. Dini hizo zinazosadiki Mungu mmoja, badala la kumwokoa binadamu kwenye upotovu wa kuogopa uchawi na ushirikina, wakuu wake waliendeleza upotovu huo ili wao wawe wachawi wakubwa zaidi, wenye uwezo wa kudhibiti wachawi wengine wote, kutokana na kuwa watumishi wa dini ya Mungu! Na ndivyo ilivyo hadi leo," Mihigo alisema.

"Dini ya Mungu wa kweli lazima itamke wazi kwamba hakuna shetani au kiumbe mwenye uwezo wa kimungu wa kumdhuru mtu kwa miujiza; kwamba Mweza wa miujiza ni Mungu peke yake. Kwa hiyo miujiza yote ni ya mema tupu. Wote wale wanaodai kutibu magonjwa na kuponyesha vilema na kutoa watu mashetani na majini, au kufanya jambo lolote la kimiujiza kwa sala zao watakavyo, ni waongo na wanakufuru jina la Mungu. Mungu akimpa mtu kipaji kama hicho huyo binadamu ni mtakatifu hatangazi kipaji hicho na hawezi kamwe kukitumia kwa ajili ya kujinufaisha kwa namna yoyote ile. Pia kwa Mungu binadamu wote ni sawa. Sala ya peke yake anayoisikiliza Mungu ni ya mtu mwenye shida yake mwenyewe. Mwenye Enzi Mungu, anayejua Yote, hawezi kuteua mawakili wa kusalia na kutetea binadamu wenzao kwake! Ole wao wale wote wanaokufuru na kukashifu Mungu kwa kudai kuwa na uwezo wa kusalia watu ili kujinufaisha wao au taasisi za dini zao!" aliongeza.

"Kama ninakuelewa sawa, Profesa Mtume Mihigo, Waislamu na Wakristo badala ya kuwa wafuasi wa dini zinazoamini Mungu wa kweli ni waumini wa ushirikina na uchawi?"

Studio yote ikawa kimya! Baadhi ya wasikilizaji wakaguna kwa mshangao. Mhojiwa naye akawa kimya! Kila mtu akatega sikio kusikia atakayosema, wengi wakitaka kujua kama atathubutu kukashifu dini zao!

"Mwendeshaji wa kipindi," Mihigo alisema, "pamoja na wasikilizaji wangu kwenye studio na popote pale mlipo, ni muhimu kutofautisha na kutenganisha imani ya Uislamu na ya Ukristo na dini za Kiislamu na Kikristo kama taasisi zenye misikiti na makanisa na jumuia za waumini na viongozi wake. Ninasikitika kusema hili, lakini ukweli ni kwamba wakuu wa dini za Kiislamu na Kikristo mpaka leo hii wanaendeleza imani za ushirikina na uchawi. Kwenye jamii yetu ya Tanzania, kwa mfano, tunaona kila siku mashehe na maimamu wa Kiislamu wakidai kuweza kutoa watu pepo mbaya, kuponyesha watu walioshikwa na majini, na wanadai hata kuwa na uwezo wa kumwombea mtu wasiyempenda au mbaya wa wateja wao sala ili adhurike kimiujiza! Kila mahali tunaona watu, tangu watoto wachanga hadi watu wazima, wanawake kwa wanaume, wamevaa hirizi zilizotengenezwa na mashehe, ati ziwaponyeshe maradhi na kukinga afya zao kimiujiza!

"Kwa upande wa viongozi wa Kikristo, Kanisa Katoliki la Roma, madhehebu kubwa ya Kikristo kuliko nyingine zote duniani, mpaka leo mapadri wake wanadai kuwa na uwezo wa kutoa mtu mashetani, *exorcism* kwa Kiingereza. Halafu tunaona kila mahali wakuu wa Wakristo Wainjilisti na "wanamaombi" Wakatoliki na Waprotestanti, waliozagaa kote nchini, hasa tangu hivi karibuni, wakidai kuwa na uwezo wa kuponyesha watu maradhi na ulemavu wa kila aina, kufanya kipofu aone na kiwete atembee, na kadhalika, kwa miujiza ya sala zao. Kuna wanaodai hata kuweza kufufua wafu kama Mungu! Na waumini wanawapa pesa na chochote chenye thamani walichonacho na kuwatajirisha, licha ya kuwaabudu kama miungu!

"Napenda wasikilizaji watakaoweza wasome kitabu cha Profesa wa historia Mwingereza Keith Thomas kiitwacho *Religion and the Decline of Magic* (Dini na Kupungua kwa Uchawi). Mwanahistoria huyo anaonyesha jinsi Wazungu walivyoendelea kuamini ushirikina na uchawi baada ya kuwa Wakristo. Kitabu chake hicho kinadhihirisha kwamba Ulaya dini ya Kikristo, badala ya kupiga vita na kukanusha kuwepo kwa uchawi na ushirikina, ilichochea zaidi hizo inami potofu kwa kudai kwamba watumishi wa Kanisa la Kikiristo wana uwezo wa kudhibiti nguvu za

Shetani, ambazo ndizo msingi wa ushirikina na uchawi, kwa uwezo wao wa kimiujiza zaidi! Hapakuwa na tofauti, na mpaka leo hakuna tofauti, tangu Ulaya na Marekani hadi Afrika, kati ya wakuu wa Kanisa na waganga wa kienyeji wanaodai kuwa na ndumba za kukinga mtu dhidi ya madhara ya uchawi! Kwa karne na karne Ulaya kote na, baadaye, kwenye makoloni ya Wazungu ya Amerika ya Kaskazini na ya Kusini, ambako Kanisa la Kikristo na madhehebu yake mbalimbali lilikuwa ni sehemu kubwa ya utawala wa nchi, watu walioshukiwa kuwa wachawi walishitakiwa kwenye mahakama za makanisa na za serikali na kuadhibiwa vikali hadi kuuawa hadharani kwa kuchomwa moto wakiwa hai! Na makosa ya washtakiwa wa uhalifu wa uchawi, ambao wengi zaidi walikuwa ni wanawake wajane na wazee pamoja na raia wanyonge wengine kwenye jamii, yote yalikuwa ni ya uwongo yanayodhihirisha dhuluma, uonevu, kudanganyana, ujinga na upotovu wa binadamu, kama ilivyo kwenye imani za uchawi na ushirikina hapa kwetu Tanzania na kote Afrika. Watuhumiwa hao walishtakiwa kwa makosa ya kuua watu au kuwapa magonjwa kwa kuwaroga, kufuga shetani au pepo mbaya kwa kumgeuza mnyama kama panya au paka au mbwa, *the familiar* au *familiar spirit* kwa Kiingereza, wa kutumia kudhuru watu kichawi, kuroga mtu asipate mavuno mazuri shambani mwake, au ng'ombe wake wasitoe maziwa mengi, kuroga pombe ya mtu isiive vizuri, kumfanyia uchawi mfanyabiashara na kusababisha mashua inayosafirisha bidhaa yake izame kwa dhoruba na tufani baharini, mwanamke kufanya mapenzi na shetani, mtu kushiriki kwenye ngoma na baraza la usiku la wachawi, *Witches' Sabbath* kwa Kiingereza, na mengine mengi ya imani potovu kama hizo.

"Huyo mtaalamu ya historia anatoa takwimu kuonyesha kwamba kwa kawaida mtu aliyeshitakiwa na kosa la uchawi alikutwa na hatia, kwa vile mashahidi waliotumiwa mahakamani walikuwa watu walioamini ushirikina na uchawi na walichosema ndio ushahidi wote uliohitajika! Na pia mara nyingi mshitakiwa aliteswa hadi kulazimishwa kukiri makosa ambayo hakutenda, halafu aliadhibiwa. Na asipokiri anaendelea kuteswa hadi kufariki! Inakadiriwa kwamba, kwenye kipindi kifupi tu cha historia ya Kanisa la Kikristo Ulaya, kati ya mwaka 1560 na 1680, 'uwindaji wa uchawi', *witch hunt* kwa Kiingereza, ulipopamba moto, watu wasiopungua 40,000 waliuawa kwa kukutwa na hatia ya kuwa wachawi na mahakama za serikali na za makanisa ya Kikristo kote Ulaya: Uingereza, Ufaransa,

Ujerumani, Austria, Uholanzi, Sweden, Ureno, Uhispania, na penginepo.[5] Hiyo ndiyo dini ya Kikristo iliyoletwa Afrika na wamisionari wa Wazungu wakoloni waliotawala nchi zetu.

"Kuhusu Uislamu ulioletwa Tanzania na kote Afrika na Waarabu, hadi leo imani ya Kiislamu ni pamoja na kuamini kuwepo kwa Shetani na majini na wachawi, watumishi wa shetani duniani wanaodhuru watu, ambao kujikinga nao ni sharti wakuu wa dini ya Kiislamu, mashehe na maimamu na mawalii waingilie kati kwa hirizi na sala na tiba zao za kimiujiza!

"Mwanahistoria huyo wa Kiingereza anaonyesha kwenye kitabu chake kwamba Ulaya kilichowezesha imani za uchawi na ushirikina kupungua ni maendeleo ya elimu na ya sayansi na teknolojia, yaliyowapa watu kuelewa vyanzo vya kisayansi vya mambo mengi ambayo kabla ya hapo wengi wao waliamini ni uchawi. Sisi Waafrika hatuwezi kungojea mpaka wananchi wengi wafikiwe na elimu na maendeleo makubwa ya sayansi na teknolojia ndipo tuondokane na imani potovu za ushirikina na uchawi na madhara yake makubwa tunayoyajua wote. Ndiyo sababu dini yetu ya Ibada ya Wacha Mungu inataka kukomeshwe mara moja kuamini kuwepo kwa shetani na uchawi!"

Kufuatana na masharti ya waajiri wake, ilibidi sasa mwendeshaji kipindi awapatie wasikilizaji kwenye studio fursa ya wao pia kuuliza maswali. Bahati nzuri maswali ya wasikilizaji yalikuwa ni juu yake yeye Profesa Mihigo binafsi. Karibu wote walikuwa ni vijana wa umri wa wanafunzi wake wa zamani Chuo Kikuu cha Dar es Salaam. Mihigo alipokuwa anajibu maswali yao alikumbuka maisha yake pale chuo kikuu, ambayo ghafla yalikuwa ni kama sijui ya zamani gani, na huku hata mwaka ulikuwa haujapita tangu ajiuzulu kazi "Mlimani"! Msikilizaji wake mmoja alitaka kujua kwa nini mtu aliyesoma kama yeye, na anayehitajika na taifa kwa ajili ya elimu yake, aliacha kufundisha chuo kikuu na kuwa mhubiri wa dini, kitu ambacho kuna Watanzania wengi tu wanaoweza kukifanya. Mwingine alitaka kujua kama ni kweli kwamba bibi yake aliyemlea aliyekwenda kumtunza alipoacha kazi chuo kikuu aliishi hadi miaka mia mbili! Mwingine alitaka kujua kama ni kweli kwamba vitabu vyake alivyoandika vimekwishampatia dola za Kimarekani zaidi ya milioni moja. Na kadhalika. Hadi kipindi kilipokwisha.

5 Toby Green. *Inquisition: The Reign of Fear.* New York: St. Martin's Press, 2007, page 9.

Kesho yake Mihigo hakuweza kuamini aliyosoma kwenye magazeti! Alikuja Dar es Salaam na mke wake Ana-Hona, mwanzilishi mwenzake wa dini yao aliyekwenda naye kila mahali kwenye shughuli za dini yao zote. Waajiri wa Ana-Hona kwenye Hospitali ya Nansio walimkubalia awe anafidia siku anazokosa kwenda kazini kwa sababu ya shughuli zake za kidini, kwani alikuwa nesi mchapakazi anayejali wagonjwa na mfanyakazi wao waliyemthamini na kumpenda sana. Walikuja jijini bila kumwambia ndugu yao Jamhuri Mzungu na mkwewe. Mihigo alikuwa hana tatizo na kujieleza kwa Jamhuri na mkewe, kwani Jamhuri alikuwepo alipotangazia watu kwenye arubaini ya bibi yao Ukerewe nia yake ya kuanzisha dini mpya. Lakini hakutaka kuhojiana na watoto wao wawili juu ya mambo ya dini kwenye umri mdogo waliokuwa nao. Hakutaka kuwachanganya akili, kwa vile alijua jinsi walivyompenda na kumwona baba yao mdogo anayejua kila kitu na vilevile jinsi wazazi wao walivyowalelea kwenye mazingira ya dini yao ya Wakristo Katoliki! Kwa hiyo walifikia kwenye hoteli waliyotafutiwa na wafuasi wao wa Dar es Salaam. Ni wafuasi wao ndio pia waliowaletea hotelini magazeti asubuhi ya siku iliyofuata mahojiano ya Mihigo kwenye kipindi cha televisheni.

Kwenye gazeti moja lenye msimamo mkali wa Kiislamu kichwa cha maneno cha ukurasa wa mbele, kwa maandishi makubwa kweli meusi, kilikuwa: WAISLAMU NI SAWA NA MAKAFIRI WAABUDU JUA! Asema Profesa Mtume Mihigo. Gazeti lingine la Kiislamu kichwa chake cha habari kilisema: MTUME MUHAMMAD SI MTUME WA MUNGU NA KURANI TUKUFU NI KAFARA! Gazeti moja la Kikristo kichwa chake cha habari kilikuwa: SHETANI KUJIITA MTUME! na lingine lilitangazia wasomaji wake: UHURU WA DINI SIYO RUHUSA YA KUTUKANA DINI KUU ZA DUNIA! Na yote yalipotosha na kutafsiri yalivyotaka aliyosema kwenye hicho kipindi cha televisheni, ikiwa ni pamoja na kuongeza uwongo wa makusudi! Hata magazeti yasiyo ya kidini nayo yote yalimshambulia. Na ilikuwa hivyohivyo kwenye redio na televisheni! Kutokana na ukweli halisi wa watu waliosoma nchini, waandishi wa magazeti na watangazaji wa habari karibu wote walikuwa ni Waislamu au Wakristo na waliona Mihigo kama adui wa dini zao!

Mihigo alisikitishwa sana na kashfa hizo ambazo hakustahili. Lakini, badala ya kukasirika au kutishika na kuogopa, mashambulizi hayo dhidi yake na dini yake yalimthibitishia kwamba alikuwa na wajibu wa kusambaza na kueneza dini yake nchini na penginepo Afrika, Mungu akipenda. Dini yake ilitaka dini mbalimbali za watu kuwa kiungo kikuu kinachowafanya jamii moja ya wacha Mungu, badala ya kuwa chanzo cha uhasama, ugomvi na vita kati yao. "Sina wajibu mwingine maishani mwangu mkubwa kuliko kujitahidi kwa uwezo wangu wote kueneza dini yetu kila mahali," Mihigo aliazimia.

Sura ya 34

Bibi yao alipofariki, mtu wa kwanza kabisa Mihigo aliyempigia simu kumjulisha, kati ya ndugu zao waliokuwa nje ya Ukerewe, alikuwa ni Peter Jamhuri. Alimjulisha kifo cha bibi yao hata kabla ya kuwajulisha baba yake mzazi Mzee Kaseza na baba yake mkubwa Mzee Bushiri na ndugu yake Omari Mwanza. Na bila kuchelewa Jamhuri alitafuta sanduku la maiti aliloona linafaa kwa mazishi ya bibi yao mpenzi na kuja nalo kwa ndege hadi Mwanza na kuvuka nalo hadi Ukerewe siku ileile. Kwenye arubaini ya bibi yao pia Jamhuri alikuwa ni mmoja wa watu wa kwanza kufika nyumbani kwa marehemu, na alikuwa msaidizi mkubwa wa Mihigo na mkewe Ana-Hona katika matayarisho ya kila kitu pale nyumbani. Naibu Kamanda wa Polisi Tanzania, Peter Jamhuri Mzungu, alikuwa kwenye umati wa watu waliosikia tangazo la ndugu yake na rafiki yake mkubwa, Profesa Mihigo, la kuanzisha dini mpya nchini.

Katika safari yake ya kurudi Dar es Salaam, Peter Jamhuri alipokuwa kwenye boti kutoka Nansio kwenda Mwanza, na kadhalika kwenye ndege kutoka Mwanza kurudi kwake Dar es Salaam, alikuwa na hisia mchanganyiko juu ya jambo la ndugu yake Mihigo na mkewe kuanzisha dini mpya. Na hizo hisia ziliendelea kumtatiza hata aliporudi kazini kwake.

Peter Jamhuri ndugu zake aliojua na aliokuwa nao karibu walikuwa ni watoto wenzake aliolelewa nao kwa Bibi Kilihona Ukerewe. Na kati yao wote Mihigo ndiye alikuwa ndugu yake mpenzi na rafiki yake mkubwa kuliko wote. Ni kweli kwamba sasa alikuwa anafahamiana na ndugu zake wa tumbo moja pia, lakini aliyekuwa naye karibu alikuwa ni dada yake Justina tu, aliyeishi naye kwa baba yao kabla hajafariki na kusoma naye tangu sekondari Sweden hadi walipomaliza wote chuo kikuu Canada. Mama yao, Paskazia Nanzula, alizaa watoto wake tisa wa kwanza, watano wa kiume na wa kike wanne, mfululizo. Wa kwanza alizaliwa mwaka wa

357

1943 na wa tisa mwaka 1953. Halafu alisimama kuzaa hadi mwaka wa 1959, aliposhtukia anapata mimba tena na kujifungua Justina mwaka uliofuata. Ndiyo sababu Jamhuri alipochukuliwa na baba yake na kwenda Sweden ndugu yake aliyemkuta bado anaishi na baba yao alikuwa ni dada yake Justina peke yake. Kaka na dada zake wengine wote walikuwa ni watu wazima wenye maisha yao, na wengi wao tayari walikuwa wameoa na kuolewa na wana watoto. Halafu walikuwa wamesambaa nchi nyingi: wanne wako Tanzania, wawili wanaishi Marekani na watatu wako Ulaya. Jamhuri alikwishakutana na ndugu zake wote kwa pamoja mara moja tu, kwenye mazishi ya marehemu baba yao. Baba yao aliacha wasia akitaka kuzikwa kwenye makaburi ya Kanisa Katoliki la Mwanza alikozikwa marehemu mke wake Paskazia Nanzula. Alipofariki ndugu wa Jamhuri wa Marekani na Ulaya walikwenda Canada kujiunga naye na dada yake Justina. Serikali ya Tanzania iligharamia kusafirisha maiti hadi Mwanza na pia iliwalipia Jamhuri na Justina nauli ya ndege ya kwenda Mwanza na kurudi Canada kwenye masomo yao. Ndugu wa Jamhuri waliokusanyika Canada walisindikiza wote maiti ya baba yao hadi Dar es Salaam na kujiunga na ndugu zao wanne waliokuwa wanaishi huko na kupeleka maiti kwa ndege nyingine Mwanza. Tangu mazishi ya baba yao alionana na kaka yake na dada yake huyu au yule walipotembeleana tu.

Kwa Jamhuri, Mihigo alikuwa kama mdogo wake wa kuzaliwa naye tumbo moja. Walipokuwa wadogo wakilelewa wote kwa Bibi Kilihona walikuwa hawaachani. Kila Jamhuri alipokwenda Mihigo naye yupo na "Kaka Jamhuri"! Na bibi yao nae kila walipokwenda kucheza alimwambia asisahau kumwangalia mdogo wake Mihigo; kila siku alimkumbusha asile chakula cha hamu kama ndizi au peremende bila kumpatia kwanza mdogo wake Mihigo! Mihigo alipoanza shule na kufikia kurushwa madarasa hadi kuwa darasa moja naye, na huku ni mdogo kwake kwa miaka minne, badala ya kumwonea wivu alimjivunia na kuona fahari kweli, kama kwamba ni yeye aliyekuwa na akili za ajabu hivyo!

"Ilikuwa ni furaha na fahari kubwa kwangu alipomaliza masomo yake Marekani na Ulaya na kurudi nyumbani na kuanza kufundisha Chuo Kikuu cha Dar es Salaam akikaa kwangu. Halafu mke wangu Felista naye alifikia kumpenda. Na watoto wetu wote wawili, Alex na mdogo wake Lilian, hao ndio acha tu! Baba-mdogo Mihigo alipotutembelea hawakutaka kumwachia hata nafasi ya kuongea kitu na sisi wazazi wao! Na mkiwaambia tunakwenda 'Mlimani' kumtembelea Baba-mdogo Mihigo, hata wenzao gani wakija kuwachukua waende sijui kucheza au kufanya nini hawakubali! Sasa ona, kwanza aliacha kazi chuo kikuu, kwa sababu ambayo hata mimi rafiki yake na msiri wake mkubwa siijui, kusema kweli! Halafu akaenda kukaa tu nyumbani kwa bibi, licha ya kwamba wakuu wa vyuo vikuu kadhaa Ulaya na Marekani walimwandikia barua wakimpatia kazi huko mara tu alipojiuzulu kazi chuo kikuu! Halafu sasa anataka kuanzisha dini mpya, kwa kuagizwa na bibi yetu aliyemtokea baada ya kufariki!" Hayo ndiyo mambo mazito Naibu Kamanda wa Polisi Tanzania aliyojadiliana na mkewe Felista aliporudi nyumbani kwake kutoka kwenye arubaini ya marehemu bibi yake Ukerewe.

Peter Jamhuri alioa mwaka 1987, kabla hajamaliza mwaka kamili kazini. Mke wake, Mkristo Mkatoliki mwenzake aliyekuwa anaitwa Felista, alikuwa binti ya ofisa wa polisi mwenzake pale Dar es Salaam. Alikuwa ni mwalimu kwenye Shule ya Sekondari ya Forodhani jijini. Mungu alibariki ndoa ya Jamhuri na Felista na mwaka uliofuata walipata mtoto wao wa kwanza, mtoto wa kiume. Jamhuri alimpa huyo mtoto jina la marehemu baba yake, Alex. Mwaka wa 1989 walipata mtoto wa pili, mtoto wa kike. Mama yake alimchagulia huyo mtoto wao jina la Lilian. Mihigo alipotoka Ulaya na kuanza kazi Chuo Kikuu cha Dar es Salaam alifikia kuwa ndugu mpenzi wa mke wake kama alivyokuwa kwake, na watoto wao wote wawili walimzoea na kumpenda tangu wangali wadogo kweli. Mwaka wa 1992, baada ya sikukuu ya Bibi Kilihona kufikisha umri wa miaka mia moja na kumi, Jamhuri naye alibaki Nansio kwa ajili ya ndoa ya Mihigo na Ana-Hona, na ndiye aliyekuwa msindikizaji wa bwana harusi kwenye sherehe ya kimila ya ndoa yao. Ni Jamhuri ndiye pia aliyemshauri na kumsisitizia kwenda kufunga ndoa kisheria kwa Mkuu wa Wilaya Ukerewe, licha ya sherehe ya kimila. Ndiye pia aliyekuwa shahidi wa bwana harusi kwenye cheti chao cha ndoa. Na waliporudi Dar es Salaam, Peter Jamhuri aliwafanyia bwana na bibi harusi karamu ya kusherehekea ndoa yao kwenye bwalo la *Police Officers Mess*, licha ya Mihigo kusema kwamba hapakuwa na haja ya sherehe nyingine, kwamba ilikuwa ni kupoteza pesa bure. Hali kadhalika alipopandishwa cheo toka Mhadhiri hadi kuwa Profesa kamili Jamhuri alimfanyia karamu nyumbani kwake Oyster Bay na kuita ndugu na marafiki zao kusherehekea kufanikiwa kwake.

359

Kabla Mihigo hajajiuzulu kazi chuo kikuu, magazeti ya Kiislamu yenye siasa kali yalipomshambulia, Jamhuri alikwenda kumwona na wakaongea kwa kirefu. Peter Jamhuri alikuwa shabiki mkuu wa ndugu yake msomi, na tangu aliporudi nchini alimpatia vitabu vyake na maandishi yake mengine yote, na alikuwa anayasoma kwa makini. Na maandishi ya ndugu yake yalimthibitishia kwamba alitaka kutumia kipaji chake kuelimisha jamii na kuiongoza njia. "Wanaoshambulia kitabu chake *Mamluki Juha: Mwafrika Kwenye Vita Isiyo Yake* wanayosema ni upuuzi mtupu! Ukweli ni kwamba kitabu hicho kinawatahadharisha Watanzania waepukane na migongano ya kidini kwa kuishi kama watu wanaosadiki Mungu mmoja licha ya dini zao tofauti. Na anasema ukweli. Kwa hiyo wanaompiga vita, wawe Wakristo au Waislamu, ni wale wanaoogopa mawazo kama yake yakienea watu watakataa kuingizwa kwenye migogoro ya kidini isiyowahusu. Kuogopa kuzibiwa mianya ya kugeuza dini kuwa chombo cha kunufaisha masilahi yao ndicho kinachowakasirisha na kuwasumbua!" Jamhuri alimweleza mke wake alipompasha habari ya ndugu yake Mihigo kutaka kuanzisha dini mpya.

Kitu ambacho hakumwambia mkewe ni kwamba aliamini Bibi Kilihona kweli alimtokea Mihigo na mkewe na kuwapa ujumbe wanaosema aliwapa. Aliamini hivyo kwa sababu alijua Mihigo hawezi kusema uwongo kwenye jambo kama hilo. Pili, alijua pia kwamba Bibi Kilihona alipokuwa hapa duniani alikuwa mtu aliyepewa na Mungu uwezo wa peke yake. Jamhuri, kama watoto wengine waliokulia kwa Bibi Kilihona, alikua akiona kwa macho yake bibi yao akitenda maajabu. Mara ya kwanza yeye kushuhudia maajabu ya Bibi alikuwa peke yake na bibi yake njiani, kabla hajaanza shule. Wakati ule bibi yao alikuwa bado siku mojamoja anakwenda maporini kutafuta dawa zake, badala ya kutuma watoto na kuwaelekeza miti-shamba ya kumletea. Jamhuri alikuwa bado anakumbuka siku ile kama kwamba ilikuwa jana. "Mimi nilikuwa ninatembea mbele yake, kama kawaida, kwenye vichochoro vya milimani. Kamwe Bibi Kilihona hakumwacha mtoto mdogo atembee nyuma yake. Ilikuwa ni sharti wakati wote uwe mbele yake, anakuona. Ghafla, kidogo nikanyage nyoka, kifutu, tena mkubwa kweli! Nikarukia nyuma kwa bibi. Nyoka akanyanyua kichwa amevimba shingo tayari kunirukia ining'ate! Nilikuwa nimeshika mkononi jembe dogo la kuchimbia mizizi ya miti ya dawa, na bibi anatembea ameshikilia

360

kikapu cha kubebea dawa chenye tezo ya kukatia dawa kwenye magamba ya miti ndani yake. Bibi mwenyewe alikuwa anatwambia kwamba mtu lazima kwanza kukabiliana na hatari inayokujia, na kutafuta kujiponyesha unaposhindwa kujikinga tu. Kwa hiyo niliporukia kwa bibi tu nikageuka na kunyanyua jembe langu juu ni mkate huyo nyoka kabla hajaniuma.

"'Usimwue!' bibi aliniamrisha. Halafu alitamka neno moja tu: 'Zila!' yaani 'Koma!' kwa Kikerewe, huku amemnyooshea nyoka kidole chake cha shahada cha mkono wa kulia.

"Palepale kifutu mkubwa huyo akageuka kijiti cha kuni kavu! Bibi akainama na kukiokota hicho kijiti kikavu na kukitupa porini. Hicho kijiti kilipoanguka chini kikageuka nyoka tena, na huyo kifutu mkubwa kweli akakimbia na kupotelea maporini. Halafu Bibi akaniambia, 'Twende zetu kutafuta dawa.'

"Bibi, umefanyaje hivyo!" nilimwuliza kwa mshangao kweli!

"'Hata na mimi sijui. Ni uwezo niliopewa na Mungu. Lakini ulivyo sijui. Ila tangu leo ukiona kitu cha maajabu kama hicho usiulize, na kamwe usimwambie mtu!'

"Tulipokuwa tunarudi nyumbani baada ya kukusanya dawa zetu, kabla hatujatoka maporini kabisa, bibi alinionyesha ndege aliyekuwa ametua juu ya mti mrefu: 'Unamwona yule ndege?' bibi aliniuliza akinionyesha ndege kwa kidole cha mkono wake.

"'Ninamwona, bibi.'

"'Ni ndege gani?'

"'Ni mwewe.'

"Halafu alinyoosha kidole chake cha shahada cha mkono wa kulia akimwelekezea huyo ndege na kusema kwa sauti kubwa kama anamkaripia: 'Iwe!' 'Wewe!' kwa Kikerewe. Palepale huyo ndege akaanguka chini amekauka kama jiwe! Nilikwenda pale alipoanguka na kumshika na nikakuta amekwishakufa na kaukiana kabisa, na huku nilimwona anaruka na kutua juu ya mti alipokuwa!

"Kwa sababu alikwishaniambia nikiona tena jambo la kushangaza nisiulize au kusema kitu, sikusema chochote. Yeye tu ndiye alisema, 'Mwache hapo alipo. Twende zetu nyumbani.'

"Tulipotoka pale na kutembea kidogo nikatazama nyuma kumwangalia tena huyo ndege. Nikamwona yule mwewe niliyemshika nikakuta amekufa na kukaukiana anaamka na kusimama na kuruka hewani na kwenda zake!

Kabla hatujafika nyumbani bibi aliniuliza, 'Umekwishaona watoto wa nyumbani kwangu mnakwenda kulinda shamba letu la mpunga lisiliwe na ndege mpunga wetu unapoiva?'

"'Hapana, bibi,' nilijibu.

"'Umekwishaona vifaranga vya kuku wetu vinaliwa na mwewe, hata siku mmoja? Au umekwishaona tunavifunika na *lugega*[6] visiliwe na mwewe kama wanavyofanya kwenye miji mingine?'

"Hapana, bibi, sijaona. Kweli, kwetu vifaranga wanakaa nje wazi tu mpaka wanakuwa wakubwa, bila kuliwa na mwewe!

"'Hayo pia ni uwezo niliopewa na Mungu wangu.'"

Tangu hapo Jamhuri aliendelea kuona kwa macho yake maajabu ya bibi yake ya namna hiyo. Kwa Bibi Kilihona mtoto akimwambia bibi yao ameibiwa kitu chake fulani shuleni, mtashtukia tu huyo mtoto aliyekiiba anakileta nyumbani na kumpa bibi hicho kitu. Na kama ni kitu kikubwa anakileta akiongozana na wazazi wake. "Kuna siku moja ng'ombe wa Bibi Kilihona aliibiwa kwenye zizi la watu waliokuwa wanamchungia ng'ombe wake kwenye vijiji vya mbali. Huyo mchungaji alipokuja kumwambia bibi ng'ombe wake ameibiwa, bibi akamwambia aje tena kesho yake asubuhi. Asubuhi tulipoamka tukakuta ng'ombe dume mkubwa rangi nyekundu amefungwa kwenye mti wa uwanja wa mji wetu. Huyo mchungaji alipokuja, kama saa nne hivi asubuhi ile, akasema ni huyo ng'ombe aliyekuwa ameibiwa. Bibi Kilihona akamwambia amchukue amrudishe zizini kwake." Huyo ndiye Bibi yake Kamanda Peter Jamhuri Mzungu aliyemfahamu. Na alikuwa na hakika watoto wengine waliokulia pale baadhi yao nao walishuhudia hayo maajabu ya bibi yao, bali tu bila shaka nao pia walikatazwa na Bibi Kilihona kusema kitu kwa mtu yeyote, kama yeye alivyokatazwa.

"Na sasa marehemu Bibi Kilihona amemtokea Mihigo na mkewe Ana-Hona na kuwataka waanzishe dini mpya, ya namna gani sijui!" Hayo ndiyo mawazo mazito yaliyomsumbua akili Naibu Kamanda wa Polisi Peter Jamhuri Mzungu aliporudi Dar es Salaam kutoka Ukerewe kwenye arubaini ya marehemu bibi yake.

Bibi Kilihona alitaka watoto wote nyumbani kwake wafuate masharti ya dini za wazazi wao. Kwa hiyo Jamhuri alipokuwa mdogo bibi yake alihakikisha anakwenda Jumapili kusali kwenye Kanisa Katoliki la Nansio

---

6 *Olugega*, Kikerewe: Tenga lenye matundu matundu la kubebea vitu. Hutumika pia wakati wa mchana kufunika vifaranga wa kuku wanapokuwa bado wadogo wasiliwe na mwewe.

na watoto Wakatoliki wengine wa pale kwake. Alipoanza shule bibi yake akahakikisha anafuata pia mafunzo ya dini ya watoto Wakatoliki. Kwa hiyo alipokea Komunyo ya Kwanza, na alipotimiza miaka inayotakiwa na kumaliza mafunzo yake alipewa Kipaimara, kama inavyotakiwa kwenye madhehebu yake.

Nyumbani kwa Bibi Kilihona mfano wa kufuata kwa watoto Wakristo wa Kanisa Katoliki alikuwa ni mjukuu wake Paulo. Jamhuri alipoanza shule Paulo alikuwa Seminari ya Nyegezi, lakini likizo zake nyingi tu alikuja kupumzikia pale Nansio kwa bibi yao. Paulo alikuwa mtumikiaji misa mkuu alipokuwa anasoma shule ya msingi, na Bibi Kilihona alimwambia Jamhuri kuiga mfano wa ndugu yake Paulo. Ni Paulo, alipokuwa likizo Ukerewe kwa bibi yao, ndiye aliyempeleka kwa mapadri wa kanisa lao na kuwaomba Jamhuri atumikie misa, na Jamhuri naye akawa mtumikiaji misa tangu alipoanza shule ya msingi. Mpaka alipoondoka Nansio kwenda kwa baba yake Ulaya, Peter Jamhuri alikuwa hakosi kwenda kwenye kanisa Katoliki la Nansio kutumikia misa Jumapili na pia asubuhi siku za kawaida kabla ya kwenda shule, ilipokuwa ni zamu yake.

Hata hivyo, dini haikumwingia rohoni hasa mpaka alipokwenda kwa baba yake Sweden. Baba yake, Alex Mzungu, balozi wa Tanzania Sweden, alikuwa hata siku moja haendi ubalozini kazini kwake bila kusikiliza misa kwanza. Watoto wake, Jamhuri na dada yake Justina, aliwataka tu waende kusali siku ya Jumapili, lakini yeye kila siku aliamka kwenda kanisani.

"Baba, kwa nini unakwenda misa kila siku asubuhi kabla ya kwenda kazini?" Jamhuri alikumbuka alivyomwuliza baba yake mara tu baada ya kufika Sweden. "Baba alinyamaza kwa muda, halafu alisema, 'Mwanangu, bila dini mimi nisingeweza kufanya hii kazi yangu. Huenda nisingeweza hata kuendelea kuishi, au ningekuwa mwenda wazimu, baada ya mama yako kufariki dunia akikuzaa!'"

Tangu hapo Jamhuri alielewa jinsi dini ilivyokuwa kitu kikubwa maishani mwa baba yake. Alikumbuka maneno ya Bibi Kilihona aliyokuwa akiwaambia watoto wote nyumbani kwake ili washike vizuri dini zao: "Mtu bila dini roho yake ni kama debe tupu linalopepesuka na kuyoyoma kila linapoguswa na kitu. Hana cha kumwongoza maishani!"

Halafu mwaka wa 1984, alipokuwa chuo kikuu huko Canada, siku baba yake alipofariki waliagana vizuri asubuhi, yeye na dada yake wakaenda Chuo Kikuu cha Carleton kwenye masomo yao na baba yao, kama kawaida, dereva akampeleka kanisani kwanza, halafu akaenda kazini kwake kwenye ubalozi wa Tanzania. Alikuwa haumwi, siku hiyo na wala kabla ya hapo. Halafu alipokuwa kazini ameketi kwenye meza yake ofisini moyo wake ukasimama ghafla akafariki!

Tangu hapo Peter Jamhuri Mzungu alishika dini kama baba yake alivyoishika alipokuwa hai. Tangu siku hiyo kabla ya kwenda masomoni alipita kusali misa kwanza kwenye kanisa baba yake alipokuwa akisali kila siku asubuhi kabla ya kwenda kazini kwake. Kama ilivyokuwa kwa marehemu baba yake kufuatia kifo cha mama yake, yeye pia aliamini kwamba bila kusali hivyo angechanganyikiwa akili na kushindwa kuendelea na shule yake, kutokana na pigo kubwa la kifo cha ghafla cha baba yake!

Aliendelea kuwa mshika dini hivyo hata aliporudi Tanzania baada ya kumaliza masomo yake Canada. Alipokuwa Chuo cha Polisi Moshi, kila vipindi vyake vilipomruhusu, alikwenda misa kwanza kabla ya kwenda masomoni. Na tangu alipoanza kazi alikuwa hajaenda ofisini kwake kabla ya kupita kanisani kusali misa ya asubuhi, hata siku moja.

Kwa kufuata mfano wa marehemu baba yake, yeye pia hakumtaka mkewe Felista na watoto wao nao waende misa kila siku kama yeye, kwani hiyo ilikuwa ni imani yake yeye binafsi. Bahati nzuri mkewe alilelewa akienda misa Jumapili, kwa hiyo yeye na watoto wao hawakukosa kwenda misa Jumapili. Afande Peter Jamhuri Mzungu Jumapili alikwenda misa na familia yake yote, halafu alikwenda misa peke yake kila siku asubuhi tangu Jumatatu hadi Jumamosi, kwenye Kanisa Katoliki la Upanga. Alianza kusali hapo kanisani alipokuwa anakaa nyumba ya Shirika la Taifa la Nyumba Upanga, iliyokodiwa na jeshi la polisi. Hata alipopanda cheo na kupewa nyumba kubwa zaidi Oyster Bay, aliendelea kusali kwenye kanisa la Upanga, alikokuwa tayari ni mmoja wa wakuu wa kanisa, licha ya kwamba alikuwa sasa kwenye parokia ya Kanisa la Mtakatifu Petro, *Saint Peter's*, karibu sana na alikoishi.

Hapo alipokuwa, licha ya kazi yake kubwa ya Naibu Kamanda wa Polisi, na licha ya mapenzi yake kwa mkewe na watoto wao, kitu kikubwa kabisa katika maisha ya Peter Jamhuri Mzungu ilikuwa ni imani yake kwa Mungu na dini yake. Kwa kuwa alimfahamu vizuri kweli ndugu yake Profesa Mihigo tangu wangali watoto wadogo, alikuwa na hakika dini ilikuwa na maana kubwa kama hiyo kwake pia, licha ya kutokuwa mfuasi ya dini yake ya Kikristo. Kwa Jamhuri marehemu bibi yao, Bibi Kilihona, alikuwa ni mfano wa mcha Mungu hasa ambaye ni mfuasi wa dini ya Kiafrika ya kabila lake. Na aliamini ndugu yake Mihigo alikuwa mcha Mungu kama bibi yao. Wiki mbili zilikuwa hazijapita tangu atoke kwenye arubaini ya bibi yao na alikuwa bado ananyimwa usingizi na mawazo juu ya ndugu yake mpenzi Profesa Mihigo kuanzisha dini mpya, baada ya kutokewa na marehemu bibi yao, Kamanda Peter Jamhuri Mzungu alipopokea habari kwamba ndugu yake mpenzi mwingine na mjukuu mwingine wa marehemu Bibi Kilihona, Padri Paulo, kaka ya mke wa Mihigo Ana-Hona, naye amaenzisha dini ya Kikristo mpya Dar es Salaam! Halafu wiki mbili baadaye aliarifiwa kuwa huko Mwanza mjukuu mwingine wa Bibi Kilihona, kaka mpenzi kwake na kwa ndugu yake Mihigo tangu utoto wao, Omari bin Bushiri, naye ameanzisha madhehebu ya Kiislamu mpya!

Kwa Jina la Mungu!

Sura ya 35

Jumatatu Mihigo aliyokuwa na mahojiano kwenye kipindi cha televisheni jijini Dar es Salaam, usiku kunakaribia kucha kwao Mwanza ndugu yake Shehe Omari Bushiri wa Msikiti wa Kurani ya Imani aliuawa pamoja na familia yake yote.

Mihigo alipotoka Ukerewe kuja Dar es Salaam kufungua makanisa ya dini yake jijini alipita Mwanza kwa Omari kumsalimia. Walikuwa hawajaonana tangu walipokutana kwenye arubaini ya bibi yao. Mihigo alijua kuwa ndugu yake naye alikwishaanzisha madhehebu mpya kwenye dini yake ya Kiislamu. Alimapoliza tu kufika nyumbani kwa Omari ndugu yao Paulo Mgumba naye akaja pale. Paulo aliwasili Mwanza siku hiyohiyo kutoka Dar es Salaam, kuja kufungua kanisa la dini yake mpya la kwanza pale mjini. Naye alikuwa hajaonana na Omari tangu arubaini ya bibi yao, na alikuja kumsalimia. Alikuwa pia ana mazungumzo naye. Alikuwa na habari na misikiti yake mipya aliyoanzisha, na aliamini Omari naye alikwishapata habari za Kanisa lake. Aliamini pia kwamba Omari alianzisha misikiti yake kwa kutumwa na marehemu Bibi yao, kama alivyomtuma yeye na ndugu yao Mihigo kuanzisha dini zao mpya.

Omari na wageni wake waliongea usiku kucha! Walikuwa wameketi kwenye sebule ya ghorofani mwishoni mwa majabari marefu ya pwani wananing'inia juu ya ziwa Viktoria Nyanza. Ziwa lenyewe siku hiyo liliamua kutulia kabisakabisa, kama kwamba lilitaka kuhakikisha hao ndugu waliojitwika jukumu kubwa la kuongoza roho za binadamu wenzao wanasikilizana vizuri! Walichosikia tu ulikuwa mlio wa mawimbi yakijaa na kupwa taratibu. Mtumbwi uliokuwa unapita ziwani ndio uliowashtusha kwenye maongezi yao kwa kelele za injini yake, na kuangalia wakakuta ziwa tayari linaonekana hadi upeo wa macho. Kulikwishapambazuka! "Ngoja twende kabla Rejina na watoto hawajaamka na kutukuta bado tumeketi hapa!" Paulo alisema.

"Sawa," Omari alimwitikia. "Asante sana kwa kunitembelea. Ninafurahi kweli tumezungumza namna hii! Kabla hatujaachana, ninataka nami kusema kwamba ninakubaliana na kaka Paulo kwamba Ukristo kama huo wa Kanisa lake na Uislamu tunaofundisha kwenye misikiti niliyoanzisha utakuwa msingi thabiti utakaowezesha wafuasi wa dini hizi mbili kutambua kwamba wote ni waumini wa Mungu mmoja. Pia ninakubaliana na Mihigo kwamba watu kuweza kujiunga na kufuata dini zaidi ya moja kwenye nchi yenye dini mchanganyiko kama Tanzania kitakuwa ni kithibitisho cha kweli kwamba wananchi wa dini mbali mbali wanatambua kwamba wote wanasadiki Mungu mmoja, na wanapaswa kupendana na kuishi pamoja kwa usalama. Ndiyo sababu mimi na Rejina watoto wetu walisilimu na vilevile kubatizwa, na tunawalea Kiislamu na Kikristo ili wajue vizuri dini za wazazi wao wawili zote," Omari aliwaambia ndugu zake na waanzilishi wa dini mpya wenzake.

Mihigo alikubaliana na Omari na kuongeza, "Waafrika wengi ni Wakristo au Waislamu huku wakiamini mambo mengi maalumu kwenye dini za makabila yao. Dini zetu mpya zitatoa mchango mkubwa na wa kihistoria kwa kuwazesha Watanzania na Waafrika wote kwa jumla kuelewa dini zao za kigeni, Ukristo na Uislamu, kama wanavyoelewa dini za makabila yao, zisizozuia wafuasi wake kuwa Wakristo au Waislamu. Namna hiyo wanawake na wanaume Wakristo na Waislamu hawatakuwa na kizuizi cha kuoana na, wakipenda, wanaweza wote wawili kuwa wafuasi wa dini zao zote mbili, na kubatiza na kusilimisha watoto wao na kuwalea Kiislamu na Kikrsto, kama Kaka Omari na shemeji Rejina mnavyofanya. Badala ya uhasama wa kidini, tutajenga jamii yenye amani hasa, jamii ya koo za wacha Mungu mmoja, Bibi Kilihona angesama!"

Baada ya hapo waliagana na kuachana.

Kutoka hapo Mihigo alikwenda Dar es Salaam na Paulo alifungua kanisa lake hapo Mwanza, kabla ya kurudi Dar es Salaam, kwenye makao makuu ya Kanisa lake.

Misikiti ya Omari ilipata msukumo mkubwa na ambao hakutegemea kutoka kwa profesa mmoja wa Chuo Kikuu cha Dar es Salaam, aliyekuwa anaitwa Isa Musabila. Huyo profesa, Mnyanyembe wa kutoka Itetemya, Tabora, alikuwa mswalihina hasa na msomi wa dini ya Kiislamu aliyebobea! Zaidi ya hapo, alikuwa ni mhariri wa gazeti mashuhuri la Waislamu linaloheshimika nchini. Gazeti lake lilikuwa moja kati ya magazeti mawili ya Kiislamu yaliyokaribisha kufunguliwa kwa msikiti wa Omari Mwanza. Profesa Isa Musabila aliandika makala ya mhariri ya kurasa nne kwenye gazeti lake, lililoitwa *Jahazi*, akiunga mkono karibu kila kitu Shehe Omari wa Mwanza alichofundisha. Profesa Musabila aliandika kwamba dini ya Kiislamu inasisitiza umuhimu wa muumini kuelewa mafundisho ya Mtume Muhammad (Mungu amzidishie amani), na kwa hiyo ni sharti Kurani iwe kwenye lugha ya waumini, ambayo Tanzania ni Kiswahili, na iandikwe kwa lugha wazi inayoeleweka kwa kila mtu, na isiyo na vielelezo vinavyomtaka muumini aelewe neno la Mungu kama watu wengine wanavyotaka alielewe na siyo kama anavyolielewa yeye mwenyewe. Hali kadhalika alisema lazima kutenganisha ujumbe wa Kurani kwa waumini wa Kiislamu wote na mambo yanayohusu Waarabu tu au ambayo ni maalumu kwa wakati Mtume alipoishi tu na kwa shughuli zake kama binadamu wa kawaida. "Kwa hiyo, Waislamu wa Tanzania kusali tofauti na Waarabu na kuvaa au kufuata sheria na miiko tofauti na ya Waarabu wa wakati wa Mtume hakubadili mafundisho ya msingi ya Kurani Tukufu," huyo mtaalamu wa kimataifa wa dini ya Kiislamu aliendelea kuandika.

Profesa Isa pia aliandika: "Mtume alikwishafariki wakati Kurani ilipotolewa kama kitabu. Mtume hakuipitia wala kuihariri au kuikosoa, kwani alikwishafariki. Kurani ni kitabu kitakatifu cha Neno la Mungu kwa sababu ni fundisho la Mtume kwa binadamu kutendeana mema, ambayo ni amri ya Mungu kwa binadamu wote na kwa siku zote. Na ni kwa kuwa mafundisho ya Kurani ya binadamu kupendana ni amri ya Mungu na mwongozo wa milele kwa binadamu ndiyo maana Mtume Muhammad (adumishiwe amani) ni Mtume wa Mungu wa mwisho, 'Tamati ya Mitume': Sura ya 33 aya ya 40. Vinginevyo Kurani Tukufu inatamka wazi kwamba kila watu watakuwa na mtume wao, na watakaomfuata hawatamkosea Mungu, Mwamuzi mwenye haki tupu: 'Na kwa kila watu kuna mtume. Na mtume wao akija watahukumiwa kwa haki, hawatadhulumiwa,' Sura ya 10 aya ya 47."

Mwislamu msomi huyo alihitimisha makala yake kwa kuandika: "Waislamu wa madhehebu ya Ahmadiyya hapa nchini na kote walipo ni miongoni mwa Waislamu wanaoamini kwamba Mungu anaendelea kuleta mitume wa Kiislamu duniani ili ukweli wa milele wa Mtume Muhammad (adumu na amani) na Kurani Tukufu uendelee kuwa mwongozo hai kwa binadamu. Kwa Waislamu wenzetu wa Ahmadiyya mtume wao mpya ni Mirza Ghulam Ahmad, aliyeanzisha madhehebu yao mwaka wa 1889 huko Punjab, Uhindini. Aidha Waislamu wenzetu hao wanaamini kwamba kwa Mwislamu safi Jihadi ni sharti iwe kwa njia za amani peke yake.

"Hapa Afrika Waislamu wa madhehebu ya Mouride huko Senegal, madhehebu maarufu sana kwenye nchi hiyo ambayo zaidi ya asilimia tisini ya watu wake ni Waislamu, mtume wao mpya ni Amadou Bamba, mwanzilishi wa madhehebu yao wanayeamini alishukiwa na ufunuo wa Mungu mwaka wa 1891. Leo hii mji wa Touba, Senegal, Amadou Bamba alikozikwa na kwenye msikiti mkuu wa madhehebu ya Mouride, kila mwaka unapokea mahujaji wanaokadiriwa kuwa milioni moja wanaokuja kuhiji kwenye kaburi la mtakatifu na mtume huyo wa Kiislamu Mwafrika. Kama walivyo Waislamu wengi wa nchi za sehemu hiyo ya Afrika ya Magharibi, ambazo karibu zote ni za Kiislamu, Waislamu wa Mouride wa Senegal ni wafuasi wa itikadi ya Kisufii, na baadhi ya imani na ibada za madhehebu yao zinatofautiana na za Waislamu wa Suni ya Saudia, Arabuni, madhehebu kuu ya Waislamu wa Tanzania na Afrika ya Mashariki. Mwongozo mkuu wa jumuia wa Waislamu wa Mouride ni: 'Amani, kufanya kazi kwa bidii na kusaidiana.'

"Kwa hiyo Shehe Omari Bushiri kutaka kuleta mabadiliko kwenye dini yetu ili Waislamu wa Tanzania wawe wacha Mungu wanaoielewa vizuri dini yao siyo jambo jipya kwa Waislamu duniani au hapa Afrika, na anatimiza wajibu wake kwa Mwenyezi Mungu kufuatana na imani yake."

Makala ya Profesa Isa Musabila ilipotokea kwenye gazeti lake la *Jahazi*, Omari na wafuasi wake walikwishafungua msikiti mwingine mmoja Dar es Salaam, mmoja Tanga na mmoja Tabora, kando ya ule wa Kirumba, Mwanza. Makala ya Profesa Isa Musabila yalifuatiwa na mfululizo wa makala kwenye magazeti ya Kiislamu nchini, mengine yakishambulia huyo profesa na Shehe Omari Bushiri, mwanzilishi wa misikiti mipya, na mengine yakiwaunga mkono. Matokeo yake watu wengi zaidi walisikia habari za misikiti hiyo mipya ya Kurani ya Kiswahili na kusali kwa Kiswahili, na wakaja kwa wingi kweli kwenye misikiti ya Omari na wafuasi wake. Ikabidi wafungue misikiti mingine zaidi nchini, mipya mitatu Dar es Salaam, miwili mingine Tanga na vilevile miwili zaidi Mwanza, na mmoja mwingine Tabora, pamoja na mmoja wa kwanza Ujiji, Kigoma.

371

Hiyo ndiyo hali Bakari, mdogo wa Shehe Omari Bushiri, aliyokuta Tanzania, alipoibuka tena nchini kutoka alikokuwa amepotelea tangu walipogombana na kaka yake, yapata miaka miwili iliyopita. Alikaa Dar es Salaam kwa muda wa wiki moja kabla ya kwenda kwao Mwanza.

Ilikuwa siku ya Jumatatu saa tisa na nusu Bakari alipofika kwa kaka yake Omari, Ibanda *Beach*. Alipelekwa huko kwa gari dogo la rafiki yake wa pale mjini. Omari na mkewe Rejina walikuwa hawajarudi kutoka kazini kwao mjini na watoto wao walikuwa bado shuleni. Aliyempokea alikuwa ni mfanyakazi wa kaka yake, Binti Mustafa. Huyo mama aligutuka na kuogopa kweli alipomwona mdogo wa tajiri yake anatoka kwenye gari! Lakini hapohapo Bakari alimtoa wasiwasi wote kabisa! Alitoka kwenye gari na kufikia kumkumbatia kama kwamba ni mama yake mzazi aliyekuwa hajamwona kwa miaka, huku akitabasamu na kumsalimia kwa jina lake: "Shikamoo, Binti Mustafa!" Huyo mama, waliyefahamina naye tangu Bakari akiwa mtoto mdogo huko kwao Mtaa wa Rufiji, alijibu salamu yake huku moyoni akisema: "Ama kweli, ndugu wakigombana shika jembe ukalime!" kwa kukumbuka mambo yalivyokuwa kati ya tajiri yake na mdogo wake alipokuwa pale mara ya mwisho.

Hata hivyo Bakari hakukaa wala kuingia ndani ya nyumba. Alimwambia mfanyakazi wa kaka yake, "Mwambie kaka na shemeji kwamba nimekuja Mwanza leo na ninaomba kufikia hapa kwao. Nimekuja hapa moja kwa moja kutoka uwanja wa ndege; hata Rufiji kwa wazee sijafika. Ninakwenda kusalimia wazee kwanza. Nikitoka huko nina shughuli kidogo mjini; lakini ninatarajia kurudi mapema. Ila nikichelewa kurudi wasiningojee. Nitabaki kwa rafiki zangu mjini hadi kesho. Sitaki kuwasumbua kunifungulia usiku mmekwishalala."

Bakari hakuenda kwa wazazi wake Mtaa wa Rufiji alipotoka kwa kaka yake Omari. Pia hakuja Mwanza siku ile bali alikwishamaliza siku tatu mjini. Kadhalika hakuja Mwanza kwa ndege bali kwa gari dogo kupitia Arusha, Serengeti na Bunda, akiwa na sijui marafiki zake gani wawili.

Omari na mkewe waliporudi nyumbani Binti Mustafa akawaeleza juu ya mgeni wao, na kwamba ameweka mzigo wake kwenye chumba cha wageni. Omari na mkewe walishangaa kuona Bakari anafikia kwao baada ya vituko alivyowatendea safari iliyopita! Hata hivyo Omari alisema, "Ni sawa Bakari kuja kwangu hata kama tuligombana, kwani bado ni mdogo wangu niliyezaliwa naye tumbo moja. Na isitoshe sasa anajua akithubutu kutuletea mambo yake yasiyoeleweka sitasita kumwambia arudi alikotoka. Na safari hii akiniletea upuuzi wake nitampiga marufuku maishani mwake kugusa tena mguu nyumbani kwangu!"

Bakari alichelewa kurudi; na wenyeji wake saa yao ya kulala ilipofika wakaenda kulala na kungojea waonane naye kesho yake, kwa vile aliaga kabisa kwamba akichelewa kurudi atakuja kesho yake.

Ilikuwa ni saa kumi usiku juu ya alama bomu lilipolipuka nyumbani kwa Omari bin Bushiri na kuteketeza nyumba yake yote na kubomoa hadi majabali ya chini yake! Mji mzima hadi ng'ambo ya pili ya Ghuba ya Mwanza, tangu Kamanga hadi Karumo, watu waliamshwa usingizini na mlipuko wa bomu hilo na kutoka nje kuona ni nini kimewasibu!

Omari na mkewe Rejina na watoto wao Lazaro na Amina na mfanya kazi wao Binti Mustafa waliteketea wote pamoja na kila kitu kilichokuwa ndani ya nyumba yao! Ndani ya begi lake la safari Binti Mustafa aliloweka kwenye chumba cha wageni alipompokea, Bakari alikuwa ameweka bomu lililotegwa kulipuka saa hiyo.

Mlipuko wa bomu ulipotulia tu, matangazo ya kurudiarudia kutoka kwenye tepurekoda yalipeperushwa hewani kwa vipaza sauti na kwa makelele kweli kwenye usiku huo wenye giza nzito yakitokea haya mlima wa Ibanda bomu lilikolipukia na yale mlima wa Capri Point upande mwingine wa Bandari ya Mwanza, yakipasha habari wakazi wa Mwanza yote na wa ng'ambo ya Kamanga na Karumo: *"Allahu Akbar! Allahu Akbar! Allahu Akbar!* Hili ni pigo la Mujahidina wa Tanzania na duniani kote kuteketeza maadui wa dini ya Kiislamu ya Mtume Muhammad, *sallallahu alayhi wa sallam! Allahu Akbar! Allahu Akbar! Allahu Akbar!* Hili ni pigo la Mujahidina wa Tanzania na kote duniani kuteketeza maadui wa dini ya Kiislamu ya Mtume Muhammad, *sallallahu alayhi wa sallam! Allahu Akbar! Allahu Akbar! Allahu Akbar!* Hili ni pigo la Mujahidina wa Tanzania na kote duniani kuteketeza maadui wa dini ya Kiislamu ya Mtume Muhammad, *sallallahu alayhi wa sallam!...*"

Sura ya 36

Wiki ambayo habari kubwa za kila siku kwenye redio na televisheni na magazeti yote nchini zilikuwa ni juu ya mlipuko wa bomu Mwanza na Waislamu wenye siasa kali wanaojiita Mujahidina kudai kuhusika, Tanzania palikuwa na tukio lingine kubwa la kidini. Siku Shehe Omari Bushiri aliyouawa kwa kulipuliwa na bomu la kutega Mwanza, jijini Dar es Salaam mapadri wapatao hamsini na masista thelathini wa Kanisa Katoliki kutoka sehemu mbalimbali nchini walimaliza mkutano wao wa wiki nzima ulioitishwa na Kiongozi Mkuu wa *Kanisa la Ukristo Hai* Paulo Mgumba. Kati ya mapadri waliokutana, kumi walikuwa ni wakuu wa parokia. Zaidi ya hapo, palikuwa pia na maaskofu watatu. Mkutano ulipokwisha wajumbe wake wakatangaza maazimio waliyofikia, azimio lao kubwa likiwa ni kumuunga mkono Kiongozi Mkuu Paulo Mgumba na Kanisa lake la Ukristo Hai.

Kwa sababu kila chombo cha habari kilikazania kutangaza habari za bomu lililolipuka Mwanza na Mujahidina waliovamia Tanzania kwa madhumuni ya kulazimisha kila mtu nchini awe Mwislamu kwa Jihadi, vita ya kidini ya Waislamu, maazimio ya mkutano wa mapadri na masista hao wa Kanisa Katoliki nchini yaliishia kuwa habari za kurasa za ndani za magazeti na kutajwa kwa kifupi tu kwenye redio na televisheni. Lakini kwenye gazeti la dini ya Kiongozi Mkuu Paulo Mgumba, *Mwanga wa Ukristo Hai*, pamoja na redio yake, *Sauti ya Ukristo Hai*, habari za mkutano huo ndizo habari kuu zilizoandikwa na kutangazwa kwa kirefu na kwa kurudiarudia. Na hivyo vyombo vya habari vya hilo kanisa jipya vilikuwa tayari vina wasikilizaji na wasomaji wengi wa kutosha. Kadhalika, kwa viongozi wa Kanisa Katoliki nchini huo mkutano wa mapadri na masista wao na maazimio yake ulikuwa jambo la kutisha hasa! Ile tu kwamba mkutano kama huo uliweza kufanyika bila viongozi wa Kanisa kujua na kuuzuia, ilikuwa ni tishio kubwa kwa Kanisa! Halafu haukuwa mkutano wa mapadri wakorofi na waasi tu: walikuwemo maaskofu watatu na mapadri wakuu wa parokia kumi! Zaidi ya hapo, maazimio ya mkutano yalikuwa ni pamoja na kumtaka Kardinali wa Tanzania na maaskofu wake wote wajiunge na *Kanisa la Ukristo Hai* la Tanzania. Pia, Wakristo Wakatoliki Tanzania na kote Afrika walihimizwa kuwashinikiza maaskofu na viongozi wa Kanisa wengine kutomtambua Papa, ili waumini wa Kiafrika waache kuwa watwana na wajakazi wa Mfalme Mkuu wa Ikulu ya jiji la Vatican na himaya yake ya ulimwengu mzima na kuwa wafuasi wa Yesu Kristo. Mwisho, Wakristo wote wa kila madhehebu nchini walikaribishwa kujiunga na kanisa jipya la Kiongozi Mkuu Paulo Mgumba, *Kanisa la Ukristo Hai*, ili Ukristo uwe tena dini ya Neno Jema la Yesu Kristo, Mkombozi, la binadamu kumtendea binadamu mwenzake mema, badala ya kuwa chombo cha kuneemesha wakuu wa dini na taasisi zao!

Kwa wakuu wa Kanisa Katoliki, na kadhalika wakuu wa madhehebu za Kikristo nyingine nchini, maazimio ya hao mapadri yalikuwa kama bomu lililotishia kulipuka na kuwateketeza wote pamoja na makanisa yao yote kabisa!

Jumatatu Kiongozi Mkuu wa *Kanisa la Ukristo Hai* aliyotangaza maazimio ya mkutano wao ndiyo siku ndugu yake Shehe Omari Bushiri na familia yake waliyouawa usiku kwa bomu Mwanza. Paulo na mkewe Magdalena waliondoka kwa ndege kwenda kwa Mzee Bushiri Mwanza kwenye msiba wao siku ya Jumanne, mara tu walipopata habari. Wajumbe wa mkutano wao wengine wote waliendelea kukutana kila siku kujadili jinsi ya kuanzisha makanisa ya dini yao mpya kote nchini. Mazishi ya marehemu Shehe Omari, yaliyohudhuriwa na umati mkubwa ajabu wa watu utafikiri ni mji mzima wa Mwanza, yalikuwa kesho yake, Jumatano, na baada ya mazishi tu Paulo na Magdalena walipanda ndege siku hiyohiyo na kurudi Dar es Salaam kujiunga na wajumbe wa mkutano wao kwenye majadiliano yao yaliyokuwa bado yanaendelea.

Wajumbe wa mkutano wa Kiongozi Mkuu Paulo Mgumba kabla ya kutawanyika siku ya Jumapili ya wiki hiyo walihudhuria wote misa pamoja kwenye *kanisa la Ukristo Hai* la Sinza, kanisa la kwanza Kiongozi Paulo Mgumba na mkewe Magdalena waliloanzisha nchini, lililokuwa kubwa kuliko makanisa yao mengine yote hapo jijini na yalipokuwa makao makuu ya dini yao mpya. Kiongozi Mkuu alipanga kwenye misa hiyo askofu mmoja na padri mmoja na sista mmoja kati ya wajumbe wa mkutano wao watoe maneno machache kwa waumini juu ya kanisa lao.

Kiongozi Mkuu Paulo Mgumba alipomaliza kuhutubu, kabla ya kukaribisha hao wageni maalumu kupanda kwenye jukwaa kuhutubia waumini, aliketi chini na kuwafanyia ishara kwa mkono wanakwaya na mwimbishaji wao, mkewe Magdalena, waliokuwa wameketi kwenye safu za kwanza tatu mkono wa kushoto mbele ya kanisa. Kwaya ilipangiwa kuimba nyimbo mbili ndipo wahutubu wageni wazungumze, kwa kuanza na askofu, halafu sista na kumaliza na padri. Kiongozi Mkuu alipoketi kwenye kiti cha pembeni kwenye jukwaa lake na Magdalena na kwaya yake wakasimama ili waanze kuimba, wanaume wawili waliokuwa wamevaa makoti makubwa kama ya mvua na wameketi kwenye kiti cha mbele kabisa upande wa kulia, karibu na njia ya katikati ya safu za viti, walisimama na kutoa kwenye makoti yao bunduki kubwa za aina ya *machine gun* na mmoja alimfyatulia risasi jukwaani Kiongozi Mkuu wa *Kanisa la Ukristo Hai*. Paulo alijaribu kuamka kitini kabla ya kuanguka chini kifudifudi. Mwuaji wake alipanda hadi kwenye jukwaa alipoanguka na kuendelea kummwagia risasi mwili wote: kichwani, mgongoni, miguuni, na kuhakisha amemwua kabisa! Mwuaji mwingine alipotoa *machine gun* yake alimfyatulia risasi mke wa Paulo Mgumba, Kiongozi wa Kanisa Magdalena Mgumba, na kumwua hapohapo. Halafu aligeuza bunduki na kufyatulia risasi waimbaji wa kwaya na waumini waliokuwa wanakimbia kujaribu kujiokoa na kuua watu wengine wanne na kujeruhi vibaya watu kumi na mmoja.

Kanisa lilikuwa na milango miwili tu: lango kubwa la mbele ya kanisa la waumini kuingilia kanisani, na mlango mdogo wa pembeni, upande wa kulia mbele ya kanisa, wa kuingilia kanisani viongozi wa kanisa na wahudumu wengine wa kanisani. Wauaji walipomaliza kuua watu ndani ya kanisa wakatoka nje kwa kupitia huo mlango mdogo wa mbele ya kanisa, huku bado wanafyatua risasi kuelekea kanisani ili watu wasijaribu kuwafukuza na kuwakamata.

Umati wote uliokuwa umejazana hadi kufurika kanisani ulikimbia ovyo, kila mtu akipiga makelele na wote wakikimbilia kwenye lango la mbele ili watoke nje, wakisukumana na kukanyagana na kuumizana bila kujali cha mtoto au mwanamke au ndugu au nini, kila mtu akijaribu kuokoa maisha yake! Kwenye vurugu hiyo ya kufa na kupona, wauaji walipotoka nje ya kanisa wakaingia kwenye gari dogo lililokuwa linawangonjea likiwa na dereva ndani karibu na mlango waliotokea. Dereva wao aliwasha gari moto na magaidi hao wakatoweka na kupotelea kwenye vichochoro vya Sinza kabla ya kutokomea kwenye utitiri wa mamilioni ya wakazi wa jiji la Dar es Salaam.

Sura ya 37

Mtume Mihigo wa Ibada ya Wacha Mungu hakurudi Ukerewe baada ya kufungua makanisa yao matatu Dar es Salaam kama alivyokuwa amepanga. Wafuasi wake Dar es Salaam walimwomba aendelea kukaa jijini kwa muda ili ahutubie waumini wao na kujibu mashtaka ya maadui wao waliomshambulia vibaya hivyo kwenye vyombo vya habari. Mihigo naye aliona ni lazima ajibu mashambulizi hayo na kufafanua vizuri zaidi kwa waumini wao pamoja na wanachi wengine maana ya dini yao. Kadhalika palikuwa na waandishi wa magazeti na vyombo vingine vya habari walioomba mahojiano naye, na aliona hiyo kama fursa kubwa ya kuelimisha wananchi juu ya dini ni nini, licha ya kuieleza vizuri zaidi dini yake.

Alipata habari ya kifo cha ndugu yake Omari Bushiri siku ya Jumanne aliyoshambuliwa na vyombo vya habari jijini, na siku hiyohiyo alikwenda na mke wake Ana-Hona Mwanza kwenye msiba, kwa ndege moja na ndugu yao Paulo Mgumba na mkewe Magdalena. Mihigo na Ana-Hona walikaa kwa Mzee Bushiri hadi Ijumaa ndipo wakarudi kwa ndege Dar es Salaam.

Kutokana na kupatwa na huo msiba wao Mwanza, Jumapili ndugu yake Paulo Mgumba, Kiongozi Mkuu wa *Kanisa la Ukristo Hai*, aliyouawa ndiyo siku Mtume Mihigo aliyopata fursa ya kujibu kwa mara ya kwanza mashambulizi ya maadui wake, walioendelea kumpiga vita kwenye vyombo vya habari bila kupumua tangu azungumze kwenye kipindi cha televisheni cha "Msemakweli". Alikuwa kwenye kanisa lao la Mbezi Tangi-Bovu, kanisa la kwanza walilofungua na mkewe Ana-Hona hapo jijini. Ilikuwa ahubiri kwanza yeye halafu mke wake Ana-Hona azungumzie waumini maneno machache yenye ujumbe maalumu kwa akina mama na watoto. Dini yao ilikuwa ni mwongozo wa kiroho na pia chombo cha watu kusaidiana maishani na kuthibitisha kwa matendo hasa wanatii amri ya Mungu ya binadamu kupendana. Mazungumzo na majadiliano ya namna hiyo kwa wafuasi wa Ibada ya Wacha Mungu yalikuwa ni sehemu muhimu ya kusali pamoja. Mihigo aliwaeleza waumini wake, kwa kutoa mifano iliyodhihirisha ukweli wa kila alichosema, kwa nini kwenye upotovu wa kimsingi uliokwishageuza dini kuu nchini, Uislamu na Ukristo, kuwa vyombo vya masilahi ya kisiasa na kibiashara ya wakuu wa hizo dini na taasisi zao, ni sharti dini kama yao, inayopiga vita upotovu huo kwenye dini zote, ikasirishe na kuchukiza watetezi wote wa hizo dini kuu. Alihitimisha mahubiri yake kwa ombi la pamoja kwa Mungu awaonyeshe njia ya kueneza Habari Njema za dini yao kwa Watanzania wote. Alimaliza kuhubiri saa tano na nusu na kukaa chini kwenye kiti pembeni mbele ya kanisa, na mke wake akaamka kuanza mazungumzo yake.

Nyuma ya jukwaa la mbele ya kanisa hilo la kukodi palikuwa na chumba kidogo, ambacho kwenye makanisa ya Kikristo hutumika kama sakristia, mahali pa kuwekea vitu vya ibada ya misa na mavazi ya mapadri ua wachungaji ya kuendeshea misa. Kwa kuwa dini ya Ibada ya Wacha Mungu haikuwa na misa, hicho chumba kilitumiwa kama ofisi ya kanisa. Palikuwa na mlango wa kuingia ofisini kutoka nje ya kanisa na pia mlango wa kutoka ofisini kuja kanisani, uliokuwa ukutani pembeni upande wa kulia, kwa kuangalia mbele ya kanisa. Mke wa Mihigo alikuwa hajaanza kuzungumza wanaume watatu wenye kubeba mikononi bunduki kubwa za aina ya *machine gun* walipoingia kanisani wakitokea ofisi ya kanisa na kufyatulia Mihigo na mke wake risasi mfululizo: *"Papapapapapapapapapapaappa!..."* na kuwaua. Umati wa waumini kanisani wakakimbia ovyo kuelekea kwenye lango la kutokea kanisani. Wauaji wakalenga bunduki zao kwenye umati wa waumini na kufyatulia risasi mfululizo watu waliokuwa wanakimbia na kuangushana na kukanyagana ovyo kujaribu kuokoa maisha yao na kuua watu wengine saba na kujeruhi vibaya watu wengi ajabu! Walipoona wametimiza kazi iliyowaleta, wakatoka kanisani kwa mlango walioingilia hadi nje kupitia ofisini.

Mbezi Tangi-Bovu, kama ilivyo kwenye makazi mengi mapya Dar es Salaam na kwenye miji mingine nchini, mwaka huo wa 1995 ilikuwa bado inajengwa na haina barabara zilizotengenezwa vizuri. Barabara ya kwenda kwenye kanisa jipya la Ibada ya Wacha Mungu ilikuwa ya wasiwasi na inaishia pale kanisani. Magari ya waumini waliokuja na magari kusali yalikuwa yameegeshwa kwenye uwanja wa mbele ya kanisa. Gari dogo lililowaleta magaidi hao lilikuwa limeegeshwa pembeni mwa barabara hiyo ya uwongo na kweli mbali kidogo na uwanja wa mbele ya kanisa kwenye magari ya waumini. Wauaji walipotoka nje ilibidi waje mbele ya kanisa kwenye gari lao dereva wao alimokuwa anawangojea.

Umati wa watu waliokimbia kutoka kwenye kifo cha kanisani ulifikia kulundikana kwenye uwanja wa mbele ya kanisa na kuzagaa kote hadi kwenye gari la magaidi hao. Magaidi walipotoka nje ya kanisa wakapiga risasi hewani kutimua watu wakimbie ili wapate njia ya kwenda kwenye gari lao. Watu wakatimka ovyo tena, mbio, kukimbia kifo kilichowafuata kila mahali walikokimbilia! Lakini baadhi yao walikimbia kidogo tu na kusimama na kuanza kutupia mawe hao wauaji, licha ya kwamba walikuwa na bunduki na wanafyatua risasi. Na watu walipoona wenzao wanashambuliana na wauaji wao, kila mtu akaokota mawe na miti na kila alichoweza kushika na kuwatupia hao magaidi na bunduki zao. Dereva wao ndani ya gari alikuwa hana bunduki, na alipoona mambo yanawageukia wenzake vibaya akapiga gari moto ili akimbie. Watu wakatambua kwamba alikuwa ni mmoja wa wauaji wao na kuvamia gari lake. Alipojaribu kutoka nje akimbie wakamshika na kumshambulia! Wenzake, licha ya bunduki zao, nao hawakufua dafu kwenye mawe yaliyowaponda kama wananyeshewa mvua ya mawe hasa! Mmoja kati yao alipigwa na jiwe kubwa kichwani na kuanguka chini. Kuona hivyo, wenzake wakatupa bunduki na kukimbia kuokoa maisha yao, baada ya wao kuua binadamu wenzao bila kujali, kama kwamba wanaua kuku wa kula nyama! Hawakufika popote!

Wauaji wawili pamoja na dereva wao waliuawa hapohapo kwa kupigwa na watu wengi kama nyuki, wenye hasira za kutaka kuuawa bila kisa! Mmoja kati yao aliokolewa na askari wawili waliokuwa kwenye halaiki ya waumini. Lakini hata hivyo hao askari polisi wenyewe walikuwa hatarini kupigwa na kuuawa na watu kwa hasira ya kuona wanakinga na kutetea wauaji wao! Bahati nzuri walikuja kusali wamevaa sare zao za kazi, na Watanzania kwa jumla tunaheshimu na kuogopa sare za askari. Hicho ndicho kilichomponyesha mwuaji mmoja, na badala ya kuuawa na umati wa watu wenye hasira kama mbogo alikamatwa na kupelekwa Kituo Kikuu cha Polisi jijini na hao askari wa usalama.

Sura ya 38

Kamanda Peter Jamhuri Mzungu alikuwa ni Naibu Kamanda wa Polisi wa Tanzania anayesimamia kikosi maalumu cha kuzuia Ugaidi, Usaliti na Maasi nchini. Bomu lilipolipuliwa na kuua watu Mwanza, Rais wa Jamhuri ya Muungano wa Tanzania alimwita na kumwagiza kwenda yeye mwenyewe kusimamia upelelezi wa mauaji hayo na kuhakikisha waliohusika wanatiwa nguvuni. Hata bila Rais kumwagiza angekwenda yeye mwenyewe Mwanza kusimamia upelelezi wa ugaidi huo, kwani aliyeuawa alikuwa ni ndugu yake mpenzi. Alitaka kuhakikisha kwamba waliomwua ndugu yake na familia yake yote wanashikwa na kuadhibiwa vikali! Aidha hiyo ilikuwa ni mara ya kwanza ugaidi wa kutisha hivyo kutokea nchini na ilikuwa ni wajibu wake kuhakikisha unakomeshwa mara moja.

Kamanda Peter Jamhuri Mzungu alikuja Mwanza kwa ndege ya serikali Jumanne hiyohiyo jioni. Alikuja kikazi na pia kwenye msiba wa ndugu yake na rafiki yake mkubwa wa tangu utoto wao kwa Bibi Kilihona. Licha ya kwamba, kama Kamanda wa Polisi aliyekuwa kazini, alikuwa na nyumba ya serikali ya kufikia hapo mjini, alifikia nyumbani kwa wazazi wa marehemu Mtaa wa Rufiji na kujiunga na ndugu zake kwenye msiba wao, wakiwemo Paulo Mgumba na Mihigo, waliomtangulia kuja Mwanza mchana kwa ndege ya *Air* Tanzania. Paulo na Mihigo walipoondoka na kurudi Dar es Salaam kwenye shughuli za dini zao yeye aliendelea kukaa kwa Mzee Bushiri, akifanya upelelezi wa mauaji ya kigaidi ya mwanae na familia yake huku akimhani huyo mzee wa marehemu na familia yake. Baba ya marehemu Omari alikuwa naye ni mzee wake tangu angali mtoto mdogo. Kati ya watu wa kwanza kabisa Jamhuri alioona humu duniani alipokuwa mtoto mdogo nyumbani kwa Bibi Kilihona alikuwa ni Kaka Omari na baba yake, Mzee Bushiri, ambaye kwa bibi yao ulikuwa ni kama mji wake mwingine, kwa jinsi alivyowatembelea kila mara na kuhakikisha wana mahitaji yote hapo nyumbani.

Jumapili iliyofuata, saa nane mchana, Kamanda wa Polisi Peter Jamhuri Mzungu aliletewa na afande mmoja wa Polisi wa pale Mwanza habari za kuuawa kwa Paulo Mgumba na Profesa Mihigo akiwa na Mzee Bushiri nyumbani kwake, wamezungukwa na watu wengi kweli, wengi wao wakiwa ni wafuasi wa Uislamu mpya marehemu alioanzisha. Watu walikuwa bado wanamiminika kwa wingi kila siku pale nyumbani kumhani yule mzee mashuhuri kwa kifo cha kutisha cha mwanae, kiongozi kijana aliyeipenda kwa moyo wake wote dini yake ya Kiislamu na nchi yake, aliyetaka kuonyesha Waislamu wenzake jinsi kuishi vyema na wananchi wenzao wenye dini tofauti kulivyo sharti kuu la Mungu kwa Mwislamu safi na kwa wacha Mungu wa kweli wa dini zote. Hapohapo Kamanda Jamhuri Mzungu alitafuta usafiri wa ndege na kurudi Dar es Salaam. Alimwachia Mzee Bushiri majonzi zaidi kwa vifo vya hao vijana, watoto wa ndugu zake na marafiki wakubwa wa mwanae marehemu Omari tangu walipokuwa watoto wadogo nyumbani kwa Bibi Kilihona walikokulia wote, aliowapenda kama wanae wa kuzaa. Habari za hivyo vifo vingine hapo nyumbani zilipokelewa kwa mlipuko mpya wa vilio kutoka kwa ndugu zao chungu nzima waliokuwa hapo matangani wakimhani Mzee Bushiri kwa kifo cha mwanae.

Vifo vya hao ndugu zake vilimwuma Peter Jamhuri Mzungu kuliko hata kifo cha baba yake mzazi alipokuwa anasoma Canada! Kila alipofikiria ndugu yake mpenzi Profesa Mihigo na ndugu na rafiki yake mpenzi mwingine, Kaka Paulo, wakipigwa risasi mfululizo na watu wasiojali uhai wa binadamu wenzao alijisikia anashikwa na kizunguzungu!

Usiku huohuo alionekana kwenye televisheni ya taifa, baada tu ya habari za jioni, akizungumzia taifa kwa niaba ya Rais wa Jamhuri wa Muungano ya Tanzania juu ya magaidi walioua viongozi wa dini siku ile hapo Dar es Salaam na waliolipua bomu Mwanza na kuua kiongozi wa dini mwingine. Bila kujua, alikuwa anazungumza huku analia!

Baba ya Peter Jamhuri, marehemu balozi Alex Mzungu, alirithi mwili mkubwa wa baba yake Tito Mzungu na Jamhuri naye akarithi mwili wa baba na babu yake, bali yeye alikuwa mrefu zaidi. Uchotara wa babu na baba kwake ulikatika, akabakiza rangi tu: alikuwa mweupe kama Mwarabu lakini ana sura na nywele za Kiafrika, mithili ya baadhi ya watu wa Tanga. Ni huyo pande la mwanamume, afande aliyevalia nguo rasmi za Kamanda wa Polisi aliyekuwa akiomba kila mwananchi mwenye habari yoyote itakayowezesha serikali kushika na kuadhibu hao magaidi alete polisi hiyo habari mara moja huku machozi yanamtiririka machoni kama mtoto mdogo! Waliomwona na kumsikiliza wengi wao, wanaume kwa wanawake, walijikuta huko majumbani kwao nao machozi yanawatoka bila kujua! Juu ya zawadi ya shilingi milioni hamsini iliyotolewa na serikali kwa yeyote atakayetoa habari zitakazowezesha kushikwa kwa magaidi hao, zawadi nyingine ya shilingi milioni mia mbili ilitolewa na ndugu na marafiki na wafuasi wa viongozi hao wa dini watatu waliouawa.

Na habari zilipatikana, tena haraka! Huyo mwuaji aliyeokolewa na polisi kwenye kipigo cha halaiki ya watu wenye hasira alifichua kila kitu alichojua juu ya hayo mauaji, ikiwa ni pamoja na kufahamisha polisi kwamba mauaji kwenye makanisa mawili Dar es Salaam yalipangwa yote na kikundi kimoja. Kati ya watu waliotiwa mbaroni walikuwemo mapadri wa Kanisa Katoliki watatu, wachungaji wa Kanisa la Kilutheri wawili, Wainjilisti wanne, na mashehe wanne, wawili kati yao wakiwa ni maimamu wa misikiti mashuhuri pale jijini. Wakuu wa dini tofauti nchini siku zote wanashambuliana badala ya kushirikiana kwenye mema ya jamii, lakini waliweza kuungana harakaharaka na kutenda maovu ya kutisha! Na upelelezi ulikuwa bado unaendelea. Upelelezi uliokuwa hauendi popote ulikuwa ni ule wa Mwanza. Askari kanzu wa kila aina walizagaa mitaani kote mjini bila ya hata mmoja wao kujua ni wapi pa kuanzia kutafuta magaidi walioua Shehe Omari bin Bushiri, mwanzilishi wa misikiti mipya ya Kurani ya Imani.

Jumamosi iliyofuata usiku Kamanda Peter Jamhuri Mzungu aliota ndoto akiwa na bibi yake aliyemlea tangu alipozaliwa, Bibi Kilihona. Bibi yake alikuwa amempakata kwenye mapaja kama kwamba bado ni mtoto mchanga, na huku ni mtu mzima na amevalia mavazi yake rasmi ya Kamanda wa Jeshi la Polisi la Tanzania. Alimbeba kwa muda mrefu lakini hakumwambia kitu. Yeye pia hakumwuliza kitu wala kumsemesha. Alikuwa tu amejaa furaha kwa kubebwa tena na bibi yake kama alivyokuwa anambeba alipokuwa mtoto! Halafu bibi yake alimpatia misale, kitabu cha sala za misa, alichokuwa ameshikilia mkononi wakati amempakatia kwenye mapaja yake. Na hapohapo ndoto yake iliisha.

Jamhuri hakuamka usingizini hadi asubuhi alipoamshwa na mtoto wao mkubwa, Alex. Mama yake ndiye aliyemtuma amwamshe wasije wakachelewa misa. Ilikuwa hata siku moja mumewe hachelewi kuamka, lakini Felista alijua jinsi vifo vya ndugu zake watatu wote kwa ugaidi wa kutisha nchini vilivyomvuruga akili!

Peter Jamhuri alipoamka alikuta ameshikilia Misale Ndogo, kitabu chake cha sala za misa, mkononi, na huku alikiacha kanisani kila siku! Mbele ya viti vyao yeye na wakuu wa kanisa wenzake walikuwa na madawati ya kuegeshea mikono wanapokuwa wamepiga magoti yenye vitoto vya kufunga na ufunguo kwa ajili ya kuwekea nyaraka za shughuli za kanisa. Na, kwa kuwa alisali misa kila asubuhi, siku zote aliacha amefungia kwa ufunguo Misale Ndogo yake kwenye mtoto wa dawati lake. Na alikuwa na hakika jana yake baada ya misa pia aliifungia humo. Hiyo misale ilikuwa kitabu alichorithi kwa marehemu baba yake alipofariki ghafla wakiwa Canada. Kilikuwa ni kitabu baba yake alichokwenda nacho kusali misa kila asubuhi kabla ya kwenda kazini. Ndiyo sababu kilikuwa na maana kubwa sana kwake na alikitunza kwa uangalifu mkubwa. Alikuwa na hakika marehemu bibi yake ndiye aliyekitoa huko kanisani na kukiweka mikononi mwake, kwa namna yake, kama alivyomtokea marehemu Mihigo na mkewe kuwaambia waanzishe dini mpya. Bila shaka muda wa kujua maana ya hayo ukifika atajua! Hivyo ndivyo Bibi Kilihona alivyomfundisha kupokea mambo ya kimiujiza tangu alipokuwa mtoto mdogo.

Kamanda Peter Jamhuri Mzungu na familia yake walikwenda kusali misa ya Jumapili kwenye Kanisa Katoliki la Upanga kama kawaida yao. Misa ilipokwisha, mke wake na watoto walitoka nje lakini yeye akabaki kanisani amepiga magoti na kusali zaidi. Kwa mkewe na watoto wao hicho kilikuwa kitu cha kawaida kwa mzee wao. Lakini alipokawia kutoka kanisani hadi watu wakaisha kabisa kwenye uwanja wa mbele ya kanisa, ambako baada ya misa watu hukusanyika wakisalimiana na kuongea na wenzao kabla ya kila mmoja wao kushika njia zake, Felista akamwambia binti yao, Lilian, kumwita baba yake waende nyumbani. Mkewe alikwishaanza kuwa na wasiwasi juu ya jinsi vifo vya ndugu zake vilivyomwathiri vibaya mumewe!

Kamanda Mzungu alikuja na Misale Ndogo yake kutoka nyumbani na ndiyo aliyokuwa anatumia kusali. Binti yake alipomwambia Mama alitaka waende nyumbani, akaweka kitabu chake cha sala kwenye mtoto wa dawati la mbele ya kiti chake na kukifungia humo kwa ufunguo. Halafu walitoka nje na binti yake na kuingia kwenye gari lao na Felista akawasha gari wakaelekea nyumbani Oyster Bay. Alipokuwa na mke wake kwenye gari lao binafsi katika safari zao za kiraia, kwa kawaida mkewe ndiye aliyeendesha gari.

Nyumba ya Kamanda Peter Jamhuri Mzungu ilikuwa kandokando ya Barabara ya Haile Selassie. Walipokata kona kutoka kwenye barabara kubwa na kuingia kwenye njia ya kwenda nyumbani kwao, mkono wa kushoto kwenye hiyo njia, karibu kabisa na ua wa michongoma wa nyumba yao, walikuta gari dogo la polisi wa doria limeegeshwa pembeni. Kwenye gari palikuwa na polisi wanaume wanne, wawili wameketi mbele na wawili nyuma. Kamanda Jamhuri Mzungu alimwambia mkewe kusimama aone nini kilichowaleta askari wake kumwona saa hizo siku ya Jumapili; na Felista akasimamisha gari.

Jamhuri alikuwa ameketi na mkewe mbele ya gari na watoto wao wako nyuma. Felista alisimamisha gari lao mbele kupita kidogo gari la hao polisi, karibu kabisa na lango la ua wa nyumba yao. Peter Jamhuri alipofungua mlango wa gari aende kuonana na askari wake, huku moyo unamdundadunda kwa kuhofia kwamba huenda pigo lingine la magaidi limetokea, kabla hajatoka nje ya gari, askari polisi watatu walitoka kwenye gari lao na bunduki za aina ya *machine gun* na kumshambulia kwa risasi mfululizo yeye na familia yake: *"Papapapapapapa! Papapapapapapa! Papapapapapapa! Papapapapapapa!..."*

Wafanyakazi wa hapo nyumbani na watu wa miji ya jirani walitoka nje kuja kuona kuna nini kilichosababisha milio ya bunduki mfululizo kama vile wako vitani kwenye nyumba ya Kamanda wa Polisi. Walichoona ni gari la doria la polisi likitoka hapo kwa mbio kweli na kuingia barabara kubwa kuelekea mjini. Lilikuwa ni gari la polisi la bandia lililokutwa kwenye maduka ya Morogoro *Stores* hapo karibu, kulekule Oyster Bay. Magaidi wauaji walikwishatoweka kwa gari lingine na kupotelea kwenye utitiri wa magari ya trafiki ya mitaa ya jiji la Dar es Salaam, wamekwisha badilisha zamani sare zao za askari za kuiba na kuvaa kiraia kama mamilioni ya wananchi wenzao waliokuwa kwenye shughuli zao za kawaida jijini siku ya Jumapili mchana!

Kamanda Peter Jamhuri Mzungu na mkewe Felista na watoto wao Lilian na Alex wote waliuawa kwa kufyatuliwa risasi za bunduki za *machine gun* nyingi kiasi kwamba ilikuwa vigumu kuwatambua sura zao. Magaidi waliacha kwenye gari la marehemu bango lenye maandishi makubwa kweli yanayosema: **KWA JINA LA MUNGU!!!**

Sura ya 39

❝ ❝ Na wanasema: Hakuna atakayekwenda Mbinguni kama siyo Myahudi au Mkristo (au Mwislamu). Hayo ni watakayo wao. Waambieni: Leteni uthibitisho, kama mnayosema ni kweli.

Kweli, wale wote wanaoelekeza maisha yao kwa Mungu na wanatenda mema, zawadi yao iko kwa Mwenyezi Mungu; na hawatakuwa na hofu wala kuhuzunika."

Kurani Tukufu, Sura ya 2, aya ya 111 na 112.

****

"Masharti ya mtu 'kuokoa' ni nini? Masharti ya mtu kuokoa ni kutendea binadamu wenzake Haki, kama Yesu alivyodhihirisha kwa maisha yake yote, mateso yake, kifo chake na kufufuka kwake.

Christian Religion on Trial (Mashtaka Dhidi ya Dini ya Kikristo), uk. 82.

"Mataifa yote yatakusanyika mbele yake naye atawatenganisha watu ...

"Kisha Mfalme atawaambia walio upande wake wa kulia (watu wema), 'Njooni enyi mliobarikiwa na Baba yangu; pokeeni ufalme mliotayarishiwa tangu kuumbwa kwa ulimwengu.'

"Maana nilikuwa na njaa nanyi mkanipa chakula; nilikuwa na kiu nanyi mkanipa maji; nilikuwa mgeni nanyi mkanikaribisha; nilikuwa uchi mkanivika; nilikuwa mgonjwa nanyi mkaja kunitazama; nilikuwa gerezani nanyi mkaja kunitembelea ...

"Kweli nawaambieni, kila kitu mlichomtendea mmoja wapo wa hawa ndugu zangu wasio na kitu mlinitendea mimi."

Biblia Takatifu, Mathayo 25: 32, 34 – 36, 40.

"Dini safi na isiyo na hitilafu mbele ya Mungu ni hii: kuwasaidia yatima na wajane kwenye shida zao, na kujilinda mwenyewe usichafuliwa na ulimwengu huu."

Biblia Takatifu, Yakobo 1:27.

"Nikaona mji mtakatifu, Yerusalemu mpya, ukishuka kutoka kwa Mungu mbinguni ...

"Sikuona hekalu (wala kanisa wala msikiti) katika mji huo, kwani Bwana Mungu Mwenye Uwezo na Mwanakondoo wake (Neno Jema la Yesu Kristo) ndio hekalu (na msikiti na kanisa) lake (dini yake moja kwa binadamu wote)."

Biblia Takatifu, Ufunuo 21: 2 na 22.

***

"Dini ya mtu imo rohoni mwake na kwenye matendo yake mema. Haiko kanisani wala msikitini wala kwenye matambiko. Wacha Mungu wa dini zote ni wana wapenzi wa Mungu Muumba wetu sote. Binadamu ndio tunaoitenganisha jamii ya wana wa Mungu tunapotaka dini zetu tu ndiyo ziwe dini za kweli kwa watu wote duniani."

Usia wa Bibi Kilihona kwa wacha Mungu wake.

www.ingramcontent.com/pod-product-compliance
Lightning Source LLC
Chambersburg PA
CBHW071149020726
47502CB00002B/339